குயிலி

உண்மையாக்கப்படுகின்ற பொய்

KUYILI

False are being made as true

குருசாமி மயில்வாகனன்
Kurusamy Mayilvaganan

நீந்தும் மீன்கள்
வெளியீடு

நீந்தும் மீன்கள் வெளியீட்டகம்	
வெளியீடு எண்	: 4
மொழி	: தமிழ்
தலைப்பு	: குயிலி: உண்மையாக்கப்படுகின்ற பொய்
ஆசிரியர்	: குருசாமி மயில்வாகனன் - 73588 11322
பதிப்பாளர்	: நீந்தும் மீன்கள் வெளியீட்டகம் 10/78, தெற்குத் தோப்புத்தெரு, தொண்டி-623 409 திருவாடானை(வ) இராமநாதபுரம் மாவட்டம் +91 999941 36480 neenthummeenkal@gmail.com
பதிப்பு	: 3
பதிப்புக் காலம்	: முதல் பதிப்பு ஜூலை-2021. இரண்டாம் பதிப்பு அக்-2022 மூன்றாம் பதிப்பு நவம்பர்-2024
பதிப்புரிமை	: நீந்தும் மீன்கள் வெளியீட்டகம்
அளவு	: 1/8 டெம்மி
தாள்	: 70 ஜி.எஸ்.எம் / என்.எஸ்.மேப்லித்தோ / புக் பிரிண்ட்
மேலட்டை ஓவியம்	: ஓவியர் ஷ்யாம் - நன்றி குங்குமம்
வடிவமைப்பு	: கே.கண்ணன் - 73393 48514
பக்கங்கள்	: 325
எழுத்துரு அளவு	: 11.5 புள்ளி
அச்சாக்கம்	: மாணவர் நகலகம், சென்னை.
விலை	: 400/-
ISBN NO	**: 978-93-93299-02-4**

Publication No : 4

Language	: **Thamil**
Title	: **English Tittle: Kuyili: False are being made as true**
Authour	: **Kurusamy Mayilvaganan - 7358811322.**
Publisher	: Neenthum Meenkal Veliyettakam
Address	: 10/78, South Thopu Street, Thondi-623 409, Thiruvadanai (Tk), Ramanathapuram(Dt) neenthummeenkal@gmail.com
Publish	: 3rd
Pub. Period	: 1st July-2021, 2nd October-2022, 3rd November-2024, 4th Feb 2025
Copyright	: Publisher
Book Size	: 1/8 (Temmi)
Paper	: 70 GSM / NS Meplitho / Book Print
Wrapper art	: Artist Shyaam - Kungumam
Layout Design	: K.Kannan -73393 48514
Pages	: 325
Font size	: 11.5 point
Print	: Students Xerox, Chennai - 1.
Price	: 400/-
ISBN NO	**: 978-93-93299-02-4**

தோழர் சந்திரகாந்தனின்
நினைவுகளுக்கும்
மற்றும்
உண்மையை நிலைநாட்ட
உயிருக்கு அஞ்சாமல்
உலகெங்கும்
போராடிக்கொண்டிருக்கும்
போராளிகளுக்கும்!

வீரமங்கை
குயிலி
ஒரு கற்பனைப் பாத்திரம்!
வரலாற்று ஆவணங்களுடன் விளக்குகிறார்
சமூக ஆய்வாளர் குருசாமி மயில்வாகனன்
பக்கம்: 34
14.9.2018 3

உள்ளடக்கம்

பதிப்புரை   6
அணிந்துரை   9
முன்னுரை   12
இரண்டாம் பதிப்பு முன்னுரை   16
மூன்றாம் பதிப்பின் முன்னுரை   23
வாழ்த்துரை   25
மதிப்புரை: குயிலி... வரலாறும் புளுகும்....31

பகுதி - 1/38

கற்பனைக் கதைகள் சொல்லிய கற்பனை வரலாறு   39

பகுதி - 2/158

வரலாறு சொல்லும் உண்மை

பகுதி - 3/210

கற்பனைகள் உடைக்கப்பட்டபோது...   211

பகுதி - 4/256

காற்றின் வீச்சில்... அசையும் மரங்கள்

பிற்சேர்க்கை:   313

பாராட்டு விழாவும் நூல் வெளியீட்டு நிகழ்ச்சியும் 316
விழா அழைப்பிதழ்   317
விழா மேடையும் நூலட்டையும் 318
கே,ராஜய்யனின் வருகையும் உரையும்   319
நூல் வெளியீடும் ஏற்புரையும்   320

பதிப்புரை

எமது பதிப்பகத்தின் நான்காவது வெளியீடாகவும் குயிலி குறித்த மூன்றாவது நூலாகவும் இந்நூல் வருவதில் மகிழ்ச்சியடைகிறோம். இந்நூலாசிரியர் குருசாமி மயில் வாகனன் நுண்மான் நுழைபுலத்துடன் தெளிவாக, வலுவான ஆதாரங்களுடன் புரிகின்ற வகையில் நல்ல தமிழில் சுவாரஸ்யமாக இந்நூலில் தன் கருத்தை எடுத்துரைக்கிறார்.

ஒன்றுமில்லாத குயிலி குறித்து இன்னும் கதைப்பதற்கு ஒன்றுமேயில்லை எனுமளவிற்கு எழுதித் தீர்த்து விட்டார். குயிலி கற்பனை என்று நிரூபிப்பதோடு மட்டுமல்லாமல், பல வரலாற்றாசிரியர்களும்கூட சிறந்த கற்பனாவாதிகள்தான் என்பதை உலகிற்குக் காட்டுகிறார்.

இந்நூலினை இரண்டு பகுதிகளாக அமைத்து முதல் பகுதியில் குயிலி கருத்தாக்கம் உருப்பெற்று உலவிய கதையைத் தொகுத்துத் தருகிறார். இதுவரை சொல்லப் பட்டு வந்த குயிலியை வரைந்து பின்னர் திறமையான வழக்குரைஞர்போல வாதத்தை எடுத்து வைக்கிறார். புதின வாசிப்பைப்போல ஆர்வம் பற்றிக்கொள்கிறது.

குயிலி என்று ஒரு வரியை எழுதிப் போட்டுவிட்டு `நம்பு நம்பு' எனக் கூச்சல் போட்டுக் கூத்தடிக்கும் பித்தலாட்ட ஆய்வாளர்களும்கூட அறிந்துகொள்வதற்கான ஏராளமான புள்ளி விபரங்களைத் தருகிறார். அவர்களைச் சவால்விட்டு விவாதத்திற்கு அழைக்கிறார். இரண்டாம் பகுதி இன்னும் சுவாரஸ்யமாக இருக்கிறது.

குயிலியின் கதையைக்கூறி அதிலுள்ள முடிச்சுகளை ஒவ்வொன்றாக அவிழ்க்கிறார்.

குயிலி தற்கொடைதாரியாகவும் முதல் மனித வெடி குண்டாகவும் சுதந்திரப் போராட்டத் தியாகியாகவும் சொல்லப்படுவதற்கான காரணம், ஆயுதக் கிடங்கை அழித்து பாஞ்சோரை வீழ்த்திய நிகழ்ச்சிதான். அதே நிகழ்ச்சியை வைத்தே குயிலி கற்பனை என்பதை அழுத்தம் திருத்தமாக நிறுவுகிறார்.

கற்பனையான குயிலிக்கு வலுச்சேர்க்க இங்குஇல்லாத பாஞ்சோரை இருந்ததாக எண்ணி 1985 முதல் சிவகங்கை வரலாற்றை எழுதி வருகிறார்கள். சுதர்சனநாச்சியப்பன், மு.சேகர், ஜீவபாரதி, வி.என்.சாமி, வெ.இன்சுவை, ஆலம்பட்டு சோ. உலகநாதன், பட்டத்தி மைந்தன், எஸ்.ஜி.ரமேஷ்பாபு, பா.இறையரசன், சந்திமாவோ, அம்பேத்கர்பிரியன் ஆகியோர் பாஞ்சோர், வேலுநாச்சியார், குயிலி ஆகியோர் சந்திக்கும் காட்சியை உணர்ச்சிமயமாகச் சித்திரித்துள்ளனர்.

ஆனால், சிவகங்கை வரலாற்றில் அப்படியொரு காட்சி இல்லை என்பதை சிவகங்கையை மீட்டெடுக்க நடந்த போர் சிவகங்கை அரண்மனைக்குள் நடக்கவேயில்லை என எட்வர்டு ராபர்ட் கிளைவ், சிவகங்கை சரித்திர அம்மானை, சிவகங்கை சரித்திரக் கும்மி, பாதிரியார் பௌச், ந.சஞ்சீவி, கா.அப்பாத்துரையார், கு.ராஜவேலு, வித்வான் அ.நாரயணசாமி, வித்வான் நா.துரைசாமி, புலவர் அரசுமணி, நா.கோவிந்தன், சி.இளங்கோவன், கே.இராஜய்யன், கு.மங்கையர்க்கரசி, எஸ்.எம்.கமால் போன்ற ஆய்வாளர்களின் ஆவணங்கள் மூலமாக நிருவியுள்ளார்.

குயிலி என்ற கற்பனை நூலாசிரியரின் முந்தைய நூலான 'ஒப்பனைகளின் கூத்து' என்ற நூல் மூலமாக உடைபட்டபோது பலர் தங்களுடைய முற்போக்கு அடையாளத்துக்குப் பங்கம் வந்துவிடக்கூடாது என்று மௌனம் காத்தநிலையில் அந்நூலை பொது ஊடகங்களில் மிகத் தைரியமாக எடுத்துரைத்த டாக்டர் மருதுமோகன், பத்திரிகையாளர் பேராச்சி கண்ணன், கவிஞர் அ. வெண்ணிலா, எழுத்தாளர் முகில் போன்றவர்களின் கருத்துக்களை நன்றியோடு குறிப்பிடுகிறார். ஆத்திரப்பட்டவர்களையும் அடையாளங் காட்டுகிறார்.

தன்மீது வீசப்பட்ட தனிப்பட்ட தாக்குதல்களுக்கும் நூலில் பதில் தந்துள்ளார். குயிலி குறித்து எழுப்பப்பட்ட கேள்விகள் அனைத்தையும் தொகுத்து அதற்குப் பதிலளித்துள்ளதோடு மட்டுமல்லாமல் சிவகங்கையின் சீர்மிகு வரலாற்றில் குயிலி என்ற கற்பனையைப் புகுத்தியவர்களின் உள்நோக்கம் என்ன என்பதை அவர் விளக்குவது இந்நூலின் முக்கியப் பகுதியாக உள்ளது.

தனி ஒரு மனிதனாக மனுக் கொடுப்பது, தகவல் அறியும் உரிமைச் சட்டத்தில் கேள்வி கேட்பது, அரசுத்துறை சார்ந்த நிறுவனங்கள் குயிலி குறித்துப் பதிவு செய்கையில் விளக்கம் கேட்பது, பாடத்திட்டத்தில் குயிலி சேர்க்கப்பட்டுள்ளதை எதிர்த்து வழக்குத் தொடுக்கும் நிலைவரை சென்றுள்ளது ஆகிய வகையில் இந்நூல் குயிலியை எதிர்த்த குருசாமி மயில்வாகனின் போராட்டத்தில் மலர்ந்த நூலாகும். மேலும் இந்நூல் குயிலி என்னும் கற்பனையைத் துடைத்தகற்றுவதற்கான கையேடாகத் திகழும் என்பது மிகையல்ல.

அதிகமான பக்கங்களை இந்நூல் எடுத்துக்கொண்டாலும் இனிமேல் யாரும் குயிலி என்று வாயைத் திறந்து பேசக் கூடாது எனச் சொல்லும் விதமாகத் தரவுகளை அள்ளிக் குவித்துக் குயிலியைக் காலி செய்துவிடுகிறார்.

இந்நூலை வாசிப்பதன் மூலம் சிவகங்கை வரலாற்றில் படிந்துள்ள 'குயிலி' எனும் கறை அகற்றப்படுவதை அறியலாம்.

பதிப்பகத்தார்
நீந்தும் மீன்கள் வெளியீட்டகம்

அணிந்துரை

வரலாறும் புனைவும்

என்னுடைய '1801' வரலாற்று நாவல் வந்த நேரம். கவிஞர் அ.வெண்ணிலா மூலம் இயக்குநர் வசந்த பாலன் எனக்கு அறிமுகமாகியிருந்தார். ஒரு நாள் அவரும் அவரது உதவியாளரும் என்னைச் சந்தித்தனர். 1801 நாவலை திரைப்படமாக்குவது குறித்து பேச்சு வந்தது. நாவலில் வரும் மேஜர் ராபின் கல்யாணி பற்றி மிகவும் சிலாகித்துப் பேசினார். அந்த நாவலில் இரண்டு மூன்று அத்தியாயங்களில் மேஜர் ராபின் கல்யாணி வருவார். பிறப்பால் ஆங்கிலோ இந்தியரான ராபின் கல்யாணியின் வாழ்க்கை, சாகசங்கள், மருது பாண்டியர்களைத் துன்புறுத்திய கர்னல் அக்கினியூ மீது அவர் நடத்திய அத்துமீறல்களின் விவரிப்பு மிகவும் சுவாரஸ்யமாய் இருப்பதாகத் தெரிவித்த வசந்தபாலன், மேஜர் ராபின் கல்யாணி பற்றிக் கூடுதல் தகவல்கள் கிடைத்தால் அவர் பற்றித் திரைப்படமாக எடுக்கலாம் என்றார். கூடுதல் தகவல்களை ஆவணங்களில் தேட முடியாது, என் மனத்திற்குள்தான் தேட வேண்டும் என்றேன். கர்னல் அக்கினியூ, மேஜர் வெல்ஷ், கலெக்டர் லூசிங்டன், கவர்னர் எட்வர்ட் கிளைவ் போன்ற உண்மையான கதாபாத்திரங்களைவிட மேஜர் ராபின் கல்யாணி என்ற கற்பனை கதாபாத்திரம் வசந்த பாலன் போன்ற அறிவார்ந்த இயக்குநருக்குப் பிடிக்கிறது என்பதறிந்து ஆச்சர்யப்பட்டேன்.

இலக்கிய உலகிலும், வரலாற்றுப் புதினங்களிலும் கற்பனைப் பாத்திரங்களின் மீது ஈர்ப்பு அதிகம்.

ராபின் ஹுட், சூப்பர்மேன், காட்சில்லா, கிங்காங், துப்பறியும் சாம்பு, போன்றோர் உண்மை கதாபாத்திரங்கள் இல்லை. ஆர்.கே.நாராயணின் ‘மால்குடி’ நகரமும் முழுக்கற்பனையே. ஆனால் அந்த ஊரை, தெருக்களை, கடைகளை உண்மை போல வாசகர்களை உணர வைத்திருப்பார் ஆர்.கே.நாராயணன்.

1800களில் தென்தமிழகத்தில் நடந்த முதல் இந்திய சுதந்திரப் போரை சின்ன மருது சேர்வைக்காரர் ஒருங்கிணைத்தார். சேர்வைக்காரர் என்றுதான் ஆங்கில ஆவணங்களில் குறிப்பிடப்படுகிறார். கட்ட பொம்மன், சிவத்தையா, ஊமைத்துரை, வாராப்பூர் ஜமீன்தார், அரசர் வேங்கை பெரிய உடையணத்தேவர், விருப்பாட்சி கோபால் நாயக்கர், ஆற்காடு நவாப் உம்-தத்-உல்-உம்ரா, புதுக்கோட்டை தொண்டைமான், எட்டையபுரம், திருவாங்கூர் அரசர்கள் ஆகிய உள்ளூர் ஆட்சியாளர்கள் இந்தப் போராட்டத்தில் ஆங்கிலேயர்களுக்கு ஆதரவாகவும் எதிராகவும் இணைந்தனர். இரண்டு மாதங்களுக்கு மேலாக நடந்த காளையார்கோயில் போரின் முடிவில் மருது சகோதரர்கள் உள்ளிட்டு ஐநூறுக்கும் மேற்பட்டோர் திருப்பத்தூர் கோட்டையில் 1801 ஆம் ஆண்டு அக்டோபர் 24ஆம் தேதி தூக்கிலிடப்பட்டனர். அரசர் வேங்கை பெரிய உடையணத் தேவரோடு சேர்த்து 73 பேர் 1802 ஆம் ஆண்டு பிப்ரவரி மாதம் பினாங்கிற்கு நாடு கடத்தப் பட்டனர். இந்தியாவில் ஒரே இடத்தில் மிக அதிகமான போராளிகள் தூக்கிலிடப்பட்டதும், அரசியல் காரணங்களுக்காக நாடு கடத்தப்பட்டதும் அதுவே முதல் முறை.

பூனாவிலிருந்து நாங்குநேரி வரையான பெரு நிலப்பரப்பில் ஆட்சியாளர்களும் பொதுமக்களும் சேர்ந்து நடத்திய சுதந்திரப் போர் அது. அந்தப் போருக்கு முதல் அடியே பாளையங்கோட்டை சிறை உடைப்பும் ஊமைத்துரையுடன் சேர்த்துப் பதினாறு பேர் விடுவிக்கப் பட்டதும். தான் அதை முன்னின்று நடத்திய போத்தி பகடை, பாண்டியன் சேர்வைக்காரன், கிருஷ்ணப்ப நாயக்கனைத் தமிழ்நாட்டில் யாருக்கும் தெரியாது. பினாங்கிற்கு நாடு கடத்தப்பட்ட 73 பேரில் வேங்கை பெரிய உடையணத்தேவர், மருதுபாண்டியரின் 12-வயது மகன் துரைசாமி, வாராப்பூர், கோம்பை, கள்ளி மந்தயம் ஜமீன்தார்கள் தவிர்த்து மீதி நபர்களைத் தெரியாது. நாடு கடத்தப்பட்டவர்களில் முக்கியமானவர்கள் என்று கருதப்பட்ட ராமநாதபுரம் அமல்தார் ஜெகன்நாத அய்யர், சேக் உசேன் போன்றவர்கள் பினாங்கிலேயே இறந்துவிட்டார்கள். எனது 1801, காலாபாணி நாவல்கள் வரும்வரை நான் சொன்ன இந்த விடுதலை வீரர்களின் பெயர்கள் பரவலாக அறியப்படவில்லை. ஒருவேளை இனிவரும் நாவல்களில் இவர்கள் கதாபாத்திரமானால் அல்லது இவர்களது போராட்ட வாழ்வு திரைப் படமானால் இவர்களைப் பற்றி அதிகமாகத் தெரிய வரலாம். ஒரே

கவலை அதை ஏதாவது ஜாதி அமைப்பு கையிலெடுக்கக் கூடாது. அவ்வளவுதான். வாழும் காலத்திலும், வரலாற்றிலும் அவர்கள் பெற்ற சிறப்புகள் திரிந்து விடும். புகழ்வதற்கு நாலுபேர், புழுதிவாரித் தூற்ற பத்துப்பேர் கிளம்பிவிடுவார்கள்.

பேராசிரியர் கே.ராஜய்யன், கட்டபொம்மன் துவங்கி, மருதுபாண்டியர்கள் காலம் வரையான நிகழ்வுகளை முதன்முதலாக ஆவணப்படுத்தியவர். தென்தமிழக வரலாற்றின் பிதாமகன். அவரும் நானும் 2018 ஆம் ஆண்டு சிவகங்கையில் நடந்த கூட்டத்தில் கலந்து கொண்டோம். அந்தக் கூட்டத்தில் அவரிடம் சிலர் வினாக்கள் கேட்டனர். அதில் ஒரு கேள்வி குயிலி பற்றி. குயிலி தற்கொலைப் படையைச் சேர்ந்தவர். தன் உடலில் வெடிமருந்தைக் கட்டிக் கொண்டு ஆங்கிலேயர்களின் ஆயுதக் கிடங்கில் குதித்தார் என்று நாவல் ஒன்று வந்திருப்பதாக பேராசிரியர் ராஜய்யனிடம் தெரிவித்தனர். அவர் சிரித்தார். சிறிதுநேர யோசனைக்குப் பின் 'அப்படி ஒருவரும் இல்லை' என்றார்.

என்னுடைய 1801, காலாபாணி நாவல்களுக்காகத் தென்தமிழகத்தின் 18-ஆம் நூற்றாண்டு நிகழ்விடங்கள் அனைத்திற்கும் நேரடியாகச் சென்றுள்ளேன். அன்றைய ஆட்சியாளர்களின் வாரிசுகள் அனைவரையும் ஒருவர் விடாமல் சந்தித்திருக்கிறேன். ஆவணக்காப்பகங்களில், ஆங்கிலேயர்களின் ஆவணங்களைப் படித்திருக்கிறேன். நாடு கடத்தப்பட்ட 73 பேர் இருந்த பினாங்கு, பென்கோலன் கோட்டைகளைப் பார்த்திருக்கிறேன். எனக்கு முன்பாக இதில் தேர்ந்த ஆராய்ச்சி மனத்துடன் உழைத்துள்ள பேராசிரியர்கள் டாக்டர்.கே.ராஜய்யன், டாக்டர்.ந.சஞ்சீவி முதல் மீ.மனோகரன், தாசில்தார் கமால், மாரிசேர்வை, தலைமையாசிரியர் பாலகிருஷ்ணன் முதலானோர் எழுதி உள்ள ஆய்வு நூல்களைப் படித்துள்ளேன். யாரும் குயிலி பற்றிச் சொல்லவில்லை. அது ஒரு கற்பனை பாத்திரம். அப்படி ஒரு வீரப்பெண் இருந்திருந்தால் மிக நன்றாக இருக்கும்.

வரலாற்றில் உண்மைகளைவிட புனைவிற்கே ஈர்ப்பு அதிகம்.

டாக்டர் **மு.ராஜேந்திரன்,** இ.ஆ.ப
தேர்தல் ஆணையர்,
தமிழ்நாடு கூட்டுறவு சங்கங்கள்.

முன்னுரை

சமீபகாலமாகச் சிவகங்கையின் வரலாறு குறித்து தொலைக்காட்சிகளில் மேடைகளில் முகநூல்களில் யூடியூப் இணையத் தளங்கள் மற்றும் பல வகையான ஊடகங்களில் பேசுபவர் களும் எழுதுகிறவர்களும் தவிர்க்க இயலாமல் குறிப்பிடுகின்ற ஒரு பெயர் குயிலி என்பதை நீங்கள் அறிவீர்கள். சிவகங்கை வரலாற்றின் ஒட்டு மொத்த அடையாளமாகக் குறிப்பிடும் அளவிற்கு குயிலி நிலை நிறுத்தப்பட்டு வருகிறாள். பேசுவதையும் எழுதுவதையும் வாழ்க்கைப் பாட்டுத் தொழிலாகக் கொண்டுள்ள பல பேச்சாளர்களும் எழுத்தாளர்களும் மட்டுமின்றி சில ஆய்வாளர்களும்கூட குயிலியைப் பற்றிப்பேசி வருகின்றனர்.

கட்டுரைக் குறிப்புகள், சிறு நூல் குறிப்புகள், சிலையின் பீடம், நாவல், தெருக்கூத்து என வளர்ந்த குயிலி தற்சமயம் நினைவுத் தூண் அளவிற்கு வந்திருக்கிறாள். குயிலிக்கு மணி மண்படம் கட்ட வேண்டும் எனும் கோரிக்கையும் ஆங்காங்கே ஒலிக்கிறது.

பிற நூல்களை விடுங்கள். தமிழகப் பள்ளிப் பிள்ளைகள் படிக்கின்ற பாட நூல்களில் குயிலியின் கதை வரலாறாக இடம் பெற்றுள்ளது. தமிழ் மக்களின் வரிப்பணத்தில் இருபத்தி ஏழரை லட்சம் ரூபாய் செலவில் தமிழக அரசு நினைவுத்தூண் எழுப்பியுள்ளது.

தொடக்கத்தில் சாதியற்ற வரலாற்றுப் பாத்திரமாக அறிமுகமான குயிலி இன்று குறிப்பிட்ட சில சாதிகளைச் சேர்ந்தவளாகவே அறியப்படுகிறாள். இவையெல்லாம் சிவகங்கை மற்றும் பிற வரலாற்றாய்வாளர்களுக்கு குயிலியை மிக முக்கியமான பாத்திரமாகக் கருதவைக்கின்றன.

மருது சகோதரர்களுக்கும் அவரது மகன்களுக்கும் வெங்கண் பெரிய உடையணத் தேவருக்கும் ரத்தமும் சதையுமாக திருப்பத்தூரில் தூக்கிலிடப்பட்ட, தியாகமும் வீரமுமிக்க காலனியாதிக்க எதிர்ப்புப் போராளிகளுக்கும் எந்தவிதமான நினைவுச் சின்னமும் இல்லாத சிவகங்கையில் குயிலிக்கான நினைவுத் தூணுள்ளது. இதிலிருந்தே சிவகங்கையின் வரலாற்றைக் குயிலி ஆக்ரமித்துள்ளதை அறியலாம். இந்த ஆக்ரமிப்பைக் கண்மூடித்தனமாகச் சிலர் பயன்படுத்த முன்வந்தபோது நாம் சிவகங்கையின் வரலாற்றை வாசிக்கத் தொடங்கினோம். அப்போதுதான் குயிலி திட்டமிட்டு உருவாக்கப்பட்ட கற்பனை என்பதை அறிந்தோம். அதைப் பிறரது கவனத்திற்குக் கொண்டு செல்லவும் விரும்பினோம்.

அதன் முதல்படியாக, 2018ஆம் ஆண்டு ஜூன் மாதம் 16ஆம் நாள், “ஒப்பனைகளின் கூத்து” (சிவகங்கை வரலாற்றை முன்வைத்து ஓர் ஆய்வு) எனும் நூலினை வெளியிட்டோம். அதில் சிவகங்கை வரலாறு குறித்து நாம் முன்வைத்த பல விசயங்களில் “குயிலி ஒரு கற்பனைப் பாத்திரம்” என்பதும் ஒன்றாகும். குயிலி ஒரு கற்பனைப் பாத்திரம்தான் என்பதைத் தகுந்த ஆதாரங்களுடன் அதில் விளக்கியிருந்தோம்.

பரவலான வரவேற்பை அந்நூல் பெற்றது. குயிலியைப் பொறுத்த வரையில் மிக எளிமையான கேள்விகளே எழுப்பப்பட்டிருந்தன என்ற அளவில் “ஒப்பனைகளின் கூத்து” நூல் மட்டுமே போதும் என்றபோதிலும் அதிலுள்ள குயிலியின் பாகத்தை மட்டும் தனியான ஒரு நூலாக வெளியிட வேண்டும் எனவும் பல வாசகர்கள் குறிப்பிட்டிருந்தனர். அப்படி ஒரு தேவையிருக்கிறதா என யோசித்திருந்த வேளையில், “ஒப்பனைகளின் கூத்து” நூலிற்குக் கிடைத்த எதிர்வினைகள் மேலும் சில குறிப்பான தகவல்கள் மற்றும் அதன்பிறகு நடந்த சில நிகழ்வுகள் அதைத் தொடர்ந்து நாம் எதிர்வினையாற்றியவைகள் ஆகிய அனைத்தையும் தொகுத்து நூலாக்கம் செய்யலாம் என முடிவு செய்தோம். அதுவே இந்நூல்.

குயிலி கற்பனை எனத் தெரிந்தும் அவளை வரலாறுதான் என நிறுவுவதற்குத் தொடர்ச்சியாக முயல்கின்ற பலவிதமான தரப்புகளை அறிந்து கொள்வதற்கும் அத்தரப்புகள் எவ்வளவு

அழுத்தமாகச் செயல்பட்டு வருகின்றன என்பதை அறிவதற்கும் இந்நூல் அவசியமானதே!

குயிலி எனும் கற்பனைப் பாத்திரத்தின் கதைகளை சிவகங்கையின் வரலாற்றுச் சம்பவங்களாக எதிர்காலத் தமிழ்த் தலைமுறை அறிந்துகொண்டு வருகிறது. மேலும் தமிழக அரசு குயிலிக்கான சாதியைக் குறிப்பிடவில்லை. ஆனால், குயிலியைச் சாதி ரீதியாகக் கொண்டாடுவதற்கான நிகழ்ச்சிகளுக்கு சிவகங்கை மாவட்ட அரசு நிர்வாகமும் போலீஸ் துறையும் எழுத்துப்பூர்வமாகவே அனுமதி கொடுக்கின்றனர். இது சரியானதா?.

நமது பிள்ளைகள் பொய்யை உண்மை என நம்புவதற்கு நாம் ஏன் அனுமதிக்க வேண்டும்? பொய்யை உண்மை என போதிக்க வேண்டிய நிர்ப்பந்தத்தை ஆசிரியர்களிடம் ஏன் திணிக்க வேண்டும்?. அதனால், பள்ளி ஆசிரியர்கள் பாடத்தைச் சொல்லிக் கொடுக்கும்போது குயிலி பொய் என்கிற உண்மையையும் மாணாக்கர்களிடம் சொல்லிக் கொடுக்கக் கோருகிறோம். அதுபோல, எம்.ஏ., எம்.ஃபில்., பிஎச்.டி., போன்ற ஆய்வுப் படிப்புகள் பயிலுகின்ற தமிழ் மற்றும் வரலாற்றுத்துறை மாணாக்கர்கள் குயிலியைப் பொய் என அம்பலப்படுத்தி தமிழக வரலாற்றின் மானம் காக்க வேண்டும்.

குயிலி குறித்து "ஒப்பனைகளின் கூத்து'' போன்ற ஒரு நூல் மட்டுமல்ல, மேலும் பல நூல்கள் வர வேண்டிய அவசிய மிருப்பதையே நிலைமைகள் சுட்டிக் காட்டுகின்றன. எனவேதான், "குயிலி: உண்மையாக்கப்படுகின்ற பொய்'' எனும் இந்நூலை வெளியிட்டுள்ளோம். ஆர்வமுள்ளவர்கள் மேலும் பல நூல்களை எழுதுமாறு கேட்டுக் கொள்கிறோம். அதற்கு உதவி செய்யவும் நாம் தயாராக இருக்கிறோம்.

இந்நூலானது நான்கு பகுதிகளைக் கொண்டிருக்கிறது. குயிலி குறித்த பலரது கற்பனையான பதிவுகளையும் அவற்றின் நம்பகத்தன்மையைக் குறித்து நாம் பரிசீலனை செய்தவற்றையும் தொகுத்து 'கற்பனைக் கதைகள் சொல்லிய கற்பனை வரலாறு' எனும் தலைப்பில் முதல் பகுதியாக வைத்துள்ளோம். குயிலி கற்பனை என்பதை 'வரலாறு சொல்லும் உண்மைக் கதை' எனும் தலைப்பினில் விளக்கி இரண்டாவது பகுதியாக வைத்துள்ளோம்.

குயிலியைக் கற்பனை என்றதனால் எழுந்த எதிர்வினைகளை 'கற்பனைகள் உடைக்கப்பட்டபோது...' எனும் தலைப்பினில் மூன்றாவது பகுதியாக வைத்துள்ளோம். நான்காவது பகுதியாக 'காற்றின் வீச்சில்... அசையும் மரங்கள்' எனும் தலைப்பில் நமது முடிவு குறித்த பல்வேறு கேள்விகளுக்கான பதிலையும் கூடுதலாக நாம் சொல்ல விரும்பியவற்றையும் அரசிடம் நாம் வைக்கும்

கோரிக்கைகளை விளக்கியும் அமைத்துள்ளோம். நமது முயற்சிகளைப் பராட்டிய, பாராட்டிக் கொண்டிருக்கிற முகமறிந்த மற்றும் முகமறியாத சகோதரர்களுக்கும் நண்பர்களுக்கும் தோழர்களுக்கும் நன்றி! அட்டைப்படத்திலிருக்கும் ஓவியத்தை வரைந்த ஓவியர் ஸ்யாம் அவர்களுக்கும் அதை வெளியிட்ட குங்குமம் இதழுக்கும் நன்றி. எப்போதும் எம்முடன் பயணிக்கின்ற தோழர்கள் அய்யா முனைவர் இரா.தங்க முனியாண்டி மற்றும் குணா ராக்கப்பன் ஆகியோருக்கும் எமது நூல்களைத் தொடர்ந்து வெளியிட்டு ஆதரவு தருகின்ற நீந்தும் மீன்கள் வெளியீட்டகத்தாருக்கும் நன்றி.

குருசாமி மயில்வாகனன்

+91 94885 25882 - 73588 11322
gmayil64@gmail.com.

இரண்டாம் பதிப்பு முன்னுரை

2018 ஜூன் மாதம் 16ஆந் தேதி ஜம்புத்தீவுப் பிரகடன நாளை முன்னிட்டு ‘ஒப்பனைகளின் கூத்து’ எனும் நூலை சிவகங்கையில் வெளியிட்டோம்.

அதில் குயிலியைக் கற்பனை எனக் கூறியிருந்ததால் ஜூன் 2018 முதல் ஜூன் 2021 வரை உண்டான சர்ச்சைகளையும் சல சலப்புகளையும், அவ்வப்போது ஃபேஸ்புக்கில் விளக்கி வந்தோம். பின்னர் அவற்றையும் இணைத்து ஒரு நூலாக எழுதத் திட்டமிட்டுத் தொடங்கினோம்.

2021ஆம் ஆண்டு ஜூலை மாதம் திராவிட முன்னேற்றக் கழகம் தனது ‘சட்டப் பேரவைத் தேர்தல் அறிக்கை 2021’இல் பக்கம் 99இல் ‘நினைவுச் சின்னங்கள் திராவிட இயக்கத் தீரர்கள் கோட்டம்’ எனும் தலைப்பில் 454ஆவது அம்சமாக, “வீரமங்கை வேலு நாச்சியாருக்குப் பெருந்துணையாக நின்று தன் உடலில் வெடிகுண்டுகளைக் கட்டிக் கொண்டு வெள்ளையர்களின் ஆயுதக் கிடங்கில் குதித்து அதைத் தகர்த்துத் தன்னுயிரைத் தியாகம் செய்த வீராங்கனை குயிலிக்கு சிவகங்கையில் சிலை நிறுவப்படும்.” என

அறிவித்திருந்தது.

இவ்வரலாற்றுப் பழியை சிவகங்கையின்மீது படியவிடக் கூடாது என்பதால் உடனடியாக தி.மு.க அமைத்திருந்த ***STALIN ANI APP*** (ஸ்டாலின் அணி ஆப்) மூலமாக குயிலி குறித்த நமது நிலைப் பாட்டினயும் கோரிக்கை களையும் விளக்கியிருந்தோம். 'உங்கள் கோரிக்கை அவசியம் பரிசீலிக்கப்படும்' எனப் பதில் வந்தது. 'ஒப்பனைகளின் கூத்து' நூலின் பிரதிகள் இல்லாத நிலையில் நாமும் அடுத்த நூலின் அவசியம் கருதி விரைவாக எழுதிக் கொண்டிருந்தோம்.

தேர்தலில் தி.முக கூட்டணி பெரும் வெற்றியடைந்ததால் தேர்தல் அறிக்கையில் கூறியவற்றையெல்லாம் ஒவ்வொன்றாக நிறைவேற்றிக் கொண்டே வந்தார் தமிழக முதல்வர் முத்துவேல் கருணாநிதி ஸ்டாலின்.

சில மாதங்கள் கழித்து சென்னையில் குயிலியின் சிலை செய்யப்பட்டு சிவகங்கைக் கொண்டு வருவதற்குத் தயாராகத் துணியால் சுற்றப்பட்டு இருப்பதாகவும் சிவகங்கையில் வேலு நாச்சியார் நினைவு மண்டபத்திலுள்ள குயிலி நினைவுத்தூண் மற்றும் சில இடங்களில் அச்சிலையை நிறுத்துவதற்கான இடத் தேர்வினை பொதுப்பணித்துறை அதிகாரிகள் அளவை நடத்திக் கொண்டிருக்கின்றனர் என்றும் அரசு அலுவலக வட்டாரங்களிலிருந்த சில நண்பர்கள் மூலமாக அறிந்தோம். குயிலி தற்கொலை செய்துகொண்ட நாள் என எழுத்தாளர் ஜீவபாரதியால் பரப்பப்பட்டிருக்கின்ற விஜயதசமி நாளான அக்டோபர் 15 ஆம் தேதியில் சிலை நிறுவப்படலாம் எனும் உறுதியான தகவலை அறிந்தோம்.

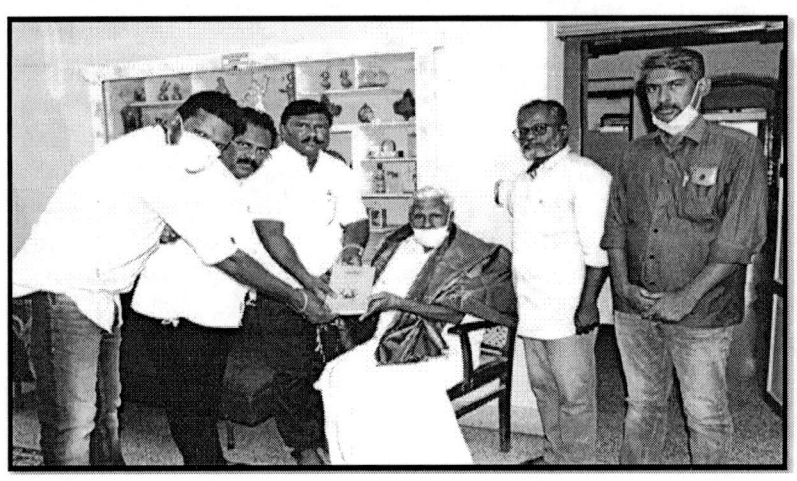

அதேசமயம் நூலையும் எழுதி முடித்தோம். மதிப்பிற்குரிய எமது நீந்தும் மீன்கள் வெளியீட்டாளர் உடனே அதை நூலாக்கினார். கொரோனா காலமானதால் பொது நிகழ்ச்சி எதையும் ஏற்பாடு செய்ய முடியாத நிலையில், 21 ஜூலை 2021 அன்று டாக்டர் கே. இராஜய்யன் மூலமாக அவரது இல்லத்திலேயே "**குயிலி: உண்மையாக்கப்படுகின்ற பொய்**" எனும் நூலை வெளியிட்டோம்.

அன்றே அன்புச் சகோதரர் தினகரன் ஜெய், தனது யெல்லோ லோட்டஸ் (Yellow Lotus) யூ டியூப் சேனல், மூலமாக "கலைஞர் செய்ய மறுத்த வரலாற்றுப்பிழையை முதல்வர் ஸ்டாலின் செய்யமாட்டார்" எனும் தலைப்பில் நமது நேர்காணலை வெளியிட்டார்.

இருப்பினும் அரசு அதிகாரிகளது கவனத்தோடு நமது கோரிக்கை நின்றிருந்தால், முதலமைச்சரது கவனத்திற்குப் போகாமலிருந்தால் என்ன செய்வது? எனும் எண்ணமிருந்தது. நாளிதழ்களின் சிவகங்கை நிருபர்களில் நியூஸ் 18 தவிர ஒருவர்கூட, குயிலி கற்பனை எனும் நமது கருத்தை வெளியிடத் தயாராக இல்லை. இன்றுவரையிலும் ஒட்டுமொத்தப் புறக்கணிப்பில்தான் இருந்து வருகிறார்கள். அந்நிலைதான் இப்போதும் நீடிக்கிறது. அவர்களது ஊடக தர்மம் அந்த லட்சணத்தில்தான் இருந்தது. அதனால், நாம் முதல்வரது மகனும் சட்டமன்ற உறுப்பினருமாகிய உதயநிதி ஸ்டாலினது இல்ல முகவரிக்கு ஒரு விரிவான கடிதத்தையும் நூலையும் அனுப்பி வைத்தோம்.

விஜயதசமியன்று சிலை நிறுவப்படும் எனும் அறிவிப்பு வருமா? அல்லது அறிவிக்காமலேயே சிலை நிறுவப்படுமா எனும் எதிர்பார்ப்போடு

இருந்தோம். தி.மு.கவின் தேர்தல் அறிக்கையில் சொல்லப்பட்ட பல்வேறு கோரிக்கைகளும் நிறைவேறிக் கொண்டே வந்தன. தமிழ்நாடு ஆதி திராவிடர் கூட்டமைப்பு (பறையர்); ஆதித் தமிழர் கட்சி (அருந்ததியர்); சிவ குலத்தோர் முன்னேற்றக் கழகம் (பறையர்); வீரத் தாய் குயிலி வம்சா வழியினர் அறக்கட்டளை மற்றும் ஆய்வுக்குழு, இடைக்காட்டூர் நா. குயிலி முத்தையா மற்றும் 22 கிராம அமைப்புகள் (அருந்தியர்) ஆகியவைகளெல்லாம் குயிலியைத் தங்கள் சாதிக்குரியதெனச் சொந்தம் கொண்டாடி சிவகங்கை நகர் முழுதும் சுவரொட்டிகளை ஒட்டியிருந்தன.

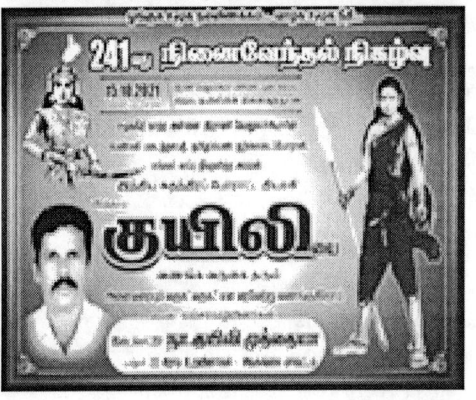

அக்டோபர் 15 விஜயதசமி நாளும் வந்தது. ஆனால், சிலை குறித்து எதுவும் நடக்கவில்லை. அரசிடமிருந்து எந்த உத்தரவும் வரவில்லை என அதிகாரிகள் தரப்பிலிருந்து செய்தி வந்தது. தன்மீது படியவிருந்த வரலாற்றுப் பழியை முதல்வர் துடைத்தெறிந்து விட்டார் என மகிழ்ந்தோம். அதேசமயம், தேர்தல் அறிக்கையில் குறிப்பிட்டவாறு சிவகங்கையில் சிலை வைக்க வேண்டும் என அரசிடம் கோரிக்கை வைக்கும் குயிலியவாதிகளின் குரல் எதையும் நம்மால் கேட்க முடியவில்லை.

இந்நிலையில்தான் மத்திய இணை அமைச்சராக இருக்கும் பாரதிய ஜனதா கட்சியின் ப.முருகன் மூலமாக தபால் வார விழாவை முன்னிட்டு குயிலிக்கு அஞ்சல் தலையும் அஞ்சல் உறையும் சிவகங்கை ஆட்சியர் வளாகத்திலுள்ள அஞ்சல் அலுவலகத்தில் நடைபெறவிருப்பதாக அறிந்தோம். அதை நாம் தடுத்து நிறுத்த முடியாது என்பதால் நிகழ்ச்சியைக் கவனித்தோம். குயிலிக்கு அஞ்சல் தலை வெளியிட்ட கொடுமையைவிட இன்னுமொரு கொடுமை

அங்கு நடந்தது. அதாவது, குயிலியை அருந்ததியர் சாதிப்பெண் என நூல் எழுதி ஊர்தோறும் மேடையிலும், தான் வேலை பார்க்கும் பள்ளியிலும் பிரச்சாரம் செய்து வந்துகொண்டிருக்கின்ற காரைக்குடி அருகிலுள்ள கானாடு காத்தான் எனும் ஊரில் பள்ளி ஆசிரியராகப் பணிபுரிகின்ற, முகநூலில் நம்மைப் பற்றி மிக இழிவாகப் பதிவிட்டுக் கொண்டிருந்த சந்திமாவோ என்கிற லெனின் ராசபாண்டி என்பவர் தனது சின்ன மாமனாரான இடைக்காட்டூர் நா.முத்தையா என்பவரைக் குயிலியின் வம்சாவழி என ஏற்கனவே கூறிக் கொண்டிருந்த நிலையில், அவரையே குயிலின் வம்சாவழி என அஞ்சல் நிலையத்தில் பொன்னாடை போர்த்தி நினைவுப் பரிசையும் வழங்கினார் அஞ் சல் கோட்ட கண்காணிப்பாளர் பரமசிவம். மறுநாள் பத்திரிகையில் இந்தச் செய்தி வந்த பிறகு, எதனடிப்படையில் குயிலியின் வம்சாவழி என அறிவித்து மக்களின் வரிப்பணத்தில் அவருக்குப் பாராட்டுச் செய்தீர்கள்? இதற்குரிய காரணத்தை விளக்காவிட்டால் வழக்குத் தொடருவோம் என மனு அனுப்பினோம். அஞ்சலகத்திலிருந்து ஒருவரும் மூச்சுக் காட்டவில்லை.

அதன்பிறகு விடுதலை ஆண்டு 75 என்ற தலைப்பில் வேலு நாச்சியாருக்கு பாஜக கட்சி சிவகங்கையில் விழா நடத்தியது. பிரதமர் நரேந்திர மோடி வேலுநாச்சியார் பிறந்தநாளை முன்னிட்டு வாழ்த்து அறிக்கை ஒன்றையும் வெளியிட்டிருந்தார். சிவகங்கை அரண்மனை வாசலில் ஒரு பிரம்மாண்டமான பொதுக்கூட்டத்தை பா.ஜ.க நடத்தியது. அக்கூட்டம் அனுமதியில்லாமல் நடத்தப்பட்டதால் வழக்குப் பதிவு செய்யப்பட்டுள்ளது எனும் செய்தி இரண்டு நாட்களுக்குப் பிறகு பத்திரிகைகளில் வந்தது.

அவ்விழாவில் பேசிய ஒரு பா.ஜ.க பெண் உறுப்பினர் ஒருவர் வேலு நாச்சியாரைவிடவும் மிக உயர்ந்த ஆளுமையாகக் குயிலியைப் பேசியதோடு குயிலி அருந்ததி சாதிப் பெண்தான் என அடித்துப் பேசினார். அவரைத் தொடர்ந்து பாஜகவின் முக்கியத் தலைவர்களான வானதி சீனிவாசன் மற்றும் அண்ணாமலை போன்றோர் குயிலியை அருந்ததியர் சாதிப் பெண் என்றும் சிவகங்கை

வரலாற்றிலிருந்து குயிலி மறைக்கப்பட்டுவிட்டார் என்றும் அடிவயிற்றி லிருந்து முழங்கினார்கள்.

இங்கே நாம் கவனிக்கத் தவறிய இன்னுமொரு செய்தியைக் குறிப்பிட வேண்டும். கடந்த 2020ஆம் ஆண்டு டிசம்பர் மாதம் ஆந்திராவின் பிரபல, பா.ஜ.க வக்கீலாகிய ஓ.ஷாம் பட் என்பவர் தெலுகுவில் எழுதிய ‘பெங்கிய செண்டு குயிலி’ எனும் நூலை பாஜக அண்ணாமலை வெளியிட்டு உள்ளார் எனும் செய்தியை புதுச்சேரி சகோதரர் விஜய குமார் மூலமாக அறிந்தோம்.

நூலைப் படித்துவிட்டு தனது ஃபேஸ்புக் பக்கத்தில் கருத்துக்களை எழுதியிருந்த தருமபுரி வழக்கறிஞர் தோழர் பாவெல் அவர்களிடமே ஒரு மதிப்புரையினை வாங்கி இத்துடன் இணைத்துள்ளோம்.

கடைசியாக, 2022 ஜனவரி 26ஆந் தேதியன்று டெல்லியில் நடக்கும் குடியரசு தின விழாவிற்கான ஊர்வலத்தில் தமிழ்நாடு அரசின் ஊர்திக்கு அனுமதி மறுக்கப்பட்டது. அதில் குயிலியின் சிலை நிறுவப்பட்டிருந்தது. வேடிக்கை என்னவென்றால் நான்கு குயிலிகள் நிறுத்தப்பட்டிருந்தார்கள். பின்னர் அந்த ஊர்தி தமிழகத்தில் அணிவகுப்பு செய்தபோது அதேபோலத் தோற்றமுடைய வேறொரு பெண் சிலை நிறுத்தப்பட்டிருந்தது ஆனால், அரசின் அறிவிப்பில் இருந்த பெயர்ப் பட்டியலில் குயிலியின் பெயர் இல்லை.

ஆக, சிவகங்கை வரலாற்றுடன் குயிலி இன்னமும் கண்ணாமூச்சி ஆடிக் கொண்டிருக்கிறாள் என்பது தெரிய வருகிறது. சமீப காலமாக சில வழக்கறிஞர்களும் சில அமைப்புகளும் வழக்குத் தொடுப்பதற்கு முயற்சி எடுத்து வருகிறார்கள். அவர்களுக்கு நன்றி.

சிவகங்கையிலுள்ள குயிலியின்

நினைவுத்தூணை அகற்றவும் அரசுப் பாடப் புத்தகங்களிலிருந்து குயிலி குறித்த குறிப்புகளை நீக்கவும் முயற்சி எடுக்க முன்வருகின்ற அனைவருக்கும் அனைத்து விதமான ஒத்துழைப்பையும் கொடுக்க எப்போதும் நாம் தயாராகவே இருக்கிறோம் என்பதை நாம் இந்த இரண்டாம் பதிப்பின் மூலமாக உறுதியளிக்கிறோம்.

அரசின் நிலைப்பாடு சரியானதாக இருப்பதாகவே கருதுகிறோம். ஆயினும் முந்தைய அரசினால் சிவகங்கை வரலாற்றின்மீது படிய வைக்கப்பட்டிருக்கும் வரலாற்றுக் கறையை இந்த தி.மு.க அரசு துடைத்தெறியும் என்றே நம்புகிறோம். முதல்வர் முத்துவேல் கருணாநிதி ஸ்டாலின் அவர்களை நம்புகிறோம். எதிர்பார்த்து இருக்கிறோம்.

வாழ்க சிவகங்கையின் காலனியாதிக்க எதிர்ப்புப் போராட்ட வீர வரலாறு!

மூன்றாம் பதிப்பின் முன்னுரை

சிவகங்கை வரலாற்றில் இடம்பெறுவதற்கான வாய்ப்பே இல்லாத சமபவங்களைக் கொண்டு புனையப்பட்ட கற்பனைக் கதையின் மையப்பாத்திரமான குயிலிக்கு சிவகங்கையின் ராணி வேலுநாச்சியார் நினைவு மண்டபத்திற்குள் நிறுவப்பட்டுள்ள நினைவுத்தூணை அகற்ற வேண்டும் மற்றும் பாடப்புத்தகங்களில் உள்ள குயிலி குறித்த குறிப்புகளை நீக்க வேண்டும் எனும் நோக்கத்துடன் 2018, ஜூன் 16 சின்னமருது பிரகடன நாளில் என்னுடைய ஒப்பனைகளின் கூத்து எனும் நூல் வெளியீட்டிலிருந்து எனது போராட்டப் பயணம் தொடங்கியது.

எரிச்சல்களில் தொடங்கி, காழ்ப்புணர்ச்சிகள், கோபங்கள், ஆத்திரங்கள், சாபங்கள், தூற்றல்கள், அவதூறுகள், எச்சரிக்கைகள், உள்குத்து வேலைகள், புறக்கணிப்புகள், மற்றும் கொலை மிரட்டல்கள் வரை இப்பயணத்தில் தொடர்ந்து சந்தித்து வந்திருக்கிறேன். இன்னும் சந்தித்துக் கொண்டிருக்கிறேன். ஆனால், இவைகள் எதுவும் என்னை மயிரளவும் அசைக்க வில்லை. அசைக்கவும் முடியாது. காரணம், நான் உண்மையின் பக்கம் நிற்கிறேன் என்பதை உறுதியாக நம்புகிறேன்.

அதேபோல, எனது இந்தப் பயணத்தில் நூற்றுக்கணக்கான ஆதரவாளர்கள், நண்பர்கள், தோழர்கள், பெரியோர்கள், மற்றும் முகமறியாதவர்களின் அன்பையும் ஆதரவையும் பெற்றேன் என்பதை இப்பிரச்சினையில் எனது உழைப்பிற்குக் கிடைத்த பெரும் பரிசாகக் கருதுகிறேன். இருப்பினும் எனது போராட்டம் தோல்வியடைந்துவிட்டது என்பதை நான் வெளிப்படையாக ஒத்துக்கொள்கிறேன்.

காரணம், இன்று சிவகங்கையில் குயிலி சிலையாக நிற்கிறாள்.

பலமுறை நான் சொல்லிவந்து கொண்டிருப்பதுபோல, மருதிருவர்கள், திருப்பத்தூர்த் தியாகிகள், வெங்கண் பெரிய உடையணத் தேவர், முத்துவடுகு என்ற துரைச்சாமி, விருப்பாட்சி கோபால் நாயக்கர், ஹைதர் அலி, திப்புசுல்தான், தாண்டவராய பிள்ளை, ஆகிய ரத்தமும் சதையுமாக வாழ்ந்த சிவகங்கை வரலாறு மற்றும் வரலாற்றுடன் தொடர்புடைய மாந்தர்களுக்கு சிலைகளோ, நினைவுச் சின்னங்களோ இல்லாத சிவகங்கையில் ஒரு புளுகிற்குச் சிலைவைத்த வரலாற்று அநீதியைத் என்னால் தடுக்க முடியவில்லை.

சிவகங்கை வரலாற்றிற்கு அவ்வாறு ஒரு அநீதி இழைக்கப்பட்ட காலத்தில் நானும் வாழ்ந்திருக்கிறேன் என்கிற குற்ற உணர்ச்சியிலிருந்து என்னால் மீளமுடியவில்லை. உண்மையை அறிந்தவர்களும் உண்மை நிலை நாட்டப்பட்ட வேண்டும் என விரும்பியவர்களும் ஆயிரக்கணக்கில் இருந்தும் உண்மையை நிலை நாட்டுவதற்கு அவர்கள் முயற்சி செய்யவில்லை எனும் ஒரு காரணத்தைத் தவிர எனது தோல்விக்கு வேறு காரணமிருப்பதாகத் தெரியவில்லை.

இருப்பினும் இப்போராட்டப் பயணத்தில் சமூக, அரசியற் கொள்கைகளில் எனக்கு நேரெதிரான நிலைப்பாடு கொண்டவர்கள் உள்பட நேரடியாகவும் மறைமுகமாகவும் பலர் என்னை ஆதரித்தனர். அவர்கள் அனைவருக்கும் எனது நன்றியைத் தெரிவித்துக்கொள்கிறேன்.

சிலைகளைவிட, உண்மைகள் உறுதியானவை, வலிமையானவை எனும் எனது உறுதியான நம்பிக்கையை எப்போதும் நான் இழந்துவிட மாட்டேன்.என்றாவது ஓர்நாள், உண்மைகள் வெடித்துக் கிளம்பும். அப்போது எந்தச் சிலைகளாலும் அதை எதிர்கொள்ள முடியாது. நிச்சயம் தோற்றுச் சிதறி நொறுங்கிப் போகும். அது என்வாழ்நாளில் நடந்தால் இப்போராட்டப் பயணமானது என்னுடனேயே நிறைவடையும். இல்லையெனில் எதிர்காலம் அதை நிறைவேற்றிக் கொண்டாடும்.

நன்றி.

அன்புடன்

குருசாமி மயில்வாகனன்

வாழ்த்துரை

சென்ற வாரம் காரைக்குடிக்குச் சொந்த வேலையின் காரணமாகச் சென்றிருந்தபோது சிவகங்கையில் இருக்கும் தோழர் குருசாமி மயில் வாகனன் அவர்களைச்சந்திக்க விரும்பி அலைபேசியில் தொடர்பு கொள்ள முயன்றேன். தோழரைச் சந்திக்க விரும்பியதற்கு முக்கியமான காரணம் அவர் அண்மையில் எழுதி வெளியிட்ட வ.உ.சி தொடர்பான நூலை வாங்கிட வேண்டியே.

ஏறத்தாழ நாள் முழுவதுமே அவரின் அலைபேசி வேலை செய்யாமல்போகவே, தோழர் ராமன் ராஜுவிடம் தொடர்பு கொண்டு தோழர் முனைவர் தங்க முனியாண்டி அவர்களின் அலைபேசி எண்ணை வாங்கி அவரோடு தொடர்பு கொண்டபோது, தோழர் குருசாமி மயில்வாகனன் கிராமத்துக்குச் சென்று விட்டதாகவும், சிவகங்கைக்கு நாளைதான் வருவார் எனவும் குறிப்பிட்டார். மேலும் நூல் வேண்டுமானால் சிவகங்கை வாருங்கள் வாங்கிக் கொள்ளலாம் என்றும்

குறிப்பிட்டார். தோழரைப் பார்க்க முடியாவிட்டாலும் பரவாயில்லை சமீபத்தில் வெளியான அவரின் மூன்று நூல்களையும் வாங்கிவிட வேண்டுமென்றுதான் சிவகங்கைக்குப் புறப்பட்டுப் போனேன். தனது பல்வேறு பணிகளையும் ஒதுக்கிவைத்துவிட்டு சிரமம் பார்க்காமல் தோழர். முனைவர் தங்க முனியாண்டி அவ்வளவு தூரம் வந்து நூல்களைத் தந்து விட்டுப் போனார். அவருக்கு எனது நெஞ்சார்ந்த நன்றி.

தோழர் கொடுத்த நூல்களில் 'வேலுநாச்சியாரின் தீர்ப்பு' என்ற நூலும் 'குயிலி — உண்மையாக்கப்படுகின்ற பொய்' என்ற இரண்டு நூல்கள் மட்டுமே இருந்தன. வஉசி தொடர்பான நூல் தற்போது கைவசம் இல்லாததால் அஞ்சலில் அனுப்புவதாக தோழர் சொன்னார்.

ஊருக்கு வந்த இரண்டொரு நாட்களிலேயே அந்த இரண்டு நூல்களையும் நான் வாசித்து முடித்துவிட்டேன். வீரமங்கை வேலு நாச்சியாரின் படைத் தளபதியான குயிலி தனது உடல் முழுக்க எண்ணெயைப் பூசித் தீ வைத்துக்கொண்டு அரண் மனை மாடத்திலிருந்து கும்பினியர்களின் ஆயுதக் கிடங்குக்குள் குதித்து அவர்களின் ஆயுதங்களை நிர்மூலமாக்கினாள். அதனால் வேலுநாச்சியார் வெற்றி பெற்றுவிட்டார் என்று கால் நூற்றாண்டுகளாக பேசப்பட்டு வருகின்ற குயிலியின் உண்மைத்தன்மை குறித்து தோழர் குருசாமி மயில்வாகனன் கேள்வி எழுப்புகிறார்.

இதே சேதி தொடர்பான தோழரின் முந்தைய நூல் 'ஒப்பனைகளின் கூத்து'வை நான் வாசித்திருந்தாலும் அது எனக்குள் தாக்கத்தை ஏற்படுத்தவில்லை. அதற்காக அந்த நூலோடு எனக்கு உடன்பாடு இல்லை என்று அர்த்தமில்லை. மாறாக இந்தச் சாதாரண நிகழ்வுக்கு இவ்வளவு மெனக்கெடல் வேண்டுமா என்பதும், அது கற்பனையாகவே இருந்தாலும் 'பொய்மையும் வாய்மை இடத்து' என்பதுபோல தீங்கு ஒன்றும் இல்லையே என்கிற மனநிலையே மேலோங்கியிருந்தது.

ஆனால், சமீபத்தில் வாங்கிவந்த மேற்கண்ட அந்த இரண்டு நூல்களையும் வாசித்து முடித்த பிற்பாடு என்னால் குயிலி குறித்து அவ்வளவு எளிதாகக் கடந்து போய்விட முடியவில்லை. உண்மையில் குயிலி குறித்து நான் அறிந்ததெல்லாம்

சொற்பம் தான். முதன்முதலில் 90களின் இறுதிப் பகுதி என நினைக்கிறேன். தீக்கதிர் நாளிதழின் பொறுப்பாசிரியர் சு.பொ. அகத்தியலிங்கம் எழுதி, தமிழ் புத்தகாலயத்தால் வெளியிடப்பட்ட 'விடுதலை தழும்புகள்' எனும் நூலில் தான் நான் முதன்முதலாக குயிலியை அறிமுகப்படுத்திக் கொள்ள நேர்ந்தது. அதுவும் ஓரிரு பக்கங்களில்தான். பிற்பாடு அது கொடுத்த ஆர்வத்தில் நூலகங்களில் குயிலி குறித்து தேடியபோது ஒரு ஆதாரங்களும் நமக்கு அகப்படவில்லை. பின்னிட்டு வெளிவந்த ஜீவ பாரதியின் 'வேலுநாச்சியார்' நாவல் நமக்குள் ஒரு பெரும் தாக்கத்தை ஏற்படுத்தியது. குயிலியை நெஞ்சில் நீங்காமல் இடம் பிடிக்கச் செய்தது. அவ்வளவுதான்.

மற்றபடி வலைப்பூக்களிலும் சமூக ஊடகங்களிலும் நிகழ்கின்ற குயிலி உரிமை கோரல் சண்டைகளில் நாம் அதிகம் ஆர்வம் காட்டவில்லை. ஆனால், குயிலி எனும் பாத்திரம் எப்படி வேலுநாச்சியாரைப் பின்னுக்குத் தள்ளிவிட்டுப் பிரதானமாக வந்திருக்கிறது என ஆசிரியர் குறிப்பிடும்போதும், மருது சகோதர்கள் உள்ளிட்ட நூற்றுக்கணக்கான மாவீரர்களின் தியாகம், ஒரு கற்பனை பாத்திரத்திற்கு நினைவுத்தூண் எழுப்பியது மூலம் இழிவு படுத்தப்பட்டிருக்கிறது என்று அவர் சொல்லுகின்றபோதும், அவ்வளவு எளிதாக இந்தக் குயிலி கதையைக் கடந்து போய்விட முடியவில்லை.

கானல் நீர் போய் கடலைக் குடித்து விடுமா என்ன? கேட்பதற்கு கேலிக்கூத்தாக இருக்கிறது அல்லவா? ஆனால் குயிலி விஷயத்தில் விஷயத்தில் அதுதான் நடந்திருக்கிறது.

குயிலி கற்பனைப் பாத்திரம்தான் என்பதற்கு பல காரணங்களை தோழர் குருசாமி மயில்வாகனன் முன் வைக்கிறார்.

ஜீவ பாரதியின் நாவலில் வருகின்ற வெற்றிவேல் வாத்தியார் ஒரு கற்பனைப் பாத்திரம் என முனைவர் பட்ட ஆய்வேடு ஒன்று சொல்கிறது. இதற்கு ஜீவபாரதியிடம் இருந்து மறுப்பு ஏதும் காணோம். அப்படியானால் ஒரு கற்பனைப் பாத்திரத்தைக் கொன்றதற்காகவா ஒரு பணிப்பெண்ணான குயிலிக்கு உடையாள் படைப்பிரிவின் தளபதி பதவி வேலுநாச்சியாரால் வழங்கப்பட்டது?

உடல் முழுவதும் எண்ணெயைப் பூசித் தீ வைத்துக்கொண்டு வெள்ளையரின் ஆயுதக் கிடங்குகள் பாய்ந்தபோது குயிலிக்கு வயது 18தான் எனக் குறிப்பிடும்போது, எட்டு ஆண்டுகளுக்கு முன்பேயே விருப்பாட்சியில் தஞ்சம் புகுந்த ராணியோடு தனியறையில் உற்ற தோழியாக குயிலி இருந்தாள் என்பதை நம்பவா முடிகிறது?

சிவகங்கை மன்னர் முத்துவடுக நாதரை வஞ்சகமாகக் கொன்றொழித்த வெள்ளைய தளபதி பான்சோர் 1775ஆம் ஆண்டின் இறுதிவாக்கில் நோய்வாய்ப்பட்டு லண்டன் சென்றுவிட்டபோது 1780இல் நடந்த வாள் சண்டையில் எங்ஙனம் ராணி அவனைத் தோற்கடித்து மண்டியிட வைத்து இருப்பாள்? ஒருவேளை நோய் நீங்கி மீண்டும் பான்ஜோர் வந்திருக்கலாம்தான். ஆனால் போனவனுக்கு இருக்கின்ற ஆதாரம் வந்தவனுக்கும் இருக்க வேண்டுமல்லவா?

1780 ல் ஏற்பட்ட யுத்தம் என்பது சிவகங்கைக்கு வெளியே ஏற்பட்டது என்றும் அதற்கு மாறாக பல்வேறு நிர்பந்தங்களின் காரணமாக நவாப் மகனோடு உடன்படிக்கை ஏற்பட்டு ராணிக்கு சிவகங்கை ஒப்படைக்கப்பட்டது எனவும் அனேக வரலாற்று ஆசிரியர்கள் எழுதி வைத்திருக்கும்போது, சிவகங்கைக் கோட்டைக்குள் எந்த சண்டையும் நடக்கவில்லை எனும்போது, நடக்காத சண்டையில் எப்படி நெய் பூசி தீக்குளித்தார் குயிலி என்ற கேள்விக்கு பதில் சொல்ல வேண்டுமா இல்லையா?

'ஒப்பனைகளின் கூத்து' நூலில் இருந்தே கேள்விகள் அடுக்கடுக்காகத்தான் வந்து விழுந்து கொண்டிருக்கின்றன. ஆனால் நேர்மையாக பதில் சொல்லத்தான் ஒரு ஆளையும் காணோம்.

ஆதாரங்களைத் தவிர எல்லா விதமான சமாளிப்பும் அரங்கேறிக் கொண்டிருக்கின்றன. குயிலி பட்டியல் சாதியைச் சார்ந்தவர் என்பதால் புறக்கணிக்கப்பட்டு விட்டாள் என்றும், ஆவணங்கள் அழிக்கப்பட்டு விட்டன என்றும், வாய்மொழி வரலாறாக உயிர் வாழ்கிறார் என்றும் இன்னும் இன்னும் என்னவெல்லாமோ சமாளிப்புகள். ஆனால் எல்லாவற்றுக்கும் தக்க பதிலடி கொடுக்கப்பட்டு இருக்கிறது இரண்டு நூல்களிலும்.

சமீபகாலமாகவே முன் எப்போதும் இல்லாத வகையில் ஒரு கருத்துருவாக்கம் நம்ப முடியாத வகையில் பூதாகரம் ஆக்கப்பட்டிருக்கிறது. வரலாற்று ஆய்வு நெறிமுறைகளை எல்லாம் காற்றில் பறக்க விட்டுவிட்டு கட்டியெழுப்பப்படும் இத்தகு பிரம்மாண்டமானது பாரதூரமான விளைவுகளை ஏற்படுத்திக் கொண்டிருக்கிறது. அது என்ன? வேறொன்றுமில்லை 'சிவப்பாக இருப்பவன் பொய் சொல்லமாட்டான்' என்பதுபோல பட்டியல் சாதியினருக்காக போராடியதாகச் சொல்லப்படும் யாரையும் கேள்வி கேட்டு விடக்கூடாது என்பதுதான்.

இந்த பூதம்தான், இல்லாத குயிலிக்கு நினைவுத்தூண் வைத்திருக்கிறது. இந்த பூதம்தான் ஆஷ் துரைக்கு வீரவணக்கம் செலுத்த வைக்கிறது.இந்த பூதம்தான் பாரதியை ஆர்.எஸ்.எஸ்—ன் முன்னோடி ஆக்கியிருக்கிறது. இந்த பூதம்தான் மாற்றுக் கருத்துக்களை தயவு தாட்சண்யமின்றி ஒடுக்க நினைக்கிறது. இந்த பூதம் சாதியை உள்வாங்கிக் கொண்டது. இந்த பூதம் தனது சொந்த சாதி உழைக்கும் மக்களுக்கு எதிரானது. இந்த பூதம் சாதி நடந்த ஜனநாயக சக்திகளின் இணைவுக்கு எதிரானது. இந்த பூதத்தை ஒழிக்காமல் ஜனநாயக சக்திகளின் அணிதிரட்டல் என்பது சாத்தியமில்லாத ஒன்று.

நான் முதலில் வாசிக்க 'வேலுநாச்சியாரின் தீர்ப்பு' நூலைப் படித்து முடித்தபோது கருத்து உடன்பாடுகளைத் தாண்டி இவ்வளவு வன்மம் தேவையா என்ற எண்ணமே மேலோங்கி இருந்தது. ஆனால் 'எல்லாம் குயிலியால்தான்', 'சிவகங்கையை மீட்டெடுத்தது சேரிப் பெண் குயிலி சாம்பல்தான்', 'குயிலியால்தான் வேலுநாச்சியாரின் வெற்றி எளிதானது', 'மருதிருவர்கள் இல்லாத வெற்றி' போன்ற சொல்லாடல்களை காணும்போது உண்மையில் அவரின் ஆத்திரமும், அணுகுமுறையும் நியாயமானது என்றே தோன்றுகிறது.

தோழர் குருசாமி மயில்வாகனன் புனைவு இலக்கியம் எழுதி பழக்கப்பட்டவராக இருக்க வாய்ப்பில்லை என்றே நினைக்கிறேன். ஆனால், தேவை எந்த அளவுக்கு ஒரு மனிதனை உருவாக்குகிறது என்பதற்கு வேலுநாச்சியாரின்

தீர்ப்பு ஒரு சாட்சி. எவ்வளவு விருவிருப்பாகவும் ரசிக்கக் கூடிய வகையிலும் எழுதியுள்ளார். தோழரே, குயிலியின் வீட்டு முன்பு, வீட்டை விட உயரமாக வளர்ந்து நிற்கும் மரம் சவுக்கு மரம் தானே?.

காலம் எப்போதும் ஒரே மாதிரியாக இருப்பதில்லை. அது மீண்டும் மீண்டும் தன்னை மறுவார்ப்பு செய்து கொண்டு வந்திருக்கிறது. இன்றைய எல்லா அனுதாபங்களும் அடையாளங்களும் ஒருநாள் உண்மைகளின் முன்னால் தோலுரிக்கப்படும், தோற்று ஓடும். அதற்கு 'குறிப்பானதில் இருந்து பரிபூரணத்திற்கு' என்ற அணுகுமுறைதான் சிறப்பானது.

சரியான இடத்தில் தோழர் தொடங்கியிருக்கிறார். அது குயிலியோடு நிற்காமல் ஆஷ், வாஞ்சி எனத் தொடர வேண்டும். தோழர் நிச்சயம் தொடர்வார் என நம்புகிறேன். நன்றி.

(முகநூல் பதிவு)

தோழர் பாவெல்,
வழக்கறிஞர்,
தருமபுரி.

மதிப்புரை

குயிலி... வரலாறும் புளுகும்....

தோழர் குருசாமி மயில்வாகனன் “குயிலி —உண்மையாக்கப்படுகின்ற பொய்” என்ற ஒரு நூலை எழுதியுள்ளார். நூலில் குயிலி குறித்து இதுவரை வரலாறாக கற்பித்த அனைத்தும் புளுகுமூட்டைக் கதைகள் என்பதை ஆதாரங்களுடன் நிரூபித்திருக்கிறார்.

புளுகைக் கட்டமைத்து சாதிப் பெருமைக்கான வீரமாக அது எவ்வாறு மாற்றியமைக்கப்படுகிறது என்பதற்கு நூல் சான்றாதாரங்களோடு பேசுகிறது. ஏலவே சுதந்திரத்துக்குப் போராடிய தலைவர்கள் சாதிவெறித் தலைவர்களாய் மிளிர்வதும் புதிதல்ல. அந்த வகையில் கற்பனைக் கதையான குயிலி வரலாறாக மாற்றப்பட்டு சிலை வைக்கும் அளவுக்கு சென்ற துயரத்தைத்தான் நூல் அத்தனை பக்கங்களிலும் வாதிடுகிறது.

வரலாற்றை ஆதாரங்களோடு எடுத்து வைத்ததும் குயிலியை தங்கள் சாதி என்று பெருமைப்பட்டுக் கொண்டாடியவர்கள் வைத்த மிரட்டல்களையும் சேர்த்தே ஆசிரியர் பதிவு செய்திருக்கிறார். இந்நூலின் அணிந்துரையில் டாக்டர் மு.ராஜேந்திரன்,

இ.ஆ.ப அவர்கள் குயிலி குறித்தான விவாதம் ஒன்றைக் கவனப்படுத்துகையில் "பேராசிரியர் கே.ராஜய்யன், கட்டபொம்மன் துவங்கி மருதுபாண்டியர்கள் காலம் வரையான நிகழ்வுகளை முதன்முதலாக ஆவணப்படுத்தியவர், தென் தமிழக வரலாற்றின் பிதாமகன். அவரும் நானும் 2017ஆம் ஆண்டு சிவகங்கையில் நடந்த கூட்டத்தில் கலந்து கொண்டோம். அந்தக் கூட்டத்தில் அவரிடம் சிலர் வினாக்கள் கேட்டனர். அதில் ஒரு கேள்வி குயிலி பற்றி. குயிலி தற்கொலை படையைச் சேர்ந்தவர். தன் உடலில் வெடிமருந்தைக் கட்டிக்கொண்டு ஆங்கிலேயர்களின் ஆயுதக் கிடங்கில் குதித்தார் என்று நாவல் ஒன்று வந்திருப்பதாக பேராசிரியர் ராஜய்யனிடம் தெரிவித்தனர். அவர் சிரித்தார். சிறிதுநேர யோசனைக்குப் பின் 'அப்படி ஒருவரும் இல்லை' என்றார்." என்று எடுத்துரைக்கிறார்.

நூல் முழுக்க ராஜய்யனின் சிரிப்புச் சத்தம் கேட்டுக்கொண்டே இருக்கிறது. இதனடிப்படையில் வரலாற்றில் தங்களது சாதிப் பெருமையைக் காக்க ஒரு கற்பனைப் பாத்திரத்தை வரலாறாக மாற்றுவதை பக்கம் பக்கமாக எடுத்து வைத்து கேள்வி கேட்கிறார் குருசாமி மயில்வாகனன்.

முன்னுரையில் "தொடக்கத்தில் சாதியற்ற வரலாற்றுப் பாத்திரமாக அறிமுகமான குயிலி இன்று குறிப்பிட்ட சாதிகளைச் சேர்ந்தவளாக அறியப்படுகிறாள்." என்பதோடு கதைப்பாத்திரமான குயிலிக்கு சிலை எடுப்பதன் மூலம் அதை வரலாறாக மாற்றிய சோகத்தையும் பதிவு செய்கிறார். "தமிழக அரசு குயிலிக்கான சாதியைக் குறிப்பிடவில்லை. ஆனால் குயிலியை சாதி ரீதியாகக் கொண்டாடுவதற்கான நிகழ்ச்சிகளுக்கு சிவகங்கை மாவட்ட அரசு நிர்வாகமும் போலிஸ் துறையும் எழுத்துப்பூர்வமாகவே அனுமதி கொடுக்கின்றனர்." என்பதையும் சுட்டிக் காட்டுகிறார்.

தொடக்கமாக, 1985–இல் வெளிவந்த சுதர்சன நாச்சியப்பனின் அச்சில் வந்த முதல் கட்டுரை தொடங்கி, 1990–இல் மு.சேகர் என்பவரால் வெளிவந்த 'வீரம் விளைந்த சிவகங்கை செம்மண்' நூலிலிருந்து தொடங்கி ஏகப்பட்ட நூல்களின் புளுகுகளைத் தோலுரித்திருக்கிறார் குருசாமி மயில்வாகனன். குயிலிக்கு சிலை வைக்க முதற்காரணமாக இந்தியக்

கம்யூனிஸ்ட் கட்சியைச் சார்ந்த தோழர் எஸ்.குணசேகரன் சட்டமன்றத்தில் "ஆங்கிலேயரை எதிர்த்துப் போர் முனையில் விரட்டிடவேண்டுமென்ற உத்வேகத்துடன், வீரமங்கை வேலு நாச்சியாரும், மருது சகோதரர்களும், திண்டுக்கல் ஜமீன் பாதுகாப்பில் ஹைதர் அலியைச் சந்தித்து கனரகப் பீரங்கிகளைப் பெற்று 1780–ஆம் ஆண்டில் வெள்ளையர் படைகளை நேருக்கு நேர் சந்தித்து எதிர்த்துப் போரிட்டு வெற்றி பெற்றார்கள். அதில் 'குயிலி' என்ற ஆதிதிராவிடத் தாயும் முதல் மனித வெடிகுண்டாக செயல்பட்டார்." என்று கூறியிருப்பதைச் சுட்டும் ஆசிரியர் குருசாமி மயில்வாகனன், அதன் தொடர்ச்சியாக "ஆதிதிராவிடர் சாதி எனப் பொதுவாக குறிப்பிடப்பட்டாலும் கூட அப்பெயரானது இந்து பறையர் சாதியைக் குறிப்பதாகவே வழக்கிலுள்ளது. இவரது சட்டமன்ற உரைக்குப் பிறகுதான் குயிலி பறையர் சாதிக்கான பெண்ணாக அடையாளப்படுத்தப்பட்டாள்" என்று எடுத்துரைக்கிறார்.அதேசமயம் தோழர் குணசேகரன் 'குயிலி பறையர் சாதிப் பெண் என்பதை மறுத்து அருந்ததிய சாதிப்பெண் என எழுதப்பட்ட நூல் வெளியீட்டு விழாவிலும் கலந்து கொண்டு பேசினார். அப்போது குயிலியின்மீது சாதி அடையாளம் பூசப்படுவதற்கு மிகவும் வருத்தம் தெரிவிப்பதோடு அவ்வாறு பேசக்கூடாது என்றும் தனது ஆதங்கத்தை தெரிவித்தார்." என்கிறார் குருசாமி.

குயிலின் வரலாற்றைப் பேசுவதாக கூறும் பல நூலாசிரியர்கள் குறிப்பாக 'தலித் கதைப்பாடல்கள்' எனும் ஆய்வு நூலை முன்வைத்த சு.சீனிவாசன் மற்றும் முனைவர் வே.பொன்ராஜ் ஆகிய இருவரும் குயிலி தலித் பெண் என்பதால் "இவரைப் பற்றிய நாட்டுப்புற வாய்மொழிக் கதைகள் சில கிடைத்திருப்பினும் முழுமையான வரலாற்றைத் தெரிந்தவர்கள் மேல் சாதியினராயிருப்பதால் தாழ்ந்த இனத்து அருந்ததியப் பெண்ணான குயிலியைப் பற்றிய தகவல் தர முன்வரவில்லை" என்று குறிப்பிடுவதை எடுத்துரைக்கிறார். அதோடு குயிலி என்ற கற்பனைப் பாத்திரத்தை வரலாற்றுப் பாத்திரமாக புளுகியதில் பெரும் பங்கு வகிக்கும் ஜீவபாரதி பட்டியல் இனத்தைச் சேர்ந்தவர் அல்ல என்பதையும் சுட்டிக் காட்டுகிறார் குருசாமி. ஆய்வை விட்டுவிட்டு எழுதியவரின் சாதியைத் தோண்டி ஆய்வை அடையாளம்

காட்டும் சமீபத்திய போக்குக்கு நூல் முழுக்க ஆதாரங்கள் உள்ளது. எக்ஸ்ரே மாணிக்கம் தொடங்கி குயிலி எனும் புளுகை வரலாறாகக் கருதி குயிலி அருந்ததிய சாதிப் பெண் என முதன்முதலாக குறிப்பிட்ட சுப.வீரபாண்டியன் வரை எடுத்துக்காட்டுகிறார்.

2014–இல் பாரதிபுத்தகாலயம் வெளியிட்ட முதல் பெண் எனும் நூலை எழுதிய பேராசியர் எஸ்.மோகனா செய்த பிழைகளை வரிசையாக சுட்டிக் காட்டுகிறார். "'சிவகங்கை அரண்மனையின் முன்புறமுள்ள காம்பவுண்ட் சுவரிலுள்ள கம்பிகளை சிலையைச் சுற்றி அமைக்கப்பட்டுள்ள கம்பிகள் என தவறாகக் கருதி அப்படத்தின் கீழ் 'வெள்ளை யரிடம் சிறைப்படாத வீரப்பெண்மணி, வேலு நாச்சியார், சிவகங்கையில் தன் அரண்மைக்கு முன்னே கம்பிச் சிறைக்குள் நிற்கிறார்" என்று எழுதியுள்ளதை குருசாமி சுட்டிக் காட்டுகிறார். இதே நூலாசிரியர் எழுதிய இன்னொரு நூலான 'சமூகப் போராளிகள்' நூலிலும் இவரது ஆய்வுமுறையை அம்பலப்படுத்தியிருக்கிறார் குருசாமி.

ஆச்சரியம் என்னவெனில் அந்நூலுக்கான பாராட்டு மழையை ஊடக உலகில் உண்மையின் பேரொளியான தீக்கதிரில் பொழிந்துள்ளார் சு.பொ.அகத்தியலிங்கம்.

இவரும் குயிலி புளுக்குக்கு தன்னாலான பங்கினைச் செய்தவர்தான். "விடுதலைத் தழும்புகள்" என்ற தனது நூலில் குயிலி குறித்துக் கூறுகையில் சு.பொ.அகத்தியலிங்கம்: "விஜயதசமி–நவராத்திரி விழா இராஜேஸ்வரி அம்மனை தரிசிக்க ஆலயம் திறந்து விடப்பட்டது. குயிலி என்ற பணி பெண் தம் உடல் முழுவதும் நெய்பூசி நெருப்பைப் பற்ற வைத்துக்கொண்டு அரண்மனை மேல் மாடத்திலிருந்து வெடிக்கிடங்கில் குதித்து ஆயுதக் கிடங்கை அழித்துவிட்டாள். குயிலியின் தியாகம் ஈடு இணையற்றது' என்று தன் புளுகை அவிழ்த்துவிட்டிருக்கிறார். பொதுவாக குயிலியைக் குறித்துப் புளுகுகையில் முதல் வெடிகுண்டுப் போராளி என்று குறிப்பிடுவதுண்டு. சு.பொ.அகத்தியலிங்கம் இன்னொரு வெடிகுண்டுப் போராளியையும் குயிலிக்கு முன்னதாக எடுத்துரைத்திருக்கிறார்.போராளி சுந்தரலிங்கனார் குறித்து குறிப்பிடுகையில் "வெள்ளையரின் ஆயுதக்கிடங்கை

அழித்தால் தான் நாம் மீண்டும் போராட ஏதுவாக இருக்கும்" என்று சுந்தரலிங்கம் கூறியதுடன் அதற்கு தாமே பொறுப்பு ஏற்பதாகவும் கூறினார். மறுநாள் சுந்தரலிங்கம் வெள்ளையரின் ஆயுதக்கிடங்குக்குச் சென்று, உடலில் தீப்பந்தத்தைக் கட்டிக்கொண்டு மனித வெடிகுண்டாக மாறி வெள்ளையர் ஆயுதக் கிடங்கில் குதித்து தீப்பிழம்பாக்கி தாமும் தியாக தீபம் ஆனார்." என்று கூறும் அகத்தியலிங்கம் சுந்தரலிங்கனார் குறித்தான நாட்டுப்புற பாடல்களை நா. வானமாமலை தொகுத்துத் தந்ததையும் குறிப்பிடுகிறார். உண்மையில் சுந்தரலிங்கம் இப்படிச் செய்தாரா? இல்லை இதை வைத்துதான் குயிலி கதையும் கட்டப்பட்டதா? இதெல்லாம் போக ஆய்வை விடுத்து எழுதியவரின் சாதியைச் சுட்டி தன்னை தலித் போராளியாகக் காட்டிக்கொள்ளும் நபர்களையும் அம்பலப்படுத்தியுள்ளார் குருசாமி.

'குருசாமியின் 'ஒப்பனைகளின் கூத்து' நூல் குயிலி குறித்தான கட்டுக்கதையை அவிழ்த்தபோது வெள்ளைக் குதிரை பத்திரிக்கையின் ஆசிரியரான ம.மதிவண்ணன் குருசாமியை குறித்துக் கூறுகையில் "பிஜேபியில் உள்ள பார்ப்பன வெள்ளாளர்களைவிட எந்த விதத்திலும் வேறு பட்டவர்கள் அல்லர் தங்களைக் கம்யூனிஸ்டுகள் என்று சொல்லிக்கொள்ளும் பார்ப்பன வெள்ளாளர்கள்" என்று சாதியைச் சுட்டி முகநூல் பதிவை வைத்துள்ளார். அதே போல் லெனின் ராசபாண்டி என்பவர் "பாப்பானுக்கு சற்றும் குறைவில்லாத பிள்ளைமானும் இருக்கிறானுக தோழர் நீல்ஸ்" என்று எழுதியதையும் ஆதாரமாக வைக்கிறார் குருசாமி. இங்கு நீல்ஸ் என்பவர் கருப்புப் பிரதிகள் நீலகண்டன்.

இத்தகையோர்கள் போக இந்திய ஜனநாயக வாலிபர் சங்கம், மற்றும் தமுஎகச ஆகிய அமைப்புகளிடமும் குயிலி குறித்தான கதைக்கு சான்றாதாரங்களைக் கேட்டுள்ளார். குறிப்பாக இரா.காளீஸ்வரன். "தமிழகமெங்கும் நடைபெற்று வருகின்ற தமிழ்நாடு முற்போக்கு எழுத்தாளர் கலைஞர் சங்கத்தின் 'கலை இரவு' மேடைகளிலே குயிலியைப் பற்றித் தொடர்ச்சியாக இன்றளவும் உணர்ச்சியூட்டும் வகையில் பேசி பார்வையாளர்களைக் கவர்ந்து வருபவர். தமிழகத்தில் குயிலியின் பெயரைப் பரப்பியதில் இவருக்குப் பெரும் பங்குண்டு. குயிலியை அருந்ததியர் சாதிப் பெண்

என அடித்துப் பேசி பலரை நம்ப வைத்து மயக்கத்தில் ஆழ்த்தியது இவரே" என்கிறார் குருசாமி.

இவரிடம் அதற்கான ஆதாரத்தைக் கேட்ட பொழுது தருகிறேன் எனக் கூறியவர் தினந்தந்தியில் கவிஞர் வெண்ணிலா குயிலி கற்பனைக் கதை என குருசாமியின் நூலை முன்வைத்து எழுதிய பிறகு தோழர் குருசாமியை "குயிலி எனும் வரலாற்றுப் பாத்திரத்தைக் கொலை செய்த கொலைகாரன்' என குருசாமியை வசை பாடியிருக்கிறார். ஆனால் குயிலி குறித்த வரலாற்று ஆதாரம் இந்த நூலில் இருக்கிறது அந்த நூலில் இருக்கிறது என்று புளுகிய இவர் எந்த நூலையும் ஆதாரமாகக் காட்டவில்லை.

பாடப்புத்தகங்கள் தொடங்கி பல்கலைக்கழகப் பேராசிரியர்கள் முதல் அரசும் சேர்ந்து கொண்டு குயிலி எனும் புளுகை வரலாறாக மாற்றுவது ஏன்? என்ற கேள்வியோடு இடைவிடாமல் தான் நடத்திய வரலாற்றுப் போராட்டத்திற்கான சான்றாதாரங்களையும் குருசாமி தனது நூலில் வைத்திருக்கிறார். பதில்தான் இல்லை.

இதை விட உட்சபட்டசமாக புளுக்கே புளுகாக ஆலம்பட்டு உலகநாதன் என்பவர் "ஆயுதக்கிடங்கினில் குதித்து உயிர் விட்ட முதல் மனித வெடிகுண்டு குயிலி!" என்ற தலைப்பில் ஒருவர் தீவைத்துக்கொண்டு பாயும் புகைப்படம் ஒன்றையும் வெளியிட்டுள்ளார். இவையெல்லாம் நம்மை புல்லரிக்க வைக்கும் விசயங்களாகும். தீ வைத்துக்கொண்டு குதிக்கும் அந்த நேரத்தை சரியாக க்ளிக்கிய அவர்தான் உலகின் தலை சிறந்த புகைப்படக்காராக இருக்க முடியும்.

மேலதிகமாக இந்தக் கதைகளை எல்லாம் கலந்து கட்டு தெ.பாலமுருகன் என்பவர் ஆனந்த விகடனில் நமது உடம்பு சிலிர்க்குமளவுக்கு ஒரு கதையை கண்முன் நடக்கும் வரலாறாக எழுதியுள்ளார். அந்தக் கதை அண்டப்புளுகு ஆகாசப் புளுகையெல்லாம் மிஞ்சி பேரண்டப் புளுகாக இருக்கிறது. இதுவெல்லாம் போக "சென்னையிலிருந்து பேசிய ஒருவர் 'லண்டனிலிருந்து குயிலி குறித்த ஆதாரங்கள் கப்பலில் வந்துகொண்டிருக்கிறது என்றும் பத்திரமாக இருந்து கொள்ளுங்கள்' என்றும் நம்மிடம் பேசினார். என்றும் கூறும் குருசாமி "ஆயினும் கூட, 'வெள்ளைக்

குதிரை' இதழில் விரிவான மறுப்பு விமர்சனத்தையும் அருந்ததிய சாதி ஆராய்ச்சியாளரின் மறுப்பு நூலையும் நாம் ஆவலோடு எதிர்பார்த்திருந்தோம். நாம் மட்டுமல்ல, நமது நூலை வாசித்தவர்கள் பலரும்கூட ஆவலுடனேயே இருந்தனர். நமது கருத்தை ஏற்றுக்கொண்ட சிலர்கூட அந்த ஆய்வு வந்ததற்குப் பிறகுதான் இறுதி முடிவு செய்ய முடியும் என்று கூடக் கதறத் தொடங்கிவிட்டனர். அந்த நூலே வராவிட்டால் அவர்கள் எங்கு போய் முட்டிக்கொள்வார்கள் என்று தெரியவில்லை.

குயிலியின் நினைவுத்தூணில்தான் முட்டிக்கொள்ள வேண்டும். இப்போது வெள்ளைக்குதிரையும் வந்துவிட்டது. அதில் எந்த மறுப்பும் இல்லை. நாம் கேட்கின்ற ஆவணங்களைத் தற்சமயம் தரமுடியவில்லை என்றும் குயிலியை ஒட்டு மொத்தப் பட்டியல் சாதிக்கானது எனப் பெருமை கொள்வோம் எனவும் பதிவிட்டுவிட்டு மங்களம் பாடி முடித்துக் கொண்டிருக்கின்றார்கள்" என்கிறார் குயிலி.

"அயோத்திதாசரது அறிவு வெள்ளைக்காரர்களுக்கு உருவிவிட்டுக் கொண்டிருந்ததால் இல்லாமல் போனதா?" என்றெல்லாம் கேட்டு தனது ஆராய்ச்சியைத் தொடரும் ம.மதிவண்ணன், இதுபோன்ற ஆதாரப்பூர்வமான ஆய்வு நூல்களுக்கு பதில் அளிக்காமல் ஓடிஒளிவதை விட்டு ஆய்வை முன்வைக்க வேண்டும்.

ஆனால் ஆய்வுக்கு பதில் அளிக்க முடியாத இத்தகையோர்கள் தங்களது அறிவை சாதி அரிப்பில் சொறிந்துகொண்டு கதறுவதை பக்கம் பக்கமாக எடுத்துரைக்கிறார் குருசாமி.

பொதுவாக சாதியை மட்டும் அடிப்படையாக வைத்து வசைகளைத் தரும் அம்பேத்கரியப் பார்ப்பனர்களை ஒட்டுமொத்தமாக குருசாமி மயில்வாகனின் நூல் அம்பலப்படுத்தியுள்ளது. நூலுக்கான மறுப்போ குயிலி இருந்ததற்கான ஆதாரமோ இதுவரையிலும் எவராலும் நிரூபிக்கப்படவில்லை என்பது நூலின் வெற்றிக்கு முழு முடிவான சான்றாக உள்ளது. படிக்கவும்:

(*Vasu Mithra* — முகநூல்பதிவு)

வசுமித்ர

பகுதி-1

கற்பனைக் கதைகள் சொல்லிய கற்பனை வரலாறு

வரலாறை எழுதுவதென்பதில் நடந்ததை, நடந்தவாறே பதிவு செய்வதும் ஒரு வகை. கற்பனையாக எழுதுவ தென்பதில் நாமாகவே ஊகித்து, எழுதுவதும் ஒரு வகை. வரலாறை வரலாறாகப் பதிவு செய்வது ஒரு வகை. வரலாறைக் கற்பனை கலந்து பதிவு செய்வது இன்னொரு வகை. வரலாற்றில் கற்பனை கலக்கப்படும்போது அது இலக்கியமாகிவிடுகிறது. இலக்கியவாதிக்குத்தான் எதிலும் தனது கற்பனையைக் கலக்கும் உரிமை உண்டு. வரலாறு எழுதுபவனுக்கு அந்த உரிமை இல்லை. ஒரு இலக்கியவாதி வரலாற்றுச் சம்பவங்களில் கற்பனையான சம்பவங்களைக் கோர்ப்பதற்குக் காரணங்கள் உண்டு. அவை இலக்கிய ரீதியானவை. அக்காரணங்களை மறுக்கலாம். ஆனால், தடைபோட முடியாது. ஆனாலும், இலக்கிய வாதிக்கு ஒரு வரம்புண்டு. இலக்கியத்தில் கற்பனையாகக் கோர்க்கப்பட்டவைகளை வரலாறுதான் என அவன் கூற முற்படாத வரையிலும் அவன் சுதந்திரமானவனே! ஒருவேளை எதன் காரணத்தினாலோ, அவன் கற்பனையை வரலாறு எனச் சாதிக்க முயன்று வரம்பை மீறுவானானால், அவனது படைப்பு போலித்தனமானதாகி விடுகிறது. இலக்கியத்திற்குரிய தகுதியையும் மரியாதையையும் இழந்து விடுகிறது. அது மட்டுமல்ல, வரலாற்றைத் தவறாகக் கட்டமைப்பதால் ஏற்படுகின்ற விபரீதமான விளைவுகளையும் சந்திக்க நேருகிறது. அப்படிப்பட்ட கற்பனை அதாவது பொய்யான ஒன்று, வரலாறாக அதாவது உண்மையாக்கப்படுகின்ற கதையைத்தான் இந்நூலில் நாம் காணவிருக்கிறோம். சிவகங்கையின் வரலாற்றுப் பாத்திரமாக மாற முயற்சிக்கும் குயிலி ஒரு கற்பனைப் பாத்திரம் என்பதையும் அவள் எவ்வாறு பிறந்து வளர்ந்தாள் என்பதையும் இப்பகுதி விளக்குகிறது

உள்ளடக்கம்

பகுதி - 1

கற்பனைக் கதைகள் சொல்லிய கற்பனை வரலாறு

1.1. இவளா அவள்? (1980) 41
1.2. கன்னிப் பெண் (1985) 44
1.3. வீரப் பெண்ணும் தியாக மறத்தியும் (1990) 46
1.4. தோழி (1992) 54
1.5. தாழ்த்தப்பட்ட சாதிப் பெண் (2000) 56
1.6. மனித வெடிகுண்டு (2003) 59
1.7. ஆதி திராவிடத் தாய் (2007) 61
1.8. தலித் பெண் (2007) 63
1.9. வீர மங்கை (2010) 70
1.10. தியாகச் செம்மல் (2012) 74
1.11. வீரத் தாய் (2013) 75
1.12. தியாகி (2013) 79
1.13. முதல் பெண் (2014) 87
1.14. படைத் தளபதி (2014) 90
1.15. நெய் பூசிய பெண் (2016) 91
1.16. பெண்கள் படைக்காரி (2016) 93
1.17. உயிரீந்தவள் (2017) 95
1.18. தற்கொலைப் போராளி (2017) 97
1.19. பெண் போராளி (2018) 102
1.20. எழுதியவன் கெடுத்த ஏடு! (2018) 107
1.21. படித்தவன் கெடுத்த பாட்டு! (2018) 116
1.22. குமரன் பதிப்பகம் (2018) 121
1.23. வீரத் தளபதி (2019) 122
1.24. பல்கலைக்கழகத்தில் குண்டு (2019) 128
1.25. தொண்டகப் பறைக்காரி (2019) 134
1.26. புறக்கணிப்பட வேண்டிய வீராங்கனை (2020) 138
1.27. சுத்தானந்த பாரதியாரும் குயிலியும் 143
1.28. வாயும் மொழியும் வரலாறாகுமா? 146
1.29. இன்னும் சிலர்... 152

1.1. இவளா அவள்?
(1980)

1980ஆம் ஆண்டிலோ அல்லது அதற்குச் சற்று முன்பின்னிலோ சிவகங்கை அரண் மனையின் நிர்வாகத்திற்குட்பட்ட சிவகங்கை நகர், காந்தி வீதியில் அமைந்துள்ள அலீஸ் மில்லர் பள்ளியின் ஆண்டு விழாவில் நடத்தப்பட்ட நாடகத்தில் குயிலி கதாபாத்திரம் இடம் பெற்றிருந்த தாகவும்; அந்நாடகத்தில் குயிலியின் சாதி குறிப்பிடப் படவில்லை என்றும்; அந்நாடகத்தை திருவாளர் பாப்பாத்துரை என அழைக்கப்படும் திருவரங்க ராசன் எழுதி இயக்கியிருந்தார் என்றும்; பின்னர் அப்போதைய சென்னை தூர்தர்ஷன் நிறுவனமானது அந்நாடகத்தில் நடித்தவர்களைச் சென்னைக்கு அழைத்துச்சென்று ஒரு நிகழ்ச்சியினைத் தயாரித்து ஒளிபரப்பியது என்றும் கூறப்படுகின்ற தகவல்கள் சுமார் 60 வயதிற்கு மேற்பட்ட சில உள்ளூர் வாசிகளான சிவகங்கை வரலாற்றார்வலர்களால் தற்போதும் நினைவு கூறப்பட்டு வருகிறது.

இருப்பினும் அந்நாடகமானது 1947 விடுதலைப் போராட்ட காலகட்டத்துக் கதை என்றும் தில்லையாடி வள்ளியம்மை போன்ற ஒரு கதாபாத்திரம் ஆங்கிலேயரை எதிர்க்கும் போராட்டத்தில் தீ வைத்து இறப்பதாகவே அதில் சித்திரிக்கப்பட்டிருந்தது என்றும் சிலர் கூறுகின்றனர்.

தற்சமயம் வரைக்கும் இவற்றை உறுதிப்படுத்துகின்ற சான்றுகள் ஏதும் கிடைக்கவில்லை. இதுகுறித்து இப்போதைய பொதிகை தொலைக்காட்சி நிர்வாகத்திடம் கேட்டபோது '30 ஆண்டுகளுக்கு மேல் ஆகி விட்டதால் அப்போதைய தகவல்கள் ஏதும் இப்போது கைவசம் இல்லை' எனக் கூறிவிட்டது.

இந்நிலையில் 'ஒப்பனைகளின் கூத்து' வெளிவந்து சுமார் 8 மாதங்களுக்குப் பிறகு 22.02.2019 அன்று 'அணு மேகஜைன்' எனும் வலைத்தளத்தில் சிவகங்கையைச் சேர்ந்த கலைமகள் எனப்படும் முத்துக்கிருஷ்ணன் என்பவர் ஒரு பதிவினை வெளியிட்டுள்ளார். அதில்,

"நல்ல கதை, கட்டுரை எழுதக்கூடிய எழுத்தாளராகவும் தென்பாண்டி சிங்கம் என்ற சிற்றிதழின் ஆசிரியருமான திரு.அழகு பாப்பாத்துரை அரசு மன்னர் மேல்நிலைப்பள்ளி செயலாளராகவும் இருந்தார்.

அதன் நிர்வாகத்திற்கு உட்பட்ட அலீஸ்மில்லர் பள்ளி ஆண்டுவிழா ஒன்றில் 1980ஆம் ஆண்டு பள்ளி ஆண்டு விழாவில் அவர் எழுதி இயக்கிய 'குயிலி' என்ற நாடகம் பள்ளிக் குழந்தைகள் நடித்தனர். அந்தக் குயிலி நாடக ஒப்பனைக்கு நானும் சென்று குயிலியாகப் பெண் வேடமிட்டு நடித்த அந்த ஆண் குயிலிக்கு ஒப்பனை செய்தது நான்தான்" என அவர் எழுதியிருக்கிறார்.

ஆயினும் அந்நாடகம் எந்த ஆண்டு நடைபெற்றது? அதன் கதை என்ன? அதில் குயிலி கதாபாத்திரம் எப்படிச் சித்திரிக்கப் பட்டிருந்தது? என்பதை அவர் இப்பதிவில் குறிப்பிடவில்லை. அக்கால கட்டத்தில் சிவகங்கையில் நடைபெற்று வந்த சில நாடகங்களுக்கு ஓவியரான அவர் ஒப்பனை செய்யும் வேலையைப் பார்த்து வந்ததினால் அந்தத் தகவலை மட்டும் அவர் குறிப்பிட்டு எழுதியுள்ளார்.

விரிவான இப்பதிவு வெளிவந்ததும் குயிலியை இவர்தான் கண்டுபிடித்ததாகக் குறிப்பிட்டு எழுதியிருப்பதாகப் பலர் தவறாகப் புரிந்து கொண்டு நம்மிடம் பேசினார்கள். அவ்வாறு அதில் குறிப்பிடப்படவில்லை என்றும் நாடகத்தில் ஒப்பனை செய்தது மட்டுமே குறிப்பிடப்பட்டுள்ளது என்றும் பதிவை நன்றாகப் படிக்குமாறும் அவர்களிடம் நாம் கேட்டுக்கொண்டோம். தெளிவற்றும் குழப்பம் தரும் வகையிலும் எழுதப்பட்டுள்ளதால் பலருக்கும் அப்பதிவு தவறான புரிதலைக் கொடுத்துவிட்டது.

அவளா இவள்?

மேற்படிப் பதிவிலும் முன்சொன்ன நாடகத்திலும் குறிப்பிடப்படுகின்ற குயிலி நாம் குறிப்பிடுகின்ற சிவகங்கையின் வரலாற்றுப் பாத்திரமான குயிலியைக் குறிப்பிடுவதுதானா எனும் சந்தேகம் தற்போது உள்ளதால் 'குயிலி' எனும் பாத்திரத்தைக் கொண்ட ஒரு நாடகம் நடைபெற்றதற்கான செவிவழித் தகவல்களில் ஒன்றாக மட்டுமே இதைக் கொள்ளலாம். அதுபோல தூர்தர்ஷன் நாடகம் குறித்து ஆதாரங்கள் ஏதும் தராததால் அதையும் நம்மால் உறுதிப்படுத்த இயலவில்லை.

∎

1.2. கன்னிப் பெண்
(1985)

1985ஆம் ஆண்டு இந்திய தேசிய காங்கிரசுக் கட்சியைச் சேர்ந்த அறுவர் அடங்கிய குழுவால் தயாரிக்கப்பட்ட 'இந்திய தேசிய காங்கிரஸ் நூற்றாண்டு மலர்–1985' எனும் பக்க எண்கள் குறிப்பிடப் படாத மலரில் உள்ள 'வரலாற்றில் மறைக்கப்பட்ட வீரமங்கை வேலுநாச்சியாரின் முதல் சுதந்திரப் போர்' எனும் தலைப்பில் இ.எம்.சுதர்சன நாச்சியப்பன் என்பவரது கட்டுரை உள்ளது. அதில் குயிலி குறித்துக் குறிப்பிடப்பட்டுள்ளது.

"அதேவேளையில் சிவகங்கையில் உள்ள ராஜேஸ்வரி அம்மன் கோவிலில் நவராத்திரி விழா 10ஆம் நாளில் பெண்கள் கோவிலுக்குச் செல்வதுபோல் திட்டமிட்டு ராணி வேலு நாச்சி யாரும் அவரோடு சேர்ந்து மருதுபாண்டியர் மனைவிமார்கள், மற்றும் பல நூறு வீராங்கனைகள் உட்புகுந்தனர். அதில் குயிலி என்ற கன்னிப்பெண் அரண்மனையில் நிலா முற்றத்தில் குவிக்கப்பட்டிருந்த ஆங்கிலேயர்களின் வெடிமருந்துகளை அழிப்பதற்காக தன்னை நெய்யால் குளிப்பாட்டி, நெருப்பிட்டு அதில் குதித்து வீரமரணம் பெற்றார். வெடி மருந்து இல்லாத ஆங்கில பாஞ்ஜோர் துரையை வீரமங்கை வேலுநாச்சியார் வாள் போரிட்டு வென்றார்" என இக்கட்டுரை குறிப்பிடுகிறது.

இதுவரை நமக்குக் கிடைத்துள்ள தரவுகளின் அடிப்படையில், 1985ஆம் ஆண்டு வெளிவந்துள்ள,

இ.எம்.எஸ் எனப்படும் இ.எம். சுதர்சன நாச்சியப்பன் எழுதி உள்ள இக்கட்டுரைதான் சிவகங்கை வரலாற்றில் 'குயிலி' எனும் பெயரை இணைத்து எழுதப்பட்டு அச்சில் வெளிவந்த முதல் கட்டுரையாகும்.

குயிலியைக் குறிப்பிடு வதற்கான ஆதாரம் எதுவும் இக்கட்டுரையில் குறிப்பிடப் படவில்லை. டெல்லியிலிருந்த நூலாசிரியர் இ.எம். சுதர்சன நாச்சியப்பனை மின்னஞ்சல்

மூலமாகத் தொடர்பு கொண்டோம். சிவகங்கை வரும்போது சந்திக்கலாமென்றார். அதன்படி 23.12.2017 அன்று இரவு ஏழு மணியளவில் அவரது சிவகங்கை இல்லத்தில் நேரில் சந்தித்தோம். "குயிலிக்கான ஆதாரம் அந்நூலிலேயே குறிப்பிடப்பட்டிருப்பதாகத் தனக்கு நன்றாக நினைவுள்ளது" என்றார். "அவ்வாறு எதுவும் இல்லை"யென்றோம். "ஏதோ ஒரு நூலில் படித்ததைத்தான் நான் எழுதியுள்ளேன் எனவும், ஆதாரமில்லாமல் எழுதியிருக்க மாட்டேன் எனவும் அரண்மனைக்குள்ளோ அல்லது வேலு நாச்சியார் மாலையீட்டிற்குள்ளோ கல்வெட்டுகள் ஏதும் இருக்கலாம், தேடிப் பாருங்கள்" எனவும் கூறினார். "நாமறிந்த வரையில் அவ்வாறான கல்வெட்டுக்கள் ஏதும் அங்கில்லை" என்றோம். காளையார்கோவில் மு.சேகர் குறித்து அவரிடம் விசாரித்தோம். "மு.சேகரை தனக்கு மிக நன்றாகத் தெரியும் அடிக்கடி இங்கு வந்து போவார்" என்றார்.

இ.எம்.எஸ் எழுதியுள்ள கட்டுரையில் குயிலிக்கான எந்த ஆதாரமும் குறிப்பிடப்படவில்லை. அவரிடமும் இல்லை.

∎

1.3. வீரப் பெண்ணும் தியாக மறத்தியும் (1990)

1990ஆம் ஆண்டில் காளையார்கோவிலைச் சேர்ந்த மு.சேகர் என்பவரால் எழுதப்பட்டுள்ள நூல் 'வீரம் விளைந்த சிவகங்கை செம்மண்' எனும் நூலாகும். அப்போதைய சிவகங்கை சமஸ்தானப் பொறுப்பாளரான இராஜகுமாரி திருமதி எஸ். இராஜலட்சுமி ரெகுராஜ் அவர்களின் பொருளுதவியால் இந்நூல் வெளியிடப்பட்டுள்ளது. இந்நூலைத்தான் தமிழ்நாடு அரசு பாடநூல் நிறுவனம் குயிலிக்கான ஆதார நூலாகக் குறிப்பிட்டுள்ளது.

இந்நூலில் இரு இடங்களில் குயிலி குறித்துக் குறிப்பிடப்பட்டுள்ளது.

1. "...முதலில் பெண்கள் நவராத்திரி விழாவை முன்னிட்டு இராஜேஸ்வரி அம்மனை வணங்கவென்று அம்மன் ஆலயத்திற்குள் புகுந்து விடுவது, அங்கிருந்து அரண்மனைமேல் மாடத்தைக் குயிலி எனும் வீரப்பெண் அடைந்து தன்மீது நெய்யூற்றித் தீயிட்டுக் கொண்டு, கும்பெனியார் குவித்து வைத்துள்ள வெடி மருந்துமீது குதித்து விடுவதென்றும்

(83)...." என 29ஆம் பக்கத்தில் குயிலி குறித்த தகவல் குறிப்பிடப்பட்டுள்ளது. இத்தகவலுக்கு ஆதாரமாகக் காட்டப் படுகின்ற அடிக்குறிப்பு எண் 83ஆனது 'முத்துக்காளை சுவாமிகள்' என்பவர் எழுதிய 'வேல்நாச்சியார் வீரசக்கரம்' எனும் நூலைக் குறிப்பிடுகிறது.

2. "திட்டப்படி தியாக மறத்தி குயிலி தன்மீது நெய்வார்த்து தீயிட்டுக் கொண்டு, வெடிமருந்துக் குவியலில் குதித்தாள்." என 30ஆம் பக்கத்தில் குயிலி குறித்து மேலும் ஒரு தகவல் குறிப்பிடப் பட்டுள்ளது. இத்தகவலுக்கு ஆதாரமாக அடிக்குறிப்பு ஏதும் காட்டப்படவில்லை.

சக்கரம் சுற்றிய ரீல்

முதன்முதலாகக் குயிலியைப் பற்றிக் குறிப்பிட்டுள்ள நூல் என்பதாலும் குயிலி குறித்த பழமையான ஆதாரம்போல ஏதோவொன்று குறிப்பிடப்பட்டுள்ளதாலும் தமிழ்நாடு அரசு பாடநூல் நிறுவனம் குயிலிக்கான ஆதாரநூலாக குறிப்பிட்டிருப்ப தாலும் இந்நூலானது முக்கியமான நூலாகிறது. இதைப் பரிசீலனை செய்வோம்.

இந்நூலினில் மு.சேகர் ஒரு முன்னுரையினை எழுதி உள்ளார். "இன்னும் சில ஆசிரியர்கள் ஏதோ ஒரு அரசியல் சூழலால் சிவகங்கைச் சீமை பிரிய நேர்ந்தது என்று மழுப்பி மறைத்துள்ளார்கள்." "...சிவகங்கைச் சீமையின் 2ஆவது அரசர் முத்துவடுகநாதப் பெரிய உடையாத் தேவரின் அருமை பெருமைகளைச் சிலர் அரை குறையாகத் தொட்டுவிட்ட கன்றுள்ளார்கள்." "பிரிட்டீஸ் பிடியில் சிக்கிய சீமையைப் போராடி மீட்டிய முதல் பெருமையும், முடிவான பெருமையும் வீராங்கனை வேல்நாச்சியாருக்கே உரியது. அந்த உண்மையை ஒருசில வரிகளில் உரைத்தவர்களும் உண்டு.

ஒருவரி கூட உரைக்காமல் மறைத்தவர்களும் உண்டு."; "மொத்தத்தில் முத்துவிஜய இரகுநாத கிழவன் சேதுபதி முகவையை சுதந்திர நாடாகப் பரிபாலித்த பங்கில், சிவகங்கைச் சீமையில் செங்கோலோச்சிய தீரமிக்க அரச பரம்பரையினரின் வரலாற்றைக் குறைத்தும், மறைத்தும், மாற்றியும் கூறி இருக்கிறார்கள். குறைத்துக் கூறுவதுகூட குற்றமில்லை, மறைத்துக் கூறுவதும், மாற்றிக் கூறுவதும் தமிழ் சந்ததியினருக்கு சரியான சரித்திரத்தைத் தராத பிழை புரிந்த பெரும்பழி ஏற்க வேண்டியதாகும்." என்று முன்னுரையில் விரிவாகக் குறிப்பிட்டுள்ளார்.

குறிப்பு: 1

இந்நூலின் 29ஆம் பக்கத்திலிலுள்ள முதல் குறிப்பில். அரண் மனையின் மேல் மாடத்தைக் குயிலி எனும் வீரப்பெண் அடைந்து, தன்மீது நெய்யூற்றித் தீயிட்டுக் கொண்டு, அங்கிருந்து கும்பெனியார் குவித்து வைத்துள்ள வெடிமருந்துமீது குதித்து விடுவது என்கின்ற 'திட்டம் தீட்டப்படுவ'தாகக் குறிப்பிடப் படுகிறது.

இதற்கான ஆதாரமாக அடிக்குறிப்பு எண் 83 குறிப்பிடப்பட்டுள்ளது. இதில், 'முத்துக்காளை சுவாமிகள்' என்பவர் எழுதிய 'வேல் நாச்சியர் வீரசக்கரம்' எனும் நூலானது குறிப்பிடப்பட்டுள்ளது. மு.சேகரது இத்தகவலிலிருந்துதான் குயிலிக்கான ஆதாரம் 'முத்துக்காளை சுவாமிகள்' என்பவரால் கிடைக்கப் பட்டது என்பது தெரிய வருகிறது. இக்குறிப்பில் குயிலியானவள் 'வீரப்பெண்' எனும் அடைமொழியுடன் குறிப்பிடப்படுகிறாள் என்பதையும் நினைவிற்கொள்க.

குறிப்பு: 2

இந்நூலின் 30ஆம் பக்கத்திலிலுள்ள இரண்டாவது குறிப்பினில் முதலாவது குறிப்பினில் தீட்டப்பட்ட திட்டம் நிறைவேற்றப்பட்டதைக் குறிப்பிடுகிறது. ஆனால்,இக்குறிப்பிற்கான ஆதாரமாக அடிக் குறிப்பு ஏதும் காட்டப்படவில்லை. திட்டம் தீட்டப்பட்டதற்கான ஆதாரமாக முத்துக்காளை சுவாமிகளின் நூல் ஆதாரமாகக் காட்டப்படுகிறது. ஆனால் போட்ட திட்டம் நிறைவேறியதற்கான ஆதாரமாக அதே நூல் காட்டப்படவில்லை.

இந்நூலில் இக்குறிப்புள்ள பத்தியானது அடிக்குறிப்பு எண் 85 மற்றும் 86க்கு நடுவில் அமைந்துள்ளது. அடிக்குறிப்பு எண்களான 85 மற்றும் 86 ஆகிய இரண்டும் சீட்டுக்கவி சின்னையா என்பவர் எழுதியுள்ள 'வேல் நாச்சியார் சேவற்சண்டை பாட்டு' எனும் நூலைச் சுட்டுகிறது. குயிலி தன்மேல் தீ வைத்துக்கொண்டு குதிக்கும் சம்பவம் நடந்ததாக முத்துக்காளை சுவாமிகள் குறிப்பிட்டிருந்தால் 85க்கு அடுத்த 86ஆவது அடிக்குறிப்பு

எண்ணை இங்கு மு.சேகர் கொடுத்திருப்பார். அல்லது, இத்தகவலை சீட்டுக்கவி சின்னையா குறிப்பிடுவதாக இருந்தால் அதை அடுத்த பத்தியாகக் காட்டியிருக்க மாட்டார். ஒருவேளை அது அடுத்த பத்தியாகவே இருந்தாலும், திட்டத்தைக் குறிப்பிட்டது சீட்டுக்கவி சின்னையா இல்லையாதலால், திட்டம் நிறைவேறிய குறிப்பினையும் அவர் கொடுத்த குறிப்பாகக் கொள்ள முடியாது. அப்படியிருந்தால், அக்குறிப்பிற்கு முன்னும் பின்னும் ஒரே நூலினை அடிக்குறிப்பாகச் சொல்ல வேண்டிய அவசியமில்லை. எனவே இக்கருத்தானது மு.சேகரின் கருத்துதான் என எண்ணுவதற்கே அதிகம் இடமுள்ளது.

மேலும் இவ்விரண்டாவது குறிப்பினில் குயிலியானவள் 'தியாக மறத்தி' எனும் அடைமொழியுடன் குறிப்பிடப்படுகிறாள். மறத்தி என்றாள் வீரமிக்கவள் என்றும் மறவர் சாதியினைச் சேர்ந்தவள் என்றும் இரு பொருள் காணலாம். மு.சேகர் எழுதிய காலச் சூழ்நிலையினைக் கருத்தில் கொண்டு கவனிக்கையில் குயிலியை மறவர் சாதிப் பெண்ணாகவே அவர் குறிப்பிடப் பட்டிருப்பார் எனவும் கூறுவதற்கான வாய்ப்புக்களே அதிகமாக உள்ளது.

மு.சேகர், குயிலிக்கான ஆதாரமாக 'முத்துக்காளை சுவாமிகள்' என்பவர் எழுதிய 'வேல்நாச்சியார் வீரச்சக்கரம்' எனும் நூலினைக் காட்டுகிறார். இதுதவிர, 'உடையாள்' எனும் பெண் குறித்த தகவலையும் இதே முத்துக்காளை சுவாமிகள் குறிப்பிட்டுள்ளதாகவும் மு.சேகர் குறிப்பிடுகிறார். ஆனால், இச்செய்திகளை முத்துக்காளை சுவாமிகளின் தகவல்களாகக் கருதமுடியாத நிலை உள்ளது. அதைக் கவனிப்போம்.

சக்கரம் எங்கே?

முத்துக்காளை சுவாமியின் நூலானது நாம் தேடிய வரையிலும் நமக்குக் கிடைக்கவில்லை. முத்துக்காளைப் புலவர் யார்? வேல்நாச்சியார் வீரசக்கரம் என்பது நூலா? ஏட்டுப் பிரதியா? உரைநடையா? பாடல்களா? எந்த ஆண்டு வெளி வந்தது? அந்நூல் எதை ஆதாரமாகக் கொண்டிருக்கிறது? அந்நூல் நம்பத் தகுந்ததுதானா? போன்ற கேள்விகள் எழுகின்றன. இவைகளெல்லாம்விட அப்படியொரு நூல் இருந்ததா என்பதுதான் இதில் முக்கியமான கேள்வியாக உள்ளது. காரணம் மு.சேகரின் நூல் தவிர வேறு எந்த நூலிலும் இப்படிப்பட்ட தலைப்புகளில் நூற்கள் குறிப்பிடப்படவில்லை.

இவைகளெல்லாம் வெறும் கேள்விகளாகவே நின்று போய் விடுகின்றன. காரணம், மு.சேகரைத் தவிர வேறு யாரும் இதற்குப் பதில் சொல்ல முடியாது. அவரும் மறைந்து விட்டார்.

இந்நூலினை 2017ஆம் ஆண்டில் இரண்டாம் பதிப்பாகக் கொண்டு வந்திருக்கும் அவரது மருமகள் திருமதி மாலினி மணி மாறனைச் சந்தித்து இது குறித்து விசாரித்தோம். அப்போது அவ்வாறான நூல்கள் ஏதும் தனது மாமனார் மு.சேகரிடம் இருந்ததாகத் தெரியவில்லை எனக் கூறிவிட்டார். எனவே நூல் கிடைக்கும் ஒரேயொரு வாய்ப்பும் இல்லாமல் போய்விட்டது. ஒருவேளை அந்நூல் கிடைத்தால் அதைப் பற்றிப் பரிசீலிக்கலாம். ஆனால், அதுவரை என்ன செய்வது? பிறகு பார்த்துக் கொள்ளலாம் என விட்டுவிடலாமா? உண்மையை அறிய வேறு வழியே இல்லையா?

'வேல்நாச்சியார் வீர சக்கரம்' நூலானது கிடைக்கவில்லை. எனவே, அந்நூலில் கூறப்பட்டுள்ள குயிலியைக் கற்பனை என்று கூற முடியாது எனச் சிலர் கூறுகிறார்கள். சரிதான். ஆனால், அதேபோல, அந்நூலானது கிடைக்காததால், குயிலியை உண்மை என்றும் கூற முடியாது என்பதும் சரியானதுதானே!

ஆயினும், நமக்கு இன்னொரு வழி இருக்கிறது. அது, மு.சேகரது நூலின் பிற தகவல்களை ஆய்வு செய்வது. அப்படிச் செய்தால், வீரசக்கரத்தின் நம்பகத் தன்மையையும் மு.சேகரின் ஆய்வு முறையின் நம்பகத் தன்மையையும் நாம் அறிய முடியும். வீரச்சக்கரத்தின் மூலம் மு.சேகர் எதைச் சுற்றுகிறார் வரலாற்றுப் புகழையா? அல்லது வாசகர் காதில் பூவையா? என்பதையும் பார்க்க முடியும்.

மு.சேகர் சுற்றும் சக்கரம் காதில் பூச்சுற்றக்கூடிய சக்கரம்தான் என நம்புவதற்கு அதிலுள்ள செய்திகள் போதுமான சாட்சிகளாக விளங்குகின்றன. அவை முழுவதையும் விளக்கப் புகுந்தால் இன்னுமொரு நூல்தான் எழுதவேண்டி வரும். எனவே, மு.சேகரின் பூச்சுற்றுகளில் மூன்றினை மட்டும் இங்கு பார்க்கலாம்.

காதில் பூச்சுற்றும் சக்கரம்

சுற்று: 1

மு.சேகர் தனது நூலின் 85ஆம் பக்கத்தில், "அந்த ஜம்புத் தீவு பிரகடனத்திற்குப் பிறகு மருது சகோதரர்

படையில் இருபதினாயிரம் படை வீரர்கள் புதிதாக சேர்ந்துள்ளனர்." எனக் குறிப்பிட்டுள்ளார். இதற்கு ஆதாரமான அடிக்குறிப்பு எண் 230இல், 'டாக்டர் எஸ்.எம்.கமால் 'மாவீரர் மருது பாண்டியர்', பக் 78 – 81' எனக் கொடுத்து உள்ளார்.

ஆனால், டாக்டர் எஸ்.எம். கமாலின் நூலிலுள்ள 78 – 81 வரையிலான பக்கங்களிலும் சரி, அதற்கு முன்னும் பின்னும் சரி, அப்படி எந்தவிதமான தகவலும் இல்லை. இதன் மூலம் மு.சேகரது ஆய்வுமுறை சந்தேகம் தரத்தக்கனவாக உள்ளது.

சுற்று: 2

மு.சேகர் தனது நூலின் 61ஆம் பக்கத்தில், "அவர்கள் கௌரி துரையைத்தான் தேடிச் செல்கின்றனர் என்பதைத் தெரிந்துகொண்ட சின்ன மருதுவின் கையாள் கருத்தானும், சிலரும் வழிமறித்து மானபங்கப்படுத்தி இழிவு செய்தனர்" எனக் குறிப்பிட்டுள்ளார். இதற்கு ஆதாரமான அடிக்குறிப்பு எண் 165இல், *Military Consultations, Vol, 285*, ஜீ.5036 மற்றும்எஸ். எம்.கமால், 'மாவீரர் மருதுபாண்டியர்', பக்–137 எனக் கொடுத்துள்ளார்.

ஆனால், எஸ்.எம்.கமாலின் நூலில், "..... அங்கிருந்து அறந்தாங்கியில் குடியேறியபொழுது அவரிடம் கொண்டிருந்த அன்பின் மிகுதியால் சிவகங்கையில் இருந்து அறந்தாங்கிக்கு ஓடிவந்த அந்தணர் ஒருவரது பெண்மக்கள் இருவரையும் இழிவு படுத்தி கொடுமை செய்தது." என்று மட்டுமே குறிப்பிடப் பட்டுள்ளது. இதில் கருத்தான் என்பவரைப் பற்றி எஸ்.எம் கமால் குறிப்பிடவில்லை.

*Military Consultations*இல் இத்தகவல் இருக்க வாய்ப்பில்லை. அவ்வாறு இருந்திருந்தால் எஸ்.எம்.கமால் அதைக் குறிப்பிட்டிருப்பார். ஆக, யாரோ செய்ததாகக் குறிப்பிடப் படுகின்ற ஒரு செயலை சின்னமருதுவின் கையாள் எனப்படும் ஒருவர் செய்ததாக மு.சேகர் குறிப்பிட்டிருக்கிறார்.

இதன் மூலம் மு.சேகரது ஆய்வுமுறையின் மீதான நமது சந்தேகம் அதிகரிக்கின்றது.

சுற்று: 3

மு.சேகர் தனது நூலில், 1780 ஆண்டு சிவகங்கை மீட்டெடுக்கப்படும் நிகழ்ச்சியைக் குறிப்பிடுகின்ற 30, 31 ஆகிய இரு பக்கங்களிலும் ஆறு முறை கர்னல் பாஞ்ஜோர் என்பவன் குறித்து குறிப்பிடுகின்றார். இதற்கான அடிக்குறிப்பாக எண்கள் 84, 86, 87, 88, 89 ஆகியவை கொடுக்கப்பட்டுள்ளன. பிற வரலாற்று ஆய்வாளர்களால் 1772ஆம் ஆண்டு காளையார்கோவிலில் மன்னர் முத்துவடுகநாதரையும் கௌரிநாச்சியாரையும் படுகொலை செய்ததாகக் குறிப்பிடப்படுகின்ற கர்னல் பாஞ் சோரை மு.சேகர் இக்காலகட்டத்தில் குறிப்பிடவில்லை. கர்னல் ஜோசப் ஸ்மித்தை மட்டுமே குறிப்பிடுகிறார். 1780ஆம் ஆண்டு சிவகங்கை மீட்டெடுக்கப்படும்போதுதான் கர்னல் பாஞ்சோரைக் குறித்து குறிப்பிடுகிறார். இந்த கர்னல் பாஞ்சோருடன்தான் சிவகங்கை அரண்மனையில் வேலுநாச்சியார் போர் புரிகிறார். அவனை வீழ்த்துகிறார். அவன் மன்னிப்புக் கேட்டதும் விடுதலை கொடுக்கிறார்.

'முழுப் பானைச் சோற்றுக்கு மூன்று சோறு பதம்' என்பதுபோல, ஒன்று 20,000 படை வீரர்கள், இரண்டு கருத்தான், மூன்றாவதும் முக்கியமானதுமான லெப்டினெண்ட் கர்னல் ஆப்ரஹாம் பாஞ்ஜோர். இவைகளை உதாரணங்களாக எடுத்துக் கொண்டாலே மு.சேகரின் ஆய்வானது தவறான அடிக் குறிப்புகளைக் கொடுப்பதாகவும் மற்றும் கற்பனைகளை அடிப்படைகளாகக் கொண்ட பூச்சுற்றலாகவும் உள்ளதை நாம் அறிந்துகொள்ள முடியும்.

எனவே, இதன்மூலமாக, மு.சேகர் குறிப்பிடுகின்ற வேலு நாச்சியார் வீரசக்கரம், வேலு நாச்சியார் சேவற்சண்டை ஆகிய நூல்களில் குறிப்பிடும் விவரங்கள் கற்பனையாக இருக்கக்கூடும் அல்லது அந்நூல்களே கற்பனையானதாக இருக்கக்கூடும் எனும் முடிவிற்கே நாம் வரவேண்டியிருக்கிறது. மேலும் இதே நூலில் உடையாள் எனும் பெண் பாத்திரமும் குறிப்பிடப்பட்டுள்ளது. அதற்கும் இதே வேலுநாச்சியார் வீரசக்கரம் நூலே அடிக்குறிப்பாகக் காட்டப்பட்டுள்ளது. உடையாளும் ஒரு கற்பனைப் பாத்திரமே என 'கற்பனைகளின் கூத்து' நூலில் விரிவாக விளக்கியுள்ளோம். ஆக, மு.சேகரின் மீதான பெரும்பழிக்கு அவர் செய்த பிழையே காரணம்.

இன்னுமொரு கவனிக்கத்தக்க விசயம் என்னவெனில், இந்நூலாசிரியர் வக்கீல் குமாஸ்தாவாகவும் பத்திர எழுத்தராகவும்

பணி புரிந்துள்ளார். இவர் முன்சொன்ன கட்டுரையை எழுதிய வழக்கறிஞர் இ.எம்.சுதர்சன நாச்சியப்பனுக்கு நன்கு அறிமுகமானவர். இருவரும் அடிக்கடிச் சந்தித்துக் கொள்ளக் கூடியவர்கள். எனவே மு.சேகர் மூலமாகவே குயிலி குறித்து இ.எம்.எஸ் அறிந்திருக்க வாய்ப்புள்ளது எனக் கருதலாம்.

எனவே, குயிலி குறித்த ஆதாரமாகக் குறிப்பிடுகின்ற நூல் சந்தேகத்திடமானதாக இருப்பதால் மு.சேகர் எழுதியுள்ள நூலை குயிலிக்கான ஆதார நூலாக நாம் ஏற்க இயலாது.

■

1.4. தோழி
(1992)

1992ஆம் ஆண்டு சிவகங்கை அரண்மனைக் குழுமம் சார்பாக சிவகங்கை அரண்மனையின் முன்பாக, முதன்முதலாக நிறுவப்பட்ட வேலுநாச்சியார் சிலையினை அப்போதைய தமிழக முதல்வர் ஜெயலலிதா திறந்து வைத்தார். சிலையைத் தாங்கி நிற்கும் பீடத்தில் குயிலி குறித்துக் கீழ்க்கண்டவாறு குறிப்பிடப்பட்டுள்ளது.

"சிவகங்கைப் படைக்கு ராணியாரே தலைமை யேற்றும், தமது தோழி குயிலியின் துணை கொண்டு கம்பெனிப் படையின் வெடி மருந்துகளை அழித்தும், போரிட்டு வெற்றிகொண்டு தனது சபதத்தை நிறைவேற்றினார்."

இதில் 1. குயிலி என்பவள் ராணி வேலுநாச்சி யாரின் தோழி மற்றும் 2. குயிலியின் துணையோடு கம்பெனியின் வெடி மருந்துகளை வேலு நாச்சியார் அழித்தார் ஆகிய இரு செய்திகள் இப்பீடத்தில் குறிப்பிடப்பட்டுள்ளன.

குயிலி குறித்து சிவகங்கைக்கு வெளியே உலவுகின்ற வதந்தி அல்லது பொய்களில் மிக முக்கியமானது – குயிலி குறித்த கல்வெட்டு சிவகங்கை அரண்மனையில் இருக்கிறது – என்பதாகும். சிலர் இக்கல்வெட்டு மறைத்து வைக்கப்பட்டு இருப்பதாகவும் கருதுகின்றனர். அவர்கள் எண்ணுகின்ற கல்வெட்டு இதுதான். குயிலி எனும் பெயர் சிவகங்கை அரண்மனையில் தென்படக்கூடிய ஒரே ஒரு இடமும் இதுதான். இது கல்வெட்டல்ல. ராணி வேலு நாச்சியாரின் சிலைக்குக் கீழே தகவலுக்காக வைக்கப்பட்டுள்ள பீடம். இப்பீடம் 1992ஆம் ஆண்டுதான் வைக்கப்பட்டது. குயிலி குறித்த கல்வெட்டு சிவகங்கை அரண்மனைக்குள் உள்ளது எனப் பரப்பப்பட்டுள்ள தகவலானது முற்றிலும் தவறானது மட்டுமல்ல, முழுப்பொய்யுமாகும். அரண்மனைக் குழுமத்தால் 2 ஆண்டுகளுக்கு முன்னர் வெளியிடப்பட்ட மு. சேகரது நூலிலுள்ள தகவலின் அடிப்படையிலேயே இப்பீடத்திலுள்ள செய்திகள் வடிக்கப்பட்டிருப்பதற்கான வாய்ப்புகள் அதிகம் உள்ளன. எனவே, அரண்மனையினரால் உருவாக்கப்பட்டுள்ள இப்பீடத்திலுள்ள குயிலி குறித்த தகவலுக்கான வரலாற்று ஆதாரங்கள் எதையும் அரண் மனை இதுவரையிலும் வெளியிட்டதில்லை.

இது 1992ஆம் ஆண்டிற்கு முன் வேலு நாச்சியாரின் சிலை இல்லாத சிவகங்கை அரண் மனையின் முன்புறத் தோற்றம்.

1.5. தாழ்த்தப்பட்ட சாதிப் பெண் (2000)

1999ஆம் ஆண்டுகளில் வெளிவந்த 'நந்தன்வழி' எனும் மாத இதழில் 'வேலுநாச்சியார்' எனும் தலைப்பில் ஜீவபாரதி என்பவர் எழுதி வந்த தொடர்கதையானது சென்னை குமரன் பதிப்பகத்தால் நாவலாக நூலாக்கம் பெற்று 2017ஆம் ஆண்டு வரை 17 பதிப்புகள் வெளியிடப்பட்டுள்ளது. இந்நாவலில் குயிலி குறித்து மிக விரிவாகக் குறிப்பிடப் பட்டுள்ளது.

இந்நாவலில் 7 அத்தியாயங்களில் குயிலி எனும் பாத்திரம் பற்றி விரிவாகக் குறிப்பிடப்படுகின்றது. 21ஆவது அத்தியாயத்தில் அறிமுகம் செய்யப்படும் குயிலி 28ஆம் அத்தியாயத்தில் தற்கொலை செய்து கொள்கிறாள்.

குயிலியின் தற்கொலைச் சம்பவம் நடைபெற்ற இடத்தில் ஜீவபாரதி தன்னை நிறுத்தி எடுத்துக்கொண்டு உள்ளதாகக் குறிப்பு கொண்ட இப்புகைப் படம் 13ஆவது பதிப்பினில் 214ஆம் பக்கத்தில் இடம் பெற்றுள்ளது.

இன்றைய வரையிலும் உலகமெங்கும் வாழுகின்ற தமிழக மக்களிடம் குயிலி

குறித்து விரிவாகவும் தவறாகவும் நம்பப்பட்டு வருகின்ற கதைக்கு ஜீவபாரதியின் இத்தொடர் கதையே அடிப்படையாகும். குயிலி குறித்துப் பேசுபவர்கள் அனைவரும் இக்கதையினை உள்வாங்கி தங்களது கற்பனைத் திறனுக்கு ஏற்றவகையில் கூடுதலான கற்பனைகளைப் புனைந்து வருகிறார்கள். இக்கதையின் அடிப்படையிலேயே பள்ளிகளில் நாடகங்கள், வரலாற்றுத்துறையில் ஆய்வுக் கட்டுரைகள், வாய் மொழிப் பாடல்கள் என ஏராளமாக உருவாக்கப்பட்டுள்ளன. தமிழகத்தில் குயிலியை எல்லோரும் விரும்பக்கூடிய ஒரு வரலாற்றுப் பாத்திரமாக நிறுவப்பட்டதற்கு இவரது புனை கதையே அடிப்படைக் காரணமாகும்.

குயிலி குறித்த கதையை மிக விரிவாக இதில் கூறியுள்ளார். இளம் பெண்; கன்னிப் பெண்; பெண்கள் போர்ப்படைத் தளபதி; வேலுநாச்சியாருக்குத் துரோகம் செய்த ஆணின் தலையைச் சீவிக்கொலை செய்தவள்; எல்லாவற்றிற்கும் மேலாக, போர்க்களத்தில் தன் உடலில் எண்ணெயைப் பூசிக்கொண்டு தீ வைத்தவாறு மாடத்திலிருந்து ஆயுதக் கிடங்கினுள் குதித்த தியாகி, என உணர்ச்சியும் அனுதாபமும் ஊட்டக்கூடிய வகையில் ஜீவபாரதி எழுதிய கற்பனையைப் படிக்கும் வாசகர் குயிலி எனும் பாத்திரத்தை மறக்க முடியாத வகையில் செய்து விட்டது. கதையோட்டத்தோடு மிகத் திறமையாக இக்கதையை அவர் இணைத்துள்ளார்.

கூடுதலாக, குயிலியைத் 'தாழ்த்தப்பட்ட சாதி' என அவர் குறிப்பிடுவதானது அப்பாத்திரத்தின்மீது பட்டியல் சாதியல்லாதவர்களையும் இரக்கம் கொள்ள வைக்கிறது.

பட்டியல் சாதியினரின் தியாகம் இடைநிலைச் சாதியினருக்குப் பெருமை சேர்க்குமென்றால் அதை அவர்களும் பெருமைப்படுத்தும் வழக்கத்திற்கு குயிலி கதை பிரபலப்படுத்தப் பட்டதே ஒரு சான்றாகும்.

குயிலியைப் பட்டியல் சாதிப் பெண்ணாக அடையாளப் படுத்தியதற்கான காரணமாக, தென் மாவட்டப் பகுதிகளில் முக்குலத்தோருக்கும் பட்டியல் சாதியினருக்கும் தொடர்ச்சியாக நிலவுகின்ற முரண்பாட்டைத் தவிர்த்து அவர்களுக்குள் இணக்கம் ஏற்படுத்தத்தான் எனக் கூறியிருக்கிறார் ஜீவபாரதி.

தென் மாவட்டங்களில் நிலவுகின்ற சாதிய முரண் பாடுகளைக் களைய இப்பாத்திரம் உதவக் கூடும் எனும் உயர்ந்த நோக்கத்திலேயே அவர் குயிலியைப் பட்டியல் சாதிப்

பெண்ணாகப் படைத்ததாகக் கூறுவது நல்ல முயற்சியே. ஆனால், குயிலி குறித்த உண்மையை அவர் மறைக்க முயற்சித்ததுதான் இன்றைய பல சிக்கல்களுக்குக் காரணமாக அமைந்துவிட்டது.

நாட்டுப்புறப் பாடல்களின் வழியாகக் குயிலியை அறிந்துகொண்டதாகவும் தானே நேரடியாகக் கள ஆய்வு நடத்திக் கண்டு பிடித்ததாகவும் பலகாலமாகச் சொல்லி வந்த ஜீவபாரதி 'ஒப்பனைகளின் கூத்தால்' உருவான சர்ச்சைகளுக்குப் பிறகு சமீப காலமாக, திருவரங்கராாசன் மூலம் அறிந்துகொண்டதாகக் கூறி வருவதாகக் கூறப்படுகிறது. அவரது நாவலை எம்.பில் பட்ட ஆய்வுகளுக்காக எடுத்துக்கொண்ட மாணாக்கர்களிடம்கூட அவர் உண்மையைச் சொல்லவில்லை. மூடி மறைத்துள்ளார். 'ஒப்பனைகளின் கூத்து' நூல் வெளிவந்த பிறகு அவரை அணுகிய பலருக்கும் அவர் உரிய பதிலைச் சொல்லவில்லை, சொல்லவும் முடியவில்லை.

தனது நூலிற்கான ஆதாரங்களாக எஸ்.எம். கமால் எழுதிய 'சீர்மிகு சிவகங்கைச் சீமை'; வே.திருவரங்கராசன் எழுதிய 'வீரமங்கை வேலுநாச்சியார்' எனும் ஆய்வுக் கட்டுரை; மு.சேகர் எழுதிய 'வீரம் விளைஞ்ச சிவகங்கைச் சீமையின் செம்மண்': மற்றும் 'நாட்டரசன்கோட்டை கண்ணுடைய நாயகியம்மன் கும்பாபிஷேக மலர்' ஆகிய நான்கு ஆதாரங்களைக் காட்டுகிறார். இவற்றில் மு.சேகரின் நூலைத் தவிர வேறு எதிலும் குயிலி குறித்த எந்தக் குறிப்பும் இல்லை. மு.சேகரின் நூல் குயிலியை எவ்வாறு குறிப்பிடுகிறதென்பதை மேலே பார்த்தோம். நாவலில் குறிப்பிடப்பட்டிருக்கின்ற குயிலி குறித்த தகவலுக்கான வரலாற்று ஆதாரங்கள் குறிப்பிடவில்லையென்பதால் ஜீவபாரதியின் வேலு நாச்சியார் எனும் வரலாற்று நாவலை நம்பகத் தன்மையற்ற வரலாற்றுத் தகவல்களின் அடிப்படையில் எழுதப்பட்டதாகக் கருதுகிறோம். எனவே, சான்றுகள் காட்டியிருந்த போதிலும் இந்நாவலை நாம் குயிலிக்கான ஆதாரமாக ஏற்க முடியாது.

■

1.6. மனித வெடிகுண்டு (2003)

2003 ஆம் ஆண்டு வி.என்.சாமி என்பவர் எழுதி பூம்புகார் பதிப்பகத்தாரால் வெளியிடப் பட்டு உள்ள நூல் 'இந்திய விடுதலைக்கு இன்னுயிர் ஈந்த வீராங்கனைகள்' எனும் நூலாகும். பின்னர் வந்த பதிப்பில் 'விடுதலைப் போரில் புரட்சிப் பெண்கள்' எனத் தலைப்பிடப்பட்டுள்ளதாகக் தெரிகிறது. இந்நூலில் குயிலி குறித்துக் குறிப்பிடப் பட்டுள்ளது.

"அந்த சமயத்தில் முற்றத்திற்கு நேர் எதிரே இருந்த மாடத்திலிருந்து, உடலெங்கும் கொழுந்து விட்டு எரிந்த நிலையில் ஓர் உருவம் ஆயுதக் குவியல் மீது வந்து விழுந்தது. ஆயுதக்குவியல் தீப்பற்றி எரிந்தது; வெடிமருந்துகள் வெடித்து நாற்புறமும் சிதறின.

....

சிவகங்கைச் சீமையின் விடுதலைக்காக தனது உடல் முழுதும் நெய் பூசி, தீ வைத்துக்கொண்டு ஆயுதக் குவியல் மீது குதித்தவர் ராணி வேலு நாச்சியாரின் உயிர்த்தோழி குயிலி. நாட்டின் விடுதலைக்காக மனித வெடிகுண்டாக மாறிய

அவரது தியாகத்தைப் பற்றிக் கேள்விப்பட்ட சிவகங்கைச் சீமையின் மக்கள் கண்ணீர் அஞ்சலி செலுத்தினர்." இச்செய்தி குயிலியின் தியாகம் எனும் உட்தலைப்பில் 32 - 34ஆம் பக்கங்களில் விரிவாகக் குறிப்பிடப்பட்டுள்ளது.

வி.என். சாமியின் இந்நூல் பள்ளிக் கல்வித் துறையால் ஆதார நூலாகக் காட்டப்பட்டுள்ளது. நூலில் குறிப்பிடப்பட்டிருக்கின்ற குயிலி குறித்த தகவலுக்கான வரலாற்று ஆதாரங்கள் ஏதும் காட்டப்படவில்லை. இந்நூலை நம்பகத்தன்மையற்ற வரலாற்றுத் தகவல்களின் அடிப்படையில் எழுதப்பட்ட நூலாகக் கருதுகிறோம். எனவே, குயிலிக்கான வரலாற்று ஆதாரம் தரும் நூலாக இந்நூலில்லை.

∎

1.7. ஆதி திராவிடத் தாய் (2007)

2007 ஆகஸ்ட் 07ஆம் தேதியன்று அப்போதைய சிவகங்கை சட்ட மன்றத் தொகுதி உறுப்பினராக இருந்த இந்தியக் கம்யூனிஸ்டுக் கட்சியைச் சேர்ந்த எஸ். குணசேகரன் (2006 மற்றும் 2011) என்பவர் குயிலி குறித்துத் தமிழக சட்டசபையில் கீழ்க்கண்டவாறு பேசியுள்ளார்.

"ஆங்கிலேயரை எதிர்த்து போர் முனையில் விரட்டிட வேண்டுமென்ற உத்வேகத்துடன், வீரமங்கை வேலுநாச்சியாரும், மருது சகோதரர்களும், திண்டுக்கல் ஜமீன் பாதுகாப்பில் ஹைதர் அலியைச் சந்தித்து, கனரகப் பீரங்கிகளைப் பெற்று 1780ஆம் ஆண்டி வெள்ளையர் படைகளை நேருக்குநேர் சந்தித்து எதிர்த்து போரிட்டு வெற்றி பெற்றார்கள். அதில் 'குயிலி' என்ற ஆதி திராவிடத் தாயும் முதல் மனித வெடிகுண்டாகச் செயல்பட்டார்".

இந்த உரையில் அவர் கோரிக்கை ஏதும் வைத்தாரா என அறிய முடியவில்லை. 2007இல் சட்டசபையில் முதலில் பேசும்போது முதல்வராக இருந்தவர் கலைஞர் மு.கருணாநிதியாவார். ஆனால், அவர் குயிலி குறித்து ஏதும் பேசியதாகத் தகவலில்லை.

2007க்குப் பிறகு எஸ். குணசேகரன் மீண்டும் குயிலி பற்றிச் சட்டமன்றத்தில் பேசியிருக்கிறாரா என்பது தெரியவில்லை. இருப்பினும், தமிழக அரசு குயிலியை அங்கீகரித்திருப்பதற்குக் காரணமான

முதல் நடவடிக்கையை எடுத்தவர் எஸ்.குணசேகரன்தான் என்பதை 2012இல் பேசிய அப்போதைய முதல்வர் ஜெ.ஜெயலலிதாவின் உரை எடுத்துக் காட்டுகிறது.

குயிலியைத் தான் அறிந்து கொண்டதற்குக் காரணமானவர் ஜீவபாரதியே எனப் பல நேரங்களில் அவர் குறிப்பிட்டுள்ளார். நாட்டுப் புறப் பாடல்களில் குயிலிக்கான ஆதாரங்கள் இருப்ப தாகவும் பல மேடைகளில் அவர் குறிப்பிட்டுப் பேசியுள்ளார்.

ஆதி திராவிடர் சாதி எனப் பொதுவாகக் குறிப்பிடப் பட்டாலும்கூட, அப்பெயரானது இந்து பறையர் சாதியைக் குறிப்பதாகவே வழக்கிலுள்ளது. இவரது சட்டமன்ற உரைக்குப் பிறகுதான் குயிலி பறையர் சாதிக்கான பெண்ணாக அடையாளப்படுத்தப்பட்டாள். தமிழகமெங்கும் பரவிய இக்கருத்தின் அடிப்படையில் அச்சாதி அமைப்புகள் குயிலியைத் தங்கள் சாதிக்கான வரலாற்றுப் பெருமையாக உயர்த்திப் பிடித்தன. ஆலம்பட்டு சோ.உலகநாதன் என்பவர் ஒரு நூல் எழுதியுள்ளார். குயிலி குறித்த முதல் தனிநூலும் அதுதான். அந்நூல் எழுதப்பட்டதற்கு இவரது உரையே அடிப்படையாக இருந்தது என ஆலம்பட்டாரே நூலில் குறிப்பிட்டுள்ளார். குயிலி பறையர் சாதிப்பெண் என்பதை மறுத்து அருந்ததியர் சாதிப்பெண் என எழுதப்பட்ட நூல் வெளியீட்டு விழாவிலும் எஸ். குணசேகரன் கலந்துகொண்டு பேசினார். அப்போது குயிலியின்மீது சாதி அடையாளம் பூசப்படுவதற்கு மிகவும் வருத்தம் தெரிவித்ததோடு அவ்வாறு பேசக் கூடாது என்றும் தனது ஆதங்கத்தைத் தெரிவித்தார்.

எனவே, ஜீவபாரதியின் நாவலில் கற்பனையாகக் குறிப்பிடப் பட்டிருக்கின்ற குயிலி குறித்த கதைகளை உண்மை எனக் கருதி அரசிடம் கோரிக்கை வைக்கப்பட்டதால் குயிலிக்கான வரலாற்று ஆதாரங்கள் ஏதும் இவ்வுரையில் இல்லை.

■

1.8. தலித் பெண்
(2007)

சென்னைப் பல்கலைக்கழகத்தின் 'இந்திய வரலாற்றுத்துறை' *(Department of History)* நடத்துகின்ற அமைப்பு 'தமிழ்நாடு வரலாற்றுப் பேராயம்' *(Tamil Nadu History Council)* ஆகும். 2007ஆம் ஆண்டு இந்த அமைப்பின் பொதுச் செயலாளராக இருந்த பேராசிரியர் ஜி.வெங்கடராமன் இப்பேராயத்தின் 14ஆவது ஆண்டு மாநாட்டினை நடத்தினார். அம்மாநாட்டுத் தீர்மானத்தினை 17.12.2007ஆம் தேதியிட்ட இந்து ஆங்கில நாளிதழானது செய்தியாக வெளியிட்டுள்ளது. தென்னிந்திய வரலாற்று ஆய்வாளர்கள் சிலருக்கு மத்திய அரசானது அஞ்சல் தலைகளை வெளியிட

CHENNAI (The Hindu 17-12-2007): The Tamil Nadu History Congress (TNHC) on Sunday decided to bring out biographies of at least three well-known historians of the State. Besides, it will form a committee to document important historical events of the State up to India's freedom struggle.

Addressing newspersons as part of the 14th annual conference, TNHC general secretary G. Venkataraman said that the State boasted of several historians, but their contributions were short lived and had faded from public memory. Hence, the TNHC decided to bring out the biographies as well as documentaries. The documentaries would be shown in all schools across the State.

The congress urged the State Government to persuade the Centre to honour eminent historians of south India such as Sadasiva Pandarathar, K.A. Neelakanta Shastri, R. Sathyanathar, T.V. Mahalingam and K.K. Pillay by issuing postal stamps in their memory. The Congress also called for issue of postal stamps in commemoration of Velu Nachiar and the Dalit woman, Kuyili.

Prof. Venkataraman said that they have moved resolutions urging the State Government to institute an award for historians, economists, sociologists, philosophers and others in the social science field in the State, fill up 80 vacancies in the Department of History in the universities of Tamil Nadu and establish Departments of History in government colleges, universities and other educational institutions to foster value and culture among the students.

மாநில அரசானது வலியுறுத்த வேண்டுமென்ற கோரிக்கை அத்தீர்மானத்தில் காணப்படுவதோடு, குயிலி குறித்தும் குறிப்பிடப்பட்டுள்ளது.

"மேலும் இந்தப் பேராயமானது வேலுநாச்சியார் மற்றும் தலித் பெண் குயிலிக்கு அஞ்சல் தலைகள் வெளியிட வேண்டுமென்றும் கோருகிறது. *(The congress also called for issue of postal stamps in commemoration of Velu Natchiar and Dalit woman kuyili)"* என அத்தீர்மானத்தில் வலியுறுத்தப் பட்டுள்ளது.

அதன் அடிப்படையில் 29.10.2018 அன்று தமிழ்நாடு வரலாற்றுப் பேராயத்திடம் குயிலி குறித்து வைத்துள்ள ஆதாரங்களைக் கேட்டுத் தகவல் அறியும் உரிமைச் சட்டத்தின்கீழ் விண்ணப்பம் அனுப்பியிருந்தோம். 30 நாட்களுக்குள் தகவல் அனுப்பவில்லை. எனவே 10.12.2018 அன்று முதலாம் மேல்முறையீட்டு விண்ணப்பத்தினை தமிழ்நாடு வரலாற்றுப் பேராய மேல்முறையீட்டு அலுவலருக்கு அனுப்பியிருந்தோம். இந்த விண்ணப்பம் பெற்றுக் கொண்டதற்கான அத்தாட்சி அட்டை நமக்கு வந்தது. ஆனால் சில நாட்கள் கழித்து சென்னைப் பல்கலைக்கழகம் என இருந்ததால் தவறுதலாக கடிதத்தை நாங்கள் வாங்கி விட்டோம் என்றும் மேல் முறையீட்டு அலுவலர், தமிழ்நாடு வரலாற்றுப் பேராயம் என்ற பதவியின் பெயர் சென்னைப் பல்கலைக் கழக அலுவலகத்தில் இல்லாததால் திருப்பியனுப்புகிறோம் என்றும் இதை யாருக்கு அனுப்ப வேண்டுமென்று நீங்களே தீர்மானிக்க வேண்டும் என்றும் பதில் அனுப்பியிருந்தது. இது தகவல் அறியும் உரிமைச் சட்டத்தைக் கடைப் பிடிக்காத போக்காகும்.

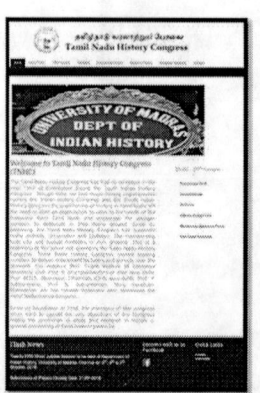

இந்தச் சட்ட மீறலைக் குறிப்பிட்டு மாநிலத் தகவல் ஆணையத்திற்கு இரண்டாம் மேல் முறையீட்டினை 02.01.2019 அன்று அனுப்பியிருந்தோம். அது நமது மனுவை வழக்காக *(SA/100/2019 - Category -* இ.மே.மு)ப் பதிவு செய்துள்ளதாக ஆணையமானது குறுஞ்செய்தியினை நமக்கு அனுப்பி இருந்தது. அதன்பின்னர் 16.05.2019 அன்று விசாரணைக்காக சென்னைக்கு வரச் சொல்லி அழைப்பானை அனுப்பி இருந்தது. இந்நிலையில் 12.05.2019 அன்று 'எங்களது பல்கலைக்கழகத்தில் தமிழ்நாடு

வரலாற்றுப் பேராயம் எனும் துறையே இல்லை' என ஒரு தகவலை அனுப்பியிருந்தது.

அதாவது, நாம் அமைப்பு எனக் கேட்டிருந்ததை அவர்கள் துறை என மாற்றம் செய்து கொண்டு தகவலை அனுப்பிச் சமாளித்துள்ளனர். இந்நிலையில் ஆணையத்திடம்போய் நின்றாலும் மேல் முறையீட்டில் தகவல் கொடுக்கப்பட்டுவிட்டது என்றுதான் ஆணையம் வழக்கை முடிக்குமே தவிர, அத்தகவல் உண்மையா பொய்யா என்பதில் தலையிடாது என்பதை நாம் நன்கறிவோம். காரணம் அதன் வரம்பு அவ்வளவுதான். எனவே, இவ்விசாரணையில் கலந்துகொள்ள வேண்டாம் என முடிவெடுத்தோம். அதைக் கீழ்க்கண்டவாறு ஆணையத்திற்குத் தெரிவித்தோம்.

ஆணையத்திற்கு அனுப்பிய மனு

பெறுநர்:	மாநிலத் தகவல் ஆணையர், மாநிலத் தகவல் ஆணையம், சென்னை.
தகவல் கோரப்பட்ட துறை:	தமிழ்நாடு வரலாற்றுப் பேராயம், *(Tamil Nadu History Congress)* இந்திய வரலாற்றுத் துறை, சென்னைப் பல்கலைக் கழகம், சென்னை.

ஐயா,

பொருள்: விசாரணை அறிவிப்பு வந்ததற்குப் பின்னால் தகவல் அனுப்பியிருப்பதை ஏற்றுக்கொண்டு ஆணையமானது விசாரணையை முடித்துக் கொள்ளும் என்பதால் விசாரணையில் கலந்துகொள்ள முடியாததை அறிவிக்கும் பொருட்டு:–

பார்வை 1:	எனது விண்ணப்பம். நாள்: 29.10.2018
பார்வை 2:	எனது முதல் மேல்முறையீட்டு விண்ணப்பம். நாள்: 10.12.2018
பார்வை 3:	செ. பல்கலைக்கழகம் திருப்பியனுப்பிய கடிதம். நாள்: 14.12.2018
பார்வை 4:	எனது இரண்டாம் மேல்முறையீட்டு விண்ணப்பம். நாள்: 02.01.2019
பார்வை 5:	மாநிலத்தகவல் ஆணையம் விசாரணை அறிவிப்பு. நாள்: 30.04.2019

பார்வை 6: சென்னைப் பல்கலைக் கழகத்தின் தகவல்.
நாள்: 09.05.2019

பார்வை 7: செ.ப.கழகம்/இ.வ.துறை/2 ஆவது சுற்றறிக்கை
நாள்: 2018.

தகவல் அறியும் உரிமைச்சட்டம் 2005இன்படி பார்வை 1இல் கண்ட எனது விண்ணப்பத்தினை 29.10.2018 அன்று செ.ப.கழகம் – தமிழ்நாடு வரலாற்றுப் பேராயம், அமைப்பின் பொதுத் தகவல் அலுவலருக்கு அனுப்பியிருந்தேன். அவர் 30 நாட்களுக்குள் தகவல் தரவில்லை. எனவே பார்வை 2இல் கண்ட முதல் மேல் முறையீட்டினை 10.12.2018 அன்று அதே அமைப்பின் மேல்முறையீட்டு அலுவலருக்கு அனுப்பியிருந்தேன். பார்வை 3இல் கண்ட 'மேல்முறையீட்டாளர் பதவி இல்லை' எனும் கடிதத்தினையும் எனது மேல்முறையீட்டு மனுவையும் சென்னைப் பல்கலைக்கழகத்தின் பதிவாளர் 14.12.2018 அன்று திருப்பி அனுப்பி விட்டார். எனவே பார்வை 4இல் கண்ட எனது இரண்டாவது மேல் முறையீட்டு மனுவினை 02.01.2019 அன்று ஆணையத்திற்கு அனுப்பியிருந்தேன். மனு பெறப்பட்டு வழக்காகப் பதிவு செய்யப்பட்டுள்ள தகவல் 04.01.2019 அன்று எனது அலைபேசி (9488525882)க்கு குறுஞ்செய்தி மூலம் தெரிவிக்கப்பட்டிருந்தது. பார்வை 5இல் கண்ட விசாரணை அறிவிப்பின்படி வருகின்ற 16.05.2019 அன்று விசாரணைக்கு ஆணையம் அழைத்துள்ளது. இந்நிலையில் கிட்டத்தட்ட 5 மாதங்கள் கழித்து, பார்வை 6இல் கண்ட 'எனது மனுவிற்குத் தகவல் அளிக்க இயலவில்லை' என்ற தகவலை சென்னைப் பல்கலைக்கழகத்தின் பொதுத் தகவல் அலுவலர் 09.05.2019 அன்று, எனக்கு அனுப்பியுள்ளார்.

மேல்முறையீட்டு அலுவலர் பதவியே இல்லை என பார்வை 3இல் கண்டுள்ள கடிதத்திலும் தமிழ்நாடு வரலாற்றுப் பேராயம் எனும் துறையே இல்லை என பார்வை 6இல் கண்டுள்ள கடிதத்திலும் சென்னைப் பல்கலைக்கழகம் தெரிவித்துள்ளது.

சென்னைப் பல்கலைக் கழகத்தினுடைய இந்திய வரலாற்றுத் துறை நடத்தும் அமைப்புதான் தமிழ்நாடு வரலாற்றுப் பேராயம், (Tamil Nadu History Congress) ஆகும். அப்பேராயம் 2018 ஆம் ஆண்டு அக்டோபர் 5,6,7 ஆகிய தேதிகளில் தனது 25 ஆவது வெள்ளி விழா மாநாட்டினை சென்னைப் பல்கலைக்கழக வளாகத்தில் நடத்தியது. அம்மாநாடு குறித்து இரண்டாவதாக அனுப்பப்பட்ட கடிதம்தான் பார்வை 7இல் கண்டுள்ள சுற்றறிக்கை ஆகும்.

இதேபோன்று 2007ஆம் ஆண்டு நடத்தப்பட்ட மாநாட்டில் நிறைவேற்றப்பட்ட தீர்மானம் குறித்துத்தான் நான் தகவல் கேட்டிருந்தேன். பேராயத்தின் உள்ளூர்ச் செயலராகத் தற்போது பதவியில் இருப்பவர் சென்னைப் பல்கலைக் கழகத்தின் இந்திய வரலாற்றுத் துறைத் தலைவரான பேராசிரியர் எஸ்.எஸ். சுந்தரம் ஆவார்.

முழுப் பூசணிக்காயைச் சோற்றில் மறைப்பது என்பதுபோல எனக்குத் தகவல் தர மறுப்பதற்காக, தனது துறை நடத்தும் ஒரு அமைப்பையே இல்லை என சென்னைப் பல்கலைக் கழகம் தெரிவித்திருக்கிறது. மாதந்தோறும் பல லட்சங்களை ஊதியமாகப் பெறுகின்ற பேராசிரியர்கள் என்னைப் போன்ற சாதாரணக் குடிமகன் கோரும் தகவலைத் தருவதை மறுப்பதற்காகச் சொல்லுகின்ற பொய்கள் மிகவும் அருவருக்கத்தக்கதாகவும் கல்வியாளர்களை, தமிழக உயர்கல்வித் துறையை இழிவுபடுத்துவதாகவும் இருக்கின்றன.

வருகின்ற விசாரணையில் காலதாமதமானாலும் த.அ.உ சட்டப்படி நாங்கள் தகவல் கொடுத்துவிட்டோம் என்று சென்னைப் பல்கலைக்கழகம் வாதிடும். அதைத் தகவல் ஆணையமும் ஏற்றுக் கொள்ளும். தகவல் ஆணையம் தகவல் கொடுப்பதை மட்டுமே கவனத்தில் கொள்ளும் என்பதையும் அது பொய்யா உண்மையா என்பது குறித்து கவனத்தில் கொள்ளாது என்பதையும் அறிந்திருப்பதால்தான் 5 மாதங்கள் கழித்து ஒரு பொய்த் தகவலை தைரியமாகச் சென்னைப் பல்கலைக்கழகம் அனுப்புகிறது. கேட்டதற்குத் தகவல் அனுப்பட்டுவிட்டது என்பதால் ஆணையமும் இதற்கு மேல் ஒரு நடவடிக்கையும் எடுக்காது.

எனவே இந்த விசாரணையில் நான் கலந்துகொள்ள விரும்பவில்லை எனத் தெரிவித்துக்கொள்கிறேன்.

தனது இந்திய வரலாற்றுத் துறையினால் நடத்தப்படுகின்ற; 25ஆவது வெள்ளிவிழா மாநாட்டினைத் தனது பல்கலைக் கழக வளாகத்திலேயே நடத்தியுள்ள; தமிழகம் முழுதும் வாழுகின்ற ஏராளமான உயர்கல்வி பயின்ற முனைவர் மற்றும் பேராசிரியப் பெருமக்களை வாழ்நாள் உறுப்பினர்களாக் கொண்டுள்ள; உறுப்பு அமைப்பு என என்னால் சொல்லப்பட்ட தமிழ்நாடு வரலாற்றுப் பேராயத்தை வேண்டுமென்றே ஒரு துறை என மாற்றியும் அப்படி ஒரு துறை இல்லையென்றும் மிகமிகப் புத்திசாலித்தனமாகச் செயல்படுவதாக எண்ணிக் கொண்டு படுமுட்டாள்தனமாகச் செயல்படுகின்ற; மக்களது

குயிலி-உண்மையாக்கப்படுகின்ற பொய் ❦ 67

வரிப்பணத்தில் வாங்குகிற சம்பளத்திற்கு கொஞ்சமாவது நாணயத்துடன் நடந்துகொள்ளாத; சென்னைப் பல்கலைக் கழகத்திற்கு நல்லவிதமான புத்திமதிகளை சொல்லி அனுப்பி வைக்குமாறு மாநிலத் தகவல் ஆணையரைப் பணிவுடன் கேட்டுக் கொள்கிறேன். நன்றி.

நாள்: *13.05.2019* இப்படிக்கு

இடம்: சிவகங்கை (ஒப்பம்)

இணைப்பு:

பார்வைகளிலுள்ள 7 ஆவணங்களின் நகல்கள்.

■ ■ ■

தனது துறை நடத்துகின்ற அமைப்பு வெளியிட்டுள்ள தவறான தகவலை மறைப்பதற்காக அப்படி ஒரு அமைப்பே இல்லை என முழுப் பொய்யைச் சோத்துக்குள் மறைக்கின்ற படு மட்டரகமான வேலையைத் திறமையாகச் செய்திருக்கிறது பாரம்பரியமிக்க சென்னைப் பல்கலைக் கழகம். ஆதாரமேயில்லாத குயிலிக்கு அஞ்சல் தலை வெளியிடச் சொல்லி தீர்மானம்போட்ட சென்னைப் பல்கலைக் கழகத்தின் வரலாற்றுத் துறை இன்று குயிலி கற்பனை என நிரூபிக்கப்படும்போது பாய்க்குள் படுத்துக் கொண்டு பம்முகிறது. இதுகுறித்து தமிழ்நாடு வரலாற்றுப் பேராயத்தின் உறுப்பினர்களாக தமிழகமெங்கும் பரவியிருக்கும் வரலாற்றுத்துறை ஆர்வலர்கள் அனைவருக்கும் தனித்தனியாகக் கடிதம் எழுத முடிவு செய்துள்ளோம்.

நிற்க, நாம் விசாரணையில் கலந்துகொள்ள இயலாததைக் காரணத்துடன் தெரிவித்திருந்தும்கூட 17.07.19 அன்று ஆணையம் நமக்கொரு கடிதத்தை அனுப்பியிருந்தது. அதில், விசாரணையில் சென்னைப் பல்கலைக்கழக உதவிப் பதிவாளர் முனைவர் வி. சண்முகம் கலந்து கொண்டார் என்றும் தமிழ்நாடு வரலாற்றுப் பேராயம் என்னும் பெயரில் சென்னைப் பல்கலைக் கழகத்தில் துறை ஏதும் செயல்படவில்லையென்றும் சென்னைப் பல்கலைக்கழகம் எனப் பெயர் இருந்ததால் அக்கடிதம் வாங்கப்பட்டு விட்டது எனவும் பின்னர் மனுதாரருக்கு அப்படியே திருப்பியனுப்பப்பட்டுவிட்டதென்றும் கல்வியாளருக்கே உரிய நேர்மையுடன் எடுத்துரைத்தார் வி.சண்முகம் என சென்னைப் பல்கலைக் கழகம் ஒரு தவறும் செய்யாத மாதிரியும் அதில் விவரித்திருக்கின்றனர். அதை அப்படியே ஏற்றுக் கொண்டிருக்கிறது

ஆணையம். கர்னல் பஞ்ஜோரை, கிழக்கிந்தியக் கம்பெனி செய்த விசாரணையைவிட மோசமான விசாரணையாக இருக்கும் போலிருக்கிறது இந்த விசாரணை. விசயம் அதுவல்ல, இதோ ஆணையத்தின் கடைசிப் பாராவைப் படியுங்கள். அப்போது தெரியும், பல்கலைக் கழகமும் ஆணையமும் சேர்ந்து நடத்தும் இந்தக் கண்ணாமூச்சி ஆட்டத்தின் கதை.

5. "இன்றைய விசாரணை மற்றும் ஆவணப் பரிசீலனையின் முடிவில் மனுதாரர் (நாம்) கோரியுள்ள தகவல்கள் பொது அமைதிக்கு குந்தகம் விளைவிக்கும் தகவல்கள் என்று இவ்வாணையம் கருதுவதால் மனுதாரரின் மேல்முறையீட்டு மனு விசாரணைக்கு உகந்ததல்ல என்று முடிவு செய்து இம்மேல் முறையீட்டு மனு தள்ளுபடி செய்யப்படுகிறது."

சென்னைப் பல்கலைக்கழகத்தின் இந்திய வரலாற்றியல் துறையின் ஆய்வு நேர்மையையே தகர்க்கும் இம்மாதிரியான கேள்வியை நம்மைப் போன்ற பொதுமக்கள் கேட்டால் 'இந்தா பதில் தர்றேன்' என்றா சொல்லும்?. இப்படித்தான் 'பொது அமைதிக்கு குந்தகம் விளைவிக்கும்' எனப் போலீசு சொல்வது போலவே சொல்லும். ஆணையத்தையும் சொல்ல வைக்கும். நேர்மையான விசாரணையாக இருந்திருந்தால் ஆணையர் ஒன்றைத் தெரிந்து கொள்ள முயற்சித்திருக்க வேண்டும்.

'இந்த வழக்கிற்கான ஆணையை தமிழ்நாடு வரலாற்றுப் பேராயம் என்றுதான் சென்னைப் பல்கலைக்கழகத்திற்கு அனுப்பியுள்ளார். நாம் அனுப்பியபோது மட்டும் தமிழ்நாடு வரலாற்றுப் பேராயம் என ஒரு துறையே இல்லை எனத் திருப்பியனுப்பப்பட்டிருக்கும்போது ஆணையம் அனுப்பியதை மட்டும் எப்படி வாங்கிப் பிரித்துப் படித்துவிட்டு விசாரணைக்கும் திரு. வி.சண்முகம் வந்தார்? கேட்டுச் சொல்லுங்கள் ஆணையரே!. ஏற்கனவே பழமொழி உண்டே, "படிச்சவன் பாட்டைக் கெடுத்தான். எழுதியவன் ஏட்டைக் கெடுத்தான்." அதேதான், ஐய்ங்ஜக். இங்கே எழுதியவர்கள் ஏட்டைக் கெடுத்துக் கொண்டிருக்கிறார்கள்.

■

1.9. வீர மங்கை
(2010)

2010ஆம் ஆண்டு காவ்யா பதிப்பகத்தாரால் முனைவர் சு.சீனிவாசன் மற்றும் முனைவர் வே.பொன்ராஜ் ஆகியோரின் தொகுப்பில் 'தலித் கதை பாடல்கள் (தென் மாவட்டங்கள்)' எனும் ஆய்வு நூல் வெளிவந்துள்ளது. இந்நூலில் குயிலி குறித்து இரு இடங்களில் குறிப்பிடப்படுகிறது.

தலித் கதைப் பாடல்கள் ஒரு அறிமுகம் எனும் தலைப்பிலுள்ள முதல் அத்தியாயத்தில், அருந்ததியர் கதைப் பாடல்கள் - சில குறிப்புகள் எனும் உட்தலைப் பிட்ட பகுதியில் குயிலி குறித்த ஆய்வு பற்றிய தகவல் குறிப்பிடப்பட்டுள்ளது. "வீர மங்கை குயிலியைப் பற்றிய நாட்டுப்புறக் கதைப் பாடல்கள் எதுவும் கள ஆய்வில் கிடைக்கப் பெறவில்லை. தற்போதைய சிவகங்கை மாவட்டப் பகுதியிலுள்ள மக்கள் இராணி வேலு நாச்சியாரைப் பற்றித் தெரிந்தளவிற்கு குயிலியைப் பற்றி அறிந்திருக்கவில்லை. குயிலியைப் பற்றி அறிந்த மூத்த தலை முறையினர் உயிரோடு இல்லாததால் உண்மை வரலாற்றை மீட்டெடுப்பது சிரமமான காரியமாக உள்ளது. சிவகங்கை மாவட்டக் கிராமங்களின் அடியாழம்

வரை சென்று அங்குள்ள அடித்தட்டு மக்களோடு தங்கியிருந்து குயிலியைப் பற்றி விசாரித்தால் மறைக்கப்பட்ட உண்மை வரலாறு கிடைக்க வாய்ப்புள்ளதாகத் தோழர் அர்ச்சுனன் (CPM மாவட்டச் செயலாளர், சிவகங்கை) தெரிவிக்கின்றார்." (ப.3) எனக் குறிப்பிட்டு உள்ளனர்.

இதிலிருந்து இவர்களது கள ஆய்வினில் குயிலி குறித்து யாரிடமும் எந்தத் தகவலும் பெறவில்லை என்பது தெரிய வருகிறது. கள ஆய்வு எப்படிச் செய்ய வேண்டும் என்பதற்கான அடிப்படைப் பாடத்தைத் தோழர் அர்ச்சுனன் என்பவர் சொல்லிக் கொடுத்துள்ளார். அதன்படி மக்களோடு தங்கியிருந்து இந்த ஆய்வாளர்கள் விசாரித்தார்களா? என்பது தெரியவில்லை. அப்படி நடந்தும் ஒன்றும் கிடைக்கவில்லையா? எனவும் தெரியவில்லை. ஆனால், கள ஆய்வில் எந்தத் தகவலுமே பெற முடியாத இந்த ஆய்வாளர்கள் குயிலியின் கதையை மிகமிக விரிவாகவே குறிப்பிட்டுள்ளனர். அதை எங்கிருந்து பெற்றார்கள்? பார்க்கலாம்.

2. 'தலித் கதைப் பாடல்கள்: கதைச் சுருக்கங்கள்' எனும் இரண்டாவது அத்தியாயத்தில் பக்கம் 23இல் 'வீர மங்கை குயிலி: அறிமுகம்' எனும் தலைப்பில் 4 பக்கக் கட்டுரை உள்ளது. இதில் ஜீவபாரதியினுடைய கதைச் சம்பவங்கள் சுருக்கமாக எழுதப் பட்டுள்ளன. ஜீவபாரதியின் நாவலை, நூல் எனக் குறிப்பிடுகின்ற நூலாசிரியர்கள், அத்துடன் 'மகளிர் சிந்தனை', நவம்பர், 2010) மற்றும் 'அருள் தமிழன்' (மே, 2010) ஆகிய சிற்றிதழ்களிலும் சில செய்திகள் பதிவு செய்யப்பட்டிருப்பதாகக் குறிப்பிடுகின்றனர். ஆயினும் இவற்றுடன் சிவகங்கை மாவட்ட மக்களிடமிருந்து பெறப்பட்ட வாய்மொழிக் கதைகளின் அடிப்படையிலும் எழுதப்பட்டுள்ளதாகத் தெரிவிக்கின்றனர். ஆனால், எந்த இடத்திலும் வாய்மொழிக் கதைகள் பெறப்பட்டவை பற்றிய எந்தக் குறிப்புகளும் இல்லை.

மற்றபடி வழக்கம்போல, குயிலி தலித் பெண் என்பதால்தான் திட்டமிட்டு மறைக்கப்பட்டாள் என்பதை அழுத்தமாக வலியுறுத்தி எழுதியுள்ளனர். "இவரைப் பற்றிய நாட்டுப்புற வாய்மொழிக் கதைகள் சில கிடைத்திருப்பினும் முழுமையான வரலாற்றைத் தெரிந்தவர்கள் மேல் சாதியினராயிருப்பதால் தாழ்ந்த இனத்து அருந்ததியப் பெண்ணான குயிலியைப் பற்றிய தகவல் தர முன்வரவில்லை" எனக் கூறியுள்ளனர்.

மேலும், குயிலி உயிரைக் கொடுத்துத் தியாகம் செய்திருந்த போதிலும் "வேலு நாச்சியாருக்குத் துரோகம் செய்த சிலம்பு

வாத்தியார் என்ற வெற்றிவேல் தேவரைக் கொன்றவள்தான் குயிலி என்ற கோணத்தில்தான் அணுகப்படுகிறாள்." (பக்கம் 23) என்றும் எழுதியுள்ளனர்.

மேலும், "வரலாற்றைப் பதிவு செய்தவர்கள் சாதிய நோக்கோடுதான் அணுகியிருக்கிறார்கள் என்று கருத இடமுண்டு." எனவும் "ஆணாதிக்க சமூகத்தில் அருந்ததியப் பெண்ணான குயிலியின் வரலாறு இருட்டடிப்பு செய்யப்பட்டுள்ளது" எனவும் குறிப்பிட்டுள்ளனர். இவ்வளவையும் எழுதிவிட்டு ஜீவபாரதி எழுதியுள்ள குயிலியின் கதையை அப்படியே எடுத்து சுருக்கி எழுதியுள்ளனர். எந்தவொரு மாற்றமுமில்லாமல் பிரதியெடுத்தது போல் எழுதியுள்ளனர்.

ஒரு பக்கம் சாதியின் காரணமாக மறைக்கப்பட்டுவிட்டாள் என்று மற்றவர்களை வசை பாடிவிட்டு, மற்றொரு பக்கம் மற்றவர் எழுதியதை ஆய்விற்குக்கூட உட்படுத்தாமல் அப்படியே எழுதியிருக்கிறார்கள். இந்த இரு ஆய்வாளர்களைப் பொறுத்தவரை குயிலி சிவகங்கையின் வரலாற்றில் மறைக்கப்பட்டிருப்பதற்குக் காரணமே வெற்றிவேல் தேவரைக் கொன்றதுதான் என்பது இவர்கள் முடிவாக உள்ளது.

சிவகங்கை வரலாற்றாய்வாளர்களைச் சாதியவாதிகளென முதன்முதலாகக் குற்றம் சுமத்தியவர்கள் இவ்விருவருமே ஆவார்கள். இவர்களுக்குப் பின்னர்தான் சிவகங்கையின் வரலாற்றைத் தொட்டு எழுதுகின்ற பட்டியல் சாதியினரைச் சேர்ந்த அனைவருமே இதே குற்றச்சாட்டினைத் தொடர்ச்சியாகக் கூறுவதற்கு முன்வந்தனர்.

இந்நூல் குறித்து மேலும் சில விசயங்களைக் குறிப்பிட வேண்டும். இரண்டு ஆய்வாளர்களில் ஒருவரான வே. பொன்ராஜ் என்பவர் 2009களில் மன்னர் கல்லூரித் தமிழ்த்துறைக் கௌரவ விரிவுரையாளர் பேராசிரியர் இரா.தங்க முனியாண்டியின் மூலமாக நமக்கு அறிமுகமாகியிருக்கிறார். ஆயினும் அவர் குறித்த நினைவுகள் ஏதும் நம்மிடமில்லை. அவர் நம்மிடம் குயிலியைப் பற்றிக் கேட்டிருந்தால், நாம் அப்போது, அதாவது சுமார் 9 வருடங்களுக்கு முன்பாகச் சொல்லியிருக்கும் விதம் எதுவாக இருக்கும் என நினைவிலில்லை. ஆதரமில்லாதபோது சற்றுக் கடுமையாகவே இருந்திருக்கும் வாய்ப்புள்ளது. அதுதான் தகவல் தர முன் வரவில்லை என எழுதியிருக்கிறாரோ என்னமோ. ஆனாலும் அவர் முன்னுரையில் நமது பெயரைக் குறிப்பிட்டுள்ள விசயமே இப்போதுதான் அறிய முடிந்தது. ஆக, இப்போது

ஆய்வாளர்களால் நமக்கு வழங்கப்படுகின்ற சாதியவாதிப் பட்டம் 2010லேயே இவர்களால் நமக்குக் கொடுக்கப்பட்டிருக்கிறது போலும்.

இன்னொரு விசயமும் குறிப்பிட வேண்டும். இந்நூலில் ஒண்டிவீரன் கதைப் பாடல், ஒண்டிவீரன் வில்லுப் பாட்டு, பூலித்தேவன் கும்மி, பூலித்தேவன் சிந்து, மற்றும் சில கதைப் பாடல்கள் எனச் சிலவற்றை அச்சிட்டுள்ளனர் அவற்றில் பெரும்பாலானவை ஏற்கனவே நா.வானமாமலை, ராசய்யா உள்ளிட்ட பல ஆய்வாளர்களால் பதிப்பிக்கப்பட்டு வெளி வந்தவையாகும். ஆனால், அதைப் பற்றி எதையும் குறிப்பிடாமல் இவர்களாகவே கண்டுபிடித்து வெளியிடுவது போன்று இருவரும் இந்நூலைத் தொகுத்துள்ளனர்.

இந்நூலில் ஆதார நூல் பட்டியலே இல்லை. என்னவொரு ஆய்வு? இதுதான் முனைவர் பட்ட ஆய்வாளர்கள் செய்யும் வேலையா? இது ஏமாற்றுத்தனமில்லையா? சரி, எழுதியவர்கள்தான் அப்படி எழுதிக் கொடுக்கிறார்கள். இதுபோன்ற எத்தனையோ நூல்களை வெளியிட்டுள்ள காவ்யா பதிப்பகத்தினருக்குமா இது தெரியாது? ஒரு அளவில்லையா? உருப்படுமா தமிழ் ஆய்வுலகம்?.

குயிலியை அருந்ததியர் சமூகத்துப் பெண்ணாகக் குறிப்பிடுகின்ற முதல் நூலாக இந்நூலானது அமைகின்றது.

■

1.10. தியாகச் செம்மல்
(2012)

2012ஆம் ஆண்டு டிசம்பரில் நரேந்திர மோடியின் புத்தகத்தைத் தமிழில் மொழிபெயர்த்தவரும் பல சுய முன்னேற்றக் கட்டுரை நூல்களை எழுதியுள்ள வரும் அதற்காகப் பல்வேறு பரிசுகளைப் பெற்றவரும் பல்வேறு இதழ்களில் தொடர்ச்சியாகக் கட்டுரை எழுதி வருபவருமான வெ. இன்சுவை என்பவர் 'தெய்வ தரிசனம்' எனும் இதழில் 18 பெண் ஆளுமைகளைப் பற்றி எழுதிய கட்டுரைகளைத் தொகுத்து 'நம் மண் போற்றும் மாதரசிகள்' எனும் தலைப்பில் கவிதா பதிப்பகமானது வெளியிட்டுள்ளது. இக்கட்டுரைத் தொகுப்பில் 14ஆவதாக உள்ள கட்டுரை 'வீர மங்கை வேலு நாச்சியார்'. இக்கட்டுரையில் குயிலி குறித்துக் குறிப்பிடப்பட்டுள்ளது.

இந்நூலின் 116ஆம் பக்கத்தில் "குயிலி என்ற பெண் தன் உடம் பெல்லாம் நெய் தடவி தீ வைத்துக் கொண்டு ஆயுதக் கிடங்கில் குதித்தாள். ஆயுதக்கிடங்கு பற்றி எரிந்து போனது. இந்திய சுதந்திர வரலாற்றில் குயிலி போன்ற தியாகச் செம்மல்கள் முகவரி இல்லாமலேயே தொலைந்து விட்டார்கள்." எனக் குயிலி பற்றிக் கவலையுடன் குறிப்பிட்டுள்ளார்.

1.11. வீரத் தாய்
(2013)

2012 டிசம்பர் மாதம் 12ஆம் (12.12.2012) நாளன்று ஆங்கிலேயர்களை எதிர்கொண்டு வெற்றிக் கண்ட வீரமங்கை வேலுநாச்சியார் அவர்களின் நினைவாக சிவகங்கையில் நினைவு மண்டபத்தை 60,00,000 — செலவினத்தில் அமைக்க அரசு ஒப்புதல் வழங்குவதாக அரசு அறிவித்தது. அதைத் தொடர்ந்து அதற்கான பணிகள் தொடங்கி நடைபெற்று வந்தன.

அதன்பின்னர் 5 மாதங்களுக்குப் பிறகு 2013ஆம் ஆண்டு மே மாதம் 15ஆம் நாளன்று (15.05.2013) தமிழக சட்டசபையில் அப்போதைய முதல்வர் ஜெயலலிதா, தமிழ்நாடு சட்டமன்றப் பேரவை விதியான 110ன் கீழ் வழங்கிய அறிக்கையில் உள்ள மூன்றாவது பத்தியில் குயிலி குறித்துக் கூறியுள்ளார்.

"நேற்று தமிழ்நாடு சட்டமன்றப் பேரவையில் நடைபெற்ற விவாதத்தில் கலந்து கொண்டு பேசிய சட்டமன்ற உறுப்பினர் முனைவர் செ.கு.தமிழரசன் அவர்கள், வீரமங்கை வேலுநாச்சியாரின் படைத் தளபதியாய் விளங்கி தன் உயிரை மாய்த்துக் கொண்ட வீரத்தாய் குயிலி அவர்களின் நினைவைப் போற்றும் வகையில் வீரமங்கை வேலுநாச்சியார் அவர்களுக்கு நினைவுச் சின்னம்

அமைக்கப்படவிருக்கும் வளாகத்திலேயே ஒரு நினைவுச் சின்னம் அமைக்க வேண்டும் என்று கோரிக்கை வைத்தார். இதே கோரிக்கையை, இதற்கு முன்பே இந்தியக் கம்யூனிஸ்டுக் கட்சியைச் சார்ந்த உறுப்பினர் திரு. சு. குணசேகரன் அவர்களும் இந்த அவையில் வைத்திருக்கிறார். இவர்களின் கோரிக்கையை ஏற்று, வீரமங்கை வேலுநாச்சியார் அவர்களுக்கு நினைவு மண்டபம் அமைக்கப்பட்டு வரும் வளாகத்தில் வீரத்தாய் குயிலிக்கும் நினைவுச் சின்னம் அமைக்கப்படும் என்பதை மகிழ்ச்சியுடன் தெரிவித்துக் கொள்கிறேன்."

இந்த உரையிலிருந்து இதற்கு முந்தைய நாளன்று (14.05.2013) வேலூர் மாவட்டம் வைத்தியனான் குப்பம் சட்டமன்றத் தொகுதியின் சட்டமன்ற உறுப்பினரும் இந்தியக் குடியரசுக் கட்சியின் தலைவருமான செகுதமிழரசன் என்பவரும் குயிலிக்கான நினைவுச் சின்னம் அமைக்குமாறு கோரிக்கை வைத்துள்ளார் என அறிய முடிகிறது.

குயிலியை ஒரு வரலாற்றுப் பாத்திரமாக அனைவரும் கருதக்கூடிய வகையில் ஒரு நினைவுச் சின்னத்தைத் தமிழ்நாடு அரசு எழுப்பியுள்ளது மற்றும் பாடநூல்களில் குறிப்பிட்டுள்ளது. குயிலிக்கு நினைவுச் சின்னம் வைக்கப்பட வேண்டும் எனும் கோரிக்கை கலைஞர் முதலமைச்சராக இருந்தபோதே வைக்கப்பட்டதென்றும் ஆனால், கலைஞர் அதை ஏற்க மறுத்தார் என்றும் சில தகவல்கள் உலவுகின்றன. அவருக்குப் பின் முதலமைச்சராக இருந்த ஜெ.ஜெயலலிதா அம்மையார் வரலாற்றுச் சான்றுகளைக்

கொண்டு தகவல்களை உறுதிப்படுத்திக் கொள்ளாமல் அறிவித்ததே குயிலிக்கான நினைவுச் சின்னம். அவர் இப்படி ஒரு முடிவெடுப்பதற்கு முன்பாக, மத்திய அரசின் இந்திய வரலாற்று ஆய்வு நிறுவனத்திடமோ அல்லது சென்னைப் பல்கலைக் கழகத்தின் இந்திய வரலாற்றுத்துறை நடத்துகின்ற தமிழ்நாடு வரலாற்றுப் பேராயத்திடமோ அல்லது தமிழகத்திலுள்ள ஏதேனும் ஒரு பல்கலைக் கழகத்தின் வரலாற்றுத்துறையிடமோ குயிலியை உறுதிப்படுத்தும் பணியை வழங்கியிருக்கலாம். ஆனால், அவ்வாறு செய்யாமல் அவராகவே தன்னிச்சையாக முடிவெடுத்து குயிலிக்கான நினைவுச் சின்னத்தை அறிவித்துவிட்டார்.

2014ஆம் ஆண்டு சிவகங்கையிலிருந்து தொண்டி செல்லும் சாலையில் கட்டப்பட்டுவந்த வீரமங்கை வேலுநாச்சியார் நினைவு மண்டப வளாகத்தினுள் வீரத்தாய் குயிலி நினைவுச் சின்னம் எனும் பெயர் பொறிக்கப்பட்ட கிரானைட் கற்கள் பதித்த தூண் ஒன்று 2013ஆம் ஆண்டு சட்டசபையில் அறிவித்தபடி அமைக்கப்பட்டது. இத்தூணில் குயிலி குறித்த எந்தக் குறிப்பும் இடம் பெறவில்லை.

குயிலி தற்கொலை செய்துகொண்ட நாள் எனக் கருதுகின்ற ‘விஜயதசமி’ நாளன்று இந்தத் தூண் வருடந்தோறும் குயிலி வழிபாட்டாளர்களால் வணங்கப்பட்டு வருகிறது. பட்டியல் சாதிச் சங்கங்களைச் சேர்ந்தவர்கள் பல ஊர்களிலிருந்து வாகனங்களில் வந்து வணங்கிச் செல்கின்றனர். நாட்டார் தெய்வ வழிபாடுபோல இவ்வழிபாட்டினைக் கொண்டு வரும் வகையில் இச்செயல்பாடுகள் கடைப்பிடிக்கப்பட்டு வருகின்றன. பல்வேறு அரசியல் கட்சிகளும், பட்டியல் சாதியல்லாத சாதி அமைப்பினரும், தமிழினப் பெருமையை மையமாக வைத்து இயங்குகின்ற அமைப்புகளும், தமிழ்த் தேசிய அமைப்புகளும் இத்தூணை வணங்கி வருகின்றனர்.

விடை தேட விருப்பமில்லாத கேள்விகள்

குயிலி போற்றப்படுபவளாக இருப்பதற்குக் காரணம் என்ன? அவளது தியாகம். தன் உடலில் தீ வைத்துக் கொண்டு தற்கொலை செய்துகொண்டு தியாகம் செய்த இடம்

எங்கேயிருக்கிறது? சிவகங்கை அரண்மனையின் உள்ளேதான் இருக்கிறது. குறிப்பிட்ட அந்த இடத்தினை ஜீவபாரதி புகைப்படம் எடுத்து தனது நூலிலும் வெளியிட்டுள்ளார். ஏற்கனவே குயிலியைக் குறித்து சிவகங்கை அரண்மனைக் குழுமமும் கல்வெட்டில் பதிவு செய்துள்ளது. குயிலி உயிர்த் தியாகம் செய்து கொண்ட இடத்திற்கான ஆதாரங்களும் ஆதரவும் இருக்கையில் அவள் தியாகியான இடத்தை விட்டுவிட்டு ஊருக்கு வெளியே ஏதோ ஓர் இடத்தில் குயிலிக்கு அஞ்சலி செலுத்த வேண்டிய அவசியம் என்ன?

ஜீவபாரதியே குறிப்பாகச் சொல்லியிருக்கும்போது அவர் குறிப்பிட்டுள்ள அரண்மனை வளாகத்தினுள்ள இடத்தில் குயிலியின் நினைவிடத்தை அமைக்க வேண்டுமென குயிலிவாதிகளும் குயிலியின் குடிவழிதாரிகளும் ஏன் அரண்மனை நிர்வாகத்திடம் கோரவில்லை? அதற்கான முயற்சியை குயிலியை வணங்கும் அமைப்புகள் ஏன் எடுக்கவில்லை? ஜீவபாரதியின் கதை வேண்டும், அவர் குறிப்பிடும் இடம் வேண்டாமா? மிக எளிமையான இக்கேள்விக்கான விடையைச் சொல்லப் போவது யார்?.

அரசுக்கு முதன்முதலாக அனுப்பிய மனு

குயிலிக்கான தரவுகளைச் சேகரிக்கத் தொடங்கிபோது முதல் முயற்சியாக 5 கேள்விகளைத் தமிழக அரசிற்குத் தகவல் அறியும் உரிமைச் சட்டத்தின்கீழ் மனுவினை 01.09.2017 அன்று அனுப்பினோம். அதில் 5ஆவது கேள்வியாக,

"5. குயிலிக்கு நினைவுச் சின்னம் அமைக்கும் வகையில் அவர் ஒரு வரலாற்று மாந்தர்தான் என்பதை உறுதிப்படுத்தியதற்காக தமிழக அரசு வைத்திருக்கும் அனைத்து விதமான ஆதார ஆவணங்களின் நகல்களையும் தரவும்." எனக்கேட்டிருந்தோம்.

இதற்குத் தலைமைச் செயலகம் கொடுத்த பதில் இதுதான், **"தகவல் அறியும் உரிமைச் சட்டம் 2005, பிரிவு 2 (எஃப்)க்குப்பட்டு மனுதாரர் கோரும் தகவல்கள் இத்துறையின் பொது அதிகார அமைப்பில் இல்லை." (கடித எண் : 12974/வசெ.2/2017 நாள் : 15.09.2017)**

ஆக, செல்வி ஜெ. ஜெயலலிதா சொன்னதைத் தவிர அரசிடம் குயிலிக்கான ஆதாரங்கள் ஏதுமில்லை.

■

1.12. தியாகி
(2013)

2013ஆம் ஆண்டு பிப்ரவரி மாதம் கமலா உலக நாதன் நினைவு திருக்குலக் கல்வி அறக் கட்டளையின் சார்பாக ஆலம்பட்டு சோ.உலகநாதன் என்பவர் எழுதியுள்ள, 'குயிலியின் தியாகத்தில் வேலு நாச்சியாரின் வெற்றி' எனும் நூல் வெளிவந்துள்ளது. இந்நூல் குயிலி குறித்து எழுதப்பட்ட முதல் தனி நூலாகும்.

களம்: 1 - பௌத்தத்தைத் தழுவியவரான எக்ஸ்ரே. மாணிக்கம் என்பவர் எழுதியுள்ள அணிந்துரையில், "...அரசை இழந்த வேலு நாச்சியாரின் சிவகங்கை அரசை மீட்டெடுக்கத் தன் உயிரை ஈந்து வெற்றி தேடித்தந்த குயிலியும், ஆதி திராவிட முன்னோடிப் போராளிகள் ஆவர்." என்றும்; அரசனேரி, கே.ஆர்.வி.இராஜேந்திரன் என்பவர் எழுதியுள்ள உரையில் "ஆம் இவர் ஒரு தலித் பெண் ஆவர்." என்றும்; கவிஞர் இளமதி அறிவுடை நம்பி என்பவர் எழுதியுள்ள

உரையில், “சாதி இந்துக்களுக்கு மட்டுமல்ல தாழ்த்தப்பட்ட பெண்களுக்கும் தாய் மொழிப் பற்றும் தாய் மண் பற்றும் எள்ளளவும் குறைந்ததில்லை என்பதை குயிலியின் வரலாறு மூலமாக ஆணி அடித்தாற்போல் பதிவைத் தந்திருக்கிறார் ஆசிரியர்” என்றும்; நூலாசிரியர் எழுதியுள்ள உரையில், “ ‘குயிலி’ ஒரு சேரியில் பிறந்த ஆதி திராவிடப் பெண் என்பதால் பேனாவிற்குத் தீட்டுப்பட்டுவிடும் என்ற அச்சம் காரணமோ என்னவோ, பலருடைய பேனா அந்நிகழ்வுகளைச் சீண்ட மறுத்துவிட்டது.” எனவும் குறிப்பிட்டுள்ளனர்.

களம்: 2 - சிவகங்கைச் சீமை எனும் கட்டுரையில் வேலு நாச்சியார் அறிமுகம் செய்யப்படுகிறார். அப்போது, “‘குயிலி’ என்ற ஆதி திராவிட பெண்ணின் உயிர்த் தியாகத்தால் நாட்டை மீட்டெடுத்த வீரத்தாய் வேலுநாச்சியார்” என இப்பகுதியில் குறிப்பிடப்பட்டுள்ளது.

களம்: 4 - குயிலி என்ற போர்வாள் எனும் கட்டுரையில் பாசாங்கரை எனும் கிராமத்திலிருந்து தலித் சமுதாயத்தைச் சேர்ந்த குயிலி ஒரு படை திரட்டுகிறாள்; விருப்பாச்சி செல்கிறார்கள்; ‘குயிலி’ வேலுநாச்சியாரின் கவனத்தைக் கவருகிறாள்; சாதி பேதம் பார்க்காமல் ‘உடையாள் பெண்கள் படை’ எனும் பெண்கள் படையினை உருவாக்கி அதற்கு குயிலியைத் தலைமை தாங்குமாறு உத்தரவிடுகிறாள் என குறிப்பிடப்பட்டுள்ளது.

களம்: 5 - துரோகத்திற்கு குயிலியின் தீர்ப்பு எனும் கட்டுரையில் தெரிந்துகொண்டே குயிலியிடம் அவளது சாதியைப்பற்றி விசாரிக்கும் சிலம்பு வாத்தியார் வெற்றிவேல் என்பவர், வேலு நாச்சியாருக்கு எதிரான செயல்பாடுகளைச் சற்று ஒத்திவைக்க வேண்டும் என ஆற்காட்டு நவாபின் தளபதி மல்லாரிராயனிடம் கேட்டுக் கொள்ளும் கடிதத்தை சிவகங்கையில் சேர்க்குமாறு கொடுத்துவிட்டுப் போகிறார். சிலம்பு வாத்தியார் ராணிக்குத் துரோகம் செய்வதை உணர்ந்த குயிலி இரவில் அவனைத் தேடிச்சென்று கத்தியால் குத்திக் கொலை செய்கிறாள். இதைக் கண்ட வேலுநாச்சியார் அன்றிலிருந்து குயிலியைத் தன்னோடு இணைத்துக் கொள்கிறாள் எனக் குறிப்பிடப்பட்டுள்ளது.

களம்: 6 - சிவகங்கையில் சாதிக் கலவரம் எனும் கட்டுரையில் குயிலி தாழ்த்தப்பட்ட சாதிக்காரி; அடிமைச் சாதியில் பிறந்தவள்; எனக் குறிப்பிடப்படுகிறாள். ஆற்காட்டு நவாபின் ஆளான மல்லாரிராயன் வெற்றிவேலைக் குயிலி கொன்று விட்டாள் என்று

சொல்லி மக்களைத் தூண்டிவிட்டு சேரிகளைத் தீக்கிரையாக்கி பல ஆண்,பெண், குழந்தைகள் கொல்லப்படுகின்றனர். சாதிக் கலவரம் நடைபெறுகிறது. இதைக் கேள்விப்படும் வேலுநாச்சி மக்களிடம் சாதி ஒழிப்பினைப் பற்றி நீண்ட சொற்பொழிவினை ஆற்றுகிறாள். மருது சகோதரர்களை அழைத்து சாதிக் கலவரங்களை அடக்கிடக் கட்டளையிடுகிறாள். அவர்களும் சாதிக் கலவரங்களை அடக்குகிறார்கள் எனக் குறிப்பிடப்பட்டுள்ளது.

களம்: 7 - நாச்சியாரின் உயிரைக் காத்த குயிலி எனும் கட்டுரையில் *அன்று இரவே வேலுநாச்சியையும் வெள்ளச்சி நாச்சியையும் ஒருவன் கொலை செய்ய வருகிறான். முன்கூட்டியே சுதாரித்துக்கொள்ளும் குயிலி அவன் நெருங்கி வரக் காத்திருக்கிறாள். கொலைகாரன் கத்தியை வீசுகிறான். குயிலி அதைக் கையால் பிடிக்கிறாள். கத்தி கையில் கீறிவிடுகிறது. 'அம்மா' எனக் குயிலி கத்த, படுத்திருந்த வேலுநாச்சியார் எழுந்து விடுகிறார். மறுநாள் அனைவரும் கூட்டப்படுகிறார்கள். சாதி பேதம் பார்க்கக்கூடாது என அவர்களிடம் ஆவேசமாகப் பேசுகிறாள் வேலு நாச்சியார் எனக் குறிப்பிடப்பட்டுள்ளது.*

களம்: 8 - வெள்ளச்சி நாச்சியார் கடத்தலும் குயிலியின் சாதனையும் எனும் கட்டுரையில் *பிரான்மலைக் கோட்டையில் வெள்ளச்சிநாச்சி தனிப்பாதுகாப்பில் வைக்கப்பட்டிருக்கிறாள். அப்போது அவளுக்கு வயது 13. அவள் கடத்தப்படுகிறாள். செய்தி வேலுநாச்சிக்குப் போகிறது. சின்ன மருது, பெரிய மருது, குயிலி ஆகிய மூன்று தளபதிகளோடும் ஆலோசனைசெய்து பிரான்மலைக் காட்டிற்குள் தேடுவதற்காகப் படையுடன் கிளம்புகிறாள், கட்டிப் போடப்பட்டிருக்கும் வெள்ளச்சி நாச்சியைப் பார்க்கிறாள். வேலுநாச்சியை ஒரு துப்பாக்கி குறி வைக்கிறது. குறிவைத்த கையை வெட்டி வீழ்த்துகிறாள் குயிலி. குறி வைத்தவன் தலையை வெட்டி வீழ்த்துகிறாள் வேலுநாச்சி எனக் குறிப்பிடப்பட்டுள்ளது.*

களம்: 9 - வேலு நாச்சியார் சந்தித்த போர்கள் எனும் கட்டுரையில் *1780ஆம் ஆண்டு ஐப்பசி மாதம் 15ஆம் நாள் விருப்பாச்சியிலிருந்து சிவகங்கையை மீட்டெடுக்கப் படை புறப்படுகிறது. படை வீரர்களின் முன்பாக நீண்ட உரையாற்றுகிறாள் வேலுநாச்சி. முதலில் மதுரை கோச்சடையில் தொடங்குகிறது சண்டை. மல்லாரிராயனை நான் கொல்ல வேண்டும் எனக் கேட்கும் குயிலியை சமாதானப்படுத்திவிட்டு சின்ன மருது பாண்டியருக்கு உத்தரவிடுகிறாள் வேலு நாச்சி. மல்லாரிராயனின் தயைச் சீவுகிறார்*

சின்ன மருது. ஆற்காட்டு நவாபின் படைகள் வீழ்த்தப்படுகின்றன. அடுத்து சிலைமான் வருகிறது படை. அங்கே மல்லாரிராயனின் தம்பி ரெங்கராயனும் சின்ன மருதுவின் வளரியால் வீழ்த்தப்படுகிறான். அடுத்து மானாமதுரை. போர் கடுமையாக நடக்கிறது. போர் வியூகங்களை மாற்றுகிறாள் வேலுநாச்சி. கடும் போர். பின் வெற்றி. அதன் பிறகு படை காளையார்கோவிலை வந்தடைகிறது. இங்கும் கடுமையான போர். இறுதியில் தளபதிகள் பாஞ்சோரும் ஜோசப் ஸ்மித்தும் தலைதெறித்து ஓடி ஒளிகிறார்கள் எனக் குறிப்பிடப்பட்டுள்ளது.

களம்: 10 - குயிலி சாகசமான உளவாளி எனும் கட்டுரையில் சிவகங்கை கடும் பாதுகாப்பில் இருப்பதாகச் செய்திகள் வருகின்றன. அரியாக்குறிச்சிக் காட்டிற்குள் படை முகாமிடுகிறது. உடையாள் பலியான இடத்தைப் பார்த்துக் கண்ணீர் விடுகின்ற வேலுநாச்சியார் அனைவருக்கும் உடையாளின் கதையினைச் சொல்கிறாள். என்னைக் காட்டிக் கொடுக்காததால் எதிரிகளால் கொல்லப்பட்டவள் உடையாள் என்றும் இந்த இடத்தைக் கோயிலாக்க வேண்டும் என்றும் நாள்தோறும் பூஜை நடத்தவேண்டும் என்றும் அரியாக்குறிச்சி, கொல்லங்குடி கிராமங்களை இக்கோயிலுக்கு தானமாக வழங்குவதாகவும் அறிவிக்கிறாள் வேலு நாச்சியார். பூசாரிகளை நியமிக்கிறாள். அத்துடன் அதுவரை கழற்றப்படாமல் இருந்த தனது தாலியை உடையாள் வெட்டுண்ட இடத்தில்தான் கழற்றுவேன் எனச் சபதமிட்டிருந்ததாகவும் கூறி தனது தாலியைக் கழற்றி உடையாளின் நடுகல்லினில் மாட்டுகிறாள் வேலுநாச்சியார். போர் வியூகங்களை வகுத்துக்கொண்டிருந்த நிலையில் ஒரு கிழவி வந்து சிவகங்கை அரண்மனைக்குள் மறுநாள் நடைபெறும் விஜயதசமித் திருவிழாவில் மாறுவேடத்தில் மக்களோடு மக்களாகப் புகுந்து தாக்குதல் நடத்துங்கள் என்கிறாள். அந்தக் கிழவி குயிலி. மாறுவேடமிட்டு சிவகங்கை அரண்மனைக்குள் சென்று வந்ததாகத் தெரிவிக்கிறாள். வேலுநாச்சியார் மகிழ்ச்சியடைகிறாள். வெள்ளச்சிநாச்சியார் குயிலியைக் கட்டி அணைத்தபடி தூங்குகிறாள். மறுநாள் திருப்பத்தூர்க் கோட்டையை சின்னமருது பெரிய எதிர்ப்பின்றிக் கைப்பற்றுகிறார் எனக் குறிப்பிடப்பட்டுள்ளது.

களம்: 11 - குயிலி ஆயுதக் கிடங்கில் குதித்த முதல் மனித வெடிகுண்டு எனும் கட்டுரையில் நவாபின் அறிவிப்பின் மூலமாக விஜயதசமி விழா நடைபெறுகிறது. சிவகங்கை அரண்மனை முழுதும் பெண்கள் கூட்டம் ஈரம் சொட்டச் சொட்ட

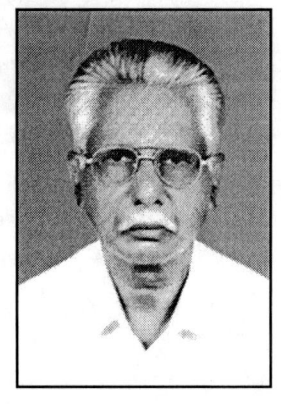

நிறைந்திருக்கிறது. பாஞ்ஜோர் இதை ரசித்துப் பார்த்துக்கொண்டிருக்கிறான். மாறு வேடத்திலிருக்கும் குயிலி அவனைப் பார்த்ததும் கோபமடைகிறாள். போர் தொடங்க வேண்டியதற்கான சமிக்ஞைக்காகக் காத்திருக்கிறாள். திருப்பத்தூரிலிருந்து வருகின்ற சின்ன மருதுவின் படை சிவகங்கையினை நெருங்கிவிட்டது. பெரிய மருதுவின் படை அரண்மனைக்கு வெளியே தெப்பக் குளத்தருகே காத்துக் கொண்டிருக்கிறது. மணியடித்து சமிக்ஞை கொடுக்கப்படுகிறது. திடீரெனத் தாக்க ஆரம்பிக்கின்றனர். பான்ஜோர் கலங்கி விடுகிறான். அனைவரையும் சுட்டுக்கொல்லுமாறு உத்தர விடுகிறான். வேலுநாச்சியார் இரண்டு கைகளிலும் கத்தியைப் பிடித்தவாறு தூண்களில் மறைந்து மறைந்து சென்று பாஞ்ஜோரை நெருங்கி விடுகிறாள். பாஞ்ஜோரின் துப்பாக்கியில் குண்டுகள் தீர்ந்துவிடுகின்றன. வேலுநாச்சியாரைப் பார்த்ததும் அதிர்ச்சியடைகிறான். கீழே விழுகிறான்.

சற்றுமுன்பு ஆயுதக் கிடங்கிலுள்ள துப்பாக்கிகளை எடுத்துச் சுட்டுத் தள்ளுங்கள் எனப் பான்ஜோர் கூறியது குயிலிக்கு கேட்கிறது. கோயிலை நோக்கி ஓடுகிறாள். கொப்பறையிலிருந்த எண்ணெயைத் தன் உடலில் ஊற்றிக் கொள்கிறாள். அகல் விளக்கினை எடுத்துக் கொண்டு மாடிக்குப் பாய்ந்து செல்கிறாள். அகல் விளக்கைத் தன்னுடலில் பற்ற வைத்துக் கொள்கிறாள். ஆயுதக் கிடங்கு வெடிக்கிறது.

கீழே விழுந்து கிடந்த பான்ஜோரின் மார்பின்மீது தனது காலை வைத்து வாளை ஓங்குகிறாள் வேலுநாச்சி. அவன் உயிர்ப் பிச்சை கேட்கிறான். கால்களைப் பிடித்துக் கொண்டு கெஞ்சுகிறான். அவனை மன்னிக்கிறாள். அவன் தப்பித்து ஓடி விடுகிறான். குயிலிதான் ஆயுதக் கிடங்கிற்குத் தீ வைத்து தங்களுக்கு வெற்றி தேடித்தந்ததாக பெரியமருதுவிடம் கூறுகிறாள் வேலுநாச்சி. குயிலியை அழைத்துவர ஆணையிடுகிறாள். ஆனால், ஆயுதக் கிடங்கினில் குதித்தது குயிலி என மருதாயி கூறுகிறாள். இந்தத் தகவலை கே.பி.அறிவானந்தம் என்பவர் எழுதியுள்ள நூலின் மூலமாக அறிந்ததாக நூலாசிரியர் ஆலம்பட்டு சோ.உலகநாதன் இவ்விடத்தில் குறிப்பிடுகிறார். மருதாயின் கதையும் இந்த இடத்தில் கூறப்படுகிறது.

குயிலியை எண்ணிப் பெருமிதம் கொள்கிறாள் ராணி வேலுநாச்சியார். "சிவகங்கை மண்ணை மீட்டெடுத்ததே சேரிப் பெண் குயிலியின் சாம்பல்தான். இத்தகைய தியாகியின் சரித்திரத்தை வரலாற்று ஆசிரியர்கள் மறைத்தது ஏன்? அவள் ஒரு தலித் பெண் என்பதாலா? வரலாறுகள் சாதிக்கு அப்பாற்பட்டது!" எனக் குயிலியின் கதையை ஆசிரியர் முடிக்கிறார்.

களம்: 12 ஆய்வுக் குழுவும் தீப்பாஞ்ச அம்மனும் எனும் கட்டுரையில் குயிலி பிறந்த ஊர் எனக் கூறப்படுகின்ற பாசாங்கரைக்கு ஆசிரியர் தனது நண்பர்களோடு செல்கிறார். அங்கு பறையர், முத்திரையர், பிள்ளைமார் இனமும் வசிக்கிறார்கள். குயிலி எந்த இனத்தில் பிறந்திருந்தாலும் எங்க ஊருக்குத்தான் பெருமை என கிராமத்தினர் கூறுகின்றனர். குயிலியின் தந்தை கோட்டை மருது எனக் கேள்விப்பட்டிருக்கிறோம் என்கிறார்கள். அருகிலுள்ள பொன்னாகுளத்தில் குயிலிக்கு நினைவிடம் இருப்பதாகக் கேள்விப்பட்டு அங்கு வருகிறார்கள். அங்கு ஒன்றும் இல்லை. சிவகங்கைக்குத் திரும்பி வந்துகொண்டிருக்கிறார்கள். அப்போது ஒரு சிறிய கட்டிட இடிபாடுகள் தென்படுகிறது. போய்ப் பார்க்கிறார்கள். சூடம் ஏற்றி சாமி கும்பிடும் இடமாக அந்த இடிபாடு இருக்கிறது. விசாரிக்கிறார்கள். அரண்மனையில் தீக்குளித்த கன்னிப் பெண்ணை இங்கு புதைத்துள்ளதாக ஒருவர் கூறுகிறார். பலரிடமும் விசாரிக்கிறார்கள். அனைவரும் ஒரேமாதிரியாகச் சொல்கிறார்கள். ஆசிரியர் அம்மனின் பெயரைக் கேட்கிறார். தீப்பாய்ஞ்ச அம்மன் என்கிறார்கள். அதுதான் குயிலின் நினைவிடம் என ஆசிரியர் முடிவு கட்டுகிறார். அரியாக்குறிச்சி உடையாள், வெட்டுடையாள் காளியாக விளங்குவதுபோல குயிலி தீப்பாய்ஞ்ச அம்மனாக விளங்கட்டும் எனக் குறிப்பிட்டுக் கட்டுரையை முடிக்கிறார்.

களம்: 13 - திசை மாறிய வரலாறுகள் எனும் கட்டுரையில் வேலுநாச்சியாரின் வரலாறு முழுமையாக இல்லை எனக் குறிப்பிடுகிறார். சட்டசபையில் குயிலியைப் பற்றி 07.08.2007இல் அப்போதைய சிவகங்கை சட்டமன்ற உறுப்பினர், குயிலி ஆதி திராவிடத் தாய் எனக் குறிப்பிட்டிருப்பதையும் நூலாசிரியர் குறிப்பிடுகிறார்.

2004ஆம் ஆண்டில் ஜீவபாரதி என்பவர் எழுதிய 'வீரமங்கை வேலு நாச்சியார்' என்ற நூல்தான் குயிலியைப் பற்றிய சரியான தகவல் தரும் முதல் நூல் எனக் குறிப்பிடுகிறார்.

பிறகு தமிழக வரலாறு எனும் தலைப்பில் வேலு நாச்சியாரின் பிரகடனம் என ஒன்றைக் குறிப்பிடுகிறார். இதையும் கே.பி.அறிவானந்தம் என்பவர், தான் எழுதியுள்ள நாடக நூலில் குறிப்பிடுவதாகத் தெரிவிக்கிறார். பிறகு 'மறத் தமிழர் சேனை வீரத் திலகம் வேலு நாச்சியார்' என்ற இணையத் தளத்தில் வந்துள்ள செய்திகளை விரிவாகக் குறிப்பிடுகிறார். வேலு நாச்சியார் சிவகங்கையை ஆளவில்லை எனக் குறிப்பிடப்படும் செய்திகள் தவறானது என்கிறார்.

இறுதியில், "ஆனால் இதில் எங்கேயும் இறுதிக் கட்டப் போரின் வெற்றிக்கு மனித வெடிகுண்டாக மாறி உயிர்த் தியாகம் செய்த தாழ்த்தப்பட்ட சமுதாயத்தைச் சேர்ந்த குயிலியைப் பற்றிய குறிப்புகள் இல்லாததும் வரலாற்றுப் பிழையேதான். உண்மைக்கு மரணமில்லை! அது இன்று உயிர்த்தெழுந்து வருகிறது" என நூலை முடிக்கிறார் ஆலம்பட்டு சோ. உலகநாதன்.

சிவகங்கை வரலாற்றில் குயிலி குறித்த பதிவுகள் இல்லாமல் இருப்பதாகவும் அதற்குக் காரணம் பலருடைய சாதித் தீண்டாமை தான் எனவும் நூலாசிரியர் குறிப்பிடுகிறார். பின்னர், ஜீவபாரதியைப் பாராட்டுவதோடு அவருக்கு நன்றியும் சொல்லி அவரது கதையை அப்படியே எடுத்தாளுகின்ற நூலாசிரியர் ஜீவபாரதி பட்டியல் சாதியினரில்லை என்பதை மட்டும் மறந்து விட்டார்.

குயிலி தனக்கு அறிமுகமானது குறித்து ஆலம்பட்டு சோ.உலகநாதன் என்ன சொல்கிறார்? அவர், "ஆனால், அந்த சாதியக் கட்டுக்கோப்புகளையெல்லாம் உடைத்தெறிந்து, உண்மை விளம்பியாக தோழர் ஜீவபாரதி அவர்களின் பேனா செயல் பட்டிருப்பது போற்றுதற்குரியது. நீறுபூத்துக் கிடந்த சரித்திரச் சம்பவங்களையெல்லாம் துருவி ஆய்ந்து, வெளிச்சத்திற்குக் கொண்டு வந்துள்ளார் தோழர் ஜீவபாரதி 'வேலு நாச்சியார்' என்ற தனது நூலில்." என 11ஆம் பக்கத்தில் குறிப்பிடுகிறார். இதன்மூலம் ஆலம்பட்டு சோ.உலகநாதன் ஜீவபாரதியின் தொடர்கதையின் வழியாகவே குயிலியினை அறிந்துள்ளார் என்பது தெரியவருகிறது.

ஆலம்பட்டாரின் இன்னொரு சாதனையும் இந்நூலில் உள்ளது. ஜீவபாரதியையும் தாண்டிக் கூடுதலாகக் குயிலி பிறந்த ஊரையும் குயிலி புதைக்கப்பட்ட இடத்தையும் இவர் குறிப்பிட்டுள்ளார். தீப்பாய்ஞ்ச அம்மன் எனும் பெண் தெய்வ வழிபாட்டு முறையை தமிழகமெங்கும் ஆங்காங்கே

ஆயுதக் கிடங்கில் குதித்து உயிர்விட்ட
முதல் மனித வெடிகுண்டு குயிலி.

காணலாம். சிவகங்கை அருகே உள்ள முத்துப்பட்டிக் கிராமத்தில் பாழடைந்த நிலையிலுள்ள உள்ளே சிலை ஏதுமில்லாத சிறு மண்டபத்தை தீப்பாய்ஞ்ச அம்மன் கோயிலாக அப்பகுதி மக்களில் சிலபேர் கருதுகின்றனர். அதை தீ வைத்துக்கொண்டு இறந்ததாகக் கூறப்படுகின்ற குயிலியின் கதையோடு இணைக்கிறார் ஆலம் பட்டார். அதுதான் குயிலியின் சமாதி எனத் தனது உள்ளுணர்வின் மூலம் கண்டுபிடித்ததாகக் குறிப்பிடுகின்றார்.

குயிலி தற்கொலை செய்து கொண்ட இடமென ஒரு குட்டிச் சுவரைக் காட்டி அதன்மூலமாகக் குயிலியை வரலாற்றுப் பாத்திரமாக நிறுவ ஜீவபாரதி முயற்சி செய்தார். அதே முயற்சியை குயிலியின் சமாதியென ஒரு இடத்தைச் (location) சுட்டிக்காட்டி அதன்மூலமாகக் குயிலியை வரலாற்றுப் பாத்திரமாக நிறுவ ஆலம்பட்டாரும் முயற்சி செய்கிறார். அடுத்து ஜீவபாரதி வெளியிட்ட படத்தினையும் தாண்டி ஆலம்பட்டார் இன்னொரு புகைப்படத்தையும் வெளியிட்டிருக்கிறார். அது குயிலி தற்கொலை செய்துகொண்ட படம்.

நூலின் 87ஆம் பக்கத்தில் "ஆயுதக்கிடங்கினில் குதித்து உயிர்விட்ட முதல் மனித வெடிகுண்டு குயிலி!" எனும் குறிப்புடன் இப்புகைப் படம் வெளியிடப்பட்டு உள்ளது.

முன்னாள் சமஉ எஸ்.குணசேகரனின் கருத்தை வழிமொழிந்து குயிலியை 'ஆதி திராவிடர் (பறையர்) சாதி' எனக் குறிப்பிடுகின்ற இந்நூல் தான் குயிலி குறித்து வெளிவந்துள்ள முதல் தனி நூலாகும்.

∎

1.13. முதல் பெண்
(2014)

2014ஆம் ஆண்டு பாரதி புத்தகாலயம் வெளியிட்டுள்ள 'முதல்பெண்' எனும் நூலை பேராசிரியர் எஸ். மோகனா எழுதி உள்ளார். அதில் அவர் குயிலி குறித்து இவ்வாறு குறிப்பிட்டுள்ளார்.

'வேலு நாச்சியார், தனது தோழி குயிலியின் துணையுடன், அந்நியக் கம்பெனியின் வெள்ளைப் படைகளின் வெடிமருந்துக் கிடங்குகளை அழித்தும், வெறித்தனமாகவும், வீர சாகசமாகவும், போரிட்டு அவர்களை வெற்றி கொண்டார்'. பக்கம் 79இல் இவ்வாறு குறிப்பிடப்படுகிறது.

அதுமட்டுமல்ல, 'சிவகங்கையில் வேலுநாச்சியர் – உருவம் – திருவிழா' எனும் குறிப்புடன் கோவை செம்மொழி மாநாட்டு ஊர்வலத்தின் படத்தைக் காட்டியுள்ளார். 'வேலு நாச்சியாரை வரையப்பட்ட படம்' என எந்தக் ஆதாரக் குறிப்பும் இல்லாத ஏதோ ஒரு படத்தைக் காட்டியுள்ளார். அதைவிடப் பெரிய கூத்து என்னவெனில், சிவகங்கை அரண்மனையின் முன்புறம் உள்ள காம்பவுண்ட்

சுவரிலுள்ள கம்பிகளை, சிலையைச்சுற்றி அமைக்கப் பட்டுள்ள கம்பிகள் எனத் தவறாகக் கருதி, அப் படத்தின் கீழ், ‘வெள்ளையரிடம் சிறைப்படாத, வீரப் பெண்மணி, வேலு நாச்சியார், சிவகங்கையில் தன் அரண்மனைக்கு முன்னே, கம்பிச் சிறைக்குள் நிற்கிறார்.’ எனக் குறிப்பும் கொடுத்துள்ளார்.

சிவகங்கையில் அறிவியல் இயக்கத்தில் பணியாற்றியவரும் வானவியலை அறிவியல்பூர்வமாக அணுகும் ஆய்வாளருமான பேராசிரியை சோ. மோகனா இவ்வாறு எழுதியுள்ளதானது அவர் வரலாற்றை அறிவியல்பூர்வமாக அணுகவில்லை என்பதையே காட்டுகிறது.

தில்லானா

தற்சமயம் அவரது ‘சமூகப் போராளிகள்’ எனும் தலைப்பினிலான நூலை தமிழ்நாடு அறிவியல் இயக்கம் வெளியிட்டுள்ளது. அதில் 41ஆம் பக்கத்தில் மீண்டும் குயிலி குறித்துக் குறிப்பிட்டுள்ளார்.

‘சிவகங்கையைக் காத்த படைத் தளபதி & தற்கொலைப் போராளி’ எனும் தலைப்பில் ஏற்கனவே ஜீவபாரதியால் பரப்பப்பட்டுள்ள கதையினை விரிவாகவே எழுதியுள்ளார். குயிலி கற்பனை என்பதை இன்னுமா அவர் அறியாமலிருக்கிறார் என நாம் யோசித்தோம். ஆனால், கட்டுரையின் கடைசிப்பகுதி அவரது யோசனையின் விஸ்தீரணத்தை நமக்குக் காட்டியது. இவரால் இவ்வாறுதான் சிந்திக்க முடியும் என்பதையும் நமக்கு உணர்த்தியது.

“குயிலி வாழ்ந்த மனுஷியா கதாபாத்திரமா என்பது நமக்கு முக்கியமல்ல. அவரைப் பற்றி மாற்றுக் கருத்து வைக்கப்பட்டாலும். அவர் ஏகாதிபத்திய எதிர்ப்பின் அடையாளமாக நம் மனங்களில் வாழ்கிறார். குயிலி என்றைக்கும் நம்மை எல்லாம் ஆகர்ஷிக்கும், வீர உணர்வைத் தூண்டும் மனுஷிதான்”.

ஒரு படிப்பாளியாக மட்டுமல்ல செயற்பாட்டாளராகவு மிருந்து அறிவியல் செய்திகளை மக்களிடம் கொண்டு சேர்க்கும் பேராசிரியையான பேராசிரியை சோ.மோகனா தான் கூறப்பட்ட தகவல் மறுக்கப்பட்டிருந்தும் அது குறித்துக் கொஞ்சம்கூடப் பரிசீலிக்காமல் ஏற்கனவே குயிலியவாதிகள் வாசிக்கும் நாயனத்தில் இவரும் புதிய சுருதி சேர்த்து வாசித்து தில்லானா மோகனாவாக இருப்பார் எனக் கனவிலும் நாம் கருதவில்லை.

ஒருவேளை இதெல்லாம் அறிவியலுக்கு அப்பாற்பட்ட விசயமாக அவர் கருதுகிறாரோ என்னவோ?. இனி இக்கருத்தை அறிவியல்வாதிகள்தான் விவாதிக்க வேண்டும். நாம் விளக்குவதற்கு ஒன்றுமில்லை.

இதில் இன்னொரு கொடுமை என்னவென்றால். "பேஹம் அஜ்ரத் மஹல்" வரிசையில் குயிலியும் குறிப்பிடப்பட்டிருக்கிறாள் என்பதுதான். வீரத்தாய் "பேஹம் அஜ்ரத் மஹலே" எங்களை மன்னித்துவிடு!! வாழ்க அறிவியல் இயக்கமும் அதன் ஆகர்ஷமும் ∎

1.14. படைத் தளபதி (2014)

2014ஆம் ஆண்டில் சென்னையிலுள்ள ராமையா பதிப்பகம் 'வீரத்தாய் வேலுநாச்சியார்' எனும் தலைப்பில் பட்டத்தி மைந்தன் என்பவர் எழுதிய நூலை வெளியிட்டுள்ளது. அதில் குயிலி பற்றிக் குறிப்பிடப்பட்டுள்ளது.

இதன் மூன்றாம் பதிப்பு 2016ஆம் ஆண்டு வெளிவந்து உள்ளது. குயிலியின் உயிர்த் தியாகத்தில் மலர்ந்த வெற்றி எனும் தலைப்பில் பத்தாவது அத்தியாயமாக 63 முதல் 73 வரையிலுள்ள பக்கங்களில் குயிலி உடையாள் படைத் தளபதி, சேலையை எண்ணெயில் நனைத்துக் கொண்டு தீப்பற்றி எரியும் உடலோடு ஆயுதக் கிடங்கினுள் குதித்துச் சாகின்ற ஜீவபாரதியின் கதை அப்படியே எழுதப் பட்டுள்ளது.

பதிப்பகங்கள் மலைமலையாய் அச்சிட்டுக் குவிக்கிறார்கள். மலிவு விலையில் கொடுக்கிறார்கள். மாணவர் களுக்குப் பரிசளிக்கவும் நூலகங்களுக்குமெனப் பள்ளி ஆசிரியர்கள் இவைகளை வாங்கிச் செல்கிறார்கள். இதிலுள்ள

கதைகளையேப் பேச்சுப் போட்டி மற்றும் கட்டுரைப் போட்டிகளில் பங்கேற்கும் மாணாக்கர்கள் பயன் படுத்துகிறார்கள். ஏற்கனவே பாட நூல்களில் வேறு இருப்பதால் இக்கதைகள் குறித்து எந்த சந்தேகமும் கொள்ளாமல் வரலாறு என்றே நம்பிவிடுகிறார்கள். இது வருங்காலத் தலைமுறைக்கு செய்யும் அநீதி என எழுது பவர்களும் அறிவதில்லை, பதிப்பகங்களும் அறிவதில்லை.

■

1.15. நெய் பூசிய பெண்
(2016)

2016ஆம் ஆண்டு ஏப்ரலில் நாடறிந்த திராவிட இயக்கப் பேச்சாளரும் திராவிடர் இயக்கத் தமிழ்ப் பேரவை எனும் அமைப்பின் தலைவராகவும் உள்ள சுப.வீரபாண்டியன் "Youtube / JOK / 3w5 DJYK" எனும் இணைய இணைப்பில் குயிலி குறித்து 1.06 நிமிடங்கள் பேசியுள்ளார்.

"…. ஆனால், அந்த வேலுநாச்சியாரையே தன் உயிரைக் கொடுத்துக் காப்பாற்றியவர் அந்தப் படையின் தளபதி குயிலிதான். எதிரிகளுடைய ஆயுதக் கிடங்கில் தானே ஒரு வெடிகுண்டாகப் புகுந்து அந்தக் கிடங்கை அழித்தவர். அன்றைக்கு எப்படி வெடிகுண்டாக மாறியிருக்க முடியும்? தன் உடல் முழுவதும் நெய்யைப் பூசிக்கொண்டு, தன் உடம்பின் மீது தீப்பற்ற வைத்து ஆயுதக் கிடங்கில் குதித்து அதனை நாசப்படுத்தியவர் குயிலி. அந்தக் குயிலி ஒரு அருந்ததியர் சமூகத்தைச் சார்ந்த பெண் என்பது மேலும் நம் பெருமைக் குரியது."

இதன்மூலம் காணொளிக் காட்சியில்

குயிலியை அருந்ததியர் சாதிப் பெண்ணாக முதன்முதலில் கூறியவர் சுப.வீரபாண்டியன் ஆவார். எந்த ஆதாரங்களின் அடிப்படையில் இவ்வாறு சொல்கிறார் என்பதை மற்றவர்களைப் போலவே இவரும் சொன்னதில்லை. குயிலியை அருந்ததியர் சாதிப்பெண் என அவர் குறிப்பிட்டிருப்பது மிகவும் நகைப்பிற்குரியது. சு.வீயே சொல்லிவிட்டார் என்றுதான் பல திராவிட இயக்க வாதிகள் குயிலியைத் தொடர்ந்து பேசி வருகிறார்கள்.

வரலாற்றுப் பொய்யைப் பிரச்சாரம் செய்த பழிக்கு சு.வீயும் உடந்தையாகிவிடக்கூடாது. எனவே உடனடியாக அவர் இதைப் பரிசீலனை செய்ய வேண்டும். குயிலியின் நம்பகத் தன்மை குறித்துப் பேச வேண்டும். அப்போதுதான் குயிலி குறித்த ஆதாரம் எதுவும் தேவையேயில்லை. மக்களின் நம்பிக்கை மட்டுமே போதுமானது என சங்கிகள் போலப் பேசித் திரியும் சில பகுத்தறிவுவாதிகளாவது திருந்துவார்கள்.

∎

1.16. பெண்கள் படைக்காரி (2016)

2016ஆம் ஆண்டு பா. இறையரசன் எழுதி சென்னை பூம்புகார் பதிப்பகம் வெளியிட்டுள்ள தமிழ்நாட்டு வரலாறு என்ற நூலில் குயிலி குறித்துக் குறிப்பிடப்பட்டுள்ளது.

"பெண்கள் படையைச் சேர்ந்த குயிலி தன் உடலில் தீ வைத்துக் கொண்டு புகுந்து ஆயுதக் கிடங்கினை வெடிக்கச் செய்து அழித்தாள்." (ப்.316)

ஒரு வரலாற்று ஆய்வு நூல் போன்று தோற்றம் தரும் இந்நூலில் குயிலி குறித்துக் குறிப்பிடப்பட்டுள்ள தற்கான ஆதாரங்கள் ஏதும் குறிப்பிடப்படவில்லை. அதுமட்டுமல்லாமல் மேலும் பல கொடுமைகளும் இந்நூலில் உண்டு, சிவகங்கைக்கான ஆயுதக் கிடங்கு களையார்கோயிலில் இருந்ததாகவும் அங்குதான் குயிலி கிடங்கினை வெடிக்கச் செய்ததாகவும் இவர் ஒரு தனிக்கதையை அடித்திருக்கிறார். அது மட்டுமில்லை. இந்தச் சண்டையில் பாஞ்ஜோர் மட்டும் இருந்ததாகவே அனைவரும் குறிப்பிடுவர். ஆனால், முனைவர் பா.இறையரசனோ, ஸ்மித்தும் இருந்ததாகக்

குறிப்பிடுகிறார். பாருங்களேன், இந்த ஆய்வாளர்களின் அட்டகாசத்தை. நீங்களெல்லாம் சிவகங்கை வரலாற்றை எழுதவில்லையே என்று யார் அழுதார்கள்?

இந்நூலின் முதல் பதிப்பானது 1983ஆம் ஆண்டு வெளி வந்துள்ளது. ஆனால், 1983இல் குயிலியைக் குறித்துக் குறிப்பிடு வதற்கான வாய்ப்பு இவருக்கு இருந்திருக்காது என்பது நமது தேடலின் மூலம் கிடைத்த உறுதியான முடிவாகும். எனவே 1983ஆம் ஆண்டைய முதல் பதிப்பினில் குயிலி பற்றியும் அதற்கான ஆதாரங்கள் பற்றியும் குறிப்பிடப்பட்டிருக்கிறதா என நூலாசிரியர் பா. இறையரசன் அவர்களிடமே கேட்டபோது முதற் பதிப்பிலும் இருந்திருக்கும் என்றும் நிச்சயம் ஆதாரங்களும் இருந்திருக்கும் என்றும் அதை அனுப்பி வைக்கிறேன் என்றும் குறிப்பிட்டிருந்தார். அவர் அனுப்ப மாட்டார் என்பது அப்போதே தெரிந்துவிட்டது. 1983 முதல் பதிப்பு நூலானது நமக்குக் கிடைக்கவில்லை. அதன் தேவை குறித்து முகநூலிலும் பதிவிட்டிருந்தோம். ஆனால், இப்புத்தகம் அச்சேறும் வரைக்கும் அந்நூலும் பா. இறையரசனாரிடமிருந்து எந்தவிதமான தகவலும் கிடைக்கவில்லை. தனது நூலைப் பற்றி ஒருவர் விமர்சிக்கும்போது அதற்கு உரிய எதிர்வினையைக்கூட உரியமுறையில் பா.இறையரசனாரால் செய்ய முடியவில்லை. ஆனால், தனது சிவகங்கையில் வசிக்கும் நண்பர் ஒருவர் மூலம் சிவகங்கையில் குயிலிக்கு ஏதேனும் ஆதாரமிருந்தால் எப்படியாவது வாங்கி வாருங்கள் எனச் சொல்லியிருப்பதாகக் கேள்விப்பட்டோம். கிடைத்தால் எங்களுக்கும் கொடுங்கள் இறையரசனாரே!

ஆனால், 1983ஆம் ஆண்டில் வெளிவந்துள்ள பா. இறையர சனின் நூலில் குயிலி குறித்துக் குறிப்பிட்டிருக்கவே முடியாது என்றும் 2016இல் வெளிவந்துள்ள நூலில் குறிப்பிடப் பட்டுள்ள குயிலியின் கதை இடைச்செருகலே என்றும் உறுதியாகக் கூறுகிறோம். அவரது மறுப்பினை ஆவலுடன் எதிர் பார்க்கிறோம்.

ஒரு சோறே இப்படி, முழுப்பானையும் எப்படியோ! இதில் இந்த நூலை தமிழக அரசின் பள்ளிக் கல்வித் துறையின் மாநிலக் கல்வியியல் ஆராய்ச்சி மற்றும் பயிற்சி நிறுவனம் கொண்டுள்ள பாடநூல்களுக்கான ஆதார நூல்களில் ஒன்றாக கொஞ்சங்கூட வெட்கமேயில்லாமல் காட்டுகிறது. ஆக, பா.இறையரசனின் 'தமிழ்நாட்டு வரலாறு' நூல் குயிலிக்கு ஆதாரங்கள் காட்டாத நூலாகும்.

1.17. உயிரீந்தவள்
(2017)

2017 ஆம் ஆண்டு சூன் மாதம் காவ்யா பதிப்பகம் 'சிவகங்கை சரித்திரக் கும்மி' எனும் நூலை வெளியிட்டுள்ளது. சிவகங்கை வரலாற்று குறித்த பல நூல்கள் மறுபதிப்பு வாரமலும் உள்ளன. சமீப காலமாக வந்த நூல்களே மறுபதிப்பு காணாத நிலையில் பழைய நூல்கள் மறுபதிப்பாக வரும் நிலை கேள்விக்குரியதாகவே இருந்தது. இந்நிலையில் அம்மானை மற்றும் கும்மியை மறுபதிப்பாக காவ்யா பதிப்பகம் கொண்டு வந்தது மகிழ்ச்சிக்குரியதே. பேராசிரியரும் முனைவரும் பல விருதுபெற்ற நூல்களின் ஆசிரியருமான ஆ. மணி பதிப்பாசிரியராக இருந்து கும்மி, அம்மானை நூலாக வந்ததும் மகிழ்ச்சிக்குரியதே.

கும்மியிலும் அம்மானையிலும் குயிலி பற்றிக் குறிப்பிடப்பட வில்லையே. இந்நூலைக் குறித்து இங்கே குறிப்பிட வேண்டிய அவசியமென்ன என நீங்கள் கருதலாம். காரணமிருக்கிறது. பதிப்பாசிரியர் முன்னுரையின் சில பக்கங்கங்களை

விட்டு விட்டார். ஆனால் நமது கவலை அதுவல்ல. பதிப்பு நெறிகள் என பதிப்பாசிரியர் எழுதியுள்ளதில் கும்மி அம்மானை குறித்து இரண்டு வருத்தங்களை முன்வைத்துள்ளார்.

ஒன்று. சின்னமருதுவின் ஜம்புத்தீவுப் பிரகடனம் குறித்துக் குறிப்பிடவில்லை. உண்மைதான். ஆனால், ஜம்புத்தீவுப் பிரகடனம் குறித்துக் குறிப்பிடாததற்கான காரணத்தை சிவகங்கையின் வரலாற்றைக் கூர்ந்து கவனித்துவருபவர்கள் நன்கு அறிவர். அக்காரணத்தை நாம் இங்கு குறிப்பிடப்போவதில்லை. ஆனால், கூடுதலாக அவர்களுக்கு ஒரு தகவலைச் சொல்ல முடியும் இறுதிக் கட்டப் போரின்போது கூடவே இருந்த ஜேம்ஸ் வெல்ஷ்கூட ஜம்புத்தீவுப் பிரகடனம் குறித்துக் குறிப்பிடவில்லை என்பதுதான் அந்தத் தகவல்.

முனைவர் ஆ. மணி

இரண்டாவது வருத்தமாக ஆ. மணி இவ்வாறு குறிப்பிடுகிறார். "வேலு நாச்சியாருக்கு உதவியாக இருந்து, போர்க்களத்தில் ஆயுதக் கிடங்கினை அழிக்கத் தன் உயிரையே ஈந்த குயிலியின் வரலாறும் சிவகங்கை நகர்க்கும்மியில் பாடப்பெறவில்லை." அதோடு அவ்வாறு குறிப்பிடாததற்கு தானே ஒரு பதிலையும் சொல்லித் தன் மனதைத் தேற்றிக் கொள்கிறார். அதாவது. "இத்தகைய விடுபாடுகளுக்கு அவர்தம் காலச் சூழல் காரணமாக இருந்திருக்கலாம்". உண்மைதான். இப்போதுள்ளவர்கள் யாரேனும் கும்மி எழுதினால் அதில் குயிலியைக் கட்டாயம் சேர்த்து எழுதியிருப்பார்கள். ஏனெனில், எந்த வரலாற்று மற்றும் இலக்கியக் குறிப்புகளிலும் இல்லாத குயிலி இடம்பெறவில்லையென்று முனைவர் ஆ.மணியே கவலையோடு எழுதும்போது, மற்றவர்கள் கவலைப்படமாட்டார்களா என்ன?

நல்லவேளை கும்மியின் இடையில் விடுபட்ட பக்கம் என குயிலியைச் சேர்க்காமல் இருந்தார்களே அதுவரைக்கும் சிவகங்கை வரலாற்றின் மானம் பிழைத்தது.

■

1.18. தற்கொலைப் போராளி (2017)

2017 ஆம் ஆண்டு 'குயிலி – இராணி வேலு நாச்சியாரின் பெண்கள் படைத்தளபதி (முதல் தற்கொலைப் போராளி)' எனும் 80 பக்கங்கள் கொண்ட நூலினை சந்திமாவோ என்ற ஒருவர் எழுதியுள்ளார். இந்நூலை அவர் குயிலி பற்றிய ஆய்வு நூல் எனக் குறிப்பிடுள்ளார்.

முதல் கட்டுரையில் குயிலி முத்தன் மற்றும் ராக்கு தம்பதிகளின் மகளாக இப்போதைய சிவகங்கை மாவட்டத்தைச் சேர்ந்த சிறு கிராமமான குடஞ் சாடி அல்லது பாசாங்கரை எனும் குக்கிராமத்தில் பிறக்கிறாள். (வருடம் எதுவும் குறிப்பிடப்படவில்லை), பட்டியலினத்தைச் சேர்ந்த (எந்த இனம் எனக் குறிப்பிடப் படவில்லை) முத்தனின் சிறப்புகள் கூறப்படுகின்றன. இடையில் அருந்ததியர்கள் பற்றிய குறிப்பும் வருகிறது. அதனால், பட்டியலினம் எனக் குறிப்பிடப்படுவது அருந்ததியினர் சாதியினரைத் தான் என நாம் யூகித்துக் கொள்ளலாம். முத்தனின் தூண்டுதலால் வேலுநாச்சிமீது ஆர்வம் கொள்கிறாள் குயிலி. சில பிரச்சினைகளுக்குப் பிறகு வேலு நாச்சியைச் சந்திக்கிறாள். வேலு நாச்சியின் பெண் குழந்தையான வெள்ளச்சி நாச்சியைத் தூக்கி வளர்க்கும் பெண்களோடு இணைகிறாள். வேலு நாச்சியின் போர்ப் பயிற்சிகளைக் கண்ணுற்றதால் ஊக்கமான குயிலி தனது தந்தை முத்தனிடம் போர்க் கலை கற்கிறாள்.

ஆங்கிலத் தளபதி ஆபிரகாம் பாஞ்சோரின் படைகளினால் முத்து வடுகநாதர் கொல்லப்படுகிறார். வேலு நாச்சி விருப்பாச்சி செல்கிறார். முத்தன் சிவகங்கையிலிருந்து வேலு நாச்சிக்கு உளவு சொல்கிறார். முத்தனுக்கு வைசூரி நோய் தாக்குவதனால், குயிலி விருப்பாச்சி செல்கிறாள். முத்தன் செய்த வேலையைக் குயிலி செய்யத் தொடங்குகிறாள். வெற்றி வேலு (தேவர்) எனும் சிலம்ப வாத்தியார் விருப்பாச்சியிலிருந்த குயிலியிடம் சிவகங்கையில் சேர்ப்பிக்குமாறு வேலு நாச்சியைக் காட்டிக்கொடுக்கும் ரகசியத் தகவல்கள் அடங்கிய ஓலையையும் பையினையும் கொடுக்கிறார். அதைக் கண்ணுற்ற குயிலி அதிர்ச்சியடைகிறாள். அன்றிரவே வெற்றிவேலுவைக் கொலை செய்கிறாள்.

குயிலியின் செயலை உச்சிமுகர்ந்த வேலு நாச்சி குயிலியைத் தனது மெய்க்காப்பாளினியாக நியமிக்கிறார். ஒரு நாள், நள்ளிரவில் கொலை செய்ய வந்தவனிடமிருந்து வேலு நாச்சியைக் காப்பாற்றும் முயற்சியில் பலத்த காயமடைகிறாள் குயிலி. மனம் நெகிழ்ந்த வேலு நாச்சி, 'உடையாள்' என அழைக்கப்படுகின்ற பெண்கள் படைப் பிரிவிற்கு குயிலியைத் தளபதியாக்குகிறாள். இந்த சேதியைக் கேள்விப்படும் எதிரிகள் (இவர்களின் சாதி குறிப்பிடப்படவில்லை. இருப்பினும் இவர்கள் மறவர் சாதியினர் என்பதை நாம் யூகிக்க முடியும்) சிவகங்கையில் குயிலியின் பட்டியலினச் சாதியினரது (அருந்ததியினரது) உடமைகளைத் தீ வைத்து நாசமாக்கி அழிக்கிறார்கள்.

பிரான்மலையில் ரகசியப் பாதுகாப்பிலிருந்த வெள்ளச்சி நாச்சியைக் கொலைசெய்ய முயன்ற ஆங்கிலேயச் சிப்பாயின் கையைக் குயிலி வெட்டித் துண்டாக்குகிறாள். வேலு நாச்சி அவனது தலையை வெட்டித் துண்டாக்குகிறாள். சிவகங்கையை

மீட்கப் படை புறப்படுகிறது. மதுரை கோச்சடையில் சண்டை. மல்லாரி ராயனை மருது சகோதரர்கள் வீழ்த்துகின்றனர். விராட்டிப்பத்தில் ஓய்வெடுக்கின்றனர்.

குயிலியின் படை சோழவந்தானில் தங்குகிறது. குயிலி அருந்ததி சாதிப் பெண் என்பதால் அங்கே தங்குவதற்கு எதிர்ப்பு வருகிறது. வேலு நாச்சி வந்து அறிவுரை சொல்கிறார். இருப்பினும் குயிலி வடகரையிலிருக்கும் தன்னுடைய உறவினர் வீட்டில்தான் தங்குகிறாள். அங்கு இரவில் புலி ஒன்று வந்துவிடுகிறது. துணிச்சலாக இருக்குமாறு மக்களிடம் கூறுகிறாள் குயிலி. மல்லாரி ராயனின் தம்பி ரங்கராயனின் படையை வீழ்த்துகிறாள் குயிலி.

மானாமதுரையில் மருது சகோதரரின் படையால் ஆங்கிலப் படை திணறி ஓடி ஒளிகிறது. காளையார்கோயிலிலும் ஜோசப் ஸ்மித்தை தலைமறைவாக்க வைக்கிறது. போரில் தோல்வியடைந்ததை அறிந்த ஆங்கிலேயர்கள் கருமருந்துப் பொட்டலங்களையும் வெடி மருந்து மூட்டைகளையும் வாங்கி சிவகங்கை அரண்மனையில் குவித்து வைத்துள்ள செய்தி குயிலிக்குத் தெரிய வருகிறது. அதை அழித்தால் வெற்றி நிச்சயம் என்பதால் முத்தனிடம், தான் சென்று தீ வைத்துவிட்டு வருவதாகக் கூறுகிறாள். முத்தன் மறுக்கிறார். வேலு நாச்சியிடம் சொல்கிறாள் குயிலி. அதற்கு வேறு ஆளை ஏற்பாடு செய்வோம் என்கிறார் வேலு நாச்சி.

சிவகங்கை அரண்மனையின் உள்ளே இருக்கும் ராஜ ராஜேஸ்வரியம்மன் கோயிலில் விஜயதசமியன்று திருவிழா நடைபெறுகிறது. அத்திருவிழாவிற்கு குயிலியும் வேலு நாச்சியும் பெண் பக்தர்களைப்போல மாறுவேடத்தில் செல்கின்றனர். அங்கே, ஆங்கிலப் படை வீரர்கள், தஞ்சைப் படை வீரர்கள், புதுக்கோட்டைப் படை வீரர்கள் மற்றும் சில உள்ளூர் ஆங்கிலேயக் கைக்கூலிகள் மட்டுமே இருக்கின்றனர். பெண்கள் முழக்கமிடுகின்றனர். ஆங்கிலேயர்கள் ரவை நிரப்பப்படாத துப்பாக்கிகளை வைத்துப் பெண்களைத் தாக்குகின்றனர். தளபதி பாஞ்ஜோர் ஆயுதக் கிடங்கிலுள்ள ஆயுதங்களை எடுத்துத் தாக்குங்கள் என உத்தரவிடுகிறான்.

குயிலி வாய் நிறைய எரி நெய்யைக் குடிக்கிறாள். தன்மீது தீ வைத்துக்கொண்டு ஆயுதக் கிடங்கில் பாய்கிறாள். வேலு நாச்சியார் படை எதிரிகளைச் சின்னாபின்னமாக்குகிறது. அதே சமயம் மருதிருவர் படை உள்ளே நுழைகிறது. பாஞ்ஜோர் சரணடைகிறான். குயிலின் கதை இவ்வாறு முடிகிறது.

அடுத்த கட்டுரையில் குயிலி அருந்ததியர் சாதியைச் சேர்ந்தவளென்பதற்கு ஆதாரங்களாக அருந்ததியினர் தென் தமிழகத்தில் பரவிய விவரங்கள்; பல ஊர்களில் வாழுகின்ற குயிலியின் வம்சா வழியினர் பற்றிய விவரங்கள்; அவர்களிடம் வாய்மொழியாகத் திரட்டப்பட்ட செய்திகள்; அந்த வம்சா வழியினர் குயிலியைத் தங்களின் வழிபாட்டுக்குரியவராகக் கொண்டு செய்யும் சடங்குகள்' ஒரு வாய்மொழிப் பாடல் ஆகியவை உள்ளன.

மூன்றாவது கட்டுரையில், நாட்டுப்புறப் பாடல்களின் வாயிலாகக் குயிலியை அறிந்து தனது 'வேலு நாச்சியார்' எனும் புதினத்தில் எழுதியதாக ஜீவபாரதி குறிப்பிடுவது; அதையே வழிமொழிந்து அப்போதைய சிவகங்கை சட்டமன்ற உறுப்பினர் எஸ். குணசேகரன் குயிலிக்கு மணிமண்டபம் கட்ட வேண்டும் எனும் கோரிக்கையை சட்டசபையில் வைத்த செய்தி; இக்கோரிக்கையினை வலியுறுத்தி 2012ஆம் ஆண்டு வெளிவந்த சில பத்திரிகைச் செய்திகளின் படங்கள்; 2011ஆம் ஆண்டில் வெளிவந்த 'வீரப்பேரரசி வேலு நாச்சியார் புகழ் கீதங்கள்' எனும் குறுந்தகட்டினது மேலுறையின் புகைப்படம் மற்றும் சில பாடல் வரிகள் ஆகியவைகள் உள்ளன.

'குயிலி பறையரெனும் புரளி' எனும் நான்காவது கட்டுரையில் ஆலம்பட்டு சோ. உலகநாதன் என்பவர் எழுதியுள்ள 'குயிலியின் தியாகத்தில் வேலு நாச்சியாரின் வெற்றி' எனும் நூலில் குயிலி பறையர் சாதியைச் சேர்ந்தவள் எனக் கூறப்படுவதை மறுத்து 8 கேள்விகள்; 'தமிழ் மண்' இதழில் கல்லல் திருமொழி எழுதியுள்ள செய்திக்கு மறுப்பு; அதன் தொடர்ச்சியாக கடந்த 10 ஆண்டுகளுக்கு உள்ளாக வெளிவந்துள்ள சிலரது பேச்சுக்கள் மற்றும் கருத்துக்கள்; 2 இணைப்புகளாக சமீபத்தில் எடுக்கப்பட்ட 14 புகைப்படங்கள் உள்ளன.

குயிலி தனக்கு அறிமுகமானது குறித்து சந்திமாவோ சொல்வதென்னெ? அவர், " 'வேலு நாச்சியார்' என்னும் நாவலில் குயிலியை பதிவுசெய்த எழுத்தாளர் ஜீவபாரதி நாட்டுப்புறப் பாடல்கள் வாயிலாகவே வரலாறு வெளிப்பட்டதாகக் கூறுகிறார். இதுவே, சட்டமன்றத்தில் குயிலியைப் பற்றிய கோரிக்கையை எழுப்புவதற்கு காரணமாக இருந்தது..." என 51ஆம் பக்கத்தில் குறிப்பிடுகிறார். இதன்மூலம் சந்திமாவோவும் ஜீவபாரதியின் தொடர்கதையின் வழியாகவே குயிலியினை அறிந்துள்ளார் என்பது தெரியவருகிறது. வேறு வழிகளில் குயிலியை அறிந்ததாக அவர் எங்கும் குறிப்பிடவில்லை.

குயிலி பறையர் சாதிப்பெண்ணல்ல. அருந்ததியினர் சாதிப்பெண்தான் என்பதற்கான எட்டு (8) ஆதாரங்கள் காட்டப் பட்டு உள்ளன. குயிலியை அருந்ததியர் சாதிப் பெண் என இரண்டாவதாகச் சொல்லப்பட்ட நூலாக இந்நூலானது அமைகின்றது.

ஏற்கனவே ஜீவபாரதியால் புனையப்பட்ட கதையை தனக்கு ஏற்றவாறு நெளித்து வளைத்து எழுதியிருக்கிறார். சோழவந்தானிலும் ஒரு சாதிக் கலவரத்தை உருவாக்க எண்ணியிருக்கிறார். பிறகு சிவகங்கையில் நடந்தது மட்டும் போதும் எனப் பெருந்தன்மையோடு விட்டுவிட்டார். இதுவும் டுபாக்கூரான விசயங்களை ஆதாரங்கள் எனத் தோற்றம் காட்டும் நூலாகவே உள்ளது.

∎

1.19. பெண் போராளி
(2018)

27.08.2018 அன்று தமிழக அரசின் பள்ளிக் கல்வித்துறையின்கீழ் இயங்குகின்ற உலகத் தமிழாராய்ச்சி நிறுவனமானது, பெரியார் மணியம்மை அறக்கட்டளை சார்பாக ஏற்பாடு செய்திருந்த நூல் வெளியீட்டு சொற்பொழிவு நிகழ்ச்சியில் பேராசிரியர் டாக்டர் சி.அம்பேத்கர்பிரியன் என்பவர் 'வரலாறு போற்றும் சிவகங்கைச்சீமை வீரத்தாய் குயிலி' (ஆங்கிலேயரை எரித்த முதல் தற்கொலைப் பெண் போராளி) எனும் நூலை வெளியிட்டு சொற்பொழி வினை நிகழ்த்தினார். இந்நூல் குயிலி குறித்த நூலாகும்.

இந்நூலின் 3ஆவது தலைப்பிலுள்ள குயிலி பெற்றோர் வரலாறு எனும் கட்டுரையில் சந்திமாவோ என்பவர் எழுதியுள்ள நூலிலுள்ள குயிலியின் பெற்றோர் குறித்த அதே கதையே எழுதப் பட்டுள்ளது.

4ஆவது தலைப்பில் உள்ள குயிலிவம்சா வழியினர் எனும் கட்டுரையிலும் மேற்படி நூலிலுள்ள வாய் மொழிப் பாடலையும் தகவல்களையும் அப்படியே இணைத்துள்ளார்.

5ஆவது தலைப்பிலுள்ள குயிலி அருந்ததியரா? பறையரா? சாம்பவரா? – ஆய்வு எனும் கட்டுரையில் குயிலியின் சாதி குறித்து ஆராயப்படுகிறது. அருந்ததியரா? பறையரா? சாம்பவரா? எனக்கேள்வி எழுப்பி இறுதியில் சந்திமாவோவின் ஆய்வை ஏற்று குயிலி அருந்ததியர் சாதிப் பெண்தான் எனக்கட்டுரை முடிகிறது. குயிலியை சாம்பவார் எனும் சாதிக்காரராக இந்நூலே முதன்முதலாகக் குறிப்பிடுகிறது.

6ஆவது தலைப்பிலுள்ள முதல் இந்திய விடுதலைப் போர் எனும் கட்டுரையில் ஜீவபாரதியின் கதையைப் பின்பற்றி எழுதப்பட்ட ஆலம்பட்டாரின் நூலிலுள்ள கூடுதலான கதையானது சுருக்கமாக இப்பகுதியில் தரப்படுகிறது. உடையாள் குறித்த கதையும் குறிப்பிடப்படுகிறது.

7ஆவது தலைப்பிலுள்ள வீரமங்கை குயிலி எனும் கட்டுரையில் இப்பகுதி முழுக்க முழுக்க ஜீவபாரதியின் வசனங்களும் ஆலம் பட்டாரின் கதையமைப்பும் அப்படியே சிற்சில வாக்கியங்களை மட்டும் இடையில் சேர்த்து மீண்டும் எழுதப்பட்டுள்ளது. ஜீவபாரதியின் தொடர்கதையில் திடீரெனத் துரோகியாக மாறுகின்ற சிலம்பு ஆசிரியர் வெற்றிவேல் தேவரைக் குயிலி கொலை செய்யும் காட்சி இப்பகுதியில் குறிப்பிடப் படுகிறது.

8ஆவது தலைப்பிலுள்ள சாதிக் கலவரம் துவக்கம் எனும் கட்டுரையில் ஜீவபாரதியின் வசனங்களும் ஆலம்பட்டாரின் கதையமைப்பும் மீண்டும் எழுதப்பட்டுள்ளது. கொலை செய்ய வந்தவனிடமிருந்து வேலுநாச்சியாரைக் குயிலி காப்பாற்றுவதும் வேலுநாச்சியார் குயிலியைப் பாராட்டும் பகுதியும் குறிப்பிடப் படுகிறது.

9ஆவது தலைப்பிலுள்ள கடத்தப்பட்ட வெள்ளச்சி நாச்சியாரை குயிலி மீட்பது எனும் தலைப்பில் வேலுநாச்சியாரின் மகளான வெள்ளச்சி நாச்சியார் கடத்தப்படுவதும் அதைக் குயிலி மீட்கின்ற ஜீவபாரதியின் கதைச் சம்பவமும் குறிப்பிடப்படுகிறது.

10ஆவது தலைப்பிலுள்ள குயிலி – வேலுநாச்சியார் சந்தித்த போர்கள் எனும் கட்டுரையில் சிவகங்கையை மீட்டெடுப்பதற்காக நடத்தப்படும் போர் குறித்து குறிப்பிடப்படுகிறது. ஆங்காங்கே இடையில் மருது சகோதரர்கள் பெயரும் குறிப்பிடப்படுகிறது. இதுவும் ஜீவபாரதியின் கதையாடலாகவே உள்ளது.

11ஆவது தலைப்பிலுள்ள குயிலி விடியலை நோக்கி எனும் கட்டுரையில் உடையாளின் கதையும் குயிலி கிழவி போல மாறு வேடம் போட்டுத் துப்பறியும் காட்சியும் இடம்பெறுகின்றன.

12ஆவது தலைப்பிலுள்ள குயிலி இந்தியாவின் முதல் மனித தற்கொலை போராளி எனும் கட்டுரையில் குயிலி உளவறிந்து தெரிந்து கொண்ட தகவல்களும் போர் குறித்த குயிலியின் திட்டங்களும் மிகவும் நுணுக்கமாக வர்ணிக்கப்படுகின்றன. குயிலி தற்கொலை செய்து கொள்ளும் காட்சியைச் சித்தரிக்கின்ற வரையப்பட்ட படம் ஒன்றும் உள்ளது.

13ஆவது தலைப்பிலுள்ள குயிலியின் தியாக வரலாறு எனும் கட்டுரையில் இந்நூலை எழுதும்போது கண்ணீர் வடித்துக்கொண்டே எழுதியதாகக் குறிப்பிட்டு சி. அம்பேத்கர்பிரியன் கீழ்க்கண்டவாறு எழுதுகிறார்.

“வேலுநாச்சியாரின் வெற்றி என்பது குயிலியால் கிடைத்த வெற்றி. குயிலியின் தியாகத்தால் கிடைத்த வெற்றி... குயிலி இல்லமல் வேலுநாச்சியார் வரலாற்றை எவராலும் உருவாக்க முடியாது. வேலுநாச்சியார் கோயிலின் கோபுரமாகக் காணப்படலாம். ஆனால் குயிலி கோபுரத்தின் கலசம். கலசம் இல்லாமல் கோபுரத்திற்குப் பெருமை இல்லை. அதைப்போல் குயிலி இல்லாமல் வேலுநாச்சியார் வரலாறு படைக்க முடியாது.”

ஆக, குயிலியின் வரலாறு இருட்டடிப்பு செய்யப்பட்டுள்ளது என்கிறார். ஆலம்பட்டு சோ. உலகநாதனைப் பாராட்டியுள்ளார். தனது நூலானது அவரது நூலை ஆதாரமாகக் கொண்டே எழுதப்பட்டது என்கிறார். அ.கணபதி என்பவர் எழுதியுள்ள தமிழக வரலாறு 1565 — 1985 நூல் மற்றும் ந.சஞ்சீவி எழுதியுள்ள மருதிருவர் ஆகிய நூல்களில் குயிலி குறிப்பிடப்படாததற்கு வருத்தப்படுகிறார்.

ஜீவபாரதியைப் பாராட்டுகிறார். மறத்தமிழர் சேனை அமைப்பினர் குயிலியின் வீரத்தைக் குறிப்பிடவில்லை என ஆதங்கப்படுகிறார். சிவகங்கை முன்னாள் ச.ம.உவாக இருந்த எஸ்.குணசேகரன் சட்டசபையில் பேசிய செய்தியைக் குறிப்பிட்டுப்

பாராட்டுகிறார். 1972ஆம் ஆண்டு சிவகங்கை அரண்மனையில் ஜெயலலிதா வேலுநாச்சியார் சிலையைத் திறந்தார் என வருடத்தைத் தவறாகக் குறிப்பிட்டுள்ளார். சிலையின் பீடத்தில் குயிலியின் தியாகம் இருட்டடிப்பு செய்யப்பட்டுவிட்டது என்கிறார். தன்னுடைய நூல்தான் குயிலியைப் பற்றிய சிந்தனைகளை வெளியிட்டுள்ளது என்கிறார். சிவகங்கை அருகே உள்ள பொன்னாகுளம் கிராமத்தில் உள்ள தீப்பாய்ஞ்சு அம்மனாக குயிலி வழிபடப்பட்டு வருவதாகக் குறிப்பிடுகிறார். பறையர் சாதியினரின் சிறப்புகளை எடுத்துரைக்கிறார். இறுதியாக மத்திய மாநில அரசுகளுக்குச் சில கோரிக்கைகளை வைத்து நூலினை முடிக்கிறார்.

ஆனால், சிவகங்கை வரலாறு குறித்த நூலை எழுதி, அதை உலகத் தமிழாராய்ச்சி நிறுவனத்தின் மூலம் வெளியிடத் தெரிந்த இவருக்கு சிவகங்கை எந்தப் பக்கம் இருக்கிறது என்பது தெரியுமா எனத் தெரியவில்லை. நான்கைந்து நூல்களை மட்டும் கையில் வைத்துக்கொண்டு முனைவர் பட்ட ஆய்வுகளை எழுதிக் குவிக்கும் முனிவராக டாக்டர் சி.அம்பேத்கர்பிரியன் இருக்கிறார்.

உலகத் தமிழாராய்ச்சி நிறுவனத்திடம் தகவல் அறியும் உரிமைச் சட்டத்தின்கீழ் கீழ்க்கண்ட தகவல்களைக் கேட்டிருந்தோம்.

1. மேற்கண்ட நிகழ்ச்சியில் சொற்பொழிவாளர் முனைவர் சி.அம்பேத்கர் பிரியன் ஆற்றிய சொற்பொழிவின் நகல் ஒரு பிரதி தரவும்.
2. மேற்கண்ட நிகழ்ச்சியில் நூலாசிரியர் முனைவர் சி.அம்பேத்கர் பிரியன் எழுதி வெளியிடப்பட்ட 'வீரத்தாய் குயிலி' நூலின் ஒரு பிரதியினைத் தரவும்.
3. பெரியார் மணியம்மை அறக்கட்டளை, மற்றும் அதன் தலைவர், செயலரின் முழுமையான அஞ்சல் தொடர்பு முகவரிகளைத் (நடப்பு தொலைபேசி எண் உட்பட) தரவும்.
4. வ.உ.சி அறக்கட்டளை, மற்றும் அதன் தலைவர், செயலரின் முழுமையான அஞ்சல் தொடர்பு முகவரிகளைத் (நடப்பு தொலைபேசி எண் உட்பட) தரவும்.
5. சி. அம்பேத்கர்பிரியன் எழுதியுள்ள 'வீரத்தாய் குயிலி' நூலினைப் பரிசீலித்து அதை உலகத் தமிழாராய்ச்சி நிறுவனம் சார்பாக வெளியிடப் பரிந்துரை செய்த நூல் வெளியீட்டுப் பணிப் பொறுப்பிலுள்ள அலுவலர் மற்றும் குழுவினரின் முழுமையான அஞ்சல் தொடர்பு முகவரிகளைத் (நடப்பு தொலைபேசி எண் உட்பட) தரவும்.

30.10.2018 அன்று இதற்கான பதிலாக ரூ100 செலுத்தி நூலைப் பெற்றுக்கொள்க என்றும், உலகத் தமிழ் ஆராய்ச்சி நிறுவனத்தின் அறக்கட்டளைகளுக்குப் பொறுப்பாளர்கள் நியமிக்கப்படுவதில்லை என்றும் பதில் அனுப்பிவிட்டது. இதைத் தொடருவது கல்லில் நார் உரிப்பதற்குச் சமமானது என்பதால் இச்செயல்பாட்டை மேலும் தொடரவில்லை. இருப்பினும் இந்நூல் முழுக்க கற்பனையான தகவல்களைக் கொண்டு எழுதப்பட்டுள்ளது என்பதால் இந்நூலை மறுபதிப்பு செய்ய வேண்டாம் எனக் கேட்டுக் கொண்டு கடிதம் அனுப்பியுள்ளோம். ∎

1.20. எழுதியவன் கெடுத்த ஏடு! (2018)

6ஆம் வகுப்புப் பாட நூல்

2018ஆம் ஆண்டு தமிழ் நாடு அரசு பள்ளிக் கல்வித்துறையின் சார்பாக மாநிலக் கல்வியியல் ஆராய்ச்சி மற்றும் பயிற்சி நிறுவனம் வெளியிட்டுள்ள ஆறாம் வகுப்பு தமிழ்ப் பாட நூலில் பக்கம் 155 முதல் 158 வரையிலும் உள்ள இயல் ஏழு – விரிவானம் – வேலுநாச்சியார் எனும் தலைப்பில் அமைந்துள்ள பாடத்தில் குயிலி பற்றிக் குறிப்பிடப்பட்டுள்ளது.

பெண்கள் படைப்பிரிவிற்கு குயிலி தலைமை தாங்கியதாகவும் வேலுநாச்சியாரிடம் சிவகங்கை அரண்மனைக்குள் நுழைந்து ஆயுதக் கிடங்கிற்குத் தான் தீவைத்ததும் படைகள் உள்ளே வரட்டும் எனக் குயிலி சொல்லிவிட்டுச் செல்வதாகவும். சிறிதுநேரத்தில் கோட்டைக்குள் உயரமாகத் தீ எரிவதாகவும். ஆங்கிலப்படை தோல்வியடைந்து ஓடியதும் இந்த வெற்றிக் காரணமான குயிலி எங்கே என வேலுநாச்சியார்

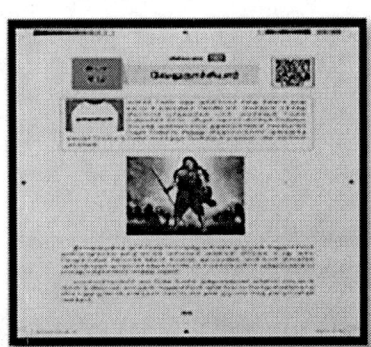

கேட்பதாகவும் தன் உடலில் தீ வைத்துக் கொண்டு ஆயுதக் கிடங்கிற்குள் குயிலி குதித்து விட்டதாக வீரர்கள் பதில் கூறுவதாகவும் “குயிலி தன் உயிரைத் தந்து நம்நாட்டை மீட்டுக் கொடுத்திருக்கிறாள். அவளது துணிவுக்கும் தியாகத்திற்கும் வீரத்திற்கும் தலை வணங்குகிறேன்” என வேலுநாச்சியார் கூறுவதாகவும் குறிப்பிடப்பட்டுகின்ற இப்பாடமானது, வேலு நாச்சியாரின் வீரம், மருதுசகோதரர்களின் ஆற்றல், ஐதர் அலியின் உதவி ஆகியவற்றோடு குயிலியின் தியாகமும் இணைந்ததால் சிவகங்கை மீட்கப்பட்டது எனக் குறிப்பிடுவதுடன் முடிகிறது.

பள்ளிக் குழந்தைகளிடம் கற்பனைக் கதை வரலாறாகத் திணிக்கப்பட்டிருப்பதை மாற்ற வேண்டும் என்பதற்காக, பாடங்களிலுள்ள வரலாற்றுத் தகவல் பிழைகளை உடனடியாகத் திருத்தம் செய்யக்கோரும் கீழ்க்கண்ட மனுவினை 04.10.2018 அன்று பள்ளிக் கல்வித் துறையின் இயக்குனர் மற்றும் செயலர் ஆகியோருக்குத் தனித்தனியாக அனுப்பினோம்.

பள்ளிக்கல்வித்துறைக்கு அனுப்பிய மனு

பெறுனர் : செயலர் / இயக்குனர்,
பள்ளிக் கல்வித் துறை
தமிழ்நாடு அரசு,
சென்னை.

ஐயா,

பொருள்: ஆறாம் வகுப்பு தமிழ்ப் பாடத்தில் இயல் ஏழாக அமைந்துள்ள வேலு நாச்சியார் எனும் தலைப்பிலமைந்த பாடத்திலுள்ள வரலாற்றுப் பிழைகளை உடனடியாகத் திருத்தம் செய்யக் கோரி.

மாநிலக் கல்வியியல் ஆராய்ச்சி மற்றும் பயிற்சி நிறுவனத்தினரால் உருவாக்கமும் தொகுப்பும் செய்யப்பட்டுத் தங்களது துறையால் இந்த ஆண்டு (2018) வெளியிடப்பட்டுள்ள ஆறாம் வகுப்பு தமிழ்ப் பாடத்தில் இயல் ஏழாக விரிவானம் எனும் தலைப்பின்கீழ் அமைந்துள்ள வேலு நாச்சியார் எனும் பாடத்தில் கீழ்க்கண்ட தவறுகள் இடம்பெற்றுள்ளன.

1. பாட அமைப்பிலுள்ள தவறுகள்:

i) **வேலு நாச்சியாரின் கால கட்டம் குறிப்பிடவில்லை. வரலாற்றில் மிகத் தெளிவாக விளங்கிக் கொள்ள முடிகின்ற**

வேலு நாச்சியாரின் காலகட்டமானது குறிப்பிடாததன் மூலமாக அறிவியல் கண்ணோட்டமற்ற வரலாற்றின் கதையாடலாகவே இப்பாடமானது மாணாக்கர் மனதில் பதியும். இது பாடநூல் நிறுவனத்தின் நோக்கத்திற்கு எதிரானதாகும். எனவே வேலு நாச்சியாரின் சரியான காலகட்டத்தினைப் பாடத்தில் குறிப்பிட்டுக் காட்ட வேண்டும்.

ii) நடுகல் புகைப்படத்தின் கீழ் அது எங்குள்ளது என்கிற குறிப்பில்லாமல் நடுகல் எனும் குறிப்பு மட்டுமே உள்ளது. இவ்வாறு விவரம் குறிப்பிடப்படாமல் படங்களை வெளியிட்டிருப்பது நூலாக்கத் தவறாகும். நடுகல் விவரங்கள் குறிப்பிடப்பட்டாக வேண்டும்.

2. பாடத்தில் உள்ள தவறுகள்:

1. “தாய்மொழியாகிய தமிழ் மட்டும் அல்லாமல் ஆங்கிலம், பிரெஞ்சு, உருது, ஆகிய மொழிகளையும் சிறப்பாகக் கற்றார். சிலம்பம், குதிரை ஏற்றம், வாள்போர், வில் பயிற்சி ஆகியவற்றையும் முறையாகக் கற்றுக்கொண்டார்.” எனப் பாடத்திலுள்ளது.

   வேலுநாச்சியார் தமிழ் தவிர 3 மொழிகளை அறிந்திருந்த தாகக் கூறப்படுவது ஆதாரமற்றதாகும். எனவே இத்தவறினை நீக்க வேண்டும்.

2. “காளையார்கோவிலில் நடந்த போரில் முத்துவடுகநாதர் ஆங்கிலப் படையுடன் போரிட்டு வீரமரணம் அடைந்தார்.” எனப் பாடத்திலுள்ளது.

   1772ஆம் ஆண்டு நிராயுதபாணியாக வந்து கோயிலின் முன்நின்ற சிவகங்கை அரசர் முத்துவடுகநாதரையும் அவரது இளைய மனைவி கௌரி நாச்சியாரையும் காளையார்கோவில் வாசலில் வைத்து கொடூரமாகக் கொலை செய்தான் லெப்டிண்ட் கர்னல் ஆபிரஹாம் பாஞ்ஜோர். இந்த அநீதியான படுகொலைகளை ஆங்கிலப் பத்திரிகைகளான, *“THE LONDON PACKET மற்றும் THE BRITISH CHRONICLE”* ஆகிய இரண்டும் அம்பலப்படுத்தி உள்ளன. இங்கிலாந்திலிருந்த கிழக்கிந்தியக் கம்பெனியின் போட்டிக்காரர்கள் பாஞ்ஜோர்மீது குற்றம் சுமத்தியுள்ளனர். சென்னை அருகிலுள்ள பூந்தமல்லியில் விசாரணை நடைபெற்றுள்ளது. ஆனால், சாமர்த்தியமாகக் கூறப்பட்ட பாஞ்சோரது விளக்கம் ஏற்றுக் கொள்ளப்பட்டு அவன் தப்பிக்க வைக்கப்பட்டான். இதற்கான ஆவணங்கள் *‘Vestiges of Old Madras 1640 - 1800. Vol III’* எனும்

ஆங்கில நூலில் உள்ளன. அதன் பின்னர் அவன் உடல் நலம் குன்றி இங்கிலாந்து திரும்பியுள்ளான். விரிவான விவரங்களை எமது 'ஒப்பனைகளின் கூத்து' எனும் நூலில் தெரிவித்துள்ளேன்.

ஆக, முத்துவடுகநாதர் சூழ்ச்சியால் கொல்லப்பட்டார் என்பதே வரலாறு. போரில் கொல்லப்பட்டார் என்பது தவறான தகவலாகும். எனவே இத்தவறானது நீக்கப்பட வேண்டும்

3. சிவகங்கையைப் பறிகொடுத்து எட்டாண்டுகள் ஆகிவிட்ட நிலையில் திண்டுக்கல்லில் கூடிய ஆலோசனைக் கூட்டத்தில் அமைச்சர் தாண்டவராயபிள்ளை இருந்தார் என பாடத்தில் உள்ளது.

தாண்டவராய பிள்ளை அக்காலகட்டத்தில் இறந்துவிட்டார் என்பதே வரலாறாகும். எனவே இத்தவறானது நீக்கப்பட வேண்டும்.

4. மேலும் அக்கூட்டத்தில் குறுநில மன்னர்கள் இருந்ததாகப் பாடத்தில் கூறப்பட்டுள்ளது.

அக்காலகட்டத்தில் எந்தக் குறுநில மன்னர்களும் இருந்ததற்கான எவ்வித ஆதாரமும் வரலாற்றில் இல்லை. அந்தக் கூட்டத்தினது உரையாடல் மொத்தமுமே ஆதாரமற்ற தவறான தகவலாகும். எனவே இத்தவறானது நீக்கப்பட வேண்டும்.

5. ஆண்கள் படைப்பிரிவிற்கு மருது சகோதரர்களும் பெண்கள் படைப்பிரிவிற்கு குயிலியும் தலைமை ஏற்றனர் எனப் பாடத்தில் குறிப்பிடப்பட்டுள்ளது.

இது முழுக்கத் தவறான செய்தியாகும். அப்பட்டமான, அபாண்டமான பொய்யாகும். குயிலி என சிவகங்கை வரலாற்றில் யாரும் இருந்ததில்லை. இல்லாத ஒருவரை மருதுவிற்குச் சமமான வரலாற்றுப் பாத்திரமாக அமைத்திருப்பது தவறானது மற்றும் கண்டிக்கத்தக்கதாகும். எனவே இத்தவறானது உடனடியாக நீக்கப்பட வேண்டும்.

6. விஜயதசமிக்கு முதல் நாள் சிவகங்கையை நோக்கிப் புறப்பட்டது படை... படை மறுநாள் காலை சிவகங்கையை அடைந்தது. எனத்தொடங்கி, போர் நடைபெற்றதாகவும் அப்போது "குயிலி தன் உடலில் தீ வைத்துக்கொண்டு ஆயுதக்கிடங்குக்குள் குதித்து விட்டாள்" என வீரர்கள் கூறியதாகவும் பாடத்தில் குறிப்பிடப் பட்டுள்ளது. இவையனைத்தும் கற்பனையாகும்.

இச்சம்பவம் கற்பனையானது என்பதற்கான பல ஆதாரங்களை எமது "ஒப்பனைகளின் கூத்து" நூலில் முன்வைத்து

விளக்கியுள்ளேன். அவற்றை நீங்கள் சரி பார்த்துக்கொள்ளலாம். இருப்பினும் ஒரே ஒரு விளக்கத்தை முன்வைக்கிறேன்.

1990ஆம் ஆண்டு தமிழ்நாடு அரசு பாடக் குழுவானது வி.கணபதி குழுவினரைக் கொண்டு பள்ளித் துணைப்பாட நூலாகத் தயாரிக்கப்பட்டு மாணவர்களுக்கு வழங்கப்பட்ட "நாடு காத்த நல்லோர்" எனும் நூலில் பக்கம் 5இல் "...மருதிருவரையும் வேலு நாச்சியாரையும் அழைத்து வந்து நாடாளும் பொறுப்பை அவர்களிடமே நல்கினான்." எனக் குறிப்பிடப்பட்டுள்ளது. இதுவே வரலாறாகும்.

தவறான தகவல்களைப் பாடநூலில் கொண்டு வந்திருப்பது சிவகங்கை வரலாற்றை மட்டுமல்ல தமிழகப் பள்ளிக் கல்வித் துறையின் பணியையும் களங்கப்படுத்துவதாகும். எனவே மேற்கண்ட தவறுகளை உடனடியாகத் திருத்தம் செய்ய உத்தரவிடுமாறு கேட்டுக் கொள்கிறேன்.

இணைப்பு : பாட நகல்   (ஒப்பம்)

• • •

இம்மனுவிற்கான எந்தவிதப் பதிலும் வரவில்லை. அதனால் 10.01.2019 அன்று இம்மனுக்களின்மீது எடுக்கப்பட்ட நடவடிக்கைகள் குறித்துத் தருமாறு தகவல் அறியும் உரிமைச் சட்டத்தின்கீழ் விண்ணப்பம் அனுப்பினோம். 14.02.2019 அன்று பள்ளிக் கல்வித்துறையானது நமது விண்ணப்பத்தினை மாநிலக் கல்வியியல் ஆராய்ச்சி மற்றும் பயிற்சி இயக்குனருக்கு மாற்றம் செய்யப்பட்டிருப்பதாகத் தகவல் அனுப்பியுள்ளது. இந்தச் செயல்பாடுகள் தொடர்ந்து கொண்டிருக்கின்றன. ஆயினும் அடுத்த ஆண்டான 2019ஆம் ஆண்டிற்கான பாட நூலிலும் எவ்வித மாற்றமும் இல்லாமல் அதே தவறான தகவலுடனேயே நூல்கள் வெளிவந்துள்ளன.

11ஆம் வகுப்புப் பாட நூல்

2019ஆம் ஆண்டு தமிழ் நாடு அரசு பள்ளிக் கல்வித் துறையின் சார்பாக மாநிலக் கல்வியியல் ஆராய்ச்சி மற்றும் பயிற்சி நிறுவனம் வெளியிட்டுள்ள மேல்நிலை முதலாம் ஆண்டு வரலாறு தொகுதி – 2 பாடநூலில் 'ஆங்கிலேய ஆட்சிக்குத் தொடக்க கால எதிர்ப்புகள்' எனும் பாடத்தில் பக்கம் 146இல் இடம் பெற்றுள்ள வேலு நாச்சியார் எனும் உட்தலைப்புப் பகுதியில் குயிலி குறித்துக் குறிப்பிடப்பட்டுள்ளது.

"வேலுநாச்சியார் ஒரு பெண்கள் படையை உருவாக்கி இருந்தார். அவர் ஆங்கிலேயரின் வெடி மருந்துக் கிடங்குகளைக் கண்டு பிடிப்பதற்குத் தன் உளவாளிகளைப் பயன் படுத்தினார். நாச்சியாரின் படையில் இருந்த குயிலி தன்மீது நெருப்பு வைத்துக் கொண்டு, ஆங்கிலேயரின் வெடிமருந்து கிடங்கில் நுழைந்து அதை அழித்தார். நாச்சியாரின் படையிலிருந்த இன்னொரு உளவாளி அவரால் தத்தெடுக்கப்பட்ட உடையாள் ஆவார். இவர் ஆங்கிலேயரின் ஓர் ஆயுதக் கிடங்கை வெடிக்கச் செய்வதற்காகத் தன்னையே அழித்துக் கொண்டார்."

இதையே குயிலிக்கான ஆதாரமாக ஒருவர் ஃபேஸ் புக்கில் எடுத்துக் காட்டியிருந்தார். ஆகையால், பள்ளிக் கல்வித் துறையானது குயிலிக்கான ஆதாரமாக எதை வைத்திருக்கிறது என்பதை அறிய முடிவு செய்து 27.08.2018 அன்று தகவல் அறியும் உரிமைச் சட்டத்தின்கீழ் விண்ணப்பத்தினை அனுப்பியிருந்தோம். அதில்,

1. ராணி வேலுநாச்சியார் குறித்துக் குறிப்பிடப்பட்டிருப்பதற்கான ஆதார நூல்களின் விவரங்கள்.
2. குயிலி குறித்துக் குறிப்பிடப்பட்டிருப்பதற்கான ஆதார நூல்களின் விவரங்கள்.
3. குயிலி குறிப்பிடப்பட்டுள்ள பாட நூலின் பக்கங்கள்.
4. பாட ஆக்கக் குழுவினரில் அப்பாடத்தினை முன்மொழிந்தவர் அல்லது பரிந்துரை செய்தவர் விவரம்.

ஆகிய 4 தகவல்களை நாம் அதில் கோரியிருந்தோம்.

30 நாட்களுக்குள் தகவல் அனுப்பப்பட வேண்டும். ஆனால், தகவல் வரவில்லை. அதனால் 03.10.2018 அன்று பள்ளிக் கல்வித்துறைக்கு நமது முதல் மேல்முறையீட்டு விண்ணப்பத்தினை அனுப்பினோம். ஆனால், நமது முதல் விண்ணப்பமானது மாநிலக் கல்வியியல் ஆராய்ச்சி மற்றும் பயிற்சி நிறுவனத்திற்கு மாற்றப்பட்டுள்ளதாக பள்ளிக் கல்வித்துறையானது நமக்குத் தகவல் அளித்தது. அத்தகவல் சரியாக ஒரு மாதங்கழித்து

27.09.2018 அன்று எழுதப்பட்டு 09.10.2018 அன்று அஞ்சலிடப் பட்டு 11.10.2018 அன்று நமக்குக் கிடைத்தது. அதன்பின்னர் நமது மேல்முறையீட்டு விண்ணப்பமும் மாநிலக் கல்வியியல் ஆராய்ச்சி மற்றும் பயிற்சி நிறுவனத்திற்கு மாற்றப்பட்டுள்ளதாக 10.10.2018 தேதியிட்ட கடிதம் மூலமாகப் பள்ளிக் கல்வித் துறையானது நமக்குத் தகவல் அளித்தது. அதன்பிறகு எந்தப் பதிலும் அனுப்பப்படவில்லை. அதனால், 20.11.2018 அன்று இரண்டாவது மேல்முறையீட்டு விண்ணப்பத்தினை மாநிலத் தகவல் ஆணையத்திற்கு அனுப்பியிருந்தோம். ஆணையமானது நமது மனுவை வழக்காக (எண்: SA/8711/2018) ஏற்று ஆணையத்தில் பதிவு செய்யப்பட்டுள்ளதாக 03.12.2018 அன்று நமது அலைபேசி எண்ணுக்கு (9488525882) குறுஞ்செய்தியினை அனுப்பியிருந்தது.

அதன்பிறகுதான் நாம் கோரிய தகவல்களை மாநிலக் கல்வியியல் ஆராய்ச்சி மற்றும் பயிற்சி நிறுவனமானது 10.12.2018 தேதி நமக்கு அனுப்பியிருந்தது. அதன் விவரம் வருமாறு:

தகவல்: 1

1. விடுதலை வேள்வியில் தமிழகம் - ஸ்டாலின் குணசேகரன்.
2. வீரம் விளைந்த சிவகங்கைச் சீமையின் செம்மண் - மு.சேகர்
3. காங்கிரஸ் நூற்றாண்டு மலர் (1985)
4. இந்திய விடுதலைக்கு இன்னுயிர் ஈந்த வீராங்கனைகள் - வி.என்.,சாமி
5. தமிழ்நாட்டு வரலாறு - பா.இறையரசன்

தகவல்: 2

1. குயிலியின் தியாகத்தில் வேலுநாச்சியாரின் வெற்றி - ஆலம்பட்டு. சோ.உலகநாதன்.
2. இந்திய விடுதலைக்கு இன்னுயிர் ஈந்த வீராங்கனைகள் - வி.என். சாமி
3. தமிழ்நாட்டு வரலாறு - பா.இறையரசன்
4. தென் தமிழகம் தந்த தியாக தீபங்கள் - நல்லாமூர் கோ.பெரியண்ணன்.
5. காங்கிரஸ் நூற்றாண்டு மலர் (1985)

தகவல்: 3 நகல்கள் இணைக்கப்பட்டிருந்தன.

தகவல்: 4 பரிந்துரை செய்தது ஒட்டுமொத்த பாடநூல் குழுவினர்.

இத்தகவல்களில் கேள்வி 1 மற்றும் 2ற்கு நாம் கோரிய தகவல்கள் முழுமையாக இல்லையென்பதால் மாநிலக்

கல்வியியல் ஆராய்ச்சி மற்றும் பயிற்சி நிறுவனத்திற்கு முதலாம் மேல்முறையீட்டினை 04.01.2019 அன்று அனுப்பினோம்.

அதற்கான தகவல்களை 22.03.2019அன்று அனுப்பியிருந்தனர். அதில் நாம் கோரிய தகவல்கள் இருந்தன. இருப்பினும்,

1. **தென் தமிழகம் தந்த தியாக தீபங்கள் - நல்லாமூர் கோ. பெரியண்ணன்.**
2. **காங்கிரஸ் நூற்றாண்டு மலர்.**
3. **வீரம் விளைந்த சிவகங்கைச் சீமையின் செம்மண் - மு.சேகர்.**

ஆகிய நூல்கள் குறித்த பதிப்பு விவரங்கள் அதில் இல்லை. நாம் குயிலிக்கான ஆதாரங்களாகக் கேட்டிருந்த தகவல் 2ன் படியான கேள்விக்கு நிறுவனம் 5 நூல்களைக் காட்டியிருக்கிறது. அந்த 5 நூல்களிலும் குயிலி குறிப்பிடப்பட்டிருப்பதற்கான ஆதாரங்கள் ஏதும் குறிப்பிடப்படவில்லை. தகவல் 1-ன் படியான கேள்விக்குத் தரப்பட்ட பதிலிலுள்ள 'வீரம் வெளஞ்ச சிவகங்கைச் சீமையின் செம்மண்' எனும் மு.சேகர் எழுதியுள்ள நூல் மட்டும்தான் குயிலிக்கான ஆதாரம் காட்டியுள்ள ஒரே நூல். ஆனால், அந்த ஆதாரம் நம்பத் தகுந்ததல்ல என்பதை முன்னரே பார்த்தோம்.

குயிலிக்கான ஆதாரமாக இந்த நூலைக் கொள்ளவில்லை வேலு நாச்சியாருக்கான ஆதாரமாகத்தான் இந்நூலைக் கொண்டிருக்கிறோம் என நிறுவனம் குறிப்பிட்டாலும்கூட இந்நூல் ஆதாரமற்ற செய்திகளால் எழுதப்பட்ட நூல்தான் என்பதை நாம் தெரிவிக்க விரும்புகிறோம்.

பாடநூற்களில் உள்ள வேறுபாடுகளைக் காண்கையில் பாடநூலாக்கக் குழுவில் இருப்பவர்கள் பொது அறிவுடன்தான் செயல்படுகிறார்களா எனும் ஐயம் ஏற்படுகிறது. 6ஆம் வகுப்புப் பாடநூலில் தளபதியாகக் குறிப்பிடப்பட்ட குயிலி 11ஆம் வகுப்புப் பாட நூலில் 'படையில் இருந்த' எனக் குறிப்பிடப்படுகிறாள். 6ஆம் வகுப்புப் பாடநூலில் வேலுநாச்சியாரைக் காட்டிக் கொடுக்காததால் தலை வெட்டப்பட்டதாகக் குறிப்பிடப்பட்ட

உடையாள் எனும் பெண் 11ஆம் வகுப்புப் பாட நூலில் வேலுநாச்சியாரல் தத்தெடுக்கப்பட்டவள் என்றும் அவளும் ஆங்கிலேயரின் ஆயுதக் கிடங்கை வெடிக்கச் செய்வதற்காக தன்னையே அழித்துக் கொண்டார் எனவும் புதுக்கரடியைக் கிளப்பிவிட்டுள்ளனர்.

ஆக, இதிலிருந்து ஆதாரமற்ற நூல்களையே ஆதாரமாகக் கொண்டு பாடநூல்களைத் தயாரித்து வரலாற்றைக் குழப்பி வருகிறது பள்ளிக் கல்வித்துறையின் மாநிலக் கல்வியியல் ஆராய்ச்சி மற்றும் பயிற்சி நிறுவனம் என்பது தெரிய வருகிறது.

■

1.21. படித்தவன் கெடுத்த பாட்டு!
(2018)

2018 அக்டோபர் மாதக் காலச்சுவடு இதழில் அப்போதைய பள்ளிக் கல்வித் துறையின் இயக்குநராக இருந்த த. உதயச்சந்திரன் ஐ.ஏ.எஸ் அவர்களை எழுத்தாளர் பெருமாள் முருகன் எடுத்த விரிவான நேர்காணல் வெளிவந்தது.

"அறிவியல் பார்வை என்று குறிப்பிட வருவது அறிவியல் பாடத்தில் மட்டுமல்ல, மொழிப் பாடங்களிலும் கூட. மொழிப் பாடங்களிலும் சான்றுகளின் அடிப்படை யில் மட்டுமே நாம் எதையும் சொல்ல வேண்டும் என்பதைக் கவனமாக முடிவு செய்தோம். ஏனென்றால் மிக முக்கியமாக நம்முடைய வரலாற்றைப் புரிந்து கொண்டதிலும் வரலாற்றுச் சொல்லாடலிலும் கற்பனை சேர்ந்துள்ளதாக விமர்சனம் வைக்கப்படுகிறது. ஆகவே, எழுதப்படும் ஒவ்வொன்றுக்கும் ஏதாவது சான்றுகள் இருக்க வேண்டும். அப்படியில்லாமல் மாற்றுக் கருத்துக்கள் இருப்பின் அவற்றையும் பதிவு செய்ய வேண்டும். இதைச் சமூக அறிவியல், வரலாறு போன்ற பாடங்களில் மட்டுமில்லாமல் தமிழிலும் பின்பற்றி வருகிறோம்." என அந்நேர்காணலில் த.உதயச் சந்திரன் கூறியிருந்தார்.

பாடப் புத்தகத்தில் குயிலி குறித்து வெளி வந்திருந்ததற்கான காரணத்தை அறிய நாம் முயலத் தொடங்கியபோது உதயசந்திரன் தொல்லியல் துறைக்கு மாற்றலாகிவிட்டதால் இது குறித்து அவரிடம் தகவல் பெற முடியுமா என எண்ணியிருந்த

நேரத்தில்தான் இந்நேர்காணல் வெளிவந்திருந்தது. சரி காலச்சுவடிற்கே அனுப்புவோம் என முடிவு செய்து சில கேள்விகளை அனுப்பியிருந்தோம். எதிர்பாராதவிதமாக, நமது கடிதம் சுருக்கப்பட்டு நவம்பர் மாத காலச்சுவடு இதழில் வெளியிடப்பட்டது. இது நமது நண்பர்கள் பலரது கவனத்தையும் கவர்ந்திருந்தது. நாம் சொல்வதிலும் உண்மையிருக்கக் கூடுமோ எனச் சிலர் சிந்திக்க ஆரம்பித்ததும் தெரிந்தது. எனவே தொடர்ச்சியாக இரண்டு மாதங்களுக்கு காலச்சுவடில் நூல் விளம்பரங்களையும் கொடுத்தோம்.

காலச்சுவடில் சுருக்கப்பட்டு வெளிவந்த நமது கடிதத்தின் சுருக்கப்படாத வடிவம்:

காலச்சுவடிற்குக் கடிதம்

அக்டோபர் 2018 காலச்சுவடு இதழை முன்வைத்து:

திரு. த.உதயசந்திரன் கவனத்திற்கு,

இதற்குமுன் தமிழக பள்ளிக் கல்விப்புலம் கண்டிராத வகையில் தமிழகப் பள்ளிப் பாட நூல்கள் அமைக்கப்பட்டுள்ளன என்பதிலும், அது மாணாக்கர்களுக்கு மிகவும் பயனுள்ளதாக அமைந்துள்ளது என்பதிலும் எந்தவிதமான ஐயமும் இல்லாதவகையில் பாடநூல்கள் அமைக்கப்பட்டுள்ள விதத்திலும் பாடம் படிக்கும் மாணாக்கர்களிடையே தோன்றும் உற்சாகமான மனநிலையின் மூலமாகவும் நேரடியாக நாமே உணர முடிகிறது.

இதைச் சாதித்த த.உதயசந்திரனுக்கு தற்போதும் வருங்காலத்திலும் தமிழ்ப் பள்ளிக்கல்வி பயிலும் மற்றும் பயிலவிருக்கும் மாணாக்கர்களின் பெற்றோர்களும் பயிற்றுவிக்கும் ஆசிரியர்களும் கடன்பட்டுள்ளனர் என மகிழும் அதேநேரத்தில் இவ்வாறானவர்களைப் பணிமாற்றும் அரசாங்கத்தையும் அதை ஆட்டிவைக்கும் ராஜாக்களின் நோக்கத்தையும் எண்ணி கவலைப்படவும் வேண்டியிருக்கிறது.

உதயசந்திரனின் எண்ணப்போக்கில் 50% மட்டும் ஆசிரியர்களிடம் உருவாகுமேயானால், விரைவில் நூற்றுக்கணக்கான உதயசந்திரன்கள் வந்துவிடுவார்கள் என நிச்சயம் நாம் நம்பலாம்.

இருப்பினும், ஏதேனும் ஒரு விதத்தில் தமிழையும் தமிழகத்தையும் தமிழ் மக்களையும் பிடித்தாட்டுகின்ற சாபக்கேடு உதயசந்திரனையும் தாண்டி பள்ளிக் கல்விப் பாடநூலைப் பிடித்துவிட்டது என்பதுதான் வருத்ததிற்குரிய விசயம்.

"அறிவியல் பார்வை என்று குறிப்பிட வருவது அறிவியல் பாடத்தில் மட்டுமல்ல, மொழிப் பாடங்களிலும்கூட. மொழிப் பாடங்களிலும் சான்றுகளின் அடிப்படையில் மட்டுமே நாம் எதையும் சொல்ல வேண்டும் என்பதைக் கவனமாக முடிவு செய்தோம். ஏனென்றால் மிக முக்கியமாக நம்முடைய வரலாற்றைப் புரிந்து கொண்டதிலும் வரலாற்றுச் சொல்லாடலிலும் கற்பனை சேர்ந்துள்ளதாக விமர்சனம் வைக்கப்படுகிறது.

ஆகவே, எழுதப்படும் ஒவ்வொன்றுக்கும் ஏதாவது சான்றுகள் இருக்க வேண்டும். அப்படியில்லாமல் மாற்றுக் கருத்துக்கள் இருப்பின் அவற்றையும் பதிவு செய்ய வேண்டும். இதைச் சமூக அறிவியல், வரலாறு போன்ற பாடங்களில் மட்டுமில்லாமல் தமிழிலும் பின்பற்றி வருகிறோம்." என நேர்காணலின் முதல் கேள்விக்குப் பதிலாக, உதயசந்திரன் குறிப்பிடுகின்ற அவரது இரண்டாவது கொள்கைக்கு மாறாக அமைந்துள்ள ஒரு பாடத்தையும் அதிலும் சில குறிப்பிட்ட அம்சங்களையும் மட்டும் சுட்டிக் காட்டுவதே இக்கடிதத்தின் நோக்கம்.

ஆறாம் வகுப்பு தமிழ்ப் பாடநூல் பகுதி: விரிவானம் இயல்: ஏழு தலைப்பு: வேலுநாச்சியார் - பக்கங்கள் 155 முதல் 158 வரை.

1. "காளையார்கோவிலில் நடந்த போரில் முத்துவடுகநாதர் ஆங்கிலப் படையுடன் போரிட்டு வீரமரணம் அடைந்தார்." எனப் பக்கம் 155இல் உள்ளது. ஆனால், இது தவறான தகவலாகும். எதிர்பாராத நிலையில் சூழ்ச்சியால் மன்னர் கொல்லப்பட்டார் என்பதுதான் சரியானது. அதற்கான ஆதாரங்களை இங்கு குறிப்பிடுவதற்கு அதன் இயல்பான விரிவுத் தன்மை காலச்சுவடின் பக்கங்களுக்குள் அனுமதிக்காது. எனவே பார்க்க, எனது "ஒப்பனைகளின் கூத்து" (சிவகங்கை வரலாற்றை முன்வைத்து ஓர் ஆய்வு) நூல்.

2. "ஆண்கள் படைப்பிரிவுக்கு மருது சகோதரர்களும் பெண்கள் படைப் பிரிவுக்குக் குயிலியும் தலைமை ஏற்றனர்." எனப் பக்கம் 157இல் உள்ளது. இதுதான் மிக முக்கியமானது.

யார் இந்தக் குயிலி? 1813 முதல் 2018 வரை சிவகங்கை வரலாறு குறித்து வெளிவந்துள்ள, இன்னும் தமிழில் மொழி பெயர்க்கப்படாத ஒரு ஆங்கில நூல் உட்பட, ஆவணங்களின்

அடிப்படையில் எழுதப்பட்ட சுமார் 60 நூல்கள் எமது வசம் உள்ளன. அவற்றுள் மூன்று நூல்கள் ஏற்கனவே 1960களில் தமிழக அரசின் பாட நூல்களாக இருந்தவை. அவை எதிலும் இந்தக் குயிலி எனும் பெண்ணும் இடம் பெற்றதில்லை, அப்போது சிவகங்கையில் போர் நடந்ததாகவும் அந்நூல்கள் குறிப்பிட்டதில்லை.

தமிழகத்தின் இடதுசாரிய, திராவிட, இந்தியத் தேசிய, தமிழ்த் தேசிய, தலித்திய, முற்போக்கிய அறிவுசீவிகளால் கூறப்பட்டு வருகின்ற, குயிலி உண்மையில் வரலாற்று ஆதாரமற்றவள். ஜீவபாரதி என்பவரின் ஓராண்டுத் தொடர்கதையாலும் 2000ஆம் ஆண்டு முதல் 2017ஆம் ஆண்டு வரை வந்துள்ள 14 பதிப்புகளின் சுமார் 20,000 நூற் பிரதிகளாலும் கடந்த 20 ஆண்டுகளாகத் தொடர்ந்து பரப்பப்பட்டு வந்துள்ள ஒரு கற்பனைப் பாத்திரம்தான் இந்தக் குயிலி. இந்தக் கற்பனைக்கு சிவகங்கையில் 25.50 லட்சம் ரூபாய்க்கு நினைவுத் தூணையும் வைத்துவிட்டார் முன்னாள் முதல்வர் ஜெயலலிதா.

மேலும், ஜீவபாரதிக்கு முன் குயிலியைக் குறிப்பிட்டவர்கள் குயிலியின் சாதியைக் குறிப்பிட்டதில்லை. ஜீவபாரதிதான் குயிலியை ஆதிதிராவிடப் பெண் எனத் தனது தொடர்கதையில் முதன்முதலாகக் குறிப்பிடுகிறார். அதற்குப்பின்னர்தான், பட்டியல் சாதியிலுள்ள பல அமைப்புகள் ஒவ்வொன்றும் குயிலியைத் தங்களுக்கானவள் எனச் சொந்தம் கொண்டாடத் தொடங்கின. அரசியல் கட்சிகளோ, தங்களின் வசதிக்கு ஏற்ப ஏதேனும் ஒரு பட்டியல் சாதிக்குள் குயிலியைச் சேர்த்து விடுகிறார்கள். சமீபத்தில் டிடிவி தினகரன்கூடக் குயிலியை அருந்ததியர் சாதிப்பெண் எனக் குறிப்பிட்டிருக்கிறார்.

மேலும் ஒரு தகவல், “ஜீவபாரதியின் வேலு நாச்சியார் நாவலில் பெண்ணியச் சிந்தனைகள்” எனனும் தலைப்பில் முனைவர் பட்ட ஆய்வு செய்த புதுக்கோட்டை மாவட்டம், சந்தைப்பேட்டை, அரசு மகளிர் மேல்நிலைப் பள்ளி ஆசிரியை திருமதி மு.கீதா என்பவர் தற்போதைய பாடநூலாசிரியர் குழுவில் இடம்பெற்றுள்ள 25 ஆசிரியர்களில் ஒருவராவார்.

இது குறித்து விரிவாகப் பேசுவதற்கு நான் தயாராக உள்ளேன். குயிலி கற்பனை என்று அனைவரும் அனுமானமாகக் கூறிவந்துள்ள நிலையில் அதைத் தகுந்த வரலாற்று ஆவணங்களுடன் “ஒப்பனைகளின் கூத்து” நூலானது மறுக்கிறது. ஆயினும் குயிலி சிவகங்கை வரலாற்றோடுடன் மிகவும் நெருக்கமாக பிணைக்கப்படுகிறாள், சாதி எனும் கயிறால். குயிலியின் பிடிக்குள் சிக்கித் தவிக்கும் சிவகங்கை வரலாற்றிற்கு ஏற்பட்டுள்ள இந்தப்பரிதாப நிலைக்கு இது

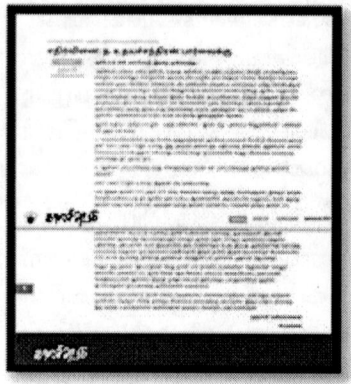

குறித்த உதயசந்திரனின் அறிக்கை தான் முடிவுகட்ட வேண்டும். எதிர் பார்க்கிறேன்.

சிவகங்கையிலிருந்து குருசாமி மயில்வாகனன். 09.10.2018.

∎ ∎ ∎

இருப்பினும் இந்நூல் வரும் வரையிலும் உதயச் சந்திரனிடமிருந்து பதில் ஏதும் வந்ததாகக் காலச்சுவடில் தகவல் ஏதும் வெளியிடப்பட வில்லை. பள்ளிக் கல்வித்துறையின் இயக்குனராக இருந்த உதயச்சந்திரன் தற்சமயம் தொல்லியல் துறையின் இயக்குனராக இருக்கிறார்.

∎

1.22. குமரன் பதிப்பகம் (2018)

ஜீவபாரதி எழுதிய வேலுநாச்சியார் எனும் தொடர்கதையை வரலாற்றுப் புதினம் எனும் வகையினத்தில் 2004ஆம் ஆண்டிலிருந்து 2019ஆம் ஆண்டுவரை 13 ஆண்டுகளில் 14 பதிப்புகளில் சுமார் 21000 பிரதிகள் வரை அச்சிட்டு விற்பனை செய்துள்ளது சென்னையிலுள்ள குமரன் பதிப்பகம். இந்நூல் ஒரு புனைவிலக்கியமாகும். அதில் எவ்வாறான கற்பனைகள் இருப்பினும் அதில் நமக்கு ஆட்சேபனையில்லை. ஆனால் அந்நூலில் பக்கம் 214இல் ஒரு குட்டிச்சுவருக்கு முன்னால் நின்றுகொண்டு இதுதான் குயிலி தற்கொலை செய்துகொண்டு தியாகியான இடம் என சிவகங்கை அரண்மனைக்குள் ஓரிடத்தைக் குறிப்பிடுகிறார். இது மோசடித்தனமான செயலாகும்.

எனவே இனி வரும் பதிப்புகளில் அப்படத்தினை நீக்கிவிட்டு வெளியிட வேண்டும். அவ்வாறு நீக்காமல் தொடர்ந்தால் நீதிமன்ற நடவடிக்கை எடுக்கப்படும் என ஒரு புகார் கடிதம் அனுப்பி இருந்தோம். அதற்கு உரிய பதிலை அவர்கள் அனுப்ப வில்லை. அடுத்த பதிப்பினை எதிர்நோக்கி இருக்கிறோம்.

∎

1.23. வீரத் தளபதி
(2019)

தமிழக அரசு அங்கீகரித்துள்ள திருவள்ளுவர் படத்தை வரைந்தவர் ஸ்ரீவேணுகோபால் ஷர்மா. இவரின் மகன் ஸ்ரீராம் ஷர்மா. இவர் நவீனரகப் புளுகர். சென்னை நந்தனம் கல்லூரியில் பணியாற்றும் இவர் வேலுநாச்சியார் குறித்த நாடகத்தினை இந்தியா மற்றும் வெளிநாடுகளில் பல ஆண்டு களாக நடத்தி வருகிறார். ஜீவ பாரதியின் கதையை வைத்தே இவரது நாடகம் அமைந்துள்ளது. அதில் குயிலியின் பாத்திரத் தினை ஹைலைட்டாகச் சித்திரித்திருக்கிறார். வேலு நாச்சியாரிடம் தோல்வியடைந்ததால் அவர் குறித்து ஒரு சிறுகுறிப்பையும் எழுதி வைக்காமல் ஆங்கிலேயர்கள் மறைத்து விட்டனர் எனவும் சிவகங்கையின் வரலாற்றைப் பல ஆண்டுகளாக அலைந்து திரிந்து ஆய்வுசெய்து மறைக்கப்பட்ட வரலாற்றைத் தான் கண்டுபிடித்ததாகவும் பள்ளிகள், கல்லூரிகள், பொது மேடைகள், தொலைக்காட்சி நேர்காணல்களில் தொடர்ச்சி யாகக் கூசாமல் கூறி வருபவர். அது மட்டுமில்லாமல் குயிலியின் கதை சமூக நீதிக்கான அடையாளம் என்றும் கூறுபவர். இவருக்கு ஏன் இந்த வேண்டாத வேலை என்று தெரியவில்லை. மறுமலர்ச்சி திராவிட

முன்னேற்றக் கழகத்தின் நிறுவனர் வை.கோ தனது கதை வசனத்தில் தயாரிக்கப்படவிருக்கின்ற வேலுநாச்சியார் சினிமாவை இவரைக் கொண்டே இயக்கவிருப்பதாகத் தெரிவித்திருக்கிறார்.

இந்நிலையில் குயிலி கற்பனை எனும் தகவலைக் கேட்டு அதிர்ச்சியடைந்துபோய் நம்மிடம் நீண்ட நேரமாகத் தொலைபேசியில் பேசினார் ஷர்மா. 'சிவகங்கை வரலாற்றுத் தரவுகளுக்கான தனது நீண்டகால ஆலோசகர் சிவகங்கை மு. மாரி சேர்வை என்பவர்தான்' என்றும் 'அவர்தான் நமது எண்ணைக் கொடுத்ததாகவும்' சொன்னார். குயிலியைப் பறையர் சாதி மற்றும் அருந்ததியினர் சாதி என எழுதியவர்களது தொலைபேசி எண்களைக் கேட்டார். கொடுத்தேன்.

தாண்டவராயப் பிள்ளையைப் பற்றிக் கேட்டதால் மு. பாலகிருஷ்ணன் ஆசிரியரது தொலைபேசி எண்ணையும் கொடுத்தேன். 'குயிலியை எப்படிக் கற்பனை என்கிறீர்கள்?' என்றார். 'ஒப்பனைகளின் கூத்து நூலினைப் படியுங்கள்' என்று சொன்னேன். சில நாட்கள் சென்று 'நூலைப் படித்து விட்டதாகவும் குயிலியை இனி வரலாற்றுப் பாத்திரமாகக் குறிப்பிடாமல் கலைக்கான உத்தியாகப் பயன்படுத்துவதாகவும்' கூறினார். அல்வாவுக்கே அல்வாக் கொடுக்கும் வேலையல்லவா இது. இருப்பினும், 'அது உங்கள் விருப்பம்' எனக் கூறினேன். அதன்பிறகு குயிலி குறித்த 'வீரத் தளபதி குயிலி' எனும் தெருக்கூத்து நூல் ஒன்றை எழுதி சென்னைப் பல்கலைக்கழகத்தின் நிகழ்ச்சியில் அதை வெளியிட்டு அத்தெருக்கூத்தையும் அங்கே இயக்கியுள்ளார்.

அதுமட்டுமில்லாமல் கற்பனைப் பாத்திரமான குயிலியை அருந்ததியர் சாதிப்பெண் என நூல் எழுதியவரை சென்னைப் பல்கலைக்கழகத்தின் நிகழ்ச்சிக்கு வரவழைத்து அதில் அவருக்குப் பொன்னாடையும் போர்த்தியதின் மூலமாக குயிலியின்மீது சாதி அடையாளத்தை ஸ்ரீராம் ஷர்மாவும் தன் பங்குக்குப் பூசியுள்ளார். சிவகங்கையின் வரலாற்றை ஜீவபாரதியின் நூலில் மட்டுமே ஆராய்ந்து படித்த இவரது நாடகத்தை விமர்சனம் செய்தால் இவரது வண்டவாளம் முழுதும் தெரிந்து கொள்ளலாம். இவரைப் பற்றிய நமது முகநூல் பதிவை இங்கு தருகிறோம். இப்பதிவைப் படித்த ஒரு முகநூல் நண்பர் ஸ்ரீராம் ஷர்மா கட்டாயம் உங்களிடம் ஒரு கோடி ரூபாய் கேட்டு மான நஷ்ட வழக்குத் தொடருவார் என்றார். 'அடடா!, ஒரு கோடிக்கு எங்கே போவது?' என யோசித்திருந்த வேளையில் அவர் எந்த அசைவையும் காட்டவில்லை. நமது பதிவிற்கும் பதில் சொல்லவில்லை.

ஷர்மாவிற்கும் ஒரு சவால்!

தமிழகத்திலும் வெளிநாடுகளிலும் 2004ஆம் ஆண்டு முதலாக 'வேலுநாச்சியார்' குறித்து ஒரு மேடை நாடகம் அவ்வப்போது நடைபெற்று வந்துகொண்டிருப்பதை நீங்கள் அறிவீர்கள். 'நான்கில் மூணு பங்கு' புளுகுகளைக் கொண்டு எழுதப்பட்டுள்ள அந்தக் கதையை எழுதி, இயக்கி, அரங்கேற்றம் செய்து வருபவர் சென்னை நந்தனம் கல்லூரியில் பணியாற்றும் ஸ்ரீராம் ஷர்மா என்பவர். விரைவில் தமிழ், ஆங்கிலம் மற்றும் ஃப்ரெஞ்ச் மொழிகளில் அதே புளுகுணிக் கதையைத் திரைப்படமாகத் தயாரிக்க விருப்பதாகவும் கூறியுள்ளார். இவர் சிவகங்கை வரலாறு குறித்த ஆங்கில மற்றும் தமிழ் ஆவணங்களைக் கரைத்துக் குடித்திருப்பதாக எற்கனவே தந்தி டிவி எடுத்த செய்திப் படத்திலும் கூறியிருப்பார்.

"ஒப்பனைகளின் கூத்து" நூலில் இவர் நாடகம்போட்டு வருவதையும் குறிப்பிட்டிருக்கிறேன். புத்தகம் வெளிவந்த சில நாட்களில் இவர் எனக்குப் போன் செய்தார். தன்னை அறிமுகம் செய்து கொண்டார். சிவகங்கையிலுள்ள திரு. மாரிசேர்வை என்பவர் என்னுடைய எண்ணைக் கொடுத்ததாகவும், அவர்தான் வேலுநாச்சியார் நாடகம் போடுவதற்குரிய அனைத்துத் தகவல்களையும் தனக்குக் கொடுத்ததாகவும், எனக்கு ஆசான், குரு எல்லாம் அவர்தான் என்றும் கூறினார். நமது புத்தகம் குறித்த விவரங்களையும், குயிலி கற்பனை என்பதற்கான காரணத்தையும், ஆதாரங்கள் எங்கிருந்து எடுத்தீர்கள் என்றும் கேட்டார். சுருக்கமாகச் சொல்லிவிட்டு, நூலைப் படியுங்கள் என்றேன். எங்கு கிடைக்கும் எனக் கேட்டார். சொன்னேன். வாங்கிப் படித்துவிட்டுப் பேசுகிறேன் என்றார். குயிலியை ஆதிதிராவிடர் சாதி மற்றும் அருந்ததியர் சாதி என நூல்களை எழுதியவர்களின் தொலைபேசி எண்களைக் கேட்டார். கொடுத்தேன். அதன்பிறகு பல நாட்கள் அவர் பேசவில்லை.

திடீரென ஒருநாள் பேசினார். "ஒப்பனைகளின் கூத்து" படித்துவிட்டதாகக் கூறியவர், தாண்டவராயன் பிள்ளை குறித்துக் கேட்டார். எனக்கு அவர் குறித்துத் தெரியாது இவரிடம் கேளுங்கள் என பால கிருஷ்ணன் சாருடைய எண் கொடுத்தேன். ஷர்மா தன்னிடம் பேசியதாகவும் தாண்டவராயன் பிள்ளை குறித்துக் கேட்டதாகவும் தனது 2 நூல்களையும் அனுப்பி வைத்ததாகவும் பாலகிருஷ்ணன் சார் பின்னொரு நாளில் என்னிடம் தெரிவித்தார்.

நீண்ட நாட்களுக்குப் பிறகு டிசம்பர் மாதம் முதல் வாரத்தில் ஷர்மா மீண்டும் பேசினார். உங்களது கருத்து வரலாற்று ஆய்வாளர்களுக்குச் சரிதான், நாங்கள் கலைஞர்கள். கலையை உணர்ச்சிகரமாக்குவதற்காக குயிலி கற்பனையென்றாலும் பயன்படுத்திக் கொள்வோம் என்றார்.

நாங்கள் அதை வரலாறாகக் காட்டுவதில்லை என்றும் சொன்னார். பேசிக்கொண்டிருக்கும்போதே, "தலைவர் கூப்பிடுகிறார், பிறகு பேசுகிறேன்" என்றவர், உடனேயே "தலைவர் வைகோ கூப்பிடுகிறார்" என இன்னொருதரம் சொல்லி இணைப்பைத் துண்டித்தார். அப்போதே எதற்கோ ஆள் அடிப் போடுகிறார் என நினைத்தேன். பாலகிருஷ்ணன் சார் அவர்களிடமும் எச்சரிக்கை செய்து வைத்தேன். அதன்பிறகு ஷர்மா செய்த போனை நான் எடுக்கவில்லை.

குயிலி கற்பனை என்பதை ஏற்பதாக என்னிடம் கூறிய ஸ்ரீராம் ஷர்மா சென்னைப் பல்கலைக் கழகத்தின் இதழியல் துறைத் தலைவர் தன்னிடம் கேட்டுக் கொண்டதற்கிணங்க ஒரே நாளில் குயிலி குறித்த தெருக்கூத்திற்கான ஸ்கிரிப்டை எழுதிக் கொடுத்ததாகக் குறிப்பிட்டுள்ளார். (அந்தக் குப்பையை எழுத ஒரு நாள் எதற்கு, அரைமணிநேரம் போதுமே?) அதை நூலாகவும் வெளியிட்டுள்ளார். மேலும் இப்போது "சமூகநீதி மணக்கும் 18ஆம் நூற்றாண்டில்" எனச் சிலாகித்துள்ளார். இதுகுறித்து மின்னம்பலத்திலும் குயிலி குறித்து உணர்ச்சி பொங்க எழுதியுள்ளார்.

குயிலியின் கதையே ஒப்பனைகளின் கூத்துதான் என்பது அம்பலமாகிவிட்ட நிலையில் இப்போது மீண்டும் குயிலியைக் கூத்தாக்கி இன்னொரு ரவுண்டு ஆட்டத்தை ஆரம்பித்திருக்கிறார் ஸ்ரீராம் ஷர்மா. இதற்கு இதழியல் துறைத் தலைவர் பேராசிரியர் கோபால் ரவீந்திரனும் தொல்லியல்துறை இணை இயக்குனர் மூர்த்தீஸ்வரியும் முட்டுக் கொடுத்துள்ளனர். இருவருமே நிகழ்ச்சியில் பேசும்போது குயிலி கற்பனையில்லை என எதிரில் நிற்பவரிடம் வாதாடுவதுபோல ஓங்கிஓங்கிப் பேசுகின்றனர்.

குயிலி எனும் புளுகை வரலாற்றுப் பாத்திரம் என மக்களை, அப்பாவித் தெருக்கூத்துக் கலைஞர்களை ஏமாற்றி, அதற்கு விழா நடத்தி, அரசுப் பணத்தை வீணாக்கி, ஊடகங்களில் தொடர்ச்சியாகப் பிரபலப்படுத்திக் கொண்டிருப்பதோடு, தமிழகமெங்கும் பரப்பப் போவதாகக் கூறுகிறார். இந்த அயோக்கியத்தனமான வேலைகளுக் கெல்லாம் காரணகர்த்தாவாக ஸ்ரீராம் ஷர்மாவே இருக்கிறார். எழுத்தில் "வரலாற்றிலக்கிய மேதை" ஜீவபாரதிபோல கலையில் "கலை மேதை"யாக ஸ்ரீராம் ஷர்மா இருக்கிறார். குயிலி கூத்தினை நானும் பார்த்தேன். அருமையாக நடித்திருக்கிறார்கள். ஆனால், பாவமாக இருந்தது. காரணம், அதில் கர்னல் பாஞ்ஜோரும் வருகிறான்.

அட, அண்டப் புளுகர்களே! உங்களுக்கு எப்படி இவ்வளவு தைரியம் வருகிறது? காலனியாதிக்க எதிர்ப்பு வரலாற்றின் சிகரமாய்த் திகழும் சிவகங்கை வரலாற்றை ஒரு பொழுதுபோக்குக் கேலிச்சித்திரமாக

மாற்றியமைக்க இவர்கள் தொடர்ந்து முயல்வதற்கான காரணம் என்ன? வேல்நாச்சியார் நாடகம் போடும்போதே குயிலிக்கான எதிர்ப்பைக் காட்டியிருந்தால் இவ்வளவு தூரம் வந்திருப்பார்களா? அதுசரி, வரலாற்றில் மருது சகோதரர்களை வழிபடுபவர்கள் இருக்கும்போது அங்கே கருத்தான்களின் வாரிசுகளும் இருக்கத்தானே செய்வார்கள்.

வைகோவுடன் ஷர்மாவிற்கு இருக்கும் தொடர்பு என்ன? "எனது லட்சியத் திரைப்படம் அதற்கு நானே வசனம் எழுதுவேன்" என வைகோ அறிவித்தது ஷர்மாவின் மேடையில்தான். வைகோவிடம் யாரும் இது குறித்துப் பேசவில்லையா? இனியாவது உரியவர்கள் உரிய இடங்களில் இக்கேள்விகளை எழுப்புக.

ஒரு பக்கம் தமுஎகச, டிஒய்எஃப்ஐ போன்ற இடதுசாரி(?) முற்போக்கு அமைப்புகள், இன்னொரு பக்கம் சென்னைப் பல்கலைக் கழகம், தமிழ்நாடு வரலாற்றுப் பேராயம், உலகத் தமிழாராய்ச்சி நிறுவனம், பாடநூல் ஆராய்ச்சி நிறுவனம் போன்ற அரசு நிறுவனங்கள், இன்னொரு பக்கம் அதிகாரத்திற்கு ஒத்து ஊதி உண்மையை அலட்சியப்படுத்துகின்ற ஊடகங்கள், இதற்கெல்லாம் மேலாக மௌனம் காக்கின்ற சிவகங்கை வரலாற்று ஆர்வலர்கள். பிறகு ஏன் கற்பனை வரலாறாகாது? இப்படியே தொடர்ந்தால் தூண் சிலையாகும். ஃப்ளெக்ஸ் ஸ்டாம்ப்பாகும். ஆகாதா என்ன? ஆகும். காற்று அவர்கள் பக்கம் அதிகமாகவே வீசிக் கொண்டிருக்கிறது. எனவே ஆகும்.

மருதுபாண்டியர்களைத் துடிப்புடன் நினைவு கூறுபவர்களும் இவ்விசயத்தில் மௌனம் சாதிக்கிறீர்களே, ஏன்? கோபால் ரவீந்திரனின் எண் (9442554807) கொடுத்திருந்தேன். எத்தனை பேர் பேசினீர்கள்? இதுதான் ஸ்ரீராம் ஷர்மாவின் எண் 7397350733. இவரிடமாவது கேட்பீர்களா, குயிலிக்கான ஆதாரம் என்னவென்று? இதுவரை அறியாமையில்தான் ஆமாம் சாமி போட்டு வந்தார்கள் என்பதால் அவர்களைத் தவிர்த்து விடலாம். ஆனால், இப்போது பகிரங்கமாக ஆவணங்களை வெளியிட்டு குயிலி வரலாறு எனச் சொல்லப்பட்டதைத் தகர்த்திருக்கிறோம். இருப்பினும் நாம் எழுப்பியுள்ள கேள்விகளுக்குப் பதில் சொல்லாமல் கோழைகள்போலத் தொடர்ந்து சிவகங்கை வரலாற்றை இழிவு செய்யும் வேலையைச் செய்து வருகிறார்கள். இதை எப்படித் தடுத்து நிறுத்துவது? யார் தடுத்து நிறுத்தப் போகிறார்கள்?. மருது சகோதரர்களை இழிவு செய்வோரைக் கண்டிக்க அந்த மருது சகோதரர்கள்தான் வரவேண்டுமா? நம்மால் முடியாதா? இதுதான் அந்த மாவீரர்களுக்கு நாம் செய்யும் நன்றிக் கடனா?

கூத்து நடந்த நாளன்று ஸ்ரீராம் ஷர்மாவின் முகநூல் பதிவில் 'ஆணியில் மட்டிய குடுமிக்காரனின்' படத்தைப் போட்டு வாழ்த்துக்கள்

சொல்லியிருந்தேன். உடனேயே என்னுடனான தனது முகநூலை அறுத்துவிட்டார்.

ஹலோ, மிஸ்டர் ஸ்ரீராம் ஷர்மா, உங்களை எச்சரிக்கிறேன்! முகநூலில் இணைப்பினைத் துண்டித்தால் மட்டும் உம்மை விட்டுவிட மாட்டேன். ஏற்கனவே, தமுஎகச, DYFI ஆகியோரிடம் வைத்த அதே சவாலை உம்முன்னும் வைக்கிறேன். சிவகங்கை வரலாற்றை நுணுக்கமாகப் பல ஆண்டுகளாக ஆராய்ய்ய்ய்ய்ந்து வருவதாகக் கூறுகின்ற நீர், “குயிலி ஒரு கற்பனைப் பாத்திரமே” என நான் முன்வைக்கும் கருத்தை மறுத்து ஒரே மேடையில் என்னுடன் விவாதிக்கத் தயாரா? நீர் சிவகங்கை வருகிறீரா? அல்லது நான் சென்னை வரட்டுமா?, இதற்குப் பதில் சொல்லிவிட்டு நீர் உமது ஷர்மக் குசும்புகளைத் தொடர்வீராக!.

சிவகங்கை எந்தப் பக்கம் இருக்கிறது என்பதே தெரியாத நீர், தொடர்ந்து சிவகங்கை வரலாற்றை இழிவு செய்யும் வேலையைச் செய்துகொண்டு வந்தீரென்றால் அறுபடப் போவது முகநூல் மட்டுமல்ல.

ஃபேஸ்புக் பதிவு 05.01.2019 (எடிட் செய்யப்பட்டது) ஃபேஸ்புக்கில் இப்பதிவு வெளியிடப்பட்ட மறுநாளே ஸ்ரீராம் ஷர்மா நம்முடனான நண்பர் இணைப்பினைத் துண்டித்துக் கொண்டதோடு நம்மையும் தடைசெய்து விட்டார்.

■

1.24. பல்கலைக்கழகத்தில் குண்டு
(2019)

2018 டிசம்பர் மாதம் 21ஆம் தேதி சென்னைப் பல்கலைக் கழகத்தின் இதழியல் மற்றும் தொடர்பியல் துறையின் தலைவராக உள்ளவர் கோபால் இரவீந்திரன். இவர்தான் திருவள்ளூர் பொன்னியம்மன் தெருக் கூத்துக் குழுவினரைக் கொண்டு ஸ்ரீராம் ஷர்மா எழுதியுள்ள வீரத் தளபதி குயிலி எனும் நூலினடிப்படையில் தெருக்கூத்து நிகழ்ச்சியினை நடத்தியுள்ளார். இந்நிகழ்ச்சி பற்றி, மின்னம்பலம் இணைய இதழில் "பல்கலைக் கழக வளாகத்தில் மனித வெடிகுண்டு" எனும் தலைப்பில் டிசம்பர் 24ஆம் தேதி ஸ்ரீராம் ஷர்மாவால் எழுதப் பட்டுள்ள கட்டுரையில் குறிப்பிடப்பட்டு உள்ளது. இந்தத் தலைப்பிற்காகவே சென்னைப் பல்கலைக்கழகம் இவர்மீது அவதூறு வழக்குத் தொடர்ந்திருக்க வேண்டும்.

"இந்த மண்ணின் விடுதலைக்காகத் தன் இன்னுயிரை ஈந்து மறைந்த பதினெட்டாம் நூற்றாண்டின் வீரத் தளபதி குயிலியின் ஆன்மாவுக்கு நன்றிக்கடன் செலுத்தும் முகமாக மொத்த அரங்கமும் எழுந்து நின்றது. மனம் நிறைந்தது. மறக்கடிக்கப்பட்டதோர்

வரலாற்றுக் கதாபாத்திரம் தலைநகர மண்ணில் நிலை நிறுத்தப்பட்டுவிட்டது. தமிழர்கள் நன்றியுடையவர்கள் என்பது மீண்டும் ஒருமுறை ஓங்கி நிரூபிக்கப்பட்டுவிட்டது." எனக் குறிப்பிட்டிருக்கிறார் ஸ்ரீராம் ஷர்மா. தமிழர்களின் நன்றியறிதலை ஸ்ரீராம் ஷர்மா காட்டுகிறாராம். எப்டியிருக்கு கதை?

இதன்மூலம் நம்மிடம் சொன்னதற்கு மாறாக, குயிலியை வரலாற்றுப் பாத்திரமாக்கும் வேலையையே தெருக்கூத்திலும் தொடர்ந்திருக்கிறார் என்பது தெரிய வருகிறது.

நிகழ்ச்சியன்று காலையில் நாம் தொலைபேசியில் துறைத் தலைவர் கோபால் ரவீந்திரனிடம் இதுபற்றிக் கேட்டோம். நமது கருத்தைக் கேட்பதற்கே அவர் தயாராக இல்லை. ஏற்கனவே இதுகுறித்து விவாதித்திருப்பார்கள் போலிருக்கிறது. நாம் பேசுவதைக் கேட்பதற்கே அவர் மறுத்துவிட்டார். மறுத்ததல்லாமல் கோபமுமடைந்தார். அந்தக் கோபம் அன்றைய நாளில் நியூஸ் 7 தொலைக்காட்சிக்குக் கொடுத்த நேர்காணலில் பகிரங்கமாகத் தெரிந்தது. குயிலி கற்பனை எனச் சொல்லப்படுவதைக் கடுமையாக அவர் மறுத்தார். யாராலும் கற்பனை என மறுக்க முடியாது எனச் சவாலையும் விடுத்தார். அது அன்று காலையில் தொலைபேசியில் நம்மிடம் காட்டமுடியாமல் அடக்கிக் கொண்ட கோபத்தைக் காட்டுவதாகவே இருந்தது அவரது பேச்சு.

முனைவர் கோபால் இரவீந்திரனுக்கு இந்நூலின் மூலமாக நாம் வைக்கும் பகிரங்கமான வேண்டுகோள் இதுதான். "உங்கள் துறை முழுவதும் அழைத்து வாருங்கள். மேலும் பல துறையினர்களையும் கூட்டிக் கொள்ளுங்கள். நான் ஒருவன்

மட்டும் எதிர்கொண்டு சவாலைச் சந்திக்கத் தயாராக இருக்கிறேன். தலைப்பு இதுதான், "குயிலி: கற்பனையா? வரலாறா?" "தயாரா, டாக்டர் கோபால் இரவீந்திரன்?". இப்படி முகநூலில் பதிவு செய்தோம். இன்று வரையிலும் அவரிடமிருந்து எந்தப் பதிலும் இல்லை.

தொல்லியல் துறையில் துணைக் கண்காணிப்பாளராக இருப்பவர் மூர்த்தீஸ்வரி எனும் பெண்மணி குயிலி தெருக்கூத்து நிகழ்ச்சியில் இவரும் உரையாற்றினார். இவருக்கும் குயிலிக்கும் என்ன தொடர்பு எனத் தெரியவில்லை. ஆனால், மிகவும் ஆக்ரோசமானதாக இருந்தது அவரது உரை. குயிலி கற்பனை என்பதை மிகமிகக் கடுமையாகக் கண்டித்துப் பேசினார். குயிலியைக் கற்பனை எனச் சொல்கின்ற நபர் தனக்கு எதிரே நிற்பதுபோலவே அவர் பேசினார். ஆள் இருந்திருந்தால் அடித்துத் துவைத்து விடுவார் என்பதைப் போலவே இவரது பேச்சு இருந்தது. யூ டியூப் *(You Tube)*பில் இவரது உரையைக் காணலாம்.

சென்னைப் பல்கலைக் கழகத்தின் துணை வேந்தருக்கு இது குறித்த கீழ்க்கண்ட புகார் மனுவினை அனுப்பியிருந்தோம்.

பல்கலைக் கழகத்திற்குப் புகார்

பெறுநர்: மாண்புமிகு துணை வேந்தர்,
சென்னைப் பல்கலைக் கழகம்,
சென்னை.

ஐயா,

தங்களது ஆளுகைக்குட்பட்ட சென்னைப் பல்கலைக் கழகத்தின் இதழியல் மற்றும் தொடர்பியல் துறையின் தலைவராகப் பணிபுரியும் பேராசிரியர் கோபால் இரவீந்திரன் என்பவர் கடந்த 21.12.2018 அன்று மாலை 5 மணியளவில் பல்கலைக்கழக வளாகத்தில் தமது துறையின் சார்பாக "முற்றம் 10ஆவது நாட்டுப்புறத் தொடர்பியல் விழா" என்னும் பெயரில் விழா ஒன்றினை நடத்தியுள்ளார். அவ்விழா அழைப்பிதழ் நகலினை இத்துடன் இணைத்துள்ளேன்.

இவ்வழைப்பிதழ் குறித்தும் அந்நிகழ்ச்சி குறித்தும் உரிய நடவடிக்கை எடுக்க வேண்டிச் சில புகார்களை தங்களிடம் தெரிவித்துக் கொள்கிறேன்.

1. நிகழ்ச்சியின் அழைப்பிதழில் "வேலு நாச்சியாரும் / குயிலியும் அசோகருக்கும் சந்திர குப்தருக்கும் மகேந்திர பல்லவனுக்கும் ராஜராஜ சோழனுக்கும் சேரன் செங்குட்டுவனுக்கும் சுந்தர

பாண்டியனுக்கும் கிருஷ்ண தேவராயருக்கும் மேலானவர்கள்." எனக் குறிப்பிடப்பட்டுள்ளது.

அதுமட்டுமில்லாமல் நிகழ்ச்சி முடிந்த பின்னர் நியூஸ்7 தொலைக் காட்சிக்கு அளித்த நேர்காணலிலும் இதே கருத்தை வலியுறுத்திப் பேராசிரியர் கோபால் இரவீந்திரன் பேசியுள்ளார். மேலும் மூத்த வரலாற்று ஆசிரியர்களது பணிகளையும் தரக்குறைவாகப் பேசியுள்ளார்.

வேலு நாச்சியார் மதிப்பிற்குரியவர் என்பதில் எவ்விதமான மாற்றுக் கருத்தும் இருக்க முடியாது. ஆயினும் அவரை, அவரது காலத்திற்கு முந்தைய பேரரசர்களோடு ஒப்பிட்டு அவர்களைவிட இவர் மேலானவர் என எவ்வாறு கூற முடியும்?. உயர் கல்வி கற்ற ஒரு துறைத் தலைவராக இருப்பவரே பேரரசர்களைக் கீழானவர்கள் எனக்கூறுவது சரியானதுதானா? அவர்களை இழிவுபடுத்துவதற்கு இவருக்கு என்ன தகுதி இருக்கிறது?. வரலாற்றறிவற்ற ஒருவரால் மட்டுமே இவ்வாறான மதிப்பீட்டினைக் கொண்டிருக்க முடியும். எனவே இத்தவறான மதிப்பீட்டினைக் கொண்டு சென்னைப் பல்கலைக் கழகத்தின் சார்பாக நிகழ்ச்சி நடத்தியிருப்பதும் மேலும் துறைத் தலைவராயிருப்பவர் தவறான மதிப்பீடுகளை ஊடகங்களில் வெளியிடுவதும் சென்னைப் பல்கலைக் கழகத்திற்கு வரலாற்றுக் களங்கத்தை ஏற்படுகின்ற முயற்சியாகும். எனவே இதழியல் மற்றும் தொடர்பியல் துறைத் தலைவர் பேராசிரியர் கோபால் இரவீந்திரன்மீது உரிய விசாரணை நடத்தி உரிய நடவடிக்கையினைத் தாங்கள் எடுக்க வேண்டும் எனக் கேட்டுக் கொள்கிறேன்.

2. அதே அழைப்பிதழ் வாசகத்தின் அடுத்த வரியாக, "வீரத் தளபதி குயிலி மீட்டெடுக்கப்பட வேண்டிய தமிழக வரலாற்றின் முகங்களின் தளபதி." எனக் இலக்கணப் பிழையுடன் கூடிய வாசகம் குறிப்பிடப்பட்டுள்ளது. இது அதைவிடக் கொடுமை. யாரிந்தக் குயிலி? சிவகங்கை வரலாற்றில் அவளது பங்கு என்ன? ஒரு பத்திரிகைத் தொடர் கதைக்காகப் புனையப்பட்ட கற்பனைப் பாத்திரமே குயிலி ஆகும். முன்னாள் முதல்வர் ஜெயலலிதா அவர்களிடம் தவறான தகவலைக் கொடுத்து ஏமாற்றியுள்ள விசயம் தற்போது அரசின்முன் வைக்கப்பட்டுள்ளது. தமிழக அரசும் தன்னிடம் குயிலி குறித்த எந்த ஆதாரமும் இல்லை எனத் தெரிவித்துள்ளது. இதை தக்க ஆதாரங்களுடன் எனது 'ஒப்பனைகளின் கூத்து' எனும் நூலில் நிறுவியுள்ளேன். இதை ஸ்ரீராம் ஷர்மாவும் அறிவார். சில சாதியவாதிகளின்

முயற்சியினால் முன்மொழியப்பட்ட குயிலியை ஒரு வரலாற்று மாந்தராக, உண்மைக்கு விரோதமான முறையில் நிலை நிறுத்தும் முயற்சியை சிவகங்கை வரலாற்றின் ஒருவரியினைக்கூடத் தெரியாத பேராசிரியர் கோபால் இரவீந்திரன் செய்துள்ளார். அத்துடன் சிவகங்கை வரலாற்றைத் தொடர்ச்சியாகத் திரித்துப் பரப்பிக்கொண்டிருக்கும் நாடகாசிரியர் ஸ்ரீராம் ஷர்மாவின் ஆதாரமற்ற விசமத்தனமான முயற்சிக்கும் துணை போயுள்ளார். இவைகள் சட்டவிரோதமான செயல்களாகும். எனவே, இது குறித்து அவர்மீது உரிய விசாரணை நடத்தி உரிய நடவடிக்கையினைத் தாங்கள் எடுக்க வேண்டும் எனக் கேட்டுக் கொள்கிறேன்.

3. கடந்த 21.12.2018 அன்று நடைபெற்ற இந்நிகழ்ச்சியில் அழைப்பிதழில் இடம் பெறாத விடயமாக கவிஞர் சந்திமாவோ (அ) லெனின் ராசபாண்டி என்பவருக்குப் பாராட்டுச் செய்து நினைவுப் பரிசு வழங்கப்பட்டுள்ளது. யார் இந்த சந்திமாவோ? "குயிலியை ஆதி திராவிடர் சாதிப் பெண் எனக் குறிப்பிட்டு வெளிவந்த ஒரு நூலை மறுத்து அவள் ஒரு அருந்ததியர் சாதிப் பெண்ணே" என நிறுவுவதற்காக எழுதப்பட்ட நூலின் ஆசிரியராவார். குயிலி ஒரு குறிப்பிட்ட சாதியைச் சேர்ந்தவள் என வலியுறுத்தி நூல் எழுதியவரை சென்னைப் பல்கலைக் கழகத்தின் இதழியல் மற்றும் தொடர்பியல் துறையானது வரவழைத்துப் பாராட்ட வேண்டிய அவசியமென்ன? இது சாதியப் போக்கினைத் தூண்டிவிடுகின்ற சட்ட விரோதமான செயலாகும். எனவே இது குறித்தும் பேராசிரியர் கோபால் இரவீந்திரன்மீது உரிய விசாரணை நடத்தி உரிய நடவடிக்கையினைத் தாங்கள் எடுக்க வேண்டும் எனக் கேட்டுக் கொள்கிறேன்.

இம்மூன்று விசயங்கள் குறித்தும் உரிய நடவடிக்கையினை வரும் 30 நாட்களுக்குள் தாங்கள் எடுத்து உரிய விளக்கத்தினை எனக்கு வழங்க வேண்டும் எனவும் அவ்வாறு 30 நாட்களுக்குள் செய்யத் தவறும்பட்சத்தில் இப்பிரச்சினைகளுக்காக நீதிமன்ற நடவடிக்கை மேற்கொள்ளப்படும் எனவும் இதன்மூலம் பணிவுடன் தங்களுக்குத் தெரிவித்துக் கொள்கிறேன்.

(ஒப்பம்)

...

இம்மனு குறித்து எவ்விதப் பதிலையும் துணை வேந்தர் அனுப்பவில்லை. எனவே தகவல் அறியும் உரிமைச் சட்டத்தின்கீழ் விண்ணப்பம் ஒன்றினை 11.02.2019 அன்று அனுப்பியிருந்தோம்.

அதற்கு தகவல் அறியும் உரிமைச் சட்டம் விதி 2(யீ)ன்படி தகவல் அனுப்ப இயலாது எனப் பதிலளித்திருந்தனர். இது தவறானதாகும். எனவே முதலாம் மேல் முறையீட்டு விண்ணப்பத்தினை 16.04.2019 அன்று அனுப்பியிருந்தோம். அதற்கு ஏற்கனவே அனுப்பிய பதிலையே மீண்டும் 03.05.2019 அன்று அனுப்பியுள்ளனர். இது தொடர்பாக ஆணையத்திற்குப் புகார் அனுப்பப்பட்டுள்ளது.

∎

1.25. தொண்டகப் பறைக்காரி
(2019)

ஆர்கேயும் குயிலியும்

தமிழகமெங்குமுள்ள நாட்டுப்புறக் கலைஞர்களை அமைப்பாக்கிக் கொண்டிருக்கின்ற மாற்று ஊடக மையத்தின் இயக்குனர், மக்கள் வீதி இதழின் ஆசிரியர், பாடகர், நாடகக் கலைஞர், திரைப்பட இயக்குனர், லயோலா கல்லூரியின் பேராசிரியர், ஆர்.கே எனத் தோழர்களால் அழைக்கப்படும் இரா.காளீஸ்வரன், சிவகங்கை மாவட்டத்தில் அறிவொளி இயக்கத்தின்போது பணியாற்றியவர்.

தமிழகமெங்கும் நடைபெற்று வருகின்ற தமிழ்நாடு முற்போக்கு எழுத்தாளர் கலைஞர் சங்கத்தின் 'கலை இரவு' மேடைகளிலே குயிலியைப் பற்றித் தொடர்ச்சியாக இன்றளவும் உணர்ச்சி யூட்டும் வகையில் பேசி பார்வையாளர்களைக் கவர்ந்து வருபவர். தமிழகத்தில் குயிலியின் பெயரைப்

பரப்பியதில் இவருக்குப் பெரும் பங்குண்டு. குயிலியை அருந்ததியர் சாதிப்பெண் என அடித்துப் பேசிப் பலரை நம்ப வைத்து மயக்கத்தில் ஆழ்த்தியது இவரே.

இவர் குயிலி குறித்த வெளியீடு ஒன்றினை அறிவொளி இயக்கத்தின் சார்பாகக் கொண்டு வந்தார் எனச் சிலர் கூறிவரினும் நமக்கு அதன்பிரதி கிடைக்கவில்லை. இருப்பினும், இவரும் பி. இராஜமாணிக்கம் என்பவரும் இணைந்து 1994 ஆம் ஆண்டு, 'மாவட்ட உலா (பகுதி ஒன்று)' எனும் தலைப்பில் 22 பக்க வெளியீடு ஒன்றினை வளர் கல்வி நூல் அறிவொளி இயக்கம் சார்பாக வெளியிடப்பட்டுள்ளனர். அதில் சிவகங்கை அரண்மனை பற்றிக் குறிப்பிடப்பட்டுள்ள செய்திகளில் குயிலி குறித்து ஏதும் குறிப்பிடப்படவில்லை.

சந்திமாவோ, தனக்கும் ஆர்.கேவிற்குமான தொடர்பினையும்; அவரது நூல் வெளிவருவதற்கு அவர் செய்துள்ள உதவிகளையும்; குயிலியின் கதைக்கு ஆதாரங்களாக, சுப்பிரமண்ய பாரதியின் பாடல்கள், சுத்தானந்த பாரதியின் ஆங்கில நூல், மற்றும் பலரது குறிப்புகள் உள்ளதாகப் பேசிய பத்திரிகைச் செய்தியின் படம் ஆகியவற்றையும் தனது நூலில் குறித்துள்ளார். குயிலி குதித்த ஆயுதக் கிடங்கு சிவகங்கை அரண்மனைக்குள் இருப்பதாக சந்திமாவோ குறிப்பிடுகிறார். ஆனால், ஆயுதக் கிடங்கு முத்துப்பட்டியில் இருந்ததாகப் பேராசிரியர் ஆர்.கே தெரிவித்துள்ளதான செய்தி சந்திமாவோவின் நூலில் பக்கம் 76இல் இணைப்பு 2 ஆக வெளியிடப்பட்டுள்ள 31.12.2012 தினமணி பத்திரிகைச் செய்தியில் உள்ளது. இந்த முரண் குறித்து சந்திமாவோ விளக்கமேதும் கூறவில்லை.

சிவகங்கையில் பலமுறை, பல ஆண்டுகளாகக் குயிலியின் கதையினைப் பேராசிரியர் ஆர்.கே தொடர்ச்சியாகப் பேசிவருவதை நாமே நேரில் அறிவோம். சந்திமாவோவும் அறிவார். ஆனால், அதற்கான ஆதாரங்களையெல்லாம் ஆர்.கே இதுவரையிலும் வெளியிட்டதில்லை. இந்த ஆதாரங்களை சந்திமாவோ அவரிடம் வெகுகாலமாகக் கோரிக் கொண்டிருந்ததையும் நாமறிவோம். ஆனால், அவ்வாறு ஆர்.கே கொடுத்ததாக எந்த ஆதாரத்தினையும் சந்திமாவோ தனது நூலினில் குறிப்பிடவில்லை. வேறெதையும் விடுங்கள், குயிலி குதித்த இடம் எது? சந்திமாவோ குறிப்பிடுவதுபோல அரண்மனையா? அல்லது ஆர்.கே குறிப்பிடுவதுபோல முத்துப்பட்டியா? இதைகூட சந்திமாவோ உறுதிப்படுத்துவதற்கு முயலவில்லை.

நாமும் பேராசிரியர் ஆர்.கேயைத் தொடர்புகொண்டு அவரிடமுள்ள தரவுகளைக் கேட்டோம். அவசியம் அனுப்பித் தருகிறேன் என உறுதியளித்தார். 2017ஆம் ஆண்டு வீதி விருது வழங்கும் விழாவிற்காக அவர் வேலை நெருக்கடிக்குள் இருந்தார். இருப்பினும் நாம் பலமுறை மின்னஞ்சல் மூலமாக நினைவூட்டி னோம். ஆனால், நூலாக்கத்தின் இறுதிவரை அவரது பணிச் சிரமங்களினால் தரவுகளை அனுப்பித் தரவேயில்லை. பின்னர் நமது நூல் வெளிவந்ததற்குப் பிறகு இன்னும்சொல்லப்போனால் தினத்தந்தியில் அ. வெண்ணிலாவின் கட்டுரை வந்ததற்குப் பிறகு நமக்கான பதிலை அவர் மின்னஞ்சலில் அனுப்பியிருந்தார். இதுதான் அந்தப் பதில்.

Kurusamy Mayilvaganan
Sep 13 at 7:32am

பேராசிரியர் இரா.காளீஸ்வரன் அனுப்பியுள்ள பதில்.

i am not satisfied with your article, this is purely character assassination. you are kill the historical character. this is your view, but my view is different from you.

pls read the following book first.

women deities in sivaganga written by thavayogi suddananda bharathi

i like your deconstruction writing.
Dr.R.Kaleeswaran,

நன்றி!

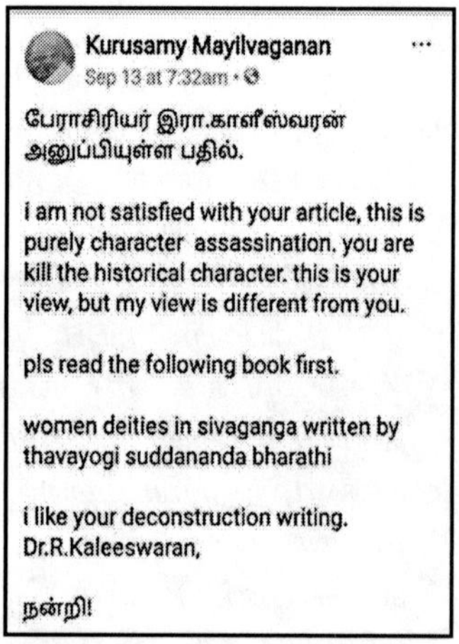

அவர் இப்பதிலில் நமது வாதங்களை மறுப்பதற்கு முன் வரவில்லை. குயிலி எனும் வரலாற்றுப் பாத்திரத்தைக் கொலை செய்துவிட்ட 'கொலைகாரன்' என நம்மைக் கூறியிருக்கிறார். அதற்காக அவருக்கு நன்றியைக் கூறிக் கொள்கிறோம். உண்மைதான். இந்தக் கொலையைச் செய்ததற்காக நாம் வருந்தவில்லை. மருதிருவரையும் வேலுநாச்சியாரையும் இழிவு செய்யும் குயிலியைப் போன்றவைகளைக் கொலை செய்வதில் நாம் மகிழ்ச்சியே அடைகிறோம்.

அடுத்ததாக, கவியோகி சுத்தானந்த பாரதியின் ஒரு நூலைப் படிக்கச் சொல்லியுள்ளார். அதன் பெயர் ஆங்கிலத்தில் இருக்கிறது. உடனடியாக நாம் சோழபுரத்திலுள்ள சுத்தானந்த பாரதியின் குரு குலத்தைத் தொடர்பு கொண்டு விசாரித்தோம். பின்னர் நேரிலும் சென்றோம். சுத்தானந்த பாரதியினுடைய நூல் பட்டியலில் அப்படி ஒரு நூலின் பெயரே இல்லை. அப்பெயரில் அவர் ஒரு கட்டுரை மட்டுமே எழுதியுள்ளார். அக்கட்டுரையிலும் குயிலியின் பெயர் இல்லை. அதேசமயத்தில் சிவகங்கை குறித்த அவரது தமிழ் நூல்கள் எதிலும் குயிலி குறித்து குறிப்பிடப்படவில்லை. ஒருவேளை ஆங்கிலத்தில் குறிப்பிட்டிருந்தால் தமிழிலும் கட்டாயம் அவர் குறிப்பிட்டேயிருப்பார். எனவே மன்னிக்க வேண்டும் தோழர் ஆர்.கே. நீங்கள்தான் இனி அவர் எழுதியதைக் காண்பிக்க வேண்டும்.

ஆர்.கே நமக்கனுப்பிய மின்னஞ்சலை அப்போதே ஃபேஸ்புக்கில் வெளியிட்டிருந்தோம். அதை எடுத்து வைத்துக் கொண்டு சில விசமிகள் ஏதோ ஆர்.கே நமக்குப் மறுப்பளித்து விட்டதாகக் கருதி ஏமாற்றித் திரிகிறார்கள். அந்தப்பதிவிலேயே இதன் தமிழாக்காத்தையும் வெளியிட்டிருந்தோம். 'எனது கண்ணோட்டம் வேறு. உங்களது கண்ணோட்டம் வேறு' என்றிருக்கிறார். அதுமட்டுமல்லாமல் 'நமது மறுகட்டமைப்பு எழுத்தை அவர் விரும்புவதாகவும்' கூறியிருக்கிறார்' என்பதை ஆங்கிலம் தெரிந்தவர்களிடம் படிக்கச் சொல்லி அம்முட்டாள்கள் கேட்டறிவார்களாக!!

2019 மே மாதம் 9ஆம் நாள் கலைஞர் செய்திகள் முகநூல் பக்கத்தில் 'நான் ஆனது எப்படி?' எனும் நிகழ்ச்சியில் நேர்காணல் வழங்கிய ஆர்.கே குயிலி குறித்துக் குறிப்பிட்டுள்ளார். இதில் குயிலி 'தொண்டகப் பறை' வாசித்ததாகவும் அது வீரத்தைக் குறித்தது என்றும் குறிப்பிடுகிறார். அதோடு கண்ணாத்தாள் என்பவள் ராணி வேலுநாச்சியாரின் அவையில் இருந்ததாகவும் அவள் வாசித்தது 'சூதகப் பறை' என்றும் கூசாமல் குறிப்பிடுகிறார்.

தோழர் ஆர்.கே இவ்வாறெல்லாம் எந்த ஆதாரங்களின் அடிப்படையில் கூறி வருகிறார் என்பதை எங்கும் வெளியிடுவ தில்லை. கேட்டாலும் சொல்வதில்லை. இதை என்னவென்று சொல்வது?. ஜீவபாரதிக்குச் சற்றும் குறைவில்லாத வகையில் தான் இவரது உரைகளும் இருக்கின்றன என்பதை மட்டும் இப்போதைக்குச் சொல்லி வைப்போம்.

■

1.26. புறக்கணிப்பட வேண்டிய வீராங்கனை (2020)

புதிய தலைமுறை பக்கத்தில் இந்திய அரசின் துணைக் குடியரசுத் தலைவராக இருக்கும் வெங்கய்யா நாயுடு அவர்கள் தனது ஃபேஸ்புக் பக்கத்திலும் டுவிட்டரிலும் வேலு நாச்சியார் குறித்த கட்டுரையை வெளியிட்ட செய்தி வந்துள்ளதாக சகோதரர் பாண்டிச்சேரி விஜயகுமார் மூலமாக அறிந்தோம். அவரே அதற்கான லிங்குகளையும் நமக்கு அனுப்பி வைத்தார். அதையும் குது.தலைவரது பக்கப் பதிவுகளையும் பார்த்தோம். அவற்றைக் கூகிள் மொழிபெயர்ப்பில் படித்தோம். கொரானாக் கொடுமையை மறக்கக் கூடிய வகையில் சிரித்தோம். அதிலிருந்த சில சொற்களைத் தருகிறேன். தமிழ் எழுத்துக்களிலான அச்சொற்(?)களின் பொருளைக் கண்டு பிடிப்பவர்கள் கூகுள் தமிழ்ப்புலவரிடமிருந்து பரிசினைக் கோரலாம்.

சிவ்கங்கை, சிவகங்கா, உடியல், விரல் நாச்சியார், முட்டு வடுக

நாத் தேவர், குய்லி, குயிலீ, போதை மருந்துக் கிடங்கு, முனிஷன் கடை... இன்னும் இருக்கலாம். அவர் பலரைப் பற்றியும் தொடர்போல வரிசையாக எழுதிவருகிறார் போலிருக்கிறது. சிறப்பு என்னன்னா, தலைப்புதான். “மனநிலை – புறக்கணிப்பட வேண்டிய வீராங்கனை”. கிழிஞ்சது கிருஷ்ணகிரி.

“கொடும கொடுமன்னு கோயிலுக்குப் போனா, அங்கெ ரெண்டு கொடும ஜிங்கு ஜிங்குன்னு ஆடுச்சாம்” எனும் கதையாக, இந்தியாவின் முதல் விடுதலைப் போர் எனத் தென்னகத்தில் நடந்த 1801ஆம் ஆண்டுப் போரை மத்திய அரசு அங்கீகரிக்க வேண்டும் என இங்கே நாம் குரல் கொடுத்துக் கொண்டிருக்கின்ற வேளையில் இந்திய அரசின் துணைக் குடியரசுத் தலைவராக இருப்பவர் தனது ஃபேஸ்புக் பக்கத்தில் வேலு நாச்சியார் குறித்த கட்டுரை போன்ற தோற்றத்தில் குயிலியைத் தூக்கிப் பிடிக்கும் கட்டுரையினை இந்தி, தெலுங்கு, ஆங்கிலம் என மூன்று மொழிகளில் பதிவிட்டுள்ள கொடுமையை என்னவென்று சொல்வது?. அவர் எந்தப் புத்தகத்தில் இந்தக் கதையைப் படித்தார் எனத் தெரியவில்லை. ஆனால் அப்பதிவைப் படிக்கும்போது ஏற்கனவே படித்தது போன்றே தோன்றுகிறது. அது எல்லோரும் அரைச்ச மாவை இவரும் அரைச்சிருப்பதாலா அல்லது அந்தக் கதையே புளிச்சமாவு என்பதாலா எனத் தெரியவில்லை.

மாண்புமிகு குடியரசுத் துணைத் தலைவர் அவர்கள் தனக்கான எழுத்தாளர்

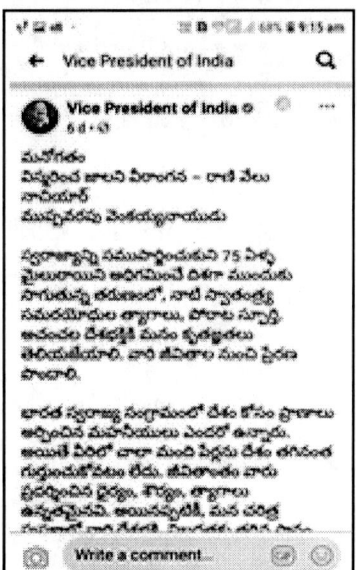

குறித்து கவனமாக இருக்க வேண்டும் எனக் கூறிக்கொள்ள விரும்புகிறோம்.

அவருக்கு விளக்கமளிக்கும் பொருட்டு, முகநூலிலும் மின்னஞ்சலிலும் பழைய சில பதிவுகளை அனுப்பியிருந்தோம். இருப்பினும் ஆங்கிலத்தில் ஒரு பதிவிருந்தால் நன்றாயிருக்கும் எனக் கருதினோம். ஏற்கனவே தமிழக ஆளுனரிடம் கொடுப்பதற்காகத் தயாரித்து வைத்திருந்த ஆங்கிலப் பதிவை நள்ளிரவில் நம்மை வீடு வந்து கூட்டிச்சென்ற சிவகங்கை நகரக் காவல் ஆய்வாளர் எடுத்துக்கொண்டு போய்விட்டார். எனவே புதிதாக எதை ஆங்கிலத்தில் கொடுக்கலாம் என யோசித்தபோது, கவிஞர் அ. வெண்ணிலா எழுதி தினத்தந்தியில் வெளியான கட்டுரையைக் கொடுப்பது என முடிவு செய்து அ. வெண்ணிலா அவர்களிடம் கேட்டோம். அவர் பேராசிரியர் மு.விவேகானந்தன் அவர்களைத் தொடர்பு கொள்ளச் சொன்னார். அதன்படியே தொடர்பு கொண்டோம். கட்டுரையை அனுப்பி வைத்தோம். மகிழ்ச்சியோடு ஏற்றுக்கொண்ட அவர் உடனே இலக்கிய நடையிலிருந்த கட்டுரையை ஆய்வு நடைக்கு மாற்றி மொழிபெயர்த்து அனுப்பி வைத்தார். அதை உடனே குடியரசுத் துணைத் தலைவர் மற்றும் அவரது உதவியாளருக்கு மின்னஞ்சலில் அனுப்பினோம். அவர்களிடமிருந்து தகவல் வருகிறதா? அல்லது நகர காவல் நிலையத்திலிருந்து ஆட்கள் வருகிறார்களா? என்பது இந்நூல் வரும்போது நாமறிந்திருப்போம்.

இதுதான் பேராசிரியர் மு. விவேகானந்தனின் திருத்தம் மற்றும் மொழிபெயர்ப்பிலான அ. வெண்ணிலாவின் கட்டுரை. இருவருக்கும் நன்றி.

உதவி ஜனாதிபதிக்கு விளக்கம்

Kuyili : Fictitious or Historical?

Kuyili, 18 years old girl, is said to be the friend of Sivagangai Queen Velu Nachiyar.

It was said that in the year 1780, there was a war fought between Velu Nachiyar helped by Marudoos against the allies, Ahcot Nawab, Pudukottai Thondaman and British army to recapture her kingdom, during that war, kuyili, the commander of Velu Nachiyar's army, poured ghee over her body, lit herself and jumped into the enemy's ammunition store and blasted it and she was placed in the history of Tamil Nadu as the first human suicide bomb.

The Government of Tamil Nadu, built a memorial (Mani Mandapam) in memory of Velu Nachiyar in the year 2014, at the cost of 60 lakhs, inside that memorial, there was a monument for kuyili, was situated at the cost of 27 lakhs and fifty thousand. It was the then chief minister of Tamil Nadu, Miss Juyalalitha, who announced in the Assembly that Kuyili the brave girl, who sacrificed her life, would be honoured by building a memorial and also issued orders. According to that the above said monument was built. Kurusamy Mayilvaganan, a reputed historian has published a historical research book with the title "OPPANAIKALIN KOOTHU" on the history of sivaganga, in his book he has given some shocking facts about the character kuyili.

He says that it was an imaginary character, there was no such character in the name of kuyili in the history of sivagangai further he says that he had gone through all the stone inscriptions, copper plates, palm leaf ola, and the British documents searching the name kuyili, but could not find any trace of it, the character kuyili was conceived only 30 years before, it was moulded and inserted into the history of Tamil Nadu and brought upto the making of a memorial.

The emotional speakers who have narrated the story on the bravery of kuyili, and her sacrifice for the country, would never digest the fact that kuyili is an imaginary character and her story is a fabricated one. There may be a history in a fiction, but there should not be a fiction in the history. This historian says that a fiction writer can write a fiction based on the historical facts, but he should not try to create a history of his own.

Kurusamy has traced the origin of this fictitious character kuyili, it was the Ex Minister E.M. sudharsana Nachiyappan, who had written an article in 1985, in the congress centenary Magazine, with the title 'Maraikkappatta Veeramangai Velu Nachiyarin Mudhal Suthanthira pore'. (The first war of Independence by Velu Nachiyar which was concealed) in which he had mentioned about kuyili, it was said that she belonged to the marava community.

In 1990, M.Sekar of Kalaiyar Koil had written a book on the history of Sivaganga with a title 'veeram vilaindha sivagangai see maiyin semman' was the first printed book, in that he had mentioned the character of kuyili. Then Jeeva Bharathi had published a fiction with the title, 'Velu Nachiyar', in that he had mentioned the bravery of kuyili, Alambattu Ulaganathan had published a book 'kuyiliy in Thiyagathil Velu Nachiyarin Vetri' (Velu Nachiyar succeeded only by the sacrifice of kuyili), in his book he had mentioned that kuyili belonged to Adhidravidar Community, chandimavo had written a book titled 'kuyili, Rani Velu Nachiyarin Pengal Padai Thalapathi, (kuyili, the lady commander of Rani Velu Nachiyar) in that he said that kuyili belonged to Arunthathiyar community. The above mentioned writers had done their research for their M.Phil, based on the fiction 'Velu Nachiyar' by Jeeva Bharathi.

It was Sivagangai MLA Gunasekaran, who had submitted a requisition in the Assembly to honour kuyili by building a monument, Gunasekaran said in a public meeting that he had got that idea form Jeeva Bharathi's book.

Thus, kuyili is now claimed that belongs to marava, Adhidravida, and Arundhathiyar communities by the concerned communities.

Apart from this, it was written that the war of Independence by Velu Nachiyar was fought in the year 1780, in which kuyili sacrificed her life. But Kurusamy is giving historical evidences that no such war was fought in the year 1780. It was said that in the war of 1780, the British army headed by LT. Col. Abraham Banjore, but in the year 1772, Muthu Vaduganatha Thevar, the then king of Sivaganga, and his younger queen Gowri Nachiyar were assassinated by Banjore at Kalaiyar Koil, the East India Company condemned this and compelled the authorities to send him back to Landon. Banjore was called back to London in the year 1775, then he became ill and died. This was mentioned in the news magazine 'London Packet'. Hence it was a false news that Banjore had taken part in the 1780 war.

Some people claim that there are some references about kuyili in the folk songs, but they could not release or bring forth those folk songs, even if there is such folk songs, no historian will take them as a reference, since folk songs contain a lot of fantasies, and fictitious contents.

During the wars against Sivaganga in the years 1800, and 1801, Colonel James welsh was asked to write a diary of events, he did so and published his famous book 'Military Reminiscences' which is even now referred by many, in his book he had not mentioned even a word about kuyili or about the war of 1780. Blasting a store of ammunitions was not an ordinary event for British, but they had not mentioned the loss or about this event in their records. The reputed historians like, Jagaveera pandiyan, Dr.K. Rajayyan, Phd. N. Sanjeevi, M.Manoharan, Dr. K. Mangaiyarkarasi and S.M.Kamal had written a number of books on the history of Sivaganga, based on the British records. They also had not mentioned about the war of 1780 or the name of kuyili in their books. There is no doubt that the Queen Velu Nachiyar was a brave lady she was a terror to the British army. The fact is Rani Velu Nachiyar got back her kingdom by negotiating with Arcot Nawab, not by a war, it was true that she had gathered a big army with the help of Marudoos, but the East India company wanted to avoid a war and asked the Nawab to talk to her.

Gurusamy says that the imaginary character kuyili, who was created by the fiction writers, may be praised and worshiped, but the Tamil Nadu Govt., has to prove, if there is any records regarding the history of kuyili, which had built a monument for an imaginary character. Such false history or fictitious stories will spoil the reputation of our history. So it is time that the fact should be brought out.

இனி, விரைவில் இதை இந்தியிலும் மொழி பெயர்ப்போம்.

∎

1.27. சுத்தானந்த பாரதியாரும் குயிலியும்

சுத்தானந்த பாரதியார் குயிலியைப் பற்றிக் குறிப்பிட்டுள்ளாரா? குறிப்பிட்டுள்ளார் எனும் தகவலை தனது உரைகளிலும் ஆய்வுகளிலும் பேராசிரியர் இரா.காளீஸ்வரன் தொடர்ச்சியாகக் குறிப்பிட்டு வருகிறார். சிவகங்கை வரலாறு சார்ந்து 'மருதுபாண்டியர்' மற்றும் 'வீர வேலு நாச்சியார்' எனும் தலைப்புகளில் இரண்டு நாடகங்களையும் சில சிறுகதைகளையும் சில கட்டுரைகளையும் 'சந்தனத் தேவன்' எனும் நாவலையும் சுத்தானந்த பாரதியார் எழுதியுள்ளார். இதில் 1960இல் வெளிவந்துள்ள 'சந்தனத் தேவன்' நாவலானது மருதுபாண்டியர் காலத்திற்குப் பிந்தைய சிவகங்கையில் நடைபெறும் சில சம்பவங்களைக் கொண்டதாகும்.

'வீர வேலு நாச்சியார்' நாடக நூலானது 1980ஆம் ஆண்டு வெளியிடப்பட்டு உள்ளது. பல வரலாற்றுப் பிழைகளைக் கொண்டதாக இந்நாடகம் அமைந்துள்ளது. அதில் சிவகங்கைப் பகுதியில் வேலை செய்த ஆங்கிலேய படை அதிகாரிகளான கர்னல் ஸ்மித், இன்ஸ், பான்மூர், அக்னியூ,

புல்லர்டன் ஆகிய ஐவரும் பாத்திரங்களாக வருகின்றனர். இவர்கள் அனைவருமே ஒன்றாக அமர்ந்து போர் குறித்து விவாதிப்பதாக நாடகத்தில் காட்சிகள் அமைக்கப்பட்டுள்ளன.

ஆனால், இவர்களில் கர்னல் ஸ்மித் மற்றும் பான்ழூர் (பான்ஜோர்) ஆகிய இருவரும் 1772ஆம் ஆண்டிலும் கர்னல் புல்லர்டன் 1783ஆம் ஆண்டிலும் இன்ஸ் மற்றும் கர்னல் *Agnew* (அக்னியூ) ஆகிய இருவரும் 1801ஆம் ஆண்டிலும் வேலை செய்துள்ளனர் என்பதே சரியானதாகும்.

விருப்பாச்சியிலிருந்து வேலுநாச்சியார் மற்றும் மருதிருவர் படைகளுடன் வருகின்ற செய்தியைக் கேள்விப்படும் கர்னல் ஸ்மித் பதறுகிறான். அவன், "கவர்னர் அவசரக் கடிதம் எழுதியிருக்கிறார். அரசி வேலுநாச்சியாரை இங்கே வரவழைப்பது, அவரிடம் சிவகங்கையை ஒப்புவிப்பது, 1000பேர் நமது படைவீரர் இங்கே தங்குவது. மருது சகோதரரையும் வீரத்தேவனையும் சிறையிலடைத்துப் பின்னே தூக்கிலிடுவது." எனக் கூறுவதாக சுத்தானந்த பாரதி எழுதியுள்ளார். மேலும் புத்தாண்டு விழாவில் (இதையே அடுத்து வரும் இடங்களில் கிறிஸ்துமஸ் விழாவென்று குறிப்பிடுகிறார்) கலந்து கொள்வதற்காக அரசி வேலுநாச்சியாரை அழைக்கும் கடிதத்தினை புல்லர்ட்டன் அரசியிடம் கொண்டு போகிறார். இத்திட்டத்தை வேலுநாச்சியார் ஏற்க மறுக்கிறார். அதற்கான கடிதத்தை சின்னமருதுவைத் தயாரிக்கச் சொல்லி புல்லர்டனிடம் கொடுத்தனுப்புகிறார். கிறிஸ்துமஸ் விழாவிற்கு அரசி அவசியம் அரண்மனைக்கு வரவேண்டும் எனக் கூறிவிட்டுப் போகிறான் புல்லர்டன். கிறிஸ்துமஸ் விழாவன்று என்ன நடக்கிறது?

"ஏராளமான தீவட்டிகள் அரண்மனையில் உள்ளும் புறமும் ஒளி செய்கின்றன. வெற்றிவேல் முருகனுக்கு அரோஹரா என்று எல்லோரும் ஆர்ப்பரிக்கின்றனர். டால்ஜாக் பழைய வீரத்தேவனாகி வாள் பிடித்து, மருதுபாண்டியருடன் முன்னே செல்கிறான். வேலு பல்லக்கு அரண்மனைக்குள் செல்கிறது. அங்கே அமைந்த அரியணையில் அரசி ஏறி அமரும்போது மக்கள் பாடுகின்றனர்."

என 1780இல் நடைபெற்ற சிவகங்கை மீட்டெடுப்பு குறித்து அவர் இவ்வாறு குறிப்பிட்டுள்ளார். மொத்தம் 82 பக்கங்களில் அமைந்துள்ள இந்நூலின் கடைசியான 80ஆவது பக்கத்தில் இப்பகுதி அடைப்புக் குறிக்குள் குறிப்பிடப்படுகிறது. பின்னர்

அரசியான வேலு நாச்சியாரையும் மருதிருவரையும் வாழ்த்தி சில பாடல்கள் எழுதப்பட்டுள்ளன. அத்துடன் நாடகமும் முடிவடைகிறது. எந்த ஒரு இடத்திலும் பாஞ்ஜோருடன் வேலு நாச்சியார் சண்டையிடும் காட்சி இல்லை. ஆக, பாஞ்ஜோரும் இடம் பெறவில்லை. குயிலியும் இடம் பெறவில்லை.

'மருதுபாண்டியர்' எனும் நாடக நூலானது 1980ஆம் ஆண்டு வெளியிடப்பட்டுள்ளது. இதுவும் அதே வரலாற்றுப் பிழைகளைக் கொண்டதாகவே உள்ளது. கட்டபொம்மன் தூக்கிலிடப்பட்டதற்காக 1780இல் வேலுநாச்சியார் வெஞ்சினம் கொள்வதாக நாடகத்தின் முதல்காட்சியே அமைந்துள்ளது. எனவே, மதிப்பு கருதி மேலும் நாம் உள்ளே புக வேண்டாம். காரணம் அவை நாடகங்களே!

கவியோகி சுத்தானந்த பாரதி, நாம் மையப்படுத்தும் வரலாற்றுக் கால கட்டத்தின் நூறாண்டுக்குட்பட்ட 1897இல் சிவகங்கையில் பிறந்து 92 வயது வரை வாழ்ந்து 1990இல் சோழ புரத்தில் மறைந்தவர். பெரும் படிப்பாளி. கவிதை, பாடல், சிறுகதை, நாடகம், காவியம் எனப் பல வடிவங்களில் சுமார் 300க்கும் மேற்பட்ட நூல்களை எழுதிக் குவித்த எழுத்தாளர்; வரலாற்றார்வலர். பலமொழிகள் அறிந்தவர். பிரெஞ்ச் நாவலாசிரியர் விக்டர் ஹியூகோ எழுதிய உலகப் புகழ் பெற்ற 'லே மிஸ்ஸரபிள்' நாவலைத் தமிழில் 'ஏழை படும்பாடு' எனும் தலைப்பில் மொழிபெயர்த்தவர். அப்பெயரில் வந்த திரைப்படத்திற்கும் இவரே கதை வசன கர்த்தா. பிற்கால வரலாற்றுத் தகவல்களுடன் இவரது நூல்கள் குறிப்பிடும் சம்பவங்களை ஒப்பிடும்போது பல இடங்களில் முரண்பாடு தெரிந்தபோதிலும், அவைகளெல்லாம் புனைவிலக்கியங்களாகும். சிவகங்கை குறித்து எழுதப்பட்டுள்ள புனைவிலக்கியங்களில் இவரது நூல்கள் காலத்தால் முந்தையதான பெருமை உடையது. குயிலி குறித்து ஆங்கில நூல்களில் குறிப்பிட்டுள்ளதாக உலவுவது வெறும் வதந்தியே! தமிழுக்கு ஒரு கதையும் ஆங்கிலத்திற்கு ஒரு கதையும் வைத்து வாசகர்களை ஏமாற்றக்கூடியவர் சுத்தானந்தர் என்பதை நாம் ஏற்க மாட்டோம். குயிலி குறித்து சுத்தானந்த பாரதியார் கூறியுள்ளதாகச் சொல்லப்படுபவை அனைத்தும் முழுப்பொய்களே!

■

1.28. வாயும் மொழியும் வரலாறாகுமா?

"குயிலிக்கான ஆதாரம் ஆங்கிலேயரின் ஆவணங்களில் இருக்காது. ஏனென்றால், ஒரு பெண்ணிடம் தோற்றதைப் பற்றி ஆங்கிலேயர்கள் எப்படித் தங்களது ஆவணங்களில் குறிப்பிடுவார்கள்?" என ஆங்கிலேயரின் ஆவணங்கள் எதையுமே கண்ணால் பார்த்திராத ஆனால், ஆங்கிலேய ஆவணங்களையெல்லாம் கரைத்துக் குடித்தது போலச் சிலர் பேசுகின்றனர். அதேபோல "குயிலிக்கான ஆதாரம் தமிழர்களின் ஆவணங்களிலும் இருக்காது. ஏனென்றால், ஒரு தாழ்த்தப்பட்ட சாதியைச் சேர்ந்த பெண்ணின் வீரமிக்க செயலை சாதிய வெறி கொண்ட தமிழக ஆய்வாளர்கள் எப்படிக் குறிப்பிடுவார்கள்?." என தமிழரின் பழைய ஆவணங்கள் எதையுமே கண்ணால் பார்த்திராத ஆனால், அனைத்து ஆவணங்களையும் கரைத்துக் குடித்ததுபோலவும் சிலர் பேசுகின்றனர்.

குயிலியை ஏற்றுக்கொண்டு பேசிவந்த அனைத்து ஆய்வாளர்களுமே ஆதாரங்கேட்டால் இப்படிச் சொல்லித்தான் தப்பிக்க முயல்கிறார்கள். அவ்வாறு சொல்வதைப் புத்திசாலித்தனமானது என்றும் அந்த ஆய்வாளர்கள் கருதுகின்றனர். இது பட்டியல் சாதியல்லாதவர்களின் கருத்து. பட்டியல் சாதி ஆய்வாளர்கள் சொல்வது என்னவென்றால் ஆதாரங் கேட்பதையே சாதிக் கண்ணோட்டமென்று

கூறி அதையே கேட்பவரது சாதியக் கண்ணோட்டமெனத் திசை திருப்பிவிடுகின்றனர்.

"எந்த ஆவணமுமில்லை, ஆதாரமுமில்லை. சரி. பிறகு உங்களுக்கு மட்டும் குயிலியின் கதை எப்படித் தெரிந்தது? என்று கேட்டால் அதற்கு எல்லோரும் சொல்கின்ற ஒரே பதில், "குயிலியின் வரலாறு வாய்மொழி வரலாறாக வாழ்ந்து வருகிறது" என்பதுதான். இப்படிச் சொல்கின்ற ஒருவரும் சம்பந்தா சம்பந்தமில்லாத ஒரு சில பாடல்களைத் தவிர வேறு உருப்படியான பாடல் ஒன்றைக்கூடக் கண்ணால் காட்டியதில்லை. ஒரு சில பாடல்களை சிலர் தங்களது நூல்களில் எழுதியுள்ளனர். அந்தக் குப்பைகளை எழுதிப் பக்கங்களை வீணடிக்க வேண்டாம் எனக் கருதுகிறோம்.

2010ஆம் ஆண்டில் அருந்ததியர் சாதிக்கான ஆய்வினைச் செய்த, "தலித் கதைப் பாடல்கள்" எனும் ஆய்வு நூலை எழுதிய ஆய்வாளர்கள் சு.சீனிவாசன் மற்றும் வே.பொன்ராஜ் ஆகிய இருவரும் சிவகங்கைப் பகுதியில் குயிலி குறித்த பாடல்கள் ஏதும் கிடைக்கவில்லை என்றே கூறுகின்றனர். காரணம் அப்போது குயிலி கதையே யாருக்கும் தெரியாது. சிலர் குறிப்பிடுகின்ற சில பாடல்கள் தற்காலத்தில் எழுதப்பட்ட பாடல்களாகவே இருக்கும் வாய்ப்பே அதிகமுள்ளது. காரணம், குயிலி எனும் ஆளே இல்லாதபோது குயிலியைப் பற்றிப் பாட்டு மட்டும் எப்படி உருவாகியிருக்க முடியும்?

தொழில் முறைக் கிராமியப் பாடகர்களாகத் திகழுகின்ற நாட்டுப்புறப் பாடல் கலைஞர்களான திருமதி சி.கொல்லங்குடி கருப்பாயியும், கோட்டைசாமி ஆறுமுகமும் தங்களது பாடல்களில் குயிலி குறித்து ஓரிரு வரிகள் குறிப்பிட்டுள்ளனர். மற்றபடி ஆதாரமாகக் காட்டப்படுகின்ற இன்னொருவரின் பாடலோ சண்டையை மட்டுமே அடிப்படையாகக் கொண்டிருக்கிறது. ஆனால், சண்டையே நடக்கவில்லையே?.

கொல்லங்குடிக் கருப்பாயியிடம் குயிலியின் கதை பற்றிக் கேட்டோம். "பாரம்பரியமிக்க பழைய பாடல்கள் என எதையும் நான் கேட்டதில்லை. எனக்கு அப்படிப்பட்ட பாடல்கள் எதுவும் தெரியாது. அப்படி யாரும் எனக்குச் சொல்லித் தந்ததும் கிடையாது. நான் கேட்ட கதையை வைத்தும் நானாகச் சிலவற்றைச் சேர்த்தும் நானே சொந்தமாகப் பாடல்களை உருவாக்கித்தான் பாடுவேன். குயிலி பற்றிப் பாடியதும் அப்படித்தான்." என்றே நம்மிடம் கூறினார்.

அதுமட்டுமல்ல அவர் சொன்னதில் இன்னொரு ஆர்வம் தரும் செய்தியும் உண்டு. அதாவது ஒரு பாடலில் காளையார்கோவில் சண்டையின்போது மருதுபாண்டியர் மச்சினருடன் பேசுவதாகப் பாடியிருக்கிறார் கருப்பாயி. சிலர் அவரிடம் வந்து, ‘யாரிந்த மச்சினன்? உங்களுக்கெப்படித் தெரியும்’ எனக் கேட்டார்களாம். அதற்கு ‘மச்சினன் இல்லாமலா மருதுபாண்டியர் இருந்திருப்பாருன்னு நெனச்சு நானாத்தான் பாடினேன்’ என்றாராம். கேட்டவர்களோ, ‘அப்படியெல்லாம் யாருமில்லையம்மா’ என்று சொன்னார்களாம். “அதுக்கப்புறம் மச்சினனைப் பற்றியே பாட மாட்டேன்” என்றது நம்மிடம் அந்தக் கலைக் குயில். இதை அவர் சொல்லும் வீடியோக் காட்சி காளையார்கோவில் பிரபாகரன் கலைக்கூடம் ஒளிபரப்பிய நேர்காணலில் உள்ளது. இதுபோலத்தான் தற்போது மேடைகளில் பலரும் பாடிக் கொண்டிருக்கின்ற பல பாடல்களும் அவரவர் கற்பனைக்கேற்பப் புனைந்து பாடியவையே.

ஆனால், ‘இப்பாடல்கள் காலங்காலமாகப் பாடப்பட்டு வருகின்ற வாய்மொழிப் பாடல்களை ஆதாரமாகக் கொண்டு பாடப்பட்டு வருபவை. எனவே ஆய்வாளர்களின் ஆவணங்களில் இல்லாவிடினும் இப்பாடல்கள் மூலமாக வாய்மொழி வரலாறாக குயிலி வாழ்கிறாள்’ என தலைமேல் அடித்துச் சிலர் சத்தியம் செய்து திரிகின்றனர் சிலர். ஆனால், அப்பாடல்களைக் குயிலியின் வரலாற்றிற்கான ஆதாரங்களாகக் கொள்ளவே முடியாது என நாம் உறுதியாகக் கூறுகிறோம். காரணம், முதலில் அக்கதை வரலாற்றுப் பூர்வமானதாக இல்லை. வரலாற்றுச் சம்பவங்களோடு ஒத்துப்போகாமல் முரணாகப் பாடப்படுவதெல்லாம் கலைஞர்களின் சொந்தக் கற்பனையால் உருவாக்கப்படுபவையே. இதுதவிர இதில் இன்னொரு விசயமும் உள்ளது.

சிவகங்கைப் பகுதிக்கு மட்டுமல்ல, தமிழகத்திற்கே இன்னும் சொல்லப் போனால், உலகிற்கே சிவகங்கைப் பகுதியின் நாட்டுப்புறப் பாடல்களை அறிமுகம் செய்தவர் மக்கள் கலைஞர் முனைவர் கே.ஏ. குணசேகரன் என்பது யாராலும் மறுக்க முடியாத உண்மை. இளம் வயதிலிருந்தே தனக்கு வாய்த்த பாடும் திறமையை ஆய்வுப் பூர்வமாக அணுகி, அதை ஒரு கலையாக வளர்த்து, ஒழுங்கமைத்து ஆதிக்கவாதம் கோலோச்சும் கல்விப்புலத்தில் கொண்டுபோய் நிறுத்தியவர் அவர். ஒருபுறம் சமூகம் சார்ந்த நிகழ்ச்சிகளையும், உணர்வுகளையும் மற்றொருபுறம் ஒடுக்கப்பட்ட மக்களின் வாழ்வியலையும் தொட்டுப்பேசிய

நாட்டுப்புறப் பாடல்களைத் தொகுத்து அதற்கான மரியாதையைப் பெற்றுத் தந்தவர். அவரது நிழலறியாமல் எந்த ஒரு நாட்டுப்புறக் கலைஞனும் சிவகங்கையில் உருவானதில்லை. ஆதிக்க சாதியைச் சேர்ந்தவர்கள் பாடுகின்ற நாட்டுப்புறப் பாடல்களையும்கூட அவர் தொகுத்தார், பாடினார். ஆதிக்க சாதியினரால் பாடப்பெறினும் அதைக் கிராம மக்களின் கலை எனும் முறையிலே நாட்டுப்புறவியல் கலையாக இணைத்துக் கொண்டார்.

அவர் தேடாத நாட்டுப்புறக் கதைப் பாடல் இல்லை. அறியாத நாட்டுப்புறக் கலை இல்லை. ஆனால், குயிலியைக் குறித்து எந்த ஒரு பாடலையும் கே.ஏ.ஜி பாடியதில்லை. ஏன்?

தஞ்சை சங்கரதாஸ் நாடகப் பள்ளியின் இயக்குனராக இருந்தவர் கே.ஏ.ஜி. தெருக் கூத்து, வீதி நாடகம், நவீன நாடகம், போன்ற நாடக வகைகள் குறித்து அவர் ஏராளமான கட்டுரைகளை எழுதியிருக்கிறார். நாடகங்களையும் நடத்தியிருக்கிறார். நேற்று வந்த ஸ்ரீராம் ஷர்மா வகையறாகூட குயிலி குறித்த தெருக் கூத்தினை எழுதி அரங்கேற்றுகிறது. ஆனால், கே.ஏ.ஜி அப்படி ஒரு முயற்சியை மேற்கொள்ளவில்லை. ஏன்?.

இன்று சி. அம்பேத்கர்பிரியன் என்பவர் எழுதிய குயிலி குறித்த ஆராய்ச்சி நூலை வெளியிட்டிருக்கிற உலகத் தமிழ் ஆராய்ச்சி நிறுவனத்தின் தலைவராக இருந்தவர்தான் கே.ஏ.ஜி.

நாட்டுப்புறவியல் சார்ந்தும் சங்க இலக்கியம் சார்ந்தும் பல நூல்களை அவர் வெளியிட்டுள்ளார். அவர் நினைத்திருந்தால் குயிலியைப் பற்றி ஆயிரம் நூல்களைக் கொண்டு வந்திருக்க முடியும். ஆனால் அவர் செய்யவில்லை. ஏன்?.

வேலுநாச்சியார் குறித்தோ மருதிருவர் குறித்தோகூட கே.ஏ.ஜி பாடல்கள் பாடியதில்லை என்பது உண்மைதான். காரணம், அவர் ஒடுக்கப்பட்ட மக்களின் கலைகளை ஆவணமாக்குவதையே தன் வாழ்நாள் கடமையாகக் கொண்டிருந்தார். இப்போது குயிலி பட்டியல் சாதிப்பெண் எனக் கதறுகிறார்களே, அப்படி ஒருவேளை இருந்திருந்தால், ஒருவேளை கே.ஏ.ஜி கருதியிருந்தால் இப்பேர்ப்பட்ட ஒடுக்கப்பட்ட பெண்ணின் தியாகத்தைப் பற்றி ஒரு பாடலைக்கூட அவர் பாடமலிருந்திருப்பாரா? கட்டுரையோ அல்லது நூலோ எழுதாமலிருந்திருப்பாரா? ஆனால், எழுதவில்லை. ஏன்?.

17.01.2016ஆம் ஆண்டுதான் கே.ஏ.ஜி மறைகிறார். ஆனால்,'குயிலி ஆதி திராவிடச் சாதிப் பெண்' என வலியுறுத்தும் ஆலம்பட்டு சோ. உலகநாதனின் நூல் 2013லேயே வெளிவந்துவிட்டது. கே.ஏ.ஜி ஆதி திராவிடர் சாதியைச் சேர்ந்தவரானாலும்கூட இதை அவர் பொருட்படுத்தவேயில்லை. ஏன்?

இந்த "ஏன்"களுக்கெல்லாம் ஒரே பதில்தான். குயிலி ஒரு கற்பனைப் பாத்திரம் என்பதை அவர் நன்றாகவே அறிந்திருந்தார். அதனால்தான், நாமறிந்தவரையில் அவர் குயிலியைப் பற்றி எந்த இடத்திலும் எழுதியதில்லை, பேசியதில்லை, பாடியதில்லை. கே.ஏ. குணசேகரனுக்குத் தெரியாமல் சிவகங்கைப் பகுதியின் வரலாறு குறித்த, அதிலும் ஒடுக்கப்பட்ட மக்கள் குறித்த நாட்டுப்புறப் பாடல்களும் மக்களின் வாய்மொழிப் பாடல்களும் இருந்திருக்கும் என்பது ஏமாற்றுத்தனமே தவிர வேறல்ல.

எங்கோ ஒளிந்து கிடந்த இளையாங்குடி மைக்கேலம்மாவின் பாடலைக் கண்டுபிடித்து "நகர்சார் நாட்டுப்புறப் பாடல்கள்" என அருமையாகத் தொகுத்து அன்னம் பதிப்பகம் மூலம் வெளியிட்டவருக்கு குயிலி பற்றித் தெரிந்திருந்தால் விட்டு வைத்திருப்பாரா?.

குயிலியின் கற்பனைப் பாத்திர உருவாக்கத்தில் கவிஞர் மீராவின் பங்களிப்பு இருப்பதாக கலைமகள் முத்துக்கிருஷ்ணன் கூறியிருக்கிறார். கே.ஏ.ஜி மீராவின் மாணவர் மற்றும் சீடர். அப்படியிருக்க மீரா ஏன் குயிலி பற்றி கே.ஏ.ஜியிடம் சொல்லாமல்

இருந்திருப்பாரா? இதைப்பற்றி இருவரும் பேசியிருக்க மாட்டார்களா?. பேசியிருப்பார்கள். ஆனால், அது கற்பனை என்பதால் கைவிட்டிருப்பார்கள்.

கே.ஏ.ஜியும் கொல்லங்குடிக் கருப்பாயியும் குயிலியை அறியாமலிருந்திருப்பார்கள் என்பது நம்பும்படியாகவா இருக்கிறது. எனவே, குயிலிக்கான ஆதாரம் வாய்மொழி வரலாறாகச் சொல்லும் நாட்டுப்புறப் பாடல்களில் இருப்பதாகக் கூறுவது மோசடியே தவிர வேறொன்றுமல்ல.

∎

1.29. இன்னும் சிலர்...

மேற்சொன்னவர்கள் தவிர குயிலி பற்றுப் பல்வேறு சந்தர்ப்பங்களில் குறிப்பிட்டுப் பேசியுள்ளவர்களில் நாமறிந்த சிலரது பெயர்களை மட்டும் இங்கு குறிப்பிடுகிறோம்.

தமிழ்த் தேசிய இயக்கத் தலைவர் பழ.நெடுமாறன் • தமுஎகச கவிஞர் மதுக்கூர் இராமலிங்கம் • மகஇக கவிஞர் துரை.சண்முகம் • விடுதலைச் சிறுத்தைகள் கட்சியின் தலைவர் • முனைவர் தொல். திருமாவளவன் • பேராசிரியர் இரா.காளீஸ்வரன் • நாம் தமிழர் கட்சி நிறுவனர் சீமான் • குடியரசுக் கட்சித் தலைவர் செ.கு. தமிழரசன் • தமிழ்ப்புரட்சிப் புலிகள் இயக்கத் தலைவர் நாகை. திருவள்ளுவன் • ஆதித்தமிழர் இயக்கத் தலைவர் அதியமான் • ஆதித்தமிழர் கட்சி ஜக்கையன் • முன்னாள் முதலமைச்சர் ஜெ. ஜெயலலிதா • அம்மா மக்கள் முன்னேற்றக் கழகத்தின் தலைவர் டி.டி.வி.தினகரன் • முதலமைச்சர் எடப்பாடி பழனிச்சாமி (2017) • துணை முதலமைச்சர் ஓ. பன்னீர் செல்வம் (2017) • அமைச்சர் பண்டியராஜன் (2017) • கவிஞர் சிநேகன் (சிவகங்கைப் பாராளுமன்றத் தொகுதி மக்கள் நீதி மைய வேட்பாளர்) • தஞ்சாவூர் வெ. ஜீவக்குமார் (தமிழ்நாடு கலை இலக்கியப் பெருமன்றம்) • இந்து மக்கள் கட்சித் தலைவர் அர்ஜூன் சம்பத் • ராஸ்டிரீய சுயம் சேவக் (ஆர்.எஸ்.எஸ்) அமைப்பினர் சென்னை. • அனைத்துத் தனியார் தமிழ்த் தொலைக்காட்சி நிறுவனங்கள். • அனைத்துத் தமிழ் நாளிதழ்கள். • அனைத்துத் தமிழ் வார, மாத இதழ்கள். • நாமறியாத பலர்.

மேலும் பல்வேறு சிறுபத்திரிகைகள், சிறு நூல்கள், சிறுபிரசுரங்கள், கதைகள், பாடல்களிலும் குயிலி பற்றிக் குறிப்பிடப்பட்டு வருகின்றன. இது தவிர தமிழகமெங்கும் உள்ள மேடைப் பேச்சைத் தொழிலாகக் கொண்டுள்ள கருத்தரங்க, பட்டிமன்றப் பேச்சாளர்கள் மற்றும் எழுத்தாளர்கள், முனைவர்கள்,

வரலாற்று ஆய்வாளர்கள், தமிழ்த் தேசியக் கொள்கைவாதிகள், பட்டியல் சாதி இயக்கவாதிகள், பெண்ணியம் பேசும் ஆண்கள் உள்ளிட்டோரும் குயிலி குறித்த கதையினை உருக்கமாகப் பேசிவருகிறார்கள். ஏற்கனவே சொந்தமாக யோசிக்காத இதைக் கேட்கின்ற பெரும்பாலான பள்ளி ஆசிரியர்களும் ஆசிரியைகளும் மாணவர்களிடமும் இக்கதையை எழுத்துப் பிசகாமல் போதித்து வருகிறார்கள்.

குயிலிக்குப் பல சாதியினர் உரிமை கொண்டாடினாலும்கூட ஆதி திராவிடர் (பறையர்) மற்றும் அருந்ததியர் ஆகிய இரண்டு சாதியினரைச் சேர்ந்த ஒரு சிலரே குயிலி தங்கள் சாதிக்காரி என நிரூபிக்கத் தீவிரம் காட்டுகின்றனர் என்பதை இரண்டு சாதியைச் சேர்ந்தவர்கள் எழுதிய நான்கு நூல்கள் வெளிவந்திருப்பதிலிருந்தும் ஆண்டு தோறும் அவர்கள் அடித்து ஒட்டுகின்ற சுவரொட்டிகளிலிருந்தும் அறியலாம். அச்சுவரொட்டிகளில் சில உங்களது பார்வைக்கு...

வீர

வீரமங்கை குயிலி
அதியமான்

வீர

குயிலி
238 வது நினைவு நாளில் வீர வணக்கம்
9677119055, 9791417256, 9360688258, 9385542436.

குயிலி
19
வீரவணக்க நாளில்
க.திலீபன்
மு.விஜயகுமார்
மா.ஜெயவீரன்

குயிலி
238 ஆம் ஆண்டு வீரவணக்கம்

இவை தவிர இன்னும் சிலரும் சுவரொட்டிகளை ஒட்டி வருகின்றனர். பட்டியல் சாதிகளிலும் குறிப்பிட்ட ஒரு சாதிக்கான அடையாளமாக குயிலியை சிலர் மாற்ற முயல்வதை இதன்மூலம் நாமறியலாம். இத்தகைய முயற்சிகள் மூலமாக குயிலி எனும் பெண் பாத்திரத்தின் உருவாக்கத்திற்கும் வாழ்க்கைக்கும் கொடுக்கப்பட்டுள்ள சிறப்புகளையும் கதைகளையும் அதன்மூலம் தமிழக அரசிற்கு வைக்கப்படுகின்ற கோரிக்கைகளையும் இப்போது பார்க்கலாம்.

குயிலி உலகின் முதல் தற்கொலைப் போராளி.

குயிலி உலகின் முதல் தற்கொலைப் பெண் போராளி.

குயிலி சிவகங்கை வரலாற்றிலேயே மாபெரும் தியாகி.

குயிலிக்கு அரசு நினைவுத்தூண் அமைத்துள்ளது.

குயிலியின் பெயரால் விடுதலைப்புலிகளின் பெண்கள் பிரிவு அழைக்கப் பட்டது.

குயிலியை உலகின் முதல் தற்கொலைப் போராளி எனப் பாகிஸ்தானின் ராணுவ இணையத் தளத்தில் குறிப்பிடப் பட்டிருக்கிறது.

குயிலி பெண்ணினத்தின் வீர அடையாளம்.

குயிலியை மறுப்பது பெண்களுக்கு எதிரானது.

குயிலியின் தியாகத்தால்தான் வேலுநாச்சியாரால் சிவகங்கை மீட்க முடிந்தது.

குயிலி இல்லாவிடில் வேலுநாச்சியாரால் சிவகங்கையை மீட்டிருக்க முடியாது.

குயிலிக்கான ஆதாரங்கள் ஏராளமாக உள்ளன.

குயிலியின் வரலாற்றிற்கான ஆதாரம் வாய்மொழிப் பாடல்களில் உள்ளது.

குயிலி குறித்து ஏராளமான நாட்டுப்புறப் பாடல்கள் உள்ளன.

குயிலி குறித்த கல்வெட்டு சிவகங்கை அரண்மனைக்குள் உள்ளது.

குயிலி குறித்த ஓலைச்சுவடிகள் உள்ளன.

குயிலி குறித்து மறைக்கப்பட்டுள்ள ஆவணங்கள் ஏராளமாக உள்ளன.

குயிலியின் வரலாற்றை ஆங்கிலேயர்கள் எழுதாமல் மறைத்தனர்.

குயிலியின் வரலாற்றை தமிழக வரலாற்று ஆய்வாளர்கள் எழுதாமல் மறைத்தனர்.

குயிலியின் வரலாற்றை சாதிய மனம் காரணமாக ஆய்வாளர்கள் மறைத்தனர்.

குயிலியால் தோற்கடிக்கப்பட்டவர்கள் என்பதால் ஆங்கிலேயர் களின் வரலாற்றுக் குறிப்புகளையும் ஆவணங்களையும் ஏற்க முடியாது.

தமிழக ஆய்வாளர்கள் சாதி வெறி பிடித்தவர்கள் என்பதால் அவர்களது நூல்களை ஏற்க முடியாது.

சாதி வெறியர்களால் மறைக்கப்பட்ட சிவகங்கை வரலாற்றிலிருந்து குயிலி இப்போதுதான் மீட்டெடுக்கப் பட்டிருக்கிறாள்.

குயிலியைப் பட்டியல் சாதி ஆய்வாளர்கள்தான் பல ஆண்டுகள் ஆய்வு செய்து ஆராய்ந்து கண்டுபிடித்து மீட்டெடுத்தனர்.

குயிலி பட்டியல் சாதியினரின் வரலாற்றுத் திருவுரு.

குயிலி பட்டியல் சாதியினரின் வரலாற்றுப் பெருமை.

குயிலி பட்டியல் சாதியினரின் வரலாற்றுக் கௌரவம்.

குயிலியின் அருந்ததியர் சாதிய வம்சாவழியினர் இடைக்காட்டூர் கிராமத்தில் வசிக்கின்றனர்.

குயிலி வீரப்பேரரசி என வீர சோழப் பறையர் சாதியினர் கிடா வெட்டிப் பூஜை நடத்துகின்றனர்.

குயிலியை மீண்டும் மறைக்க அனைவரும் திட்டமிட்டு முயற்சிக்கிறார்கள்.

குயிலி ஒரு உண்மையாக வாழ்ந்த வரலாற்றுப் பாத்திரம்.

குயிலியை மறுப்பது ஆணாதிக்கக் குணம்.

குயிலியைக் கற்பனை என மறுப்பது ஆதிக்க சாதிக் குணம்.

குயிலியைப் பொய் எனச் சொல்வது ஆதிக்க சாதி வெறி.

குயிலியை யார் நம்பினாலும் நம்பாவிட்டாலும் நாங்கள் நம்புவோம்.

குயிலியை நம்பாதவர்கள் ஒடுக்கப்பட்ட சாதிக்கு விரோதிகள்.

குயிலிக்கு மாநில அரசு மணிமண்டபம் கட்ட வேண்டும்.

குயிலிக்கு மத்திய அரசு அஞ்சல்தலை வெளியிட வேண்டும்.

குயிலிக்கு அரசே ஆண்டுதோறும் குரு பூசை நடத்த வேண்டும்.

....

சரி, இவ்வாறெல்லாம் இவர்களால் போற்றப்படுகின்ற குயிலி

கற்பனையா? உண்மையா?

■

பகுதி - 2

வரலாற்றின் கதை

கதையென்பது விசயத்தைப் பிறருக்குச் சொல்கின்ற பல்வேறு வடிவங்களுள் ஒரு வடிவம். வரலாறு, அறிவியல், அரசியல், கணிதம், மொழி, விளையாட்டு போன்ற எதையும் கதையாகச் சொல்ல முடியும். கதகேட்டுக் கதகேட்டு வளர்ந்த நாடல்லவா இது. அப்படியாகவே வரலாற்றையும் நாம் கதையாகச் சொல்கிறோம். இப்படிக் கதையாகச் சொல்லும்போது அதை நடந்ததை நடந்ததுமாதிரியும் சொல்லலாம். கண், காது, மூக்கு வைத்தும் சொல்லலாம். இங்கு நாம் நடந்ததை நடந்தமாதிரியே சொல்லவிருக்கிறோம். நாம் சொல்லவிருக்கும் கதை வரலாற்றுச் சம்பவங்களாகும். அச்சம்பவங்கள் நடந்ததற்கான ஆதாரங்களையும் கொடுத்துள்ளோம். அந்த ஆதாரங்களின் வழியாகத்தான் நாம் இந்தக் கதையையே சொல்லப்போகிறோம்.

குயிலி குறித்துக் கூறப்படுகின்ற கதையினை 'கதை' எனும் முதல் பகுதியில் சுருக்கமாகச் சொல்லியிருக்கிறோம்.

குயிலி குறித்துக் கூறப்படுகின்ற கதையினை எந்தக் காலகட்டத்தில் நடந்த கதையாகச் சொல்கிறார்கள் என்பதைக் 'கால கட்டம்' எனும் இரண்டாவது பகுதியில் விளக்கியுள்ளோம்.

வரலாற்றுச் சம்பவங்களை விளக்குவதற்காக இரண்டு கேள்விகளை எழுப்பியிருக்கிறோம். அதில் '1772'ல் நடந்தது என்ன?' எனும் முதல் கேள்விக்கான பதிலை மூன்றாவது பகுதியில் விளக்கியுள்ளோம்.

'1780'ல் நடந்தது என்ன?' எனும் இரண்டாவது கேள்விக்கான பதிலை நான்காவது பகுதியில் விளக்கியுள்ளோம்.

நவாப்பின் ஆட்சியின் கீழிருந்த அப்போதிருந்த சிவகங்கையின் நிலவரத்தை 'ஹுஸைன்பூரின் நிலவரம்' எனும் ஐந்தாவது பகுதியில் விளக்கியுள்ளோம்.

1883ஆம் ஆண்டில் சிவகங்கைக்கு நவாப்பிற்காக வரி வசூலிக்க வந்த கம்பெனியின் தளபதி வில்லியம் ஃபுல்லார்ட்டனின் கடிதத்தை 'வில்லியம் ஃபுல்லார்ட்டனின் கடிதம்' எனும் ஆறாவது பகுதியில் விளக்கியுள்ளோம்.

இறுதியாக நாம் எழுப்பிய இரண்டு கேள்விகளுக்கான பதில்களையும் தொகுத்து 'கற்பனை' எனும் ஏழாவது பகுதியில் விளக்கியுள்ளோம்.

உள்ளடக்கம்
பகுதி-2

1 கதை 159
2.1 கதை 161
2.2 காலகட்டம் 163
2.3 1772இல் நடந்தது என்ன? 166
2.4 பாஞ்ஜோரும் ஆய்வாளர்களும் 177
2.5 1780இல் நடந்தது என்ன? 182
2.6 ஹுஸைன்பூரின் நிலவரம் 196
2.7 வில்லியம் ஃபுல்லர்ட்டனின் கடிதம் 203
2.8 உண்மை எது? 208

2.1 கதை

இதுவரை நாம் தொகுத்துள்ளபடி பலரது நூல்களில் கூறப்பட்டுள்ள வெவ்வேறான கதையாடல்களிலிருந்து குயிலி எனும் பாத்திரம் குறித்து உருவாக்கப்பட்டுள்ள கதையினைச் சுருக்கமாகப் பார்ப்போம்.

கதை

குயிலி எனும் பெயர் கொண்டவள் சிவகங்கை நகரத்தின் அருகிலுள்ள பாசாங்கரை அல்லது முடிக்கரை ஆகிய இரண்டு கிராமங்களில் ஏதோ ஒரு கிராமத்தில் பிறந்தவள். அவள் ஒரு கன்னிப் பெண். அவள் மறவர் அல்லது பள்ளர் அல்லது பறையர் அல்லது அருந்ததியர் அல்லது சாம்பவார் ஆகிய 5 சாதிகளில் ஏதோ ஒரு சாதியைச் சேர்ந்தவள். இளம் வயதிலேயே தற்காப்புக் கலைகளில் பயிற்சி பெற்றவள். ராணி வேலுநாச்சியாரிடம் பெரும் மதிப்புக் கொண்டிருந்தவள். வேலுநாச்சியாரிடம் பணிப் பெண்ணாக வேலைக்குச் சேர்ந்தவள். 1772இல் காளையார்கோவில் போரில் மன்னர் முத்துவடுக நாதர் கிழக்கிந்தியக் கம்பெனியின் அதிகாரி கர்னல் பாஞ்ஜோர் என்பவனால் கொல்லப்பட்ட பின்னர் ராணி வேலுநாச்சியார் விருப்பாச்சி செல்லும்போது அவருடன் சென்றவள். வேலுநாச்சியாரின் குருநாதரான இராமநாதபுரத்தைச் சேர்ந்த சிலம்பு வாத்தியார்

வெற்றிவேல் தேவரின் துரோகச் சதிச் செயலலை முறியடிக்க அவரது தலையைத் தனியாக வெட்டிச் சீவித் தள்ளியவள். அதனால், உடையாள் எனும் பெயரிலிலான பெண்கள் படைக்குத் தளபதியாக்கப்பட்டவள். ராணி வேலுநாச்சியார் மகள் வெள்ளச்சி நாச்சியார் எதிரிகளால் கடத்தப்பட்டபோது துணிச்சலாக அவரை மீட்டவள். மறவர் சாதியைச் சேர்ந்த எதிரி ஒருவன் ராணி வேலுநாச்சியாரைக் கொலை செய்வதற்காக மறைந்திருந்து கத்தியை வீசியபோது குறுக்கே பாய்ந்து அக்கத்தியைக் கையால் பிடித்து வேலுநாச்சியாரது உயிரைக் காப்பாற்றியவள். அதனால் ராணியின் மெய்க்காப்பாளியினியாகப் பதவி உயர்வு பெற்றவள். சிவகங்கையை மீட்டெடுப்பதற்காக நடைபெற்ற போரில் உடையாள் பெண்கள் படையின் தளபதியாகப் பங்கேற்றவள். காளையார்கோவிலில் படையினர் இருந்தபோது கிழவி போன்று மாறுவேடம் அணிந்து சிவகங்கை அரண்மனைக்குச் சென்று வந்து கர்னல் பாஞ்ஜோரின் திட்டமான ஆயுதக் கிடங்கிலிருந்து ஆயுதங்களை எடுத்துத் தாக்கும் மாபெரும் திட்டத்தை உளவறிந்து கொண்டவள். அதை ராணி வேலுநாச்சியாரிடம் சொல்லி எச்சரித்தவள். சிவகங்கை அரண்மனையில் போர் நடைபெற்றுக் கொண்டிருக்கும்போது தனியாளாக மேல்மாடத்திற்குச் சென்று அங்கிருந்த விளக்கில் உள்ள எண்ணெயைத் தன் உடலில் தடவி தீயை வைத்துக் கொண்டு கீழேயிருந்த ஆயுதக் கிடங்கில் குதித்து உடல் கருகிச் செத்துத் தியாகியானவள். இதுதான் குயிலியின் கதை. அதாவது, இதுதான் நீங்கள் அறிந்து வைத்திருக்கும் குயிலியின் கதை

■

2.2 காலகட்டம்

குயிலியின் கதை தெரிந்துவிட்டது. இனி இது எந்தக் காலகட்டத்தில் நடைபெற்றது எனத் தெரிய வேண்டுமல்லவா? பார்ப்போம். சிவகங்கையின் வரலாற்றில் குயிலியின் கால கட்டம் எது? குயிலியின் தற்கொலை எப்போது நடந்தது? எந்தப் போரில் நடந்திருக்க முடியும்? விடை மிகவும் எளிதானதுதான். 1780ஆம் ஆண்டில் சிவகங்கை மீட்டெடுக்கப்பட்ட போது நடந்திருப்பதாகச் சொல்லப்படுகின்ற சண்டையில்தான் குயிலியின் கதை நடந்திருக்க முடியும்: ஏனெனில் அதற்கு முந்தைய சண்டை நடந்தது 1772ஆம் ஆண்டாகும். அதில் இக்கதை நடக்க வாய்ப்பில்லை. எனவே, குயிலியின் தற்கொலை நடந்ததாகக் கூறப்படுகின்ற கதையின் கால கட்டம் 1780ஆம் ஆண்டே ஆகும். ஆக, குயிலியை அறிய சிவகங்கையின் வரலாற்றில் 1780ஆம் ஆண்டுகளில் என்ன நடந்தது என்பதை அறிய வேண்டும்.

குயிலியின் கதை தெரியும். காலகட்டமும் தெரியும். இனி இது உண்மைதானா எனத் தெரிந்துகொள்ள வேண்டும். எப்படித் தெரிந்து கொள்வது? அதற்கு சிவகங்கையின் வரலாற்றைப் பார்த்தாக வேண்டும். அதுவும் கதைப்படி 1780 ஆம் ஆண்டில் சிவகங்கை மீட்டெடுக்கப்பட்டபோதுதான் குயிலி தற்கொலை செய்கின்றாள். இந்தச் சம்பவத்தின்போது கிழக்கிந்தியக் கம்பெனியின் படைத் தளபதி கர்னல் பாஞ்ஜோர்

இருந்திருக்கிறான். இவன்தான் 1782இல் வேலுநாச்சியாரின் கணவரான சிவகங்கை மன்னர் முத்துவடுகநாதரைக் கொலை செய்தவன் 1780இல் வேலுநாச்சியாரிடம் உயிர்ப்பிச்சை கேட்டு வாங்கித் தப்பித்து ஓடியதாகக் குறிப்பிடப்படுபவன். இவனது திட்டத்தைத்தான் குயிலி உளவறிந்து வேலுநாச்சியாரிடம் சொல்கிறாள். அதுமட்டுமல்ல, பாஞ்ஜோரின் திட்டத்தை உளவறிந்தது மூலம்தான் ஆயுதக் கிடங்கைத் தகர்க்க வேண்டும் எனும் முடிவிற்கே அதாவது தனது தற்கொலை முடிவிற்கே குயிலி வருகிறாள். அப்படியானால் பாஞ்ஜோரைத் தெரிந்து கொள்ளாமல் குயிலியைத் தெரிந்து கொள்ள முடியாது. பாஞ்ஜோர் எனும் பெயரில்லாமல் குயிலியின் கதையும் இல்லை. ஆக, நாம் அதிகமாகத் தெரிந்துகொள்ள வேண்டியது பாஞ்ஜோர் குறித்துத்தான். அதனால் அவன் இடம் பெறுகின்ற ஆண்டுகளை நாம் பரிசீலித்தாக வேண்டும். அதற்கு 1780ஐ மட்டும் பரிசீலித்தால் மட்டும் போதாது. அதற்கு முந்தைய 1772ஆம் ஆண்டையும் நாம் பரிசீலித்தாக வேண்டும். ஏன்?

1780இல் சிவகங்கை மீட்டெடுக்கப்பட்டுள்ளது அப்படியானால், எப்போது பறிக்கப்பட்டது? 1772இல் பறிக்கப் பட்டுள்ளது. யாரால் பறிக்கப்பட்டது? நாவப்பினால் கூலிக்கு அமர்த்தப்பட்ட ஆங்கிலேயப் படை அதிகாரிகளால் பறிக்கப் பட்டுள்ளது. யாரந்த அதிகாரிகள்? கேப்டன் ஸ்மித் மற்றும் லெப்டினண்ட் கர்னல் ஆபிரஹாம் பாஞ்ஜோர் ஆகியோரே அந்த அதிகாரிகள். ஆக, 1772ஆம் ஆண்டிலேயே பாஞ்ஜோர் சிவகங்கை வரலாற்றுக்குள் வந்து விடுகிறான். எனவே பாஞ்ஜோர் குறித்து நாம் விரிவாக அறிய வேண்டுமானால் 1780ஆம் ஆண்டை மட்டுமல்லாது அதற்கு எட்டாண்டிற்கு முந்தைய 1772ஆம் ஆண்டைய சம்பவங்களையும் நாம் பரிசீலித்தாக வேண்டும்.

பாஞ்ஜோர் என்ன செய்தான்? காளையார்கோவிலில் மன்னர் முத்துவடுகநாதர் மற்றும் இளையராணி கவுரி நாச்சியார் ஆகியோரைப் பட்டப் பகலில் படுகொலை செய்தான். இந்நிகழ்வின்போது அவ்விடத்தில் பாஞ்ஜோர் மட்டுமே இருந்துள்ளான். கேப்டன் ஸ்மித் இல்லை. அவன் மறவமங்கலத்தில் இருந்துள்ளான். ஆனால், 1772இல் இருந்துள்ள கேப்டன் ஸ்மித் 1780ஆம் ஆண்டுச் சம்பவத்தில் இல்லை. ஆனால், முனைவர் பா. இறையரசன் மட்டும் ஸ்மித்தும் இருப்பதாகக் குறிப்பிடுகிறார். அவர் எந்த ஆவணத்தின் அடிப்படையில் கூறுகிறார் எனத் தெரியவில்லை. கேட்டால் கோபப்படுகிறார்.

ஆனால், மற்ற அனைவரும் பாஞ்ஜோர் மட்டும் இருப்பதாகவே குறிப்பிடுகின்றனர்.

எனவே, குயிலி பற்றி அறிய 1772 மற்றும் 1780 ஆகிய ஆண்டுகளில் சிவகங்கை வரலாற்றில் நடைபெற்ற சம்பவங்களை அறிவது மிக முக்கியமானதாகின்றது. அச்சம்பவங்களை விரிவாக விளக்குவதற்காக இரண்டு ஆண்டுகளையும் மையமாக வைத்து இரண்டு கேள்விகளைத் தயாரித்துக் கொள்வோம்.

1. 1772 காளையார்கோவில் படுகொலைகளுக்குப் பிறகு நடந்தது என்ன? அதாவது,

    1772இல் நடந்தது என்ன?

2. 1780 சிவகங்கை மீட்டெடுப்பின்போது நடந்தது என்ன? அதாவது,

    1780இல் நடந்தது என்ன?

எனும் இரண்டு கேள்விகளை நாமே உருவாக்கி அதற்கான பதில்களைத் தேடுவோம். இந்த இரண்டு கேள்விகளும் குயிலியைக் கண்டறிவதற்கு ஒருவேளை, நமக்கு உதவலாம். ஆனால், இந்த இரண்டு கேள்விகளுக்கான பதில்களும் குயிலியைக் கண்டறிவதற்குக் கட்டாயமாக, நமக்கு உதவியே தீரும். இப்பரிசீலனைக்கு ஏற்கனவே பலராலும் எடுத்துரைக்கப்பட்டுள்ள வரலாற்றையே நாம் பார்க்கவிருக்கிறோம். புதிய வரலாறு என எந்தக் கதையையும் நாம் கூறப்போவதில்லை.

2.3 1772இல் நடந்தது என்ன?

இக்கேள்வி கிழக்கிந்தியக் கம்பெனி ராணுவத்தில் லெப்டின்ண்ட் கர்னல் ஆக வேலை செய்த ஆபிரஹாம் பாஞ்ஜோர் *(Colonal Abraham Bonjor)* என்பவனை மையப்படுத்தியதாகும். கர்னல் ஆபிரஹாம் பாஞ்ஜோர் முக்கியமான மற்றும் அதிர்ச்சி தரக்கூடிய ஒரு நபராக சிவகங்கை வரலாற்றில் இடம் பிடித்துள்ளான். சிவகங்கையின் வரலாற்றில் இவனின் செயல்பாடுகள் உன்னிப்பாகக் கவனிக்கத்தக்கவை.

இ. எம். எஸ்ஸின் கட்டுரை *(1985)*; மு. சேகரின் 'வீரம் விளைந்த சிவகங்கைச் சீமையின் செம்மண்' *(1990)*; ஜீவபாரதியின் வேலுநாச்சியார் *(1999)*, இரு ஆய்வாளர்களின் தலித் கதைப் பாடல்கள்; ஆலம் பட்டு சோ. உலகநாதன் *(2013)*, சந்திமாவோ *(2017)* சி.அம்பேத்கர் பிரியன் *(2018)* ஆகியோரது நூல்கள் உள்பட, சிவகங்கை வரலாற்றையும் வேலுநாச்சி யாரையும் குறித்து இன்றுவரையிலும் எழுதப்பட்டுக் கொண்டிருக்கின்ற பலரது நூல்களிலும் கர்னல் பாஞ்ஜோர் இடம் பெறுகிறான். அதனாலேயே அவ்வாறான எழுத்தாளர்களின் நம்பகத் தன்மையை உரசிப் பார்ப்பதற்கான ஆதாரமாகவும் பாஞ்ஜோர் விளங்குகிறான். ஆகவேதான், இவன் குயிலிக்கான ஆதாரமாகவும் விளங்குகிறான். குயிலியின் கதையை மேற்சொன்ன நூல்களின் வழியாக ஏற்பவர்கள், பாஞ்ஜோர் குறித்து எழுப்பப்படும் நமது கேள்விக்கு

விளக்கம் கூறியாக வேண்டும். ஏனென்றால் மேற்சொல்லப் பட்டவர்களின் கதைப்படி இந்தக் கர்னல் பாஞ்ஜோரின் திட்டத்தை முறியடிக்கத்தான் அந்த அப்பாவிப் பெண்ணான குயிலி, தன்னுடலில் தீ வைத்துத் தற்கொலை செய்து கொள்கிறாள்.

பாஞ்ஜோர் எனும் மாய மனிதன்.

1772ஆம் ஆண்டுக்குச் செல்வோம். பாளையக்காரர் கள் ஆற்காட்டு நவாப் பிற்குச் செலுத்த வேண்டிய வரிகளையும் வரிப்பாக்கிகளையும் வசூலிப்பதற்காக நவாப்பால் வாடகைக்கு எடுக்கப்பட்ட கிழக்கிந்தியக் கம்பெனியின் படையானது நவாப்பிற்கு முறையாக வரிக்கட்டி வருகின்ற புதுக்கோட்டை மன்னரது படையையும் இணைத்துக் கொண்டு தமிழகத்தின் தென்பகுதியை நோக்கி வருகிறது.

கம்பெனிப் படைக்கான ஜெனரலாக அதாவது, தளபதியாக இருந்தவன் வில்லியம் ஜோசப் ஸ்மித் (William Joseph Smith) என்பவனாவான். இவன் முதலில், 1772 ஜூன் மாதம் 1 மற்றும் 2 ஆகிய தேதிகளில் வரி தர மறுத்த இராமநாதபுரத்தைக் கைப்பற்றுகிறான். பின்னர் அங்கிருந்து புறப்பட்டு மறவமங்கலம் வழியாக தொண்டி யிலிருந்து சிவகங்கையை நோக்கி வரும் சாலையைத் தொட்டு கிழக்கிலிருந்து மேற்கு நோக்கி காளையார்கோவிலுக்கு வந்து கொண்டிருக்கிறான். அவனது வேலை வரி வாங்குவது அல்லது போரிட்டுக் கைப்பற்றுவதுதான்.

ஸ்மித்தின் படைகளுக்கு உதவியாக வரவழைக்கப் பட்டவன்தான் லெப்டினென்ட் கர்னல் ஆபிரஹாம் பாஞ்ஜோர் (Lept. Colonel Apiraham Banjore). இவன் மதுரையிலிருந்த நவாப்பின் படைக்குத் தலைமைப் பொறுப்பேற்றிருந்தவன். இவனும் தனது படையுடன் மதுரையிலிருந்து கிழக்கு நோக்கிப் புறப்பட்டு சிவகங்கைக்குள் நுழைகிறான். அப்போதே, சிவகங்கை மக்களின் வீடுகளில் புகுந்து மொத்தம் 50,000 பகோடா மதிப்புள்ள

நகைகளை இவன் தலைமையிலான நவாப்பினது படை கொள்ளையடித்ததாக முனைவர் கு. மங்கையர்க்கரசி, மீ. மனோகரன், வே.திருவரங்கராசன், எஸ்.எம் கமால் ஆகியோர் குறிப்பிட்டிருக்கின்றனர். சிவகங்கையில் வலுவாகக் கொள்ளை அடித்துவிட்டு காளையார்கோயில் நோக்கி வருகிறான் பாஞ் ஜோர்.

காளையார்கோவிலை நெருங்கிய ஸ்மித் முதலில் சிவகங்கை மன்னர் முத்துவடுகநாதருடன் பேச்சுவார்த்தையில் ஈடுபடத் தீர்மானிக்கிறான். இதை மன்னருக்கு முன்னரே ஆளனுப்பித் தெரிவிக்கிறான். பேச்சு வார்த்தைக்கு மன்னர் முத்துவடுகநாதரும் சம்மதம் தெரிவிக்கிறார். இதனால், பேச்சுவார்த்தைக்கான அதிகாரிகளை எதிர்பார்த்து மன்னர் முத்துவடுகநாதர் காளையார்கோவிலில் கோட்டையும் கோவிலுமாக இருக்கு மிடத்தில் காத்திருக்கிறார்.

இப்பேச்சு வார்த்தை முயற்சி ஏற்பட்டிருப்பதை அறியாத பாஞ்ஜோர், தாக்குதல் நடத்தும் எண்ணத்துடன் காளையார்கோவிலை அடைகிறான். குண்டுகளை முழங்குகிறான். குண்டு முழங்கும் பாஞ்ஜோர் பேச்சு வார்த்தை நடக்கவிருக்கும் விவரம் அறியாதவன் என்பது தெரியாத மன்னர் முத்துவடுகநாதரும் அவரது இளைய மனைவியான கவுரி நாச்சியாரும் கோட்டைக்கு வெளியே வருகின்றனர். அவர்கள் இருவரையும் கோவில் முன்வாசலிலேயே வைத்துச் சுட்டுக் கொல்கிறான் கொள்ளைக்காரன் கொலைகாரனுமாகிய ஆபிரஹாம் பாஞ்ஜோர். இந்தப் படுகொலையைச் செய்த பிறகு காளையார் கோவிலுக்குள் நுழைந்த அவன் அங்கிருந்த செல்வங்களைக் கொள்ளையடிக்கிறான். அதன் மதிப்பு சுமார் ஒன்றரை லட்சம் பகோடாக்கள் என்கிறார் எஸ். எம். கமால்.

இந்தப் படுகொலைச் சம்பவத்தைப் பற்றிய இரண்டு பதிவுகளை உதாரணத்திற்குப் பார்க்கலாம்.

பதிவு: 1

"முத்துவடுகநாதர் தம் உயிரையும், தமது குடும்பத்தினரையும் காக்கவேண்டி, தாம் உடனடியாகச் சரணடைவதாக தம் வக்கீல்களின் மூலம் சொல்லியனுப்பினார். இதனை ஏற்றுக்கொண்ட ஜெனரல் ஸ்மித் சரணடையும் மறவர்மீது மேற்கொண்டு எந்த நடவடிக்கையும் எடுக்க வேண்டாமென்ற செய்தியுடன் தமது படைப்பிரிவில் சிலரை அனுப்பினார். ஆனால், மற்றொரு திசையில்

ஆணைகளை எதிர்பார்த்துக் காத்துக்கொண்டிருந்த கர்னல் பாஞ்ஜோருக்கு இந்தச் செய்தி போய்ச் சேரவில்லை. கர்னல் பாஞ்ஜோர், தமது உயரதிகாரிகளைக் கலந்து ஆலோசிக்காமல் (கேட்காமல்) தன்னிச்சையாக ஒரு தாக்குதலை நடத்தினார்." என பாதிரியார் பௌச் என்பவர் "மறவர் சீமை: ஒரு பாதிரியாரின் பார்வையில்...." எனும் நூலில் (பக். 65 – 66) குறிப்பிடுகிறார்.

பதிவு: 2

"பழைய அமைச்சர் தாண்டவராயப் பிள்ளையின் அறிவுரையின்படி சிவகங்கை அரசர் சார்பாகத் தெரிவிக்கப் பட்ட யோசனைகளுக்கு இணங்கி உம்தத் – உல் – உம்ரா சமாதானமாகப்போக உடன்பட அதன்படி போரை நிறுத்த, தளபதி பான்சோருக்கு அனுப்பப்பட்ட கடிதத்தை விவரமறியாமல் சிவகங்கைப் படையினர் பறித்துவிட்டதனால், செய்தி கிடைக்காததால், தளபதி பான்சோரால் தாக்கப்பட்டு, முத்துவடுகநாதரும் இளையராணியும் இறக்க நேர்ந்ததாக சென்னை ஆவணக் காப்பக ஆவணங்களின் அடிப்படையில் குறிப்பிடப்படுகிறது" என மீ.மனோகரன் தனது – மருதுபாண்டிய மன்னர்கள் – (பக். 90 – 91) நூலில் குறிப்பிடுகிறார். இதற்கு ஆதாரமாக டாக்டர் கே. ராஜய்யனின் *History of Madurai* நூலைக் காட்டுகிறார்.

பேச்சு வார்த்தைக்குத் தயாராக இருந்த முத்துவடுகநாதரைக் கொலை செய்தது ஏன்? இதற்கான காரணங்களை ஸ்மித்தும் பாஞ் ஜோரும் வேறுவேறாகக் கூறுகிறார்கள். இருப்பினும் உண்மையை நாம் எளிதாக அறிய முடியும். ஜெனரல் ஸ்மித் பேச்சு வார்த்தைக்கு முயற்சி எடுத்திருக்கிறான்; அதற்கு முத்துவடுகநாதர் மக்கள் நலன் கருதி ஒப்புக்கொண்டிருக்கிறார்; தாக்குதல் வேண்டாம் எனும் ஸ்மித்தின் செய்தியும் பாஞ்ஜோருக்கு அனுப்பப்பட்டிருக்கிறது; ஆனால் இவற்றைமீறி ஏதோ ஒரு காரணத்தால் பாஞ்ஜோர் முத்துவடுகநாதரைப் படுகொலை செய்திருக்கிறான் என்பதுதான் அந்த உண்மை.

இது பின்னர் நடந்திருக்கின்ற சம்பவங்கள் மூலமாக உறுதியாகிறது. அதற்கான கூடுதலான ஆதாரங்களை இங்கிலாந்தில் இப்படுகொலைகளுக்காக நடைபெற்ற விசாரணையிலிருந்தும் அதற்கு பாஞ்ஜோர் கூறியுள்ள பதில்களிலிருந்தும் அறிய முடிகிறது. அது என்ன விசாரணை? எங்கு நடந்தது? யார்மீது என்ன குற்றம் சுமத்தப்பட்டது? என்பது குறித்துப் பார்ப்போம்.

விசாரணை குறித்து தகவல்: 1

“இரண்டு லண்டன் செய்தித்தாள்கள் இந்த விஷயத்தைக் கையிலெடுத்துக் கொண்டு, கர்னல் பாஞ்ஜோரை, இரக்கமற்ற கொலைகாரன் என்று வசை பாடின. அவருடைய நடத்தையைப் பற்றிய குற்றச்சாட்டுக்கள் மற்றும் ஆணைகளுக்கு அவர் கீழ்ப்படியாதிருத்தல் மற்றும் இந்த மன்னிக்க முடியாத குற்றத்திற்குப் பொறுப்பேற்காமல் பழியை அடுத்தவர்மீது போடுதல் ஆகியவற்றைத் தவிர்த்து அவரே முன்வந்து தன் தவறை ஒத்துக்கொள்ள வேண்டுமென்று அறிவுறுத்தப்பட்டது.” என ஃபாதர் பௌச் தனது “மறவர் சீமை: ஒரு பாதிரியாரின் பார்வையில்...” எனும் நூலில் (ப. 68) குறிப்பிடுகிறார்.

தகவல்: 2

“லண்டனில் இருந்து வெளியான இரண்டு செய்தித் தாள்கள், ‘தளபதி ஆப்ரஹாம் பாஞ்ஜோர் காளையார்கோவில் கொலைகாரன்’ என வர்ணித்து எழுதின. (இவ்விடத்தில் அடிக்குறிப்பு 70ஆம் எண்ணாக *‘The British Chronicle’* எனும் பத்திரிகை குறிப்பிடப்படுகிறது) தனது உத்திரவுகளைப் போர் வீரர்கள் சரியாகப் புரிந்துகொள்ளாததால் ஏற்பட்ட விளைவு என்று சமாதானம் கூறி தன்மீது பழியைத் தவிர்க்க முயன்றார் அவர். இவருக்குத் தண்டனை கிடைப்பதற்கு முன்னரே இறந்துவிட்டார்”, என எஸ். எம். கமால் தனது “சீர்மிகு சிவகங்கைச் சீமை” (ப. 47) நூலில் குறிப்பிடுகிறார்.

தகவல்: 3

“தளபதி பாஞ்ஜோர் ஆண்டு முடிவில் நோயால் பீடிக்கப்பட, நாடு திரும்பினான். (ஆதாரம்: *Extract from LONDON PACKET dt, 3-5-1774 - Hentry Davision Love, “VESTIGES OF OLD MADRAS” Vol III pp 72).* துரோகத்திற்குத் துணைபோன இவன் கும்பினியின் பங்குதாரர்களின் விசாரணை மன்றத்தின் முன் நிற்க வேண்டிய தாயிற்று. இதன் விளைவாக அவன் கூட்டாளி ஸ்மித் 1773இல் வேலை நீக்கம் செய்யப்பட்டான். (ஆதாரம்: *Lt - Col - W.J. Wilson, “HISTORY OF THE MADRAS ARMY” Vo III p.82.)*” என மீ. மனோகரன் தனது “மருதுபாண்டிய மன்னர்கள்” (ப.94) நூலில் குறிப்பிடுகிறார்.

தகவல்: 4

‘VESTIGES OF OLD MADRAS’ நூலில் குறிப்பிடும் செய்திகளை அதன் ஆங்கில வடிவத்திலேயே, தனது ‘வீரமங்கை வேலுநாச்சியார்’

எனும் தனது ஆய்வுக் கட்டுரையில் வே. திருவரங்கராசன் எடுத்துரைக்கிறார். இக்கட்டுரை 22.02.1997 அன்று சென்னையில் நடைபெற்ற கருத்தாய்வரங்கத்தில் வாசிக்கப்பட்டுள்ளது. காளையார்கோவில் படுகொலையின் கொடூரத்தை உணர்த்துவதற்கான செய்திகளை அவர் இக்கட்டுரையில் குறிப்பிடுகிறார்.

நடந்தது என்ன?

இந்த விசாரணையைப் பற்றி லண்டனிலிருந்து 1774 இல் வெளியான *'The London Packet'* மற்றும் *'The British Chronicle'* எனும் இரண்டு செய்தித்தாள்கள் குறிப்பிட்டுள்ளதாக ஆய்வாளர்கள் குறிப்பிடுகின்றனர். தற்சமயம் வரை இணையத் தளத்தில் 1765ஆம் ஆண்டு வரையிலான செய்தித்தாள்கள் மட்டுமே கிடைக்கின்றன.

ஆயினும், இச்செய்தித்தாளில் வெளியிடப்பட்டுள்ள விசாரணைகள் குறித்த தகவல்கள் மற்றும் அந்த விசாரணையில் பாஞ்ஜோர் கூறிய கருத்துக்கள் ஆகியவைற்றையெல்லாம் குறிப்பிடுகின்ற நூல் *'VESTIGES OF OLD MADRAS 1640 - 1800. Vol III.'* எனும் ஆங்கில நூலாகும். கிழக்கிந்தியக் கம்பெனியின் வரலாற்றைப் பொறுத்தவரையில் இது முக்கியமான வரலாற்று ஆவணமாகும். உலகமெங்கும் இந்நூல் ஆவணமாகப் பயன்படுத்தப்பட்டு வருகிறது. இதைத் தொகுத்து எழுதியவர் 'ஹென்றி டேவிசன் லவ்' *(Hentry Davision Love)* என்பவர் ஆவார்.

1913ஆம் ஆண்டு *Government of India* சார்பாக லண்டனிலிருந்து இந்நூல் வெளியிடப்பட்டுள்ளது. சென்னை ஜெயின்ட் ஜார்ஜ் கோட்டையிலிருந்தும் மற்றும் பல வழிகளில் பெறப்பட்ட கடிதங்கள், ஆவணங்களிலிருந்தும் இந்நூல் தொகுக்கப்பட்டுள்ளது. முழுக்கமுழுக்க கிழக்கிந்தியக் கம்பெனியின் அதிகாரிகள் பணியாற்றிய ஆவணங்கள் மற்றும் அவ்வதிகாரிகள் பிறருக்கு எழுதிய அதிகாரப்பூர்வமான கடிதங்களைக் கொண்டும் இந்நூல் தொகுக்கப்பட்டுள்ளது. இதுதான் அந்நூலின் முதல் பக்கத் தோற்றம்.

இந்நூலின் மூன்றாவது பாகத்தில் 71 முதல் 73 வரையிலான பக்கங்களில் நாம் அறிய விரும்புகின்ற விசாரணை குறித்த தகவல்கள் விரிவாக இடம் பெற்றுள்ளன. இதில் குறிப்பிடப்பட்டுள்ள தகவல்களானது தற்காலத்தில் சிவகங்கை வரலாறு பற்றிக் கூறப்படுகின்ற பல கற்பனையான சித்திரங்களைத் தலைகீழாகக் கவிழ்த்துப்போட்டு உடைக்கின்றன. இந்நூலினைப் பலர்

எடுத்தாண்டுள்ளனர். இதிலுள்ள தகவல்களைப் பலர் குறிப்பிட்டு உள்ளனர். ஆயினும் அப்பகுதியின் முழுமையான தமிழாக்கம் இதுவரை வெளியாகவில்லை. அப்பகுதியின் முழுமையான தமிழாக்கம், இதோ:

INDIAN RECORDS SERIES

VESTIGES
OF OLD MADRAS
1640—1800

TRACED FROM THE EAST INDIA COMPANY'S
RECORDS PRESERVED AT FORT ST
GEORGE AND THE INDIA OFFICE,
AND FROM OTHER SOURCES

BY
HENRY DAVISON LOVE

VOL. III.

WITH MAPS AND ILLUSTRATIONS

PUBLISHED FOR THE GOVERNMENT OF INDIA
LONDON
JOHN MURRAY, ALBEMARLE STREET

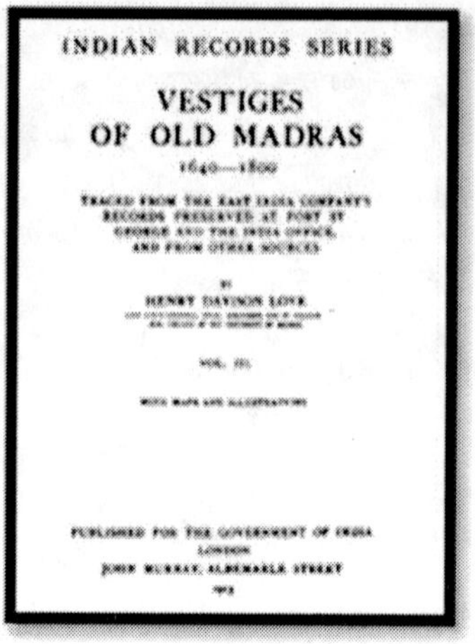

“வெஸ்டிஜஸ் ஆஃப் ஓல்டு மெட்ராஸ் நூலிலிருந்து”

“1774 மே 2 மற்றும் 23இல் வெளியான, ‘த லண்டன் பாக்கெட் அண்ட் பிரிட்டிஷ் கிரானிக்ல்’ வெளியிட்ட அவருடைய நடத்தையைக் குறித்த அவதூறுகளுக்கு லெப்டினன்ட் கர்னல் ஆப்ரஹாம் பாஞ்ஜோர் 1775 ஆகஸ்ட்டில் புகார் செய்தார்.

‘லண்டன் பாக்கெட்’ பத்திரிகையிலிருந்த செய்தியின் சாரம்

ஜெனரல் ஜோசப் ஸ்மித் தலைமையின்கீழ் இயங்கிய படையின் ஒரு பகுதி, கர்னல் பாஞ்ஜோரின் நேரடி வழிகாட்டுதலின்படி கிழக்கிந்தியாவில் மறவர் நாட்டுக் குடிமக்களைக் கொன்றழித்தது குறித்து வியாழக்கிழமை ‘இந்தியா ஹவுஸில்’ ராபர்ட் ஃப்ளெட்சர் குறிப்பிட்டபோது பல நீதிபதிகள் நீதிமன்றத்தைவிட்டு வெளியேறினர்; அந்த இனிமையற்ற, அதிர்ச்சியூட்டும் செய்திகளைக் கேட்க நேர்ந்தவர்களின் முகங்களில் திகைப்பு, வெறுப்பு ஆகிய உணர்ச்சிகளின் கலவை கடுமையான குறிகளாக வெளிப்பட்டது. சர் ராபர்ட் ஃப்ளெட்சர் கூறியதின் சாராம்சம் பின்வருமாறு: மறவர் நாட்டு அரசர்க்கு எதிராக, நவாப்பின் படையணி ஒன்றை இணைத்துக்கொண்டு ஜெனரல் ஸ்மித் அணிவகுத்துச்சென்று கொண்டிருந்தபோது அரசர் குறிப்பிட்ட விட்டுக் கொடுத்தல்கள் அல்லது நிபந்தனைகள் கொண்ட ஒரு செய்தியை அனுப்பிவைக்க ஸ்மித் அதனை ஏற்றுக்கொண்டார். அதன்பின் தூதர் அரசரிடம் திரும்பிச் சென்று தூது வெற்றிபெற்ற செய்தியைக் கூறினார். அந்த வாக்குறுதியின் அடிப்படையில், அனைத்து விரோத நடவடிக்கைகளையும் கைவிட்டுவிட்டு தன் முன்னணிப் படைகளைத் திரும்ப அழைத்துக்கொண்ட அரசர், தான் மிகப் பூரணமாகப் பாதுகாப்பான நினைவில் இருப்பதாகக் கருதியிருந்தார். இதனாலேயே இளவரசரும் அவரது படையினரும், தூதின் வெற்றியின் அடிப்படையில் போருக்குத் தயாராக இல்லாத நிலையில் கர்னல் பாஞ்ஜோர் தனது படையணியோடு முன்னேறி, எதிர்பாராதவிதமாகத் தாக்கி அதிர வைத்து வகைதொகையில்லாமல் அனைவரையும் வாளுக்கு இரையாக்கினார். அரசனின் புதல்விகளான, சோகத்தில் மூழ்கியிருந்த இளவரசிகள் மட்டும் கொல்லப்படவில்லை. அவர்கள் மனிதத்தன்மையற்ற,

சதை வியாபாரியும் பெண்பித்தனுமான நவாப்பிற்குப் பரிசாக வழங்கும் பொருட்டுக் கைதிகளாகப் பாதுகாக்கப்பட்டனர். அரசரைக் கொல்லும் செயலை வெற்றிகரமாகச் செய்து முடித்தால், இருபத்து நான்காயிரம் பவுண்டுகள் மதிப்புடைய 50,000 பகோடாக்கள் என்ற பெருந்தொகையை, இந்த ரத்தப் படுபாதகச் செயலில் ஈடுபடும் அதிகாரிகளுக்கு வழங்கத் தயாராக இருப்பதாக நவாப்பின் மகன் ஏற்கனவே வாக்குறுத்தியளித்திருந்தான் எனவும், பின்னர் அவன் தன் வாக்கைக் காக்கத் தவறியபோது, ஜெனரலிடம் மேல்முறையீடு செய்யப்பட, ஜெனரல் நவாப்பின் மகன் ஒப்பந்தத்திற்கு உண்மையாக நடந்து கொள்வதாகக் கொடுத்திருந்த பத்திரத்தின் அடிப்படையில் ஒப்பந்தத்தை உறுதி செய்து அதிகாரிகளுக்கும் சாதகமாகத் தீர்ப்பளித்தார் என்றும் ராபர்ட் ஃப்ளெட்சர் கூறினார்.

கர்னல் பாஞ்ஜோர் 1772இல் காளையார்கோவிலில் நடந்த வருந்தத்தக்கப் படுகொலையானது, தாக்குதலுக்கான உத்தரவுகள் வரும் முன்னர் நடந்த சம்பவம் என விளக்கினார். துரதிருஷ்டவசமாக ராஜா கொல்லப்பட்டாலும் அங்கு இளவரசிகள் யாரும் சிறைப்பிடிக்கப்படவில்லை. தஞ்சாவூரிலிருக்கும் மேஜர் ஃப்ளெட்சர் முன்னிலையில் பாஞ்ஜோர் குறிப்பிட்டதாவது :

கர்னல் பாஞ்ஜோர், அரசாங்கத்திற்கு,

அரசரின் கொலை, மகள்களின் கைது,.... இன்னும்.... இன்னும்.... இன்னும்.... இந்த எல்லாச் சிறப்பான விசயங்களும் இந்த நல்லவர்களின் கற்பனைகளுக்குக் கட்டாயம் மகிழ்ச்சியைத் தந்திருக்கக்கூடும்; ஆனால், அரசர் தற்போது தன்னுடைய குடும்பத்தினர் அனைவருடனும் நல்ல ஆரோக்கியத்துடன் தன்னுடைய அரண்மனையில் இருக்கிறார் என்பதைக் கேள்விப்படும்போது இவர்கள் என்ன முடிவிற்கு வருவார்கள்? மற்றும் இவர்கள் மேலும் எதைப்பற்றிக் கவலைகொள்ள முடியும்?... நவாப்பைப்பற்றியா, ஒருவேளை இவர்கள் இதே நவாப்பைப் பிரதிபலித்தாலும் அல்லது பேசினாலும் கிழக்கின் வழக்கப்படி, பதட்டம் நிறைந்த சூழ்நிலையில் இருக்கக்கூடிய பரிதாபமான இந்து இளவரசிகளைவிட மேம்பட்ட இந்துஸ்தான் மற்றும் பெர்சியா தந்த மிக அழகான முஸ்லீம் பெண்களின் பெரும் கூட்டத்தினைக் கொண்ட நவாப், மற்ற எந்த எண்ணங்களை விடவும் தனது கருணை மற்றும் ஈகை மனப்பான்மையினால் பெருந்தன்மையற்ற ஒருவரைக்கூட விரைவாகக் கவரக் கூடும்.

ஆகஸ்ட் 1775.
பூந்தமல்லி, 25
எ.பாஞ்ஜோர்

அரசாங்கத்தின் ஆணை

அரசாங்கமானது லெப்டினெண்ட் கர்னல் பான்ஜோர் குறித்து

அவதானித்ததில், அவர் ஒரு துணிச்சலான அதிகாரி என்கிற பெயரைப்பெற மிகப்பொருத்தமானவர் மற்றும் மனிதாபிமான நடத்தையைக் கடைப்பிடித்து வந்தவர், நல்ல மனிதர், என்பவை செய்தித்தாளின் வழக்கமான புத்திசாலித்தனத்தால் வெகுவாகப் பாதிக்கப்பட்டுள்ளது என முடிவு செய்கிறது. அவரது பொதுவான நடத்தையே அவர்மீதான பல உறுதியான அவதூறுகளைக் குலைப்பதற்குப் போதுமானதாக இருக்கிறது. மறவர் நாட்டில் அவரது நடத்தை மற்றும் பணியில் இருந்தபோது அவரின் நடத்தை ஆகிய இரண்டிற்காகவும் அரசாங்கம் அவரது கௌரவத்தை அவருக்கு வழங்குவதில் எப்போதும் பெருமகிழ்ச்சி கொள்கிறது. இந்த உத்தரவின் நகலை லெப்டினெண்ட் கர்னல் பான்ஜோருக்கு வழங்க உத்தரவிடுகிறது.” (வி.சி தொகுதி 1 iii., 1775 ஆகஸ்ட் 28)

அந்த ஆண்டின் கடைசியில் பாஞ்ஜோருக்கு நோய் உண்டானதால் ஜெனரல் ஸ்மித்துடன் நாடு சென்றான்.

....

அதைத் தொடர்ந்து வந்த செப்டம்பரில் ஜெனரல் ஜோஸப் ஸ்மித் பதவியை விட்டு விலகினான். அவர் இடத்தில் ஃப்ளெட்சர் பொறுப்பேற்றான்.”

■ ■ ■

– இவைதான் *‘VESTIGES OF OLD MADRAS 1640 - 1800. Vol III.’* *நூல் குறிப்பிடுகின்ற செய்திகளாகும். இச் செய்திகளிலிருந்து நமக்குத் தேவைப்படுகின்ற தகவல்களை மட்டும் பார்க்கலாம்.*

1. 1772ஆம் ஆண்டு நடந்த காளையார்கோயில் போரில் கர்னல் ஸ்மித் மற்றும் கர்னல் பாஞ்ஜோர் ஆகியோர் அத்துமீறி நடந்துகொண்டதாக, இரண்டாண்டுகள் கழித்து 1774 ஆண்டு மே 2 மற்றும் 23 ஆகிய தேதிகளில் வெளிவந்துள்ள ‘தி லண்டன் பாக்கெட் அண்டு கிரானிக்கல்’ எனும் லண்டன் செய்தித்தாளானது கடுமையாகக் குற்றம் சுமத்தியிருக்கிறது.4

2. 1774இல் இதுகுறித்து பிரிட்டிஷ் நாடாளுமன்றத்தில் விவாதிக்கப் பட்டிருக்கிறது.

3. 1775, ஆகஸ்ட் 25இல் சென்னை பூந்தமல்லியில் கம்பெனிப் பங்குதாரர்களின் விசாரணை மன்றத்தில் இது குறித்து விசாரணை நடத்தப்பட்டுள்ளது. அவ்விசாரணையில் பாஞ்ஜோர் நேரில் கலந்து கொண்டு தன் மீதான குற்றச்சாட்டுகளுக்கு விளக்கமளித்துள்ளான்.

4. 1775 ஆகஸ்ட் 28இல் விசாரணையின் முடிவுகள் வெளியிடப் பட்டுள்ளன. அதில் பாஞ்ஜோர் மீது பத்திரிகை சுமத்திய

குற்றங்கள் மறுக்கப்பட்டுள்ளன. பாஞ்ஜோர் கூறிய விளக்கம் ஏற்றுக்கொள்ளப்பட்டுள்ளது. கூடுதலாக அவனைப் புகழ்ந்து பெருமைப்படுத்தியிருக்கிறது. ஆனால், கேப்டன் ஸ்மித்தைக் குற்றவாளியாக்கியிருக்கிறது.

5. 1775 செப்டம்பரில் ஜெனரல் ஸ்மித் பதவி விலகுகிறான்.

6. 1775 இறுதியில் (அக்டோபர், நவம்பர் அல்லது டிசம்பர்) பதவியை விட்டு விலகியிருந்த ஜெனரல் ஸ்மித்தும் நோய் வாய்ப்பட்டிருந்த கர்னல் பாஞ்ஜோரும் இங்கிலாந்து திரும்புகின்றனர்.

இவற்றிலிருந்து நாம் பெறுகின்ற உண்மை என்ன? மன்னர் முத்துவடுகநாதரையும் இளையராணி கௌரி நாச்சியாரையையும் 1772இல் படுகொலை செய்த கொலைகாரன் லெப்டினண்ட் கர்னல் ஆபிரஹாம் பாஞ்ஜோர் 1775ஆம் ஆண்டு இறுதியில் நோய்வாய்ப்பட்ட நிலையில் ஸ்மித்துடன் இங்கிலாந்து திரும்பி விட்டான் என்பதுதான். அதன்பிறகு அவன் இந்தியாவிற்குத் திரும்பவில்லை. பாஞ்ஜோர் இங்கிலாந்து திரும்பிவிட்டான் என்பது ஆதாரப்பூர்வமான ஆவணக் குறிப்புகளிலுள்ள தகவலாகும். கற்பனையானதல்ல. நாமாக இட்டுக்கட்டியதல்ல. இதைக் குறிப்பிடுகின்ற ஆவணங்கள் உலகெங்கும் பயன்பாட்டில் இருக்கக்கூடிய ஆவண நூல்களாகும்.

இந்த விசாரணையை நாம் இன்னுங்கூடப் பரிசீலிக்கலாம்.

1772இல் பாஞ்ஜோர் அரசரைப் படுகொலை செய்தான் என்பதில் எந்த சந்தேகமும் இல்லை. பாஞ்ஜோர் அதற்கு அளிக்கும் விளக்கம் என்ன? அரசரை நான் கொலை செய்யவில்லை. இன்றும் அரசர் குடும்பத்துடன் உயிருடன் நலமாக இருக்கும்போது நான் எப்படி அவரைக் கொலை செய்யமுடியும் என்கிறான் பாஞ்ஜோர். அரசர் என நவாப்பைக் கூறுகிறான் பாஞ்ஜோர். அவனது புத்திசாலித்தனமான விளக்கத்தை அரசு ஏற்றுக் கொள்கிறது. அதற்குக் காரணம் என்ன? கிழக்கிந்தியக் கம்பெனி ஒன்றும் நீதிக்குப் பிறந்தவர்களல்லர். அவர்கள் பக்கா காலனியாதிக்கக் கொள்ளையர்கள். அயோக்கியர்கள். எனவேதான், பாஞ்ஜோரைக் காப்பாற்றுகின்றனர். பாஞ்ஜோர் தப்பிக்கிறான். ஸ்மித் தனது பதவியை ராஜினாமா செய்திருக்கிறான். இங்கே, ஸ்மித்மீது பழியைப் போட்டுப் பாஞ்ஜோரைக் காப்பாற்றியிருக்கிறார்கள் எனவும் கொள்ளலாம். அவனோடு சேர்ந்துதான் 1775ஆம் ஆண்டு பாஞ்ஜோரும் ஊர் திரும்பியிருக்கிறான்.

ஊரில்லாத இந்தப் பாஞ்ஜோரை ஆய்வாளர்கள் எப்படியெல்லாம் குறிப்பிட்டிருக்கிறார்கள்?

■

2.4 பாஞ்ஜோரும் ஆய்வாளர்களும்

ஆனால், இப்படி ஊர் திரும்பிய கர்னல் ஆபிரஹாம் பாஞ்ஜோரைத்தான் நமது வரலாற்றாய்வாளர்களும் நாவலாசிரியர்களும் பட்டியல் சாதி ஆய்வாளர்களும் ஐந்தாண்டுகளுக்குப் பிறகு 1780இல் சிவகங்கைக்கு மீண்டும் கூட்டி வருகிறனர். அதோடு அவனை மிகப்பெரும் வில்லனாகவும் உருவாக்கியுள்ளனர். 1780இல் சிவகங்கைச் சீமையின் மாபெரும் எதிரியாக இவனைத்தான் இன்றுவரை பலரும் குறிப்பிட்டுப் பேசிக் கொண்டிருக்கின்றனர். வேலுநாச்சியார் வரலாற்றை எழுதுபவர்களும் பேசுபவர்களும் பாஞ்ஜோரைக் குறித்து எழுதுகிறார்கள், பேசுகிறார்கள்.

பாஞ்ஜோர் 1775ஆம் ஆண்டிலேயே சீக்குப்பிடித்து சொந்த ஊருக்குப் போய்விட்டான் என்பதை ஆங்கிலேயர்கள் மறைக்கவில்லை. அவ்வாறு மறைக்க வேண்டிய அவசியமும் அவர்களுக்கில்லை. ஆக, 1780ஆம் ஆண்டு சிவகங்கை அரண்மனைக்குள் நடைபெற்றதாகக் கூறப்பட்டு வருகின்ற சண்டையில் பான்ஜோர் இருந்திருக்கவே முடியாது என்பதை ஆங்கிலேயரின் ஆவணங்களில் இருந்து நாம் அறிந்து கொள்கிறோம்.

1985 - இ.எம்.எஸ் : “வெடி மருந்து இல்லாத ஆங்கில பாஞ்ஜோர் துரையை வீரமங்கை வேலு நாச்சியார் வாள் போரிட்டு வென்றார்.” என இ.எம்.

எஸ். குறிப்பிடுகிறார். *(இந்திய தேசிய காங்கிரஸ் நூற்றாண்டு விழா மலர் 1985, காரைக்குடி)*

1990 - **மு.சேகர்:** *பாஞ்சோரை வேலு நாச்சியார் கைது செய்வதென்று போர்த் திட்டம் வகுக்கப்பட்டதாகவும்; போரில் வேலு நாச்சியார் பாஞ்சோரை எதிர்த்தபோது, பாஞ்ஜோர் கைத் துப்பாக்கியால் வேலு நாச்சியாரைச் சுட்டதாகவும் அதைத் தனது இரண்டு கைகளிலும் வாளேந்தி, ஒரு குண்டுகூடத் தன்னைத் தீண்டாது தடுத்ததாகவும்; துப்பாக்கியில் குண்டுகள் தீர்ந்து விட்டதால், தத்தளித்த பாஞ்சோரை தனது வலது கரத்திலிருந்த வாளை உறையில் போட்டுவிட்டு, இடது கரத்து வாளை அவனது நெஞ்சினில் வைத்து மடக்கிக் கைது செய்ததாகவும்; பின்னர் ராணி வேலுநாச்சியாரிடம் பாஞ்ஜோர் ஒரு உடன்படிக்கைக்கு ஒப்புக் கொண்டதாகவும்; பின்னர் அவனை ராணி விடுவித்ததாகவும்,* மு. சேகர் குறிப்பிடுகிறார். *(வீரம் விளைந்த சிவகங்கைச் சீமையின் செம்மண், பக். 30–31)*

1999 - **ஜீவபாரதி:** *பாஞ்ஜோர் துப்பாக்கியால் சுட்ட குண்டு வேலு நாச்சியாரை உரசிச் சென்றதாகவும்; வேலு நாச்சியார் தூணில் மறைந்து கொண்டு தப்பித்து அவனது குண்டுகளை வீணடித்ததாகவும்; இறுதியில் வாளேந்தி இருவரும் சண்டை இட்டதாகவும்; சண்டையின் இறுதியில் அவனது நெஞ்சினில் காலூன்றி, இடது கை வாளை அவன்மீது ஓங்கிய வேலு நாச்சியார், பின் அவனை மன்னித்துவிட்டதாகச் சொல்லவும்; தான் இனிப் புதுக்கோட்டைப் பக்கம் போய் விடுகிறேன் எனச் சொல்லி வேலுநாச்சியார் கால்களைத் தொட்டு வணங்கிவிட்டு, தப்பித்தோம் பிழைத்தோம் என ஓடி மறைந்ததாகவும்,* ஜீவபாரதி தனது தொடர்கதையினில் மிக விரிவாக வளர்த்து எழுதியிருக்கிறார். *(வேலுநாச்சியார், 1999)*

2000 - **ஜீவபாரதி:** *“எட்டாண்டு காலம் தவமிருந்து, படை நடத்தி, ஆயுதம் ஏந்தி, களம் கண்டு, ஆங்கிலப் படைத் தளபதிகள் ஜோசப் ஸ்மித், பான்ஜோர் ஆகியோரை அந்தத் தமிழச்சி தோற்கடித்திருக்கிறாள். இந்தச் சாகசங்களை நிகழ்த்தியபோது அவளுக்கு வயது 50.” (வீரன் எட்டப்பன் முதல் வேலுநாச்சியார் வரை, பக். 94 – 95)*

2003- **வி.என்.சாமி:** *“ஆயுதம் எடுக்க வந்த கும்பினிப்படை வீரர்கள் பலர் தீயில் வெந்து மாண்டனர். தளபதி பான்ஜோரும் எஞ்சிய கும்பினிப்படை வீரர்களும் ராணி வேலு நாச்சியாரிடம்*

சரண் அடைந்தனர்". (இந்திய விடுதலைக்கு இன்னுயிர் ஈந்த வீராங்கனைகள், ப. 34)

2012 - **வெ.இன்சுவை:** "வேலு நாச்சியார் பான்ஜோரைச் சந்தித்தார். அவன் துப்பாக்கியால் நாச்சியாரைச் சுட, அவர் தூண் பின்னால் மறைந்து உயிர் தப்பினார். குண்டுகள் தீர்ந்தது. இருவருக்கும் இடையே வாட்போர் நடந்தது. வேலு நாச்சியார் பான் ஜோரை மண்டியிடச் செய்தார்". (நம் மண் போற்றும் மாதரசிகள், ப. 116)

2013 - **ஆலம்பட்டு சோ.உலகநாதன்:** மற்றவர்களெல்லாம் பாஞ்ஜோரை மட்டுமே குறிப்பிட்டிருக்க இவர் கர்னல் ஸ்மித்தையும் உடன் இணைத்துக் கொள்கிறார். இருவரும் காளையார் கோவிலிலேயே சண்டைக்குத் தயாராக நின்றதாகவும் பின்னர் தலை தெறிக்க ஓடிவிட்டதாகவும் மறுநாள் சிவகங்கை அரண்மனையின் மாடியில் நின்றுகொண்டு கோயிலுக்கு வருகின்ற பெண்களை ரசித்துப் பார்த்துக் கொண்டிருந்ததாகவும் பாஞ் ஜோரைப் பார்க்கும்போதெல்லாம் குயிலியின் கண்கள் கோபத்தில் சிவப்பானதாகவும் படைகளின் திடீர்த் தாக்குதலைக் கண்டு பதட்டமடைந்த பாஞ்ஜோர் ஆயுதங்களை எடுத்துத் தாக்குங்கள் என உரத்த குரலில் ஆணையிட்டதாகவும் வேலுநாச்சியாருடன் நேருக்கு நேராக நின்று சண்டையிட்டதாகவும் பின்னர் தனது நெஞ் சில் கால் வைத்த வேலுநாச்சியாரது கால்களைப் பற்றிக்கொண்டு கெஞ்சியதாகவும் அதனால் தாய்மை உள்ளத்தோடு அவனை வேலுநாச்சியார் மன்னித்து விட்டுவிட்டதாகவும் குறிப்பிட்டு உள்ளார். (குயிலியின் தியாகத்தில் வேலுநாச்சியாரின் வெற்றி. ப. 70, 71 & 83 – 88)

2014 - **பட்டத்தி மைந்தன்:** "இந்தக் கொடூரக் காட்சியை மாடியில் நின்ற வண்ணம் பார்த்த வெள்ளைக்காரக் கர்னல் பான்சோர் உடனே தன் வீரர்களுக்கு ஆணையிட்டான், "துப்பாக்கிகளை எடுங்கள்" என்று... கர்னல் பான்சோர் உண்மையில் பதறித்தான் போனான். எதிர்பாராத இந்த நிகழ்ச்சிக்குப் பின்னர் அவன் தன்னைத் தேற்றிக் கொண்டு வேலு நாச்சியார் மீது சுட்டான். அவன் தன்னிலையிழந்து சுட்டதால் அந்தக்குண்டு வேறு எங்கேயோ சென்று வீழ்ந்தது. மறுகணம் வீரமங்கையின் வாள் அவன் மார்பில் பாய்ந்தது. அவன் மல்லாந்து வீழ்ந்தான்... அன்னை வேலு நாச்சியார் அவனுடைய பேச்சை நம்பினார்; அவனுக்கு உயிர்ப்பிச்சை கொடுத்தார். வெள்ளைத் தளபதி பான்சோரி(ர்) மட்டுமன்றி அவனுடைய எஞ்சிய படைவீரர்களும்

தப்பித்தோம் பிழைத்தோம் என்று புதுக்கோட்டையை நோக்கி ஓடினார்கள்." *(வீரத்தாய் வேலு நாச்சியார், பக். 65 – 66)*

2014 - **எஸ்.ஜி.ரமேஷ்பாபு:** "வேலுநாச்சியார், தனது ஐம்பதாவது வயதில், தனது கணவரைக் கொன்ற ஜோசப் ஸ்மித்தையும் தளபதி பான் ஜோரையும் தோற்கடித்தார்" *(ப.11)* என்றும் "ஆங்கிலத் தளபதி பாஞ்ஜோர் வேலுநாச்சியாரிடம் மன்னிப்புக் கேட்டு புதுக்கோட்டைக்கு ஓடினான்" என்றும் எஸ்.ஜிரமேஷ்பாபு குறிப்பிடுகிறார். *(விடுதலைப் போரில் பெண்கள் 1857 எழுச்சிகளின் பின்னணியில்...., ப.30)*

2016 - **முனைவர் பா. இறையரசன்:** "தன் கணவனைக் குண்டு வீசிக் கொன்ற படைத் தளபதி தோர் என்பவனையும் ஜோசப் ஸ்மித் என்பவனையும் ஓடஓட விரட்டித் தன் 50ஆம் அகவையில் ஆட்சியைக் கைப்பிடித்தாள் வீரமங்கை வேலு நாச்சியார்." *(தமிழ் நாட்டு வரலாறு, ப.316)*

2017 - சந்திமாவோ: 'ஆங்கிலத் தளபதி பாஞ்ஜோர் தொண்டை கிழிய ஆயுதக் கிடங்கு சென்று ஆயுதங்கள் எடுத்துத் தாக்குங்கள் என்று கத்தினான்' *(ப.31)* என்றும் பின்பு சரணடைந்தான் என்றும் இவர் குறிப்பிடுகிறார்.

2018 - டாக்டர் சி. அம்பேத்கர்பிரியன்: பக்கம் 20இல் ஒரு வரித் தகவலாக அறிமுகப்படுத்தப்படுகின்ற பாஞ்ஜோர் பக்கம் 119லிருந்து விரிவாகக் குறிப்பிடப்படுகிறான். சிவகங்கை அரண்மனைக்குள் நடக்கும் சண்டையின் நேரடி ஒளிபரப்பாக அம்பேத்கர்பிரியன் பாஞ்ஜோர் குறித்த காட்சிகளைக் காட்சிப்படுத்துகிறார்.

இல்லாத பாஞ்ஜோருக்கு இவ்வளவு பில்டப்பா?

நமது கண்ணில்பட்டவற்றை மட்டுமே நாம் குறிப்பிட்டு உள்ளோம். இதுபோலப் பலர் எழுதியுள்ளனர். தொடர்ந்து எழுதிக்கொண்டும் பேசிக்கொண்டும் வருகின்றனர். சரி, நமக்குத் தெரிகின்ற இந்த விசயம் இவர்களுக்குத் தெரியாதா? குறிப்பாக, பாஞ்ஜோர் ஊரிலில்லை என்பது யாருக்குமே தெரியாதா? என்பது இவ்விடத்தில் பலருக்கும் தோன்றுகின்ற கேள்வியே. யாருக்குத் தெரிந்த்தோ இல்லையோ ஒருவருக்கு மட்டும் நன்றாகத் தெரியும் அவர் வேறுமல்ல, ஜீவபாரதிதான்.

'வீரன் எட்டப்பன் முதல் வேலு நச்சியார் வரை' என ஒரு நூலை எழுதியுள்ளார் ஜீவபாரதி. அதில் 'விடுதலைப் போர்க் களத்தில் மரணத்தைத் தழுவிய முதல் மன்னர்'

எனும் கட்டுரையில் பக்கம் 32இல் "காளையார்கோவி(லி)ல் நடந்த படுகொலைகள் பற்றி லண்டனில் நீதி விசாரணை நடந்தது. ஆங்கிலத் தளபதிகள் ஜோசப் ஸ்மித்தும், பான்ஜோரும் கொலை காரர்கள் என குற்றம் சாட்டப்பட்டுப் பணி நீக்கம் செய்யப்பட்டனர்." எனக் குறிப்பிட்டுள்ளார். இதிலிருந்து நாம் மேலே குறிப்பிட்டுள்ள 'VESTIGES OF OLD MADRAS' நூலில் வெளியாகியுள்ள  விசயங்கள் ஜீவபாரதிக்குத் தெரியும் என்பதை அறிகிறோம். அவர் பாஞ்ஜோரும் குற்றம் சாட்டப்பட்டுப் பதவியை இழந்துள்ளான் எனத் தவறாகக் கருதியுள்ளார் என்பதையும் அறிகிறோம். இருந்தபோதிலும் அவர் குயிலி குறித்த கற்பனையான சம்பவங்களை மறந்துபோய் பாஞ்ஜோருடன் இணைத்து எழுதியுள்ளார். அவர் மறந்து போனதாலா? அல்லது மற்றவர்கள் மறந்து போயிருப்பார்கள் என்பதாலா? என்பது தெரியவில்லை.

கர்னல் பாஞ்ஜோர் 'ஊரில் இல்லை' என்பதை அறிந்தவர்களும் சரி, அறியாதவர்களும் சரி. அவனை வைத்து அற்புதமான 'ஸ்டண்ட்' காட்சிகளை 'கிராஃபிக்ஸில்' அமைத்திருப்பது இவர்கள் அனைவரது எழுத்துத் திறமையினைக் காட்டுகிறது. ஆனால், அத்திறமையே அக்காட்சிகள் முழுதும் 'கற்பனை' என்பதையும் காட்டிக் கொடுத்து பல்லிளிக்க வைத்து விடுகிறது!.

காளையார்கோவில் படுகொலைகளுக்குப் பிறகு, அதாவது 1772இல் நடந்தது என்ன? என்பது நமது முதல் கேள்வி. அதற்கான பதில், "1772ஆம் ஆண்டு காளையார்கோவிலில் படுகொலைகளைச் செய்த லெப்டினண்ட் கர்னல் வில்லியம் ஆபிரஹாம் பாஞ்ஜோர் அதற்குப் பிறகு சீக்குப்பிடித்து உடல் நலமில்லாமல் 1775ஆம் ஆண்டு இறுதியிலேயே இங்கிலாந்திற்குப் போய்விட்டான்" என்பதுதான். இதுவே வரலாற்று ஆவணங்களின் வழியாக நாம் அடைகின்ற பதில். குயிலி கற்பனைப் பாத்திரமே என்பதற்கான முதல் ஆதாரமும் இதுவே. இனி அடுத்த கேள்விக்குப் போவோம். 1780இல் நடந்தது என்ன?.

∎

2.5 1780இல் நடந்தது என்ன?

1780இல் சிவகங்கை அரண்மனைக்குள் நடந்ததாகக் கூறப்படுகின்ற சண்டையில் கர்னல் பாஞ்ஜோர் இருந்திருக்கும் வாய்ப்பு இல்லை என ஆவணங்கள் குறிப்பிடுவதைப் பார்த்தோம்.

1772இல் பறிகொடுத்த சிவகங்கையை வேலு நாச்சியார், மருது பாண்டியர் மற்றும் குயிலியின் தலைமையிலான படைகள் போர் நடத்தி 1780இல் மீட்டதாகப் பல வரலாற்றாய்வாளர்கள் குறிப்பிட்டு வருகின்றனர். இந்தப் போரின் இறுதிக் காட்சிதான் சிவகங்கை அரண் மனைக்குள் நடந்த சண்டையாகும்.

இச்சண்டையைக் குறிப்பிடாத வரலாற்று ஆசிரியவர்கள் யாராவது உண்டா? இங்குதான் குயிலி தீவைத்துக்கொண்டு சாகிறாள். உண்மையில் சிவகங்கை அரண் மனைக்குள் என்ன நடந்தது என்பதைத்தான் இப்போது நாம் பார்க்க விருக்கிறோம்.

சிவகங்கை மீட்டெடுக்கப்பட்ட கதை

சிவகங்கை மீட்டெடுக்கப்பட்டது குறித்துப் பதிவு செய்யப்பட்டுள்ள ஆவணங்கள் என்ன கூறுகின்றன என்பதை முதலில் பார்ப்போம்.

1.எட்வர்டு ராபர்ட் கிளைவ் 1801:

“வீ.சசிவர்ணத் தேவர் தன்னுடைய தனிப்பட்ட திறமையினால் சிறப்பெய்தி, அவருடைய சேவைக்காக

சமீன்தாராக உயர்த்தப்பட்டு சிவகங்கையின் சமீன்தாராக விளங்கி வந்தார். அடுத்து அவரது ஒரே மைந்தர் வடுகநாதத் தேவர் சமீனை அடைந்தார். இவர் காளையார்கோவில் போரில் கொல்லப்பட்டார். தன் ஒரே பெண் மகளுடன் தப்பித்துச்சென்ற அவரது விதவை மனைவி மேலாதிக்க அதிகாரமுள்ள கர்நாடக நவாபினால் மீண்டும் சமீனை அடைந்தார்." *(SIVAGANGA SAMASTHANAM RECORDS)*

சிவகங்கை அரண்மனையின் உள்பகுதி

இது கிழக்கிந்தியக் கம்பெனியின் முன்னாள் ஆளுனரான ராபர்ட் கிளைவின் மகனும் அப்போதைய ஆளுனருமான எட்வர்ட் ராபர்ட் கிளைவ் வெளியிட்ட அறிக்கையாகும். இதில் விதவை மனைவி எனக் குறிப்பிடப்படுபவர் வேலு நாச்சியாராகும். 1780இல் நவாபால் சிவகங்கை மீண்டும் வேலு நாச்சியாரிடம் ஒப்படைக்கப்பட்டது என இந்த அறிக்கையில் குறிப்பிடப்பட்டுள்ளது. இந்த ஆவணத்தைப் பல ஆய்வாளர்கள் குறிப்பிட்டுள்ளனர். மீ.மனோகரன் தனது மருது பாண்டிய மன்னர்கள் பக்.524 – 524இல் குறிப்பிட்டுள்ளார். ஆக, அரண்மனைக்குள் போர் நடைபெற்றதாக எட்வர்டு கிளைவ் குறிப்பிடவில்லை.

2.சிவகங்கை சரித்திர அம்மானை மாறைநாடு முருகேசன் 1840.

"வாரா ரெனச்சேதி மாநகரத் துள்ளவர்கள்
தாராள மாய்க்கேட்டுத் தானெடுத்து ஆலாத்தி
கொண்டுவந்தார் சுற்றிக் கொடுவரவே முன்னேயிரு
தண்டிகையின் மீதே தரணிதனை முத்தெனவே
முந்தி யெடுத்த முத்திருளப் பேந்திரனும்
சொந்த மறுமகனுந் தொண்டிநகர் சேருவையின்
கரணிக்கன் முத்துக் கருப்பனவிவர் சேகரமாய்
வரவே முழக்கமிட்டு வாத்தியங்கள் ஓசைகள்
கேட்டாளே ராணி கம்பீரமாய் மகிழ்ந்து
வேட்டு முழக்கமிது விந்தையெனச் சொல்லுமென"

மக்கள் கூட்டமாய்க்கூடி நின்று ஆரத்தியெடுக்க,

முத்திருளப்பன், சொந்த மருமகன் (வெங்கண் பெரிய உடையனன்),தொண்டி முத்துக்கருப்பன் சேர்வை ஆகியோரோடு வாத்தியங்கள் ஒலியெழுப்ப, வேட்டு முழங்க கம்பீரமாய் வருகிறாள் ராணி. அரண்மனைக்குள் நுழைவதற்கு முன்னான காட்சியை இப்படி வர்ணிக்கிறது அம்மானை நூல் : சிவகங்கை சரித்திர அம்மானை, ப.?) ஆக, அரண்மனைக்குள் போர் நடை பெற்றதாக மாறைநாடு முருகேசன் குறிப்பிடவில்லை.

3.சிவகங்கைச் சரித்திரக் கும்மி பாஞ்சை முத்துச்சாமி 1882.

> "மங்களமாகவே ஆனை குதிரை
> வளர்படை பீரங்கி மோர்சாவுடன்
> கங்கைகுலம் வளர் சிவகங்கை நகர்வந்து
> கர்த்தன் ராணிமக ராசியுடன்
> ஆனைமேல் அம்பாரியேத்தி வைத்து
> அழகான கோட்டை வீதி சுத்திவந்து
> சேனை காவலரை நிறுத்தி ராணி நல்ல
> சுபதினத்தில் சேர்ந்தாளரண்மனையில்
> தங்கள் குலத்தரசர் தன்னையெல்லாம்
> தானே வரவழைத்து மருதிருவர்
> மங்களமாகவே ராணி மகராசிக்கு
> மகுடாபிஷேகமும் சூட்டி வைத்து
> சின்னத்தளவாய் மருதுக்குச்
> சேர்ந்த பிரதானி மோதிரமும்
> மன்னன் பெரிய மருதுக்கு தளகர்த்த
> வேலை மோதிரந்தான் தரித்தார்"

காளையார்கோவிலிலிருந்து வரும் வேலுநாச்சியார் ஆனை, குதிரைப் படைகளுடன் சிவகங்கை வீதிகளைச் சுற்றிவந்து அரண்மனைக்குள் நுழைந்து பட்டம் சூட்டிக்கொள்கிறாரென்று சிவகங்கையின் சரித்திரக் கும்மிப் பாடலானது வர்ணிக்கிறது. (நூல்: 'சிவகங்கைச் சரித்திரக் கும்மி', ப.26). அரண்மனைக்குள் போர் நடைபெற்றதாக பாஞ்சை முத்துச்சாமியும் குறிப்பிட வில்லை.

4. *MARUDHU PANDIYAR (The Fateful XVIII Century)* பாதிரியார் பௌச்.

"ஆங்கிலேயர்கள் இராமநாதபுரத்தைப்போல சிவ கங்கையையும் தமது நட்பு நாடாக வைத்துக்கொள்ள விரும்பினர். அதனால், ராணி வெள்ளச்சி நாச்சியார் திண்டுக் கல்லிலிருந்து வரவழைக்கப்பட்டு கி.பி.1780–இல் ஆட்சியாளராக அமர்த்தப் பட்டார்." என பாதிரியார் பௌச் குறிப்பிடுகிறார்.

வேலுநாச்சியாருக்குப் பதிலாக வெள்ளச்சி நாச்சியார்

பெயர் குறிப்பிடப்பட்டுள்ளது. இதற்கான ஆதாரங்களாக Pharaoh & co, வெளியிட்டுள்ள, "Gazetter of South India." எனும் ஆவணத்தையும் Nelsaon, J.N., எழுதி 1868ஆம் ஆண்டு வெளியிடப்பட்டுள்ள, "The Madura Country, A Manual 1868" எனும் ஆவணத்தையும் பாதியார் பௌச் எடுத்துக்காட்டியுள்ளார். (நூல்: மறவர் சீமை: ஒரு பாதிரியாரின் பார்வையில்...', ப.84) அரண்மனைக்குள் போர் நடைபெற்றதாக, பாதியார் பௌச் குறிப்பிடவில்லை.

4.மானங்காத்த மருதுபாண்டியர் பேராசிரியர் ந.சஞ்சீவி 1954:

"ஆனால், நாட்டு மக்கள் மனம் குமுறிக்கொண்டிருந்தது. கனவிலும் நனவிலும் குடிமக்கள் தங்கள் அரச குடும்பத்தைப் பற்றியே நினைத்துக் கண்ணீர் சிந்தினார்கள்..... குடிகளும் தங்கள் அரசிக்கு மறைவாகத் திறைப்பணம் அனுப்பி வந்தார்கள். அதனால், நவாபின் குதிரைக்காரனால் தம்படி கூட வசூலிக்க இயலவில்லை. நாட்டிலே, வறுமையும் பஞ்சமும் தாண்டவம் ஆடின. கள்ளர்களின் கொள்ளை ஊரைக் கலங்க வைத்தது. அவர்களை அடக்குவது நவாப்பின் தர்பாரால் ஆகிற காரியமா? இல்லை. சிவகங்கைச் சீமையில் நிலவிய இந்த நிலைமையே இராமநாதபுரத்திலும் இருந்தது. கடைசியில் வேறு வழியில்லாமல் நவாப் மறவர் நாடுகளைத் திரும்பவும் பழைய அரச குடும்பத்தினருக்கே திருப்பிக் கொடுத்துவிட நேர்ந்தது." (நூல்:'மானங்காத்த மருதுபாண்டியர்', ப.59) எனப் பேராசிரியர் ந. சஞ்சீவி குறிப்பிடுகிறார். அரண்மனைக்குள் போர் நடைபெற்றதாகப் பேராசிரியர் ந.சஞ்சீவி குறிப்பிடவில்லை.

5.மருதிருவர் பேராசிரியர் ந.சஞ்சீவி 1956:

".....சிவகங்கைச் சீமையில் ஆங்காங்கே கிளர்ச்சிகளும் புரட்சிகளும் தோன்றின; ஒழுங்கும் அமைதியும் காற்றிலே பறந்தன. குத்தகைக்காரனுக்கு வாழ்வு சாவாக இருந்தது. நவாபுவுக்குத் தோப்பிராப்பணம் வந்து சேரவில்லை என்பது தெரிந்ததும் ஆத்திரம் அளவுக்கு மீறிப் பொங்கியது. அவன், 'என்ன சேதி?' என உறுமினான். 'மக்களின்' மனம் எரிமலையாயிருக்கிறது. அவர்கள் அடியுண்ட அரவம் சீறுவதுபோலச் சீறுகின்றார்கள். கிட்ட நெருங்க முடியாது!' என்று பதில் கிடைத்தது. வேறு வழியில்லை. மக்கள் மனமெல்லாம் தங்கள் அரசியிடமும் வீரசகோதரர்களிடமுமே குடிகொண்டிருக்கிறது என்பதை உணர்ந்தான் நவாபு; 'யார் ஆண்டால் என்ன? முத்துவடுகநாதர் தொலைந்தார். இனி என்ன அரசியின் ஆட்சிதானே? நமக்குக் கப்பம்

வந்தால் சரி.' என்று நினைத்தான். தனக்கும் தன் நண்பர்களாகிய வெள்ளையர்கட்கும் கொடிய பகைவனாயுள்ள ஐதரிடமிருந்து சிவகங்கைத் தலைவர்களைப் பிரிப்பதே மேல் என்று கருதினான் போலும்! தூதுகள் பறந்தன, மருதிருவரும் வேலு நாச்சியும் தாயகம் திரும்பினர்....." (நூல்: மருதிருவர், பக்.58 – 59) எனப் பேராசிரியர் ந.சஞ்சீவி குறிப்பிடுகிறார். அரண்மனைக்குள் போர் நடைபெற்றதாக, பேராசிரியர் ந.சஞ்சீவி குறிப்பிடவில்லை.

6. தென்னிந்தியப் போர்க் களங்கள் கா. அப்பாத்துரையார் 1957:

"நாட்டை அயலவர் ஆண்டாலும், மக்கள் உள்ளத்தில் அரசியும் மருதிருவருமே ஆண்டனர். நவாப், பிரிட்டிஷார், புதுக்கோட்டைப் படைகளால் மக்கள் ஆதரவைப் பெறவும் முடிய வில்லை, திறையும் திரட்ட முடியவைல்லை. ஆகவே அவர்கள் அரசி வேலுநாச்சியையே வரவழைத்து 1780—ல் அவரிடமே நாட்டை ஒப்படைத்தனர்." (நூல்: தென்னிந்தியப் போர்க் களங்கள், ப.627) என கா.அப்பாத்துரையார் குறிப்பிடுகிறார். அரண்மனைக்குள் போர் நடைபெற்றதாக கா.அப்பாத்துரையார் குறிப்பிடவில்லை.

7. சுதந்திரச் சுடர் கு.ராஜவேலு 1957:

"மூன்று வீரர்களும் அங்கிருந்தவாறே தாங்கள் இழந்த பகுதியை மீண்டும் திரும்பப்பெற அல்லும் பகலும் அயராது எட்டு ஆண்டுகள் உழைத்தனர். இதனால் நாட்டில் குழப்பமும், கொந்தளிப்பும், கிளர்ச்சியும் ஏற்பட்டன. குத்தகைதாரர்கள் மக்களிடமிருந்து செம்புக் காசையும் வசூலிக்க முடியாவண்ணம் புரட்சி கொழுந்துவிட்டு எரிந்தது.

வேறுவழியில்லை என்பதனை தெள்ளத்தெளிய உணர்ந்தான் நவாப். எனவே தூது அனுப்பி அரசியையே மீண்டும் அழைத்தான். ஆட்சிப்பொறுப்பையும் ஒப்படைத்தான்." (நூல்: 'சுதந்திரச் சுடர் – மலர், ப.117) எனக் குராஜவேலு குறிப்பிடுகிறார். அரண்மனைக்குள் போர் நடைபெற்றதாக கு.ராஜவேலு குறிப்பிடவில்லை.

8. மருதுபாண்டியர் வரலாறு வித்வான் அ.நாராயணசாமி 1959:

"........(நவாப்) எவ்வாறேனும் சிவகங்கைத் தலைவர்களை ஐதர் அலியிடமிருந்து பிரிப்பது நலமெனத் தீர்மானித்தான். வேலு நாச்சியாரையும் மருதபாண்டியரையும், சிவகங்கைக்கு வரவழைத்துவிடலாம் என்று எண்ணினான். எப்படியாவது அவர்களிடமிருந்து வரிப்பணம் வந்தால் போதும் என அவனுக்குப்

பட்டது; வேலு நாச்சியும், வீரத் தலைவர்களும் திண்டுக்கல்லிருந்து சிவகங்கை வருவதற்கு ஏற்பாடு செய்தான். சிவகங்கை அரசி நாச்சியாரும் மருதிருவரும் தம் அருமைத் தாயகம் திரும்பினர். எட்டாண்டுகளாகத் தம் நாட்டுத் தலைவர்களைப் பிரிந்திருந்த குடிமக்கள் உள்ளம் பூரித்துப் பெருமகிழ்ச்சியெய்தி அவர்களை வரவேற்றனர்." (நூல்: மருதுபாண்டியர் வரலாறு, ப.42) என வித்வான் அ.நாராயணசாமி குறிப்பிடுகிறார். அரண்மனைக்குள் போர் நடைபெற்றதாக வித்வான் அ.நாராயணசாமி குறிப்பிடவில்லை.

9.தமிழக வீரர்கள் வித்துவான் நா. துரைசாமி, எம்.ஏ. 1960 :

"எட்டாண்டுகள் வரை நவாப் மறவர் நாட்டைத் தன் வயப்படுத்தியிருந்தான். ஆனால், அங்கு அவன் எண்ணிப்யபடி பணம் திரட்டமுடியவில்லை. மருதுபாண்டியர் திண்டுக்கல்லில் இருந்தவண்ணம் மறவர் நாட்டு மக்களுடன் மறைமுகத் தொடர்பு கொண்டனர். இதனால் குடிமக்கள் திறைப்பணத்தை இரகசியமாகத் தங்கள் அரசியாகிய வேலுநாச்சிக்கே அனுப்பினர். நவாபால் ஒரு காசுகூட வசூல் செய்ய முடியவில்லை. நாட்டில் வறுமை தாண்டவமாடியது. கள்ளர் தொல்லை தலைவிரித்தாடியது. இவற்றை ஒழுங்குபடுத்த இயலாத நவாப், மறவர் நாடுகளை மீண்டும் பழைய அரச குடும்பத்தினரிடமே ஒப்படைத்தான்.

இவ்வண்ணம் வேலுநாச்சி சிவகங்கையின் அரசியானாள். மருதுபாண்டியர் அவருக்கு உறுதுணையாக இருந்து ஆட்சியை நடத்தினர். பெயருக்கு வேலுநாச்சி அரசியாயிருந்தாரே ஒழிய, நாட்டின் நிர்வாகத்தை நடத்தியவர் மருதுபாண்டியரே ஆவர்." (நூல்: தமிழக வீரர்கள்–ப.95). என வித்துவான் நா. துரைச்சாமி குறிப்பிடுகிறார். அரண்மனைக்குள் போர் நடைபெற்றதாக வித்துவான் நா. துரைச்சாமி குறிப்பிடவில்லை.

10.வீரமங்கை வேலுநாச்சி புலவர் அரசுமணி 1961:

"நாட்டில் குழப்பமும் கொந்தளிப்பும் மிகுந்தது. அமைதியை நிலைநாட்ட முடியாது ஆற்காட் நவாப் அயர்ந்து போனான். இனியும் நமதாட்சி தொடர்ந்தால் நாடு இடுகாடாகும் என்பதை உணர்ந்து, வேலுநாச்சிக்குத் தூதனுப்பி அவள் தாய்நாட்டை ஒப்படைத்து அரசாட்சியை விட்டுவிட்டுத் தன்னாடு நோக்கித் திரும்பினான்" (நூல்: பெண்ணே பெரியவள். கட்டுரை வீரமங்கை வேலுநாச்சி, ப.57) என புலவர் அரசுமணி குறிப்பிடுகிறார். அரண்மனைக்குள் போர் நடைபெற்றதாக புலவர் அரசுமணி குறிப்பிடவில்லை.

11. மருதுபாண்டியர் வித்துவான் நா.கோவிந்தன் 1965:

"அரசியும் அமைச்சரும் திண்டுக்கல்லில் ஐதர் அலியின் பாதுகாப்பில் தங்கி இருந்தனர். இவ்வாறு எட்டு ஆண்டுகள் கழிந்தன. சிவகங்கைச்சீமை அமைதியை இழந்தது. அங்காங்கே கிளர்ச்சிகளும் தோன்றின. நவாபிற்கு உரிய பணமும் போய்ச் சேரவில்லை! அதனால் நவாபும் சீற்றங்கொண்டார். அவர் அரசியின் ஆட்சி இருந்தாலும் கவலை இல்லை; தமக்குக் கப்பப் பணம் வந்தால்போதும் என்று எண்ணலானார். ஆதலால் அவர்தூது அனுப்பி அரசிக்குச் செய்தியைத் தெரிவித்தார். அரசியும் அமைச்சர்களும் தங்கள் தாயகத்துக்குத் திரும்பினர். சிவகங்கைச் சீமையில் உள்ள மக்கள் எல்லையில்லா மகிழ்ச்சி கொண்டனர். அவர்கள் கார்மேகத்தைக் கண்ட மயில்போலக் களிப்புக் கடலுள் மூழ்கி, அரசியாரையும் அமைச்சர்களையும் மனமார வரவேற்று மகிழ்ந்தனர்." (நூல்: மருதுபாண்டியர். பக்.12-13) என வித்துவான் நா.கோவிந்தன் குறிப்பிடுகிறார். அரண் மனைக்குள் போர் நடைபெற்றதாக வித்துவான் நா.கோவிந்தன் குறிப்பிடவில்லை.

12. மருதுபாண்டியர் வித்துவான் அ.நாராயணசாமி 1966:

"இராமநாதபுரம், சிவகங்கை ஆகிய இரண்டு சீமைகளும் நவாபுவின் ஆட்சிக்குட்பட்டன. ஆனால், சிவகங்கையிலே மறவர்களுடைய உள்ளம் கொதித்துக்கொண்டே இருந்தது. இவற்றோடு சிவகங்கை மக்கள் வேலுநாச்சியாரும் வீரமறவர்களும் தங்களை விட்டுப் பிரிந்தது முதல் வருத்தத்தால் துடித்துக் கொண்டிருந்தார்கள். மேலும், மறைவாகத் தங்கள் இராணிக்குத் திரைப்பொருளைச் செலுத்தி வந்தார்கள். வீரபாண்டியர்களும் வாளா இருக்கவில்லை. மறைமுகமாக அவர்கள் மறவர் நாட்டில் உள்ள மக்களோடு தொடர்பு வைத்துக் கொண்டார்கள். ஆற்காடு நவாபின் ஆட்கள், இம்மக்களிடமிருந்து வரி வசூலிப்பதற்கு இயலாமல் தவித்தார்கள். இந்நிலையில் சிவகங்கைச் சீமையில் கொள்ளைகளும் கொலைகளும் மிகுதிப்பட்டன. இராமநாத புரத்திலும் இதேநிலை ஏற்பட்டது. நாட்டிலே பஞ்சமும் வறுமையும் தாண்டவமாடின. இந்நிலையில் ஆற்காடு நவாபு, மறவர் நாடுகளை மறுபடியும் பழைய அரச குடும்பத்தினருக்கே திருப்பிக் கொடுக்கத் தீர்மானித்தார்.

இராணி வேலுநாச்சியார், சிவகங்கைக்கு அரசியானார். வீரமருது சகோதரர்கள் மறுபடியும் அவருக்கு அமைச்சர்கள்

ஆனதன்றி நாட்டின் பல பொறுப்புகளையும் ஏற்றார்கள்." (நூல்: தியாகி வீரர்கள் ஐவர். கட்டுரை: மருதுபாண்டியர். பக்.13-14). என வித்துவான் அ.நாராயணசாமி குறிப்பிடுகிறார். அரண் மனைக்குள் போர் நடைபெற்றதாக வித்துவான் அ.நாராயணசாமி குறிப்பிடவில்லை.

13. மாவீரர் மருதுபாண்டியர் புலவர் சா.மருதவாணன் மற்றும் புலவர் சி.இளங்கோவன் 1967:

"சிவகங்கையில் புரட்சி வலுத்தது. நவாப்பால் ஒன்றும் செய்ய இயலவில்லை. மக்கள் வேலு நாச்சியார்மீதும் மருதிருவர் மீதும் கொண்டுள்ள பற்றையுணர்ந்து பதறினான்; இவர்களோடு ஐதர் அலி வேறு சேர்ந்ததால் ஆபத்து என்றறிந்து மருதிருவரையும் வேலு நாச்சியார் அவர்களையும் அழைத்து வந்து நாடாளும் பொறுப்பை அவர்களிடமே நல்கினான்." (நூல் : நாடு காத்த நல்லோர். கட்டுரை : மாவீரர் மருதுபாண்டியர், ப.21). எனப் புலவர்கள் சா. மருதவாணன் மற்றும் சி.இளங்கோவன் ஆகியோர் குறிப்பிடுகின்றனர். அரண்மனைக்குள் போர் நடைபெற்றதாக சா.மருதவாணனும் சி.இளங்கோவனும் குறிப்பிடவில்லை.

14. *Rise and fall of the Poligars of Tamil Nadu* டாக்டர் கே. இராஜய்யன் 1971:

"மருது சகோதரர்கள் சிவகங்கையில் நுழைந்தவுடன் உள்ளூர் மக்கள் அவர்களுடன் சேர்ந்துகொள்ள கலவரம் பரவியது. கட்டுப்பாடற்ற நவாப்பின் படைகளால் சிறு எதிர்ப்பைக்கூடக் காட்ட முடியவில்லை." (நூல்: *Rise and fall of the Poligars of Tamil Nadu* - தமிழ்நாட்டுப்பாளையக்காரர்களின் எழுச்சி மற்றும் வீழ்ச்சி) என டாக்டர் கே. இராஜய்யன் குறிப்பிடுகிறார். அரண்மனைக்குள் போர் நடைபெற்றதாக டாக்டர் கே. இராஜய்யன் குறிப்பிடவில்லை.

15. *History of Madurai* டாக்டர் கே.இராஜய்யன் 1974.

"ஆறு ஆண்டுகள் ஆகியும் சிவகங்கைச் சீமையில் ஒரு செப்புக்காசுகூட நவாபால் வரியாக வசூலிக்க முடியவில்லை. உழவர் பெருமக்கள் தங்கள் ஏரைத் தூக்கி மூலையில் வைத்துவிட்டு ஈட்டியும் வாளும் ஏந்திக் கூட்டம் கூட்டமாக வந்து நவாப்பின் இராணுவ நிலைகளைத் தாக்கினர். நவாப் வசமிருந்த கோட்டைகள்மீது ஏவுகணைகள் கொண்டு தாக்கினர். நவாபின் படைகள் கோட்டைகளுக்குள் முடங்கிக் கிடந்தன." என '*History of Madurai* நூலில் டாக்டர் கே. இராஜய்யன் குறிப்பிடுவதை

‘மருதுபாண்டிய மன்னர்கள்’ முதல் பதிப்பு ப.103இல் மேற்கோள் காட்டுகிறார் மீ.மனோகரன். அரண்மனைக்குள் போர் நடை பெற்றதாக, டாக்டர் கே. இராஜய்யன் குறிப்பிடவில்லை.

16.மருது பாண்டியர் வரலாறும் வழிமுறையும்
முனைவர் கு. மங்கையர்க்கரசி 1988 :

“மக்களிடமிருந்து வரிப்பணத்தை வசூலிப்பதற்குக் கடுமையான நடவடிக்கைகள் மேற்கொள்ளப்பட்டன. மறவர் சீமையில் பொதுவாக அங்கிங்கெனாதபடி இந்த நிகழ்ச்சிகள் நடந்தன. இதனால், மக்கள் மிகுந்த இழப்புக்கும் அல்லலுக்கும் உள்ளாயினர். நாட்டில் கலகங்கள் பரவலாக ஏற்பட்டன. இந்நிலையில்தான் மருது சகோதரர்கள் சிவகங்கைப் பாளையத்தின்மீது படையெடுத்தனர். எனவே இவ்விடுதலைப் படைகளுடன் பொதுமக்களும் சேர்ந்து கொண்டார்கள். ஆர்க்காட்டு நவாபு படைகளின் எதிர்ப்பில்லாமலேயே மருது சகோதரரும் வேலு நாச்சியாரும் சிவகங்கைக்குள் புகுந்தனர். கோட்டைக்குள் நுழைந்தபோது நவாபுவின் படை வீரர்கள் எவ்வித எதிர்ப்பையும் காட்டாது பாதுகாப்பான இடங்களில் ஒதுங்கிக் கொண்டனர் (1.2.2 ஜீ236; 1.2.6. ஜீ1033)” (நூல்: ‘மருது பாண்டியர் வரலாறும் வழிமுறையும், ப.76. *‘Correspondences relating to the settlement of Ramnad and Sivaganga Zamindaries, 1799 - 1803’ ‘Vol. No. 21, dated October 2 to December 12’).* என முனைவர் கு. மங்கையர்க்கரசி குறிப்பிடுகிறார். அரண்மனைக்குள் போர் நடைபெற்றதாக கு. மங்கையர்க்கரசி குறிப்பிடவில்லை.

17.மாவீரர் மருதுபாண்டியர் டாக்டர் எஸ். எம். கமால் 1989:

“மன்னர் இல்லாத இரண்டு சீமை மக்களும் ஆற்காட்டு நவாப்பின் ஆட்சியைப் புறக்கணித்து ஆங்காங்கு கிளர்ந்து எழுந்தனர். கைகலப்புகளும் மோதல்களும் தொடர்ந்தன. நவாப்பின் நிர்வாகம் நிலை குலைந்தது. மிகவும் பாதுகாப்பான கோட்டைகளுக்குள் மட்டுமிருந்து கொண்டு நவாப்பின் பணியாளர்கள் செயல்பட்டனர். ஆற்காட்டு நவாப்பிற்கும் வெள்ளையர்களுக்கும் எதிராக, ஐதர் அலி கி.பி.1780இல் கர்நாடகப்போரைத் துவக்கியபொழுது, திண்டுக்கல் கோட்டையில் இருந்த படைப்பிரிவு ஒன்றை மருதுசகோதரர்கள் தலைமையில் சிவகங்கைச் சீமைக்குள் செல்லுமாறு பணித்தார். அவர்களும் மக்களது ஆதரவுடன் நவாப்பின் கூலிப்படைகளை சிவகங்கை மண்ணில் இருந்து விரட்டி அடித்தனர்.” (நூல்: மாவீரர்

மருதுபாண்டியர், ப.5) என எஸ். எம். கமால் குறிப்பிடுகிறார். அரண்மனைக்குள் போர் நடைபெற்றதாக, எஸ். எம். கமால் குறிப்பிடவில்லை.

18. நாடு காத்த நல்லோர் வி.கணபதி குழுவினர் 1990:

"சிவகங்கையில் புரட்சி வலுத்தது. நவாப்பால் ஒன்றும் செய்ய இயலவில்லை. மக்கள், அரசி வேலு நாச்சியின் மீதும், மருதிருவர் மீதும் கொண்டுள்ள பற்றையுணர்ந்து பதறினான். இவர்களோடு ஐதர் அலி வேறு சேர்ந்தால் ஆபத்து என்றறிந்து மருதிருவரையும் வேலுநாச்சியையும் அழைத்து வந்து நாடாளும் பொறுப்பை அவர்களிடமே நல்கினான்." நூல்: நாடு காத்த நல்லோர், ப.5) என வி. கணபதி குழுவினர் குறிப்பிடுகின்றனர். அரண்மனைக்குள் போர் நடைபெற்றதாக வி. கணபதி குழுவினர் குறிப்பிடவில்லை.

19. சீர்மிகு சிவகங்கைச் சீமை டாக்டர் எஸ்.எம்.கமால் 1997:

"இரண்டு நாழிகை நேரத்தில் பெருமாரவாரத்துடன் ராணி வேலு நாச்சியார், குதிரை அணிகள் புடை சூழ சிவகங்கை நகர் எல்லையை அடைந்தார். கட்டுக்கடங்காமல் பாய்ந்துவரும் காட்டாறுபோல மக்களது மகிழ்ச்சி உச்சநிலையை அடைந்தது. நவாப்பின் சிப்பாய்கள்மீது ராணியாரது அணிகள் பாய்ந்தன. ராணியாரது குதிரைப்படையும் அவர்களைத் தாக்கமுனைந்தது. சிப்பாய்கள் அங்குமிங்கும் மிரண்டு ஓடினர். அரசியாரும், இளவரசியாரும் மக்களது வாழ்த்தொலிகளுக்கிடையில் சிவகெங்கைக் கோட்டைக்கு வந்து சேர்ந்தனர்." நூல்: சீர்மிகு சிவகங்கைச் சீமை, ப.85) என எஸ். எம். கமால் குறிப்பிடுகிறார். அரண்மனைக்குள் போர் நடைபெற்றதாக, எஸ். எம். கமால் குறிப்பிடவில்லை. அதுமட்டுமல்ல, "1780 நவாபின் ஆக்கிரமிப்பில் இருந்து சிவகெங்கையை ராணி வேலுநாச்சியார் மீட்டு தன்னரசு ஆட்சியை ஏற்படுத்தியது. நவாப்பும் கும்பெனியாரும் புதிய சிவகெங்கை அரசி அங்கீகரித்தது" (ப.307) எனத் தெளிவாகக் குறிப்பிடுகிறார். 'அங்கீகரித்தது' என்றால் என்ன பொருள்?

20. பெரி.மு.சி.தங்கக் காளீஸ்வரன் :

"திண்டுக்கல் மலையில் உள்ள ஹைதர் அலியுடன் போர் உதவி பெறுவது என்பதை உறுதிசெய்துகொண்டு திரும்ப இருந்த சமயம் செவிவழிச் செய்தியாக ராணியை எங்கிருந்தாலும்

வரும்படி அழைத்தனர். அதன்படி சமாதானம் செய்துகொண்டு, வீரமங்கை வேலுநாச்சியாரிடம் சிவகங்கை ஆட்சிப்பொறுப்பை ஒப்படைத்தார் வெள்ளைத் தளபதி ஜோசப் ஸ்மித் என்பார்." (நூல்: முதல் இந்திய சுதந்திர முழக்கமும் மாமன்னர் முத்துவடுகநாதத் தேவரும் – களம் பல கண்ட காளையார்கோயில், ப. 11). என பெரி.மு.சி. தங்கக் காளீஸ்வரன் குறிப்பிடுகிறார். அரண்மனைக்குள் போர் நடைபெற்றதாக பெரி.மு.சி. தங்கக் காளீஸ்வரன் குறிப்பிடவில்லை.

21. தென்னிந்தியப் புரட்சியாளர்கள் அ.செல்லமணி 2011:

"மேலும் தாங்கள் வேலு நாச்சியாரை சிவகங்கையின் ராணியாக ஏற்றுக் கொள்வதாகவும், அதற்குப் பிரதிபலனாகத் தங்களது படைகள் எந்தப் பாதிப்பும் இல்லாமல் வெளியேற அனுமதிக்க வேண்டுமென்று கோரினர். இதனை ஏற்றுக் கொண்ட தளபதியான மருதுபாண்டியர்கள் ஆங்கிலப் படையினரும் அதன் தளபதிகளும் எந்தச் சேதமும் இல்லாமல் வெளியேற அனுமதியளித்தனர்.

மானாமதுரையிலிருந்து சிவகங்கை நோக்கிப் புறப்பட்ட வேலு நாச்சியாருக்கு சிவகங்கையில் மருது பாண்டியர்கள் மூலம் பெரும் வரவேற்பிற்கு ஏற்பாடு செய்யப்பட்டிருந்தது. அலை கடலெனத் திரண்டிருந்த சிவகங்கைச் சீமையின் மக்கள் அணிவகுத்து நிற்க எட்டு ஆண்டுகளுக்குப் பின்னர் தனது மகள் வெள்ளச்சி நாச்சியாருடன் 1780ஆம் ஆண்டு ஐப்பசித் திங்கள் 12ஆம் நாள் சிவகங்கை நகருக்குள் பிரவேசித்தார். முழுமையாக விடுதலை பெற்ற சிவகங்கைச் சீமை நெஞ்சை நிமிர்த்தி வெற்றிக் களிப்போடு நின்றது." (நூல்: தென்னிந்தியப் புரட்சியாளர்கள், பக். 111–112, & 125) என அ. செல்லமணி குறிப்பிடுகிறார். அரண்மனைக்குள் போர் நடைபெற்றதாக அ.செல்லமணி குறிப்பிடவில்லை.

22.தமிழ்நாடு அரசு சிவகங்கை மாவட்ட இணையத் தளம் 2019 டிசம்பர்.

இது சமீபத்தில் எதிர்பாராமல் பார்க்க நேர்ந்த தரவாகும். தமிழக அரசின் இணையத் தளத்தில் மாவட்டங்களுக்கான பகுதியில் *sivaganga.nic.in* சிவகங்கை மாவட்டம் / சுற்றுலா/ புகழ்பெற்ற பிரபலங்கள் எனும் தலைப்பில் இராணி வேலு நாச்சியார் (03 – 01 – 1730 – 25 – 12 – 1796) எனும் பெயரின்கீழ் கீழ்க்கண்ட தகவல்கள் குறிப்பிடப்பட்டுள்ளன.

"வேலு நாச்சியாரை எதிர்த்துப் போராடுவதால் விரக்தி யடைந்த நவாப், வேலுநாச்சியார், அவரது மகள் வெள்ளச்சி நாச்சியார் மற்றும் மருது சகோதரர்கள் சிவகங்கைக்குத் திரும்ப அனுமதிக்கப்பட்டனர். மற்றும் நவாபிற்கு கிஷ்தி செலுத்திவிட்டு நாட்டை ஆள்வதற்கு அனுமதிக்கப் பட்டனர். நிர்வாகத்திற்காக அனுமதிக்கப்பட்ட ஒரு

உடன்படிக்கைபடி ராணி வேலு நாச்சியார் சிவகங்கையை ஆட்சி புரிவதற்கு சின்னமருதுவை நாட்டின் முதல் அமைச்சராக பணிபுரிவதற்கும் வெள்ளை மருது நாட்டின் தலைமைத் தளபதியாக பணிபுரிவதற்கும் ஏற்பாடு செய்யப்பட்டது....."

இதிலுள்ள எழுத்துப் பிழைகளும் சொற்பிழைகளும் சகிக்க முடிய வில்லை. அரசின் இணையத்தளம் என்ன கூறுகிறது? 1780ஆம் ஆண்டு சிவகங்கை மீட்டெடுக்கப்பட்ட போது போர் நடைபெறவில்லை என்றே கூறுகிறது. அரசின் இணையத் தளமென்பதால் இந்தத் தகவலும் ஒரு ஆதாரமே!

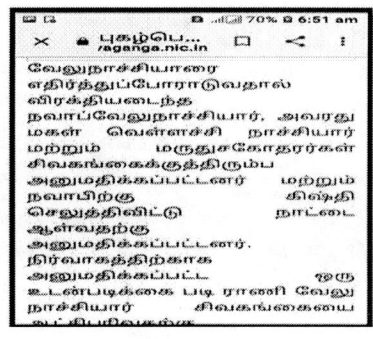

ஒரு பக்கம் குயிலி, உடையாள் என்கிற ஆதார மில்லாத கற்பனை களையும் ஆதாரமில்லாத பயங்கர சண்டைக் காட்சிகளையும் பாடப் புத்தகங்களில் புகுத்தி புள்ளைகளுக்குச் சொல்லிக் கொடுத்துவிட்டு நினைவுச் சின்னத்தையும் அமைத்துவிட்டு இன்னொரு பக்கம் அரசு ஆவணத்தில் ஆதாரமில்லை என்பதற்காக மாற்றிச் சொல்லி இருக்கிறார்கள். சம்பந்தப்பட்டவர்கள், வேறு யார், அமைச்சர்கள், அதிகாரிகள் இவர்கள்தான், புரிந்துகொண்டால் சரி. ஆக அரண்மனைக்குள் போர் நடைபெற்றதாக சிவகங்கை மாவட்ட அரசு நிர்வாகமும் குறிப்பிடவில்லை.

நமது தேடலில் கிடைத்த 1801 முதல் 2019 வரையிலும் எழுதப்பட்டுள்ள 22 ஆவணங்களை இங்கு முன் வைத்துள்ளோம். இவற்றில் சில நூல்கள் அப்போதைய ஆண்டுகளில் பள்ளிகளில் பாடங்களாக வைக்கப்பட்டுள்ளன. இந்நூல்கள் சிலவற்றில் ஆதார நூல்கள் குறிப்பிடப்பட்டுள்ளன. சில நூல்கள் ஆங்கிலத்திலும் உள்ளன. இன்னும் சில நூல்கள் தமிழில் மொழி பெயர்க்கப்படாமலுள்ளன. இங்கு தமிழில் வெளி வந்துள்ளவைகள் மட்டுமே எடுத்துக் காட்டப்பட்டுள்ளன. இந்த இருபத்தியிரண்டு (22) ஆவணங்களில் குறிப்பிடப்பட்டுள்ள தகவல்களின் மூலமாக நாம் அறிந்து கொள்வது என்ன?

1772இல் காளையார்கோவிலில் கர்னல் பாஞ்ஜோரின் தலைமையிலான நாவாபின் படைகள் தாக்குதல் நடத்துகின்றன. அதில் மன்னர் முத்துவடுகநாதர் கொல்லப்படுகிறார். அதன்பின்னர் சிவகங்கையில் நடைபெற்ற நவாப்பின் ஆட்சிமுறைமீது மக்கள் கடுங்கோபம் கொண்டவர்களாக இருந்துள்ளனர். வரி செலுத்த மறுத்துள்ளனர்.

நவாப்பின் படைகளோடு கலகம் புரிந்துள்ளனர். வேலு நாச்சியார், மற்றும் மருது சகோதரர்க்கு ஆதரவாளர்களாக இருந்ததோடு அவர்களை எதிர்பார்த்து இருந்துள்ளனர்.

அதேசமயம், எதிரிகளுக்கு ஹைதர் அலியின் ஆதரவு கிடைத்திருப்பதையும் மக்களின் எதிர்ப்புணர்வையும் கண்ட நவாப் வேறு வழியின்றி சிவகங்கையை வேலுநாச்சியாரிடம் ஒப்படைத்தான். சிவகங்கை மக்கள் தங்களது ஆதரவினை வெளிப் படுத்தும் வகையில் வேலுநாச்சியார் சிவகங்கைக்குள் நுழைந்ததும் அவரைப் பல்லக்கில் ஏற்றிக்கொண்டும் மருதிருவர் மற்றும் படைகளைச் சிவகங்கைக்குள் வரவேற்று ஆரத்தியெடுத்து வேட்டு முழங்கியும் அழைத்து வந்துள்ளனர். மேலும் படையினரோடு மக்களும் அணி திரண்டு வந்து ஊர்வலமாக அரண்மனைக்குள் நுழைந்துள்ளனர். இதைத்தான் மேற்கண்ட தகவல்கள் நமக்குச் சொல்கின்றன.

ஹைதரின் தொடர்பு அவர்களுக்கு இருப்பதால் போரைத் தொடர்ந்து நடத்த நவாப் தயாராயில்லை. மக்களிடமிருந்து சல்லிக்காசுகூட வரி வசூலிக்கவும் முடியவில்லை. வேலு நாச்சியார் மற்றும் மருதிருவரின் ஆரவாரமான வருகைக்கு வழிவிட்டு நவாப்பின் படை அமைதியாக நின்றிருக்கிறது. நவாபின் அதிகாரத்தை ஏற்றுக் கொள்வதாக சிவகங்கையின் ஆட்சியாளர்கள் அறிவித்துள்ளனர்.

இதன்மூலமாக சிவகங்கையின் ஆட்சிக்கு உரியவர் ராணி வேலுநாச்சியார்தான் என்பதை நவாபும் ஏற்றுக் கொண்டிருக்கிறான். ஆக, வேலுநாச்சியார் மற்றும் மருதிருவரின் வருகைக்காகவும் வேலு நாச்சியார் முடிசூட்டிக் கொண்டதற்காகவும் சிவகங்கை மக்கள் கொண்டாடிய கொண்டாட்டம்தான் சிவகங்கை அரண்மனைக்குள் நடந்திருக்கிறது. அங்கே போர் நடைபெறவில்லை என்பதை நாம் இந்த ஆதாரங்களின் மூலமாக அறிந்து கொள்கிறோம். இதை இன்னும் விரிவாக அறிய அச்சூழலில் ஹுஸைன்பூராக மாற்றப்பட்ட சிவகங்கையின் நிலவரமென்ன? என்பதைப் பார்க்கலாம்.

■

2.6 ஹுஸைன்பூரின் நிலவரம்

1772ஆம் ஆண்டு முதல் 1780ஆம் ஆண்டு வரை, ஆற்காடு நவாப் ஆக இருந்த வாலாஜா முகம்மது அலி என்பவனின் மூத்த மகனான உம்தத் உல் – உம்ரா என்பவனால் சிவகங்கை ஆளப்பட்டு வந்துள்ளது. பின்னாளில் மருதுபாண்டியர்களின் இறுதிப்போர் நடந்த காலமான 1801ஆம் ஆண்டில் இவன் நோய்வாய்ப்பட்டு இறந்துவிடுகிறான். இவனது செல்லப் பெயர் குலாம் ஹுஸைன் ஆகும். இதனால், சிவகங்கையின் பெயரானது 'ஹுஸைன் பூர்' என மாற்றப்பட்டுள்ளது. அதுபோலவே இராமநாதபுரத்தின் பெயரும் 'அலி பூர்' என மாற்றப்பட்டுள்ளது. திருச்சிகூட 'நாதர் பூர்' என மாற்றப்பட்டிருக்கிருக்கிறது.

1773ஆம் ஆண்டு சிவகங்கையை ஆற்காட்டு நவாப் ஜப்தி ஏலத்திற்கு விட்டதாகவும் அதை மாத்தூர் நவாப் என்பவர் எடுத்துக் கொண்டதாகவும் துர்க்காதாஸ் எஸ்.கே.ஸ்வாமி என்பவர் எழுதி 1965ஆம் ஆண்டு வெளிவந்துள்ள 'சிவகங்கைச் சீமை' எனும் நூலில் குறிப்பிடப்பட்டுள்ளது. இன்னும் சிலரும் இவ்வாறே குறிப்பிட்டுள்ளனர். ஆனால், இதை எஸ். எம். கமால் மறுக்கிறார்.

சிவகங்கையில் தற்போதுமுள்ள அரண்மனைக்கு முன்புறமாக அப்போது ஒரு பெரிய மைதானம் இருந்துள்ளது. அம்மைதானத்தின் வடகிழக்குப் பகுதியில் புதிதாகக் கட்டப்பட்டிருந்த மாளிகையில்

நவாப் உம்தத் உல் – உம்ரா தங்கியிருந்தான். இன்று அந்த மாளிகை இடிக்கப்பட்டு அந்த இடத்தில் நவீனமுறை பல்பொருள் அங்காடி அமைந்துள்ளது.

மைதானத்தின் தென்புறம் சந்தைப்பேட்டை இருந்துள்ளது. அது இன்றும் இருக்கிறது. 'காய்கறி மார்க்கெட்' என அழைக்கப்படுகிறது. இச்சந்தைப் பேட்டையிலும் நகரைச் சுற்றியிருந்த சுங்கச் சாவடிகளிலும் மக்களிடம் வரிவசூல் செய்யப்பட்டன. வரிப்பணம் வசூல் செய்வதற்காக பட்டாணியர்கள் எனப்படும் இஸ்லாமியப் படைப்பிரிவினர் பணிகளில் அமர்த்தப்பட்டிருந்தனர். இவர்கள் மக்களிடம் முரட்டுத்தனமான முறையில் நடந்து கொள்ள உத்தரவிடப்பட்டிருந்தனர். இவர்கள் சிவகங்கை மக்கள் அறியாத பாரசீக மொழியில் அதட்டிப்பேசி மக்களை ஏவியுள்ளனர். சீருடை அணிந்திருந்த இவர்கள் தினமும் காலையில் அரண்மனைக்கு முன்பிருந்த மைதானத்தில் கவாத்துப் பயிற்சியில் ஈடுபட்டிருந்தனர். இவர்களுக்கு இப்பயிற்சியை ஆங்கிலேயர்கள் கொடுத்துள்ளனர். இக்காட்சியை சிவகங்கையிலிருந்த மக்களில் சிலர் தினமும் வந்து வேடிக்கை பார்த்துள்ளனர்.

சிவகங்கையின் நிர்வாக மொழியாக இருந்த தமிழ் மொழிக்குப் பதிலாக 'பாரசீக' மொழியானது நடைமுறைப்படுத்தப்பட்டுள்ளது. இஸ்லாமியரது 'ஹிஜிரி' ஆண்டுக் கணக்கீட்டு முறையில் தேதிகள் எழுதப்பட்டுள்ளன. முதன்முறையாக அரசு வரவு செலவுக் கணக்கினில் 'பசலி' எனும் முறை புகுத்தப்பட்டுள்ளது.

'பசலி' முறைக்குப்பின் பலவேறு வகையான வரவு செலவுக் கணக்கீட்டு முறைகள் கண்டுபிடிக்கப்பட்டு எளிமையாக்கப் பட்டிருந்தபோதும், இன்றுவரையிலும் நவாப்பின் பசலி முறையைத்தான் தமிழக அரசும் கடைப்பிடித்து வருகிறது. இதற்குக் காரணம் என்ன? நவாப்பின்மீதுள்ள விசுவாசமா? அல்லது அதற்குப்பின் அம்முறைகளை மாற்றி எளிமைப்படுத்த வேண்டும் எனும் எண்ணம் அரசிற்கு வராமலிருப்பதா?.

1772ஆம் ஆண்டிற்கு முன்புவரை, சிவகங்கையின் ஆட்சியாளர்களால் மானியங்கள் மூலமாகவும் தானமாகவும் தர்மமாகவும் பலவகையான சாசனங்கள் மூலமாகவும் ஜீவித இனாம் எனவும் மக்களுக்கு வழங்கப்பட்டிருந்த நிலங்கள் அனைத்தும் பறிமுதல் செய்யப்பட்டுள்ளன. அவைகளனைத்தும் 'கவுல் காணி' எனும் பெயரில் நவாப்பின் ஆதரவாளர்களுக்கு வழங்கப்பட்டுள்ளன. இந்தக் கவுல்காணி முறையினில் வழங்கப்

பட்ட நிலங்கள் இன்றுவரையிலும் அரசால் ரத்து செய்யப் படவில்லை என்றொரு செய்தியும் நிலவுகிறது.

அப்போது மக்களிடையே புழக்கத்தில் இருந்தது மின்னல் பணம், சுழிப் பணம், சுழிச் சக்கரம் ஆகிய சிவகங்கை மன்னரின் நாணயங்களும் போர்டோ, நோவா, பகோடா ஆகிய டச்சுக்காரர்களுடைய நாணயங்களும் ஆகும். இவைகளெல்லாம் செல்லாது எனத் திடீரென்று அறிவிக்கப்பட்டன. இதுதான் அந்தக்கால நவாப் மோடிஜியின் ஆட்சி போலும்.

ஆற்காட்டு வெள்ளி நாணயம் அதிகாரப்பூர்வமான அரசு நாணயமாக அறிவிக்கப்பட்டுள்ளது. இந்த நாணயங்களுக்கான வேறுபாடு 1:3, 1:2 மூன்றில் ஒரு பங்கு எனும் விகிதத்திலும் இரண்டில் ஒன்று எனும் விகிதத்திலும் இருந்துள்ளன.

1772ஆம் ஆண்டிலேயே சிவகங்கை மக்களிடமிருந்து மொத்தம் 5,000 பகோடா மதிப்புள்ள நகைகள் கர்னல் பாஞ் சோரால் ஆற்காட்டு நவாப்பின் படைகளால் கொள்ளை அடிக்கப்பட்டிருப்பதாக முனைவர் கு.மங்கையர்க்கரசி குறிப்பிட்டிருக்கிறார் என்பதையும் நினைவில் கொள்க.

ஊர் மக்களின் பிரச்சினைகளைத் தீர்த்து வைப்பதற்காக ஏற்கனவே இயங்கி வந்த, ஊர்ச் சபை மற்றும் நாட்டார்களது ஊர்ப் பொதுச்சபை ஆகியவை அனைத்தும் கலைக்கப்பட்டுள்ளன. நவாப்பின் அலுவலர்களான 'அவில்தார்களை' நீதிபதிகளாகக் கொண்ட பஞ்சாயத்து அமைப்புகள் உண்டாக்கப்பட்டுள்ளன. அவ்வாறு நியமிக்கப்பட்ட 'அவில்தார்' பதவி இன்றும் உள்ளது. அப்போதிருந்த தலங்காவல், தேசக்காவல் ஆகிய பாதுகாப்பு முறைகள் கலைக்கப்பட்டுள்ளன. புதிய காவல்காரர்கள் நியமிக்கப்பட்டுள்ளனர்.

இதுதான் அப்போதிருந்த சிவகங்கையின் சித்திரம். இதைத் தவிர இன்னும் கூடுதலான தகவல்கள் ஆங்கில ஆவணங்களில் இருக்கக்கூடும். இதில் ஆட்சிப் பொறுப்பு வகித்த ஆற்காட்டு நவாப் மகனுடைய நிலை என்ன?

ஊதாரி நவாப்

ஆற்காட்டு நவாப்பான வாலாஜா முகம்மது அலியின் மூத்த மகனான உம்தத் உல் – உம்ரா ஒரு ஊதாரி. தன்னுடைய சொகுசு வாழ்க்கைக்காக ஊதாரித்தனமான செலவினங்களை அதிகரித்துக் கொண்டே வந்தான். ஒருபுறம் பிரிட்டிஷ்காரக்

கம்பெனி, இன்னொருபுறம் புதுக்கோட்டை, சிவகங்கை மற்றும் தனது சொந்தப் படையினர். இவர்களைத் தாஜா செய்தால்தான் தனது ஒழுங்கீனமான, சொகுசு வாழ்க்கையினைத் தொடர்ச்சியாக நடத்த முடியும். கம்பெனியிடம் கடன் வாங்கினான் நவாப். கம்பெனியைத் தாஜா செய்வதற்காக வட்டித் தொகையினை இவனே கூடுதலாக்கியிருக்கிறான். அவனுக்கென்ன மயிரா போச்சு? மக்கள்தானே தரப் போகிறார்கள். அன்றைய நவாப் மட்டுமல்ல, இன்றைய ஆட்சியாளர்கள்கூட, அவன் சிறப்பு நீதிமன்றத்தில் தண்டனை பெற்ற குற்றவாளியாக இருந்தாலும்கூட அதிகாரத்திற்கு வந்துவிட்டால் தனது அன்றாடச் சொகுசு வாழ்விற்காகச் செலவழிக்கும் பணத்தினை எங்கிருந்து எடுக்கிறான்? மக்கள் அரசிற்கு வரியாகச் செலுத்தும் பணத்திலிருந்துதானே!

நாவாப் கட்டவேண்டிய வட்டித் தொகை அதிகமாகிறது. அதைக் கொடுக்க வேண்டுமென்றால் மக்களிடமிருந்து வசூலிக்கும் வரித் தொகையினைக் கூடுதலாக்க வேண்டும். வரித் தொகையினைக் கூடுதலாக்கினால், மக்கள் எதிர்ப்புத் தெரிவிப்பார்கள். எனவே, அவர்களை ஒடுக்குவதற்காக கூடுதலான படை தேவைப்படுகிறது. அந்தக் கூடுதலான படையினர்க்கான சம்பளம், சாப்பாடு, பராமரிப்பு, போக்குவரத்து என செலவு மேலும் கூடுதலாகிறது. எனவே கூடுதலான செலவினங்களைச் சமாளிப்பதற்கு, பாளையக்காரர்களிடமிருந்து பெறுகின்ற பேஷ்குஷ் தொகையினைக் கூடுதலாக்குவதும் மக்களிடம் வரி வசூல் செய்வதும் தவிர, வேறு வழியேதும் இல்லை. அந்தக் கூடுதலை ஏற்காத பாளையக்காரர்களையும் மக்களையும் படைகொண்டு மிரட்டித்தான் பணியவைக்க வேண்டியிருக்கிறது.

நிர்வாகச் செலவினங்கள் அதிகரித்துவிட்டன. அப்போது சிவகங்கையில் நிறுத்தப்பட்டிருந்த தனது சொந்தப் படைகளுக்கு மட்டுமல்ல, ஆங்கிலேயப் படையினருக்கும் புதுக்கோட்டைப் படைகளுக்கும் சம்பளம் வழங்க முடியவில்லை. அவர்களுக்கான சம்பளப் பாக்கியானது ஏற்கனவே கணிசமான அளவில் இருந்தது. இவ்வளவு பிரச்சினைகளும் நவாப்பிற்கு இருந்தன. இந்நிலையில் சிவகங்கையில் வாழ்ந்து கொண்டிருந்த மக்களின் நிலை எப்படியிருந்தது?

வெடிக்கக் காத்திருந்த எரிமலை

சிவகங்கையின் சொந்த ஆட்சியாளர்கள் இப்போது இங்கில்லை. அவர்கள் நாட்டைவிட்டு ஓடும் நிலை

உருவாகியிருந்தது. இதுவே மக்களுக்கு மன அழுத்தத்தினை உருவாக்கியிருக்கும். தவிர, வரிக்கட்டணங்கள் உயர்த்தப் பட்டுள்ளன. மக்களால் அதைச் செலுத்த முடியவில்லை. செலுத்தவும் மறுத்தனர்.

கடுமையான முறையில் வரி வசூல் செய்யப்பட்டன. அதற்காக மக்கள் கோபப்பட்டனர். வரி வசூலிப்பவர்க்கும் பொதுமக்களுக்கும் ஆங்காங்கே சிறுசிறு பிரச்சினைகள் உருவாக ஆரம்பித்துவிட்டன. சில இடங்களில் அடிதடித் தாக்குதல்களும் நடந்திருக்கும் வாய்ப்பிருந்துள்ளது. இருப்பவனிடமிருந்து இல்லாதவன் எடுத்துக்கொள்ளும் நிலை வந்துவிட்டது. வழிப்பறிக் கொள்ளைகள் அதிகரிக்கத் தொடங்கி விட்டன.

2017லிலும் மக்கள் சந்திக்கின்ற புதிய நாணயங்கள் அமுலாக்கம், அதிக வரி ஆகிய நிர்வாகரீதியான அரசு முட்டாள் தனங்களை 1772களிலேயே சிவகங்கை மக்கள் அனுபவித்தனர். இரண்டாண்டுகளாக மழையும் பொய்த்தது. அதனால் மகசூலும் பொய்த்தது. போதுமான உணவிற்கே பஞ்சம் வந்தது. மக்களின் பரிதவிப்பு அதிகரித்தது.

அதேபோல, நவாப்பின் சொகுசு வாழ்க்கைக்கான ஆடம்பரச் செலவினங்களும் குறையாமல் அதுவும் அதிகரித்துக் கொண்டு சென்றது. மக்கள் குமுறிக் கொண்டிருந்தனர். அரசும் மக்களது விருப்பத்திற்குகந்த அரசாக இல்லை. வாழ்வதும் சித்திரவதையாக இருந்தது. மிகக் கடுமையான போர் ஒன்று நடைபெறப்போவதிற்கான சகுனங்கள் தோன்றுகின்றன. இந்நிலையில்தான் விருப்பாச்சியிலிருந்து மருதுவின் ரகசியச் செய்திகள் மக்களை வந்தடைகின்றன. விரைவில் மாற்றம் வரும் என்கிற நம்பிக்கை மக்களிடம் உண்டாகிறது.

பின்னாளில், வேலுநாச்சிக்கும் மருது சகோதரர்களுக்கும் எதிராகப் போர்க் கொடி காட்டி, அரசுரிமையைப் பறிப்பதற்காக அலைந்து திரிந்தவர்கள், கிழக்கிந்தியக் கம்பெனிக்காரனுக்குக் காவடி தூக்கியவர்கள் அப்போதும் சிவகங்கையில்தான் வாழ்ந்து கொண்டிருந்தார்கள். ஆனால், அவர்கள், எவரும், சிவகங்கை மக்கள் வாடி வதங்கியபோது அவர்களுக்காக ஒரு துரும்பினையும் கிள்ளிப்போடவில்லை என்பதை அறிகிறோம். ஆனால், பின்னாளில், ஆங்கிலேயனிடம் மகுடத்தைப் பெற்றபோது நன்றியுணர்ச்சியால் தலையைக் குனிந்து, மண்டியிட்டுக் காலில் விழுந்து, கண்ணீர் விட்டு அழுததையும் காண்கிறோம்.

விருப்பாச்சியிலிருந்த தாண்டவராயப் பிள்ளையால் ஹைதர் அலிக்கு எழுதப்பட்ட கடிதம் மூலமாகப் பெறப்பட்ட ஆதரவு சிவகங்கைக்குக் கிடைத்தபோது தாண்டவராயப் பிள்ளை உயிரோடு இல்லை. அரசின் ஊழியராகப் பணியேற்கும் பொறுப்பு அரசரின் ஊழியர்களாக இருந்த மருது சகோதரர்களுக்கு வருகிறது. வேறுவழியில்லை. பொறுப்பினை ஏற்கிறார்கள்.

சிவங்கையினை மீட்டெடுக்க ரகசியமாகப் படை திரட்டத் தொடங்குகிறார்கள், இந்தச் செய்தி சிவகங்கை வாழ் மக்களைச் சென்றடைகிறது. மக்கள் மருதுவின் படைகளை எதிர்பார்த்துக் காத்திருந்தனர். மருதுவின் படைகளோடு இணைந்து போராடத் தயாராகயிருந்தனர். இந்தச் செய்தி மக்களிடம் சென்றதுபோலவே ஆற்காட்டு நவாப்பின் படைகளுக்கும் சென்றது. அது அவர்களுக்கும் அவர்தம் உதவியாளராக இருந்த ஆங்கிலேயப் படைகளுக்கும் கலக்கத்தினை ஏற்படுத்தியது.

போர் தொடங்கியது. சிவகங்கைக்கு வெளியே சோழ வந்தானில் தொடங்கிய போரானது கடைசிக் கட்டமாக, ஆங்கிலேய மற்றும் நவாப்பின் படைகள் மானாமதுரையில் அடிவாங்கி ஓட ஆரம்பிக்கும் வரையிலும் தொடர்ந்திருக்கிறது. இச்செய்தி ஆற்காட்டு நவாப்பின் மகனுக்கு வந்து சேர்ந்தபோது சூழலானது மாறுபட்டதொரு இறுதிக் காட்சியினை நெருங்கிவிட்டது. வேலுநாச்சியாரையும் மருது சகோதரர்களையும் வரவேற்பதற்காக சிவகங்கையின் எல்லையில் மக்கள் திரண்டு வந்தனர். உம்தத் உல்–உம்ரா வேலுநாச்சியுடன் ஒப்பந்தம் செய்துகொள்வதாக அறிவிக்கிறான். போரும் முடிவிற்கு வருகிறது. ஒப்பந்தமும் போடப்படுகிறது. போர் முடிவிற்கு வருகிறது.

போர் தொடங்கியது. ஆனால், அது மானாமதுரையோடு முடிவடைந்துவிட்டது. சிவகங்கை வரை நீளவில்லை. நீள்வதற்கான வாய்ப்புமில்லை.

போருக்கான வாய்ப்பெங்கே?

ஆனால், 1780இல் போரின் பொருட்டு சிவகங்கை அரண்மனைக்குள் சண்டை நடந்ததாகப் பெரும்பாலானோர் குறிப்பிடுகின்றனர். ஆனால் போர் நடைபெற்றதற்கான எவ்விதமான வரலாற்று ஆவணக் குறிப்பையும் அவர்கள் காட்டுவதில்லை. ஆங்கிலேயர்கள் தோல்வியடைந்துவிட்டதால்தான் இந்தப் போரை மறைத்து விட்டனர் என ஸ்ரீராம் ஷர்மா மற்றும் சில போன்றவர்கள் தொடர்ச்சியாகக் கூறிவருகின்றனர்.

இது மக்களை ஏமாற்றுவதாகும். போர் நடக்கவில்லை என்பதற்கு நேரடியான ஆவணமாக, எட்வர்டு கிளைவ் அப்போது வெளியிட்டுள்ள அறிக்கையே போதுமானது. இருப்பினும் எட்வர்ட் கிளைவின் அறிக்கை தவிர வேறு ஏதேனும் சான்று இருக்குமா எனத் தேடியபோதுதான் இன்னுமொரு ஆவணம் கிடைத்தது. அதுதான் கர்னல் வில்லியம் ஃபுல்லர்ட்டனின் கடிதம். அதில் இருப்பது என்ன?

∎

2.7 வில்லியம் ஃபுல்லர்ட்டனின் கடிதம்

கிழக்கிந்தியக் கம்பெனியின் அதிகாரி கர்னல் வில்லியம் ஃபுல்லர்ட்டன் *(Colonel William Fullarton)*. சிவகங்கை மீட்கப்பட்ட இரண்டு ஆண்டுகளுக்குப் பிறகு அதாவது, 1783ஆம் ஆண்டு அக்டோபர் மாதம் நான்காம் தேதியில் (04.10.1783) இவன் தலைமையில் ஒரு படை சிவகங்கைக்கு வருகிறது. எதற்காக வருகிறது?. வரிவசூலிக்க வருகிறது. வரிப் பாக்கியைத் தருமாறு சிவகங்கைப் பாளையத்திடம் கர்னல் ஃபுல்லர்ட்டன் கேட்கிறான். சிலபல பிரச்சினைகளுக்குப் பிறகு ஆற்காட்டு நவாப்பிற்கான வரிப்பாக்கித் தொகையாக 40,000 ரூபாய்களை சிவகங்கைப் பாளையம் அவனுக்குக் கொடுக்கிறது. அவனும் அதை வாங்கிச் செல்கிறான்.

ஏன் வரி கொடுக்க வேண்டும்?

போர் நடந்திருந்தால், அதில் சிவகங்கை வெற்றி பெற்றிருந்தால், ஆற்காட்டு நவாபிற்கு வரி கட்ட வேண்டிய அவசியமில்லாத, சுதந்திரமான தன்னாட்சிப் பாளையமாக சிவகங்கை இருந்திருக்கும். ஆனால், 1783இல் சிவகங்கைப்

பாளையம் 40,000 ரூபாய் வரி கட்டியிருக்கிறது. அப்படியானால், 1780இல் சிவகங்கைப் பாளையம் மீட்டெடுக்கப்பட்டபோது ஆற்காட்டு நவாப்பிற்கு வரி கட்டுவதாக ஒப்புக்கொண்டிருக்கிறது. அதனால்தான் வரிகேட்டு வருகிறான் ஃபுல்லர்ட்டன்.

வரி கேட்டு வரும் ஃபுல்லர்ட்டன் படையோடு வரக் காரணம் என்ன? 1780இல் ராணி வேலுநாச்சியாரிடம் ஒப்படைக்கப் பட்ட சிவகங்கைப் பாளையம் இப்போது மருது சகோதரர்கள் ஆட்சியின் கீழ் இருக்கிறது. அதை ஃபுல்லர்ட்டனே குறிப்பிடுகிறான். அம்மானையும் குறிப்பிடுகிறது. 'சிவகங்கையை ஆள்பவர்கள் மருது சகோதரர்கள்' என ந.சஞ்சீவி தனது மருதிருவர் நூலில் 342ஆம் பக்கத்தில் குறிப்பிடுகிறார்.

ஏற்கனவே தருவதாக ஒப்புக்கொண்ட வரித் தொகையினை சிவகங்கைப் பாளையம் இதுநாள் வரை கட்டாததற்கு மருது சகோதரர்கள்தான் காரணமாக இருக்க முடியும். எனவேதான் வரி வசூலிக்கப் படையுடன் வருகிறான் ஃபுல்லர்ட்டன். வாங்கினால் வரி, இல்லாவிட்டால் போர்.

ஆனால் போருக்கு வேலையில்லை. சின்னமருது கொடுக்கும் வரியை வாங்கிச் செல்கிறான். இந்தச் சம்பவத்தை அவன் தனது *"A VIEW OF THE ENGLISH INTEREST IN INDIA"* எனும் நூலில் குறிப்பிடுகிறான். கவர்னர் எட்வர்டு கிளைவிற்கு எழுதப் பட்ட கடிதங்களின் தொகுப்பாக அந்நூல் அமைந்துள்ளது. அக்கடிதத்தில் 1772ஆம் ஆண்டு நடந்த காளையார்கோவில் போரையும் நினைவு கூர்கிறான் என்பதும் முக்கியமானதாகும்.

புல்லர்ட்டரின் கடிதம் 1867

"எஞ்சியிருந்த படைகளுடன் ஆகஸ்டு 4ஆம் தேதி கிழக்கே இருபது மைல் தொலைவிலுள்ள சிவகங்கைக்குப் படையெடுத்துச் சென்றோம். சிறிய மறவர் நாட்டை ஆண்டு வந்த இரண்டு மருதுகளும் தங்களது குழந்தை அரசருடன் காளையார்கோவில் காட்டுக்குள் விரைவாகத் தப்பிச் சென்றுவிட்டார். அங்கு 10,000 பேர்களடங்கிய படையைச் சேர்த்தனர். எந்தக் கட்டுப்பாட்டுக்கும் இயங்கித் தங்கள் சொந்த இடத்திற்குத் திரும்பி வர ஒப்புக் கொண்டனர். எஞ்சியுள்ள கப்பத் தொகையை உடனே கட்ட வேண்டியது அன்றி அவர்களுடைய தலைவர்களிடம் அவர்கள் ஆட்கள் கொள்ளையடித்த பொருள்களுக்கு ஈடாக 90,000 ரூபாய் இழப்பீடு கொடுக்கும் படியும் இதற்கு அவர்கள் உடன்படவில்லையானால், உடனே அவர்களின் காடுகள்மீது படையெடுத்துக் கோட்டையை முற்றுகையிட்டு அவர்களை நாட்டைவிட்டே விரட்டி விடுவதாகவும் கூறினேன். இந்துக்கள் காலந்தாழ்த்தும்

குணமுடையவர்களாயிருந்தாலும் அவர்கள் ஏறக்குறைய 40,000 ரூபாய்களைச் செலுத்தினர். எஞ்சிய கடன் தொகைக்கு அடமானமும் கொடுத்தார்கள். இந்த உடன்படிக்கை நான்கு நாட்களில் முடிந்துவிட்டதால் அச்செய்தியை அனுப்பிவிட்டு அவர்களது சிந்தனையற்ற போக்கை, 1773இல் அதே இடத்திற்குப் படையெடுத்துச் சென்ற சூழ்நிலைகளுடன் ஒப்பிட்டுப் பார்த்து ஓரளவு உளமார்ந்த நிறைவடைந்தேன். அந்தநேரத்தில் காளையார்கோயில் கோட்டையைச் சுற்றிலும் அமைந்திருந்த காடு, வேலிகளை நம்பி உடன் படிக்கையில் இந்த அலுவலை முடிக்க எதிர்நோக்கிப் பாதுகாப்பிடத்திலே இருக்கிறோமென்றெண்ணி இருந்த அரசர் அந்த இடம் திடீரெனத் தாக்கப்பட்டபோது, அதனால் ஏற்பட்ட தாக்குதலில் கொல்லப்பட்டார். முன்பதவியாளர் பட்டறிந்த கொடுமைகளை எண்ணிப் பார்க்குங்காள், அவர்களுக்குப் பின்வருபவர் அல்லது அவருடைய அமைச்சருக்கு ஏற்ற தண்டனைக் கடுமையைக் குறைப்பதில் நான் மகிழ்ச்சியடைந்தேன்."

வில்லியம் ஃபுல்லர்ட்டனின் இக்கடிதமானது கால்டுவெல் பிஷப் எழுதிய *"History of Tiinnevelly"*எனும் ஆங்கில நூலில் பக்கம் 211–212இல் குறிப்பிடப்பட்டுள்ளது. பேராசிரியர் ந.சஞ்சீவி மற்றும் பேராசிரியர் கிருட்டிணா சஞ்சீவி ஆகியோர் தமிழில் 'திருநெல்வேலி சரித்திரம்' எனும் தலைப்பில் மொழி பெயர்த்துள்ள அந்நூலில் பக்கம் 342–343இல் இக்கடிதமுள்ளது. பேராசிரியர் ந.சஞ்சீவி தனது 'மருதிருவர்' நூலில் பக்கம் 63இல் கர்னல் புல்லர்ட்டனின் கடிதப் பகுதியை ஆங்கிலத்திலேயே அடிக்குறிப்பாகவும் (எண் 25) கொடுத்துள்ளார். முனைவர் கு. மங்கையர்க்கரசி தனது 'மருது பாண்டியர் வரலாறும் வழிமுறையும்' நூலில் பக்கம் 91இல் குறிப்பிட்டுள்ளார். மீ. மனோகரன் ஃபுல்லர்ட்டனின் ஆங்கில வாசகங்களையும் அதன் தமிழ் மொழி பெயர்ப்பையும் அதன் மூலநூலான 1867இல் *Col William Fullarton* எழுதி வெளிவந்துள்ள *"A VIEW OF THE ENGLISH INTEREST IN INDIA"* எனும் நூலிலிருந்து முதன் முதலாக எடுத்துக் காட்டி தனது "மருதுபாண்டிய மன்னர்கள்" எனும் நூலில் 133–138ஆம் பக்கங்களில் குறிப்பிடுகிறார்.

ஆக, அதுவரை ஆற்காட்டு நவாப்பால் வசூலிக்க முடியாமலிருந்த வரிப் பாக்கியை வசூல் செய்யவே கர்னல் புல்லர்ட்டன் வந்திருக்கிறான். மிரட்டியிருக்கிறான். பாதித் தொகையினையும் மீதிக்கு அடமானமும் எழுதி வாங்கிச் சென்றிருக்கிறான். அதுமட்டுமில்லாமல் அவன் 1772ஆம் ஆண்டுச் சண்டையின்போதும் ஆங்கிலேயப் படையில் இருந்துள்ளான் அல்லது அச்சண்டையைப் பற்றி அறிந்துள்ளான் என்பதையும் நாம் இக்கடிதத்தின் மூலமாக அறிந்து கொள்ள முடிகிறது.

இதுதொடர்பான ஒரு விசயத்தை இங்குக் குறிப்பிடுவது முக்கியமானது. வரலாற்றார்வலர்கள் கவனிக்க வேண்டியது.

நவாபா? ஆங்கிலேயரா?

பொதுவாகவே நவாப்பினுடனான மோதலையும் ஆங்கிலேயர்களுடனான நேரடியான மோதலாகவே குறிப்பிட்டுப் பலரும் பொருத்தமற்று எழுதியும் பேசியும் வருகின்றனர். 1772இல் காளையார்கோவிலில் நடைபெற்றது நவாப் வாடகைக்குக் கூட்டிவந்த ஆங்கிலேயப் படைகளுனுடனான மோதல்தானே தவிர, ஆங்கிலேயப் படைகளுடன் நடந்த மோதல் அல்ல. 1783இல்கூட நவாப்பிற்காக வரும் ஆங்கிலேயர்கள் தனியாகப் படை நடத்தி வருகின்றனர். ஆனால் அவர்களுடன் சண்டை ஏதும் நடைபெறவில்லை. ஆனால், அதன்பின்னர் 1801ஆம் ஆண்டு ஜூலை மாதம் 31ஆம் தேதியன்று திருநெல்வேலி மற்றும் கர்நாடகத்தின் மற்ற பகுதிகளின்மீது நவாபிடமிருந்த அதிகாரமானது கிழக்கிந்தியக் கம்பெனிக்கு ஒப்பந்தம் மூலம் அதிகாரப்பூர்வமாக மாற்றப்படுகிறது. அப்போதுதான் லூஷிங்டன் கலெக்டராக நியமிக்கப்படுகிறான். அன்றிலிருந்துதான் கம்பெனியின் நேரடியான அதிகாரமும் தொடங்குகிறது.

1801ஆம் ஆண்டில் அதிகாரத்தை கிழக்கிந்தியக் கம்பெனி நவாபிடமிருந்து பெற்றபோது அவர்களிடம் சிக்காமல் மீதமிருந்த ஒரே பாளையம் சிவகங்கை மட்டுமே. முதன்முதலாக ஆங்கிலேய ஏகாதிபத்தியத்திற்கு எதிரான அதிகாரப்பூர்வமான நேரடி மோதல் என்பது சிவகங்கையில் மட்டுமே நடைபெறுகிறது. கிழக்கிந்தியக் கம்பெனியின் அதிகாரமும் சிவகங்கை வீழ்த்தப்பட்டதிலிருந்துதான் தொடங்குகிறது.

1800–1801இல் நடைபெற்ற போர்தான் நேரடியாக ஆங்கிலேயர்களுடன் மோதிய போர் ஆகும். மற்றவையெல்லாம் ஆற்காட்டு நவாபிற்காக கூலிக்குச் சண்டையிட வந்த ஆங்கிலேயர் களுடன் நடந்த சண்டைகளே என்பதைக் கருத்தில் கொள்க. எனவே 1801க்கு முன்னர் நடைபெற்ற எந்தப் போர் மற்றும் சண்டைகளையும் ஆங்கில, பிரிட்டிஷ், வெள்ளையர் எனப் பலவாகிலும் சொல்லி அவர்களுக்கு எதிராக நடைபெற்ற போர் எனக் குறிப்பிடுவது தவறானதாகும்.

இனி கேள்விக்கு வருவோம். சிவகங்கை மீட்டெடுப்பின் போது நடந்தது என்ன? அதாவது 1780இல் நடந்தது என்ன?

என்பதுதான் நமது இரண்டாவது கேள்வி. அதற்கான பதில் "1780ஆம் ஆண்டில் சிவகங்கை ஒப்பந்தத்தின் அடிப்படையில் மீட்டெடுக்கப்பட்டுள்ளது. சிவகங்கை அரண்மனைக்குள் போர் நடைபெறவில்லை. மாறாக அங்கு போர்ச்சூழல் மாறி மீட்டெடுக்கப்பட்ட வெற்றிக் கொண்டாட்டமே நடை பெற்றுள்ளது" என்பதுதான். இதுவே வரலாற்று ஆவணங்களின் வழியாக நாம் அடைகின்ற பதில்.

∎

2.8 உண்மை எது?

நாம் எழுப்பிய இரண்டு கேள்விகளுக்கும் நமக்குக் கிடைத்துள்ள பதில்களின் மூலமாக நாமறிய வருகின்ற உண்மைகள் என்ன? 1772 சண்டையில் கலந்துகொண்ட பாஞ்ஜோர் 1775இல் இங்கிலாந்து சென்றுவிட்டான். 1780இல் சிவகங்கை மீட்டெடுப்பின்போது அரண்மனைக்குள் சண்டை நடைபெறவில்லை. ஆக, 1780இல் அரண்மனைக்குள் சண்டையுமில்லை! சண்டையில் பாஞ்ஜோருமில்லை!! அதனால்..... அதனால், குயிலியுமில்லை!!!.

1780இல் பாஞ்ஜோருடன் கடுமையான சண்டை நடந்ததாகவும் சண்டைக்கு முதல் நாள் பாஞ்ஜோரின் திட்டத்தைக் கிழவி வேசம் போட்டுக் குயிலி துப்பறிந்ததாகவும் மறுநாள் சண்டையில் ஆயுதக் கிடங்கில் குயிலி குதித்ததாகவும் குயிலிவாதிகள் சொல்கிறார்கள். முதலில் பாஞ்ஜோரே இங்கில்லை. அவன் அப்போது உலகத்திலேயே உயிரோடு இருந்தானாவென்றே தெரியவில்லை. அப்புறம் அரண்மனைக்குள் சண்டையே நடக்க வில்லை. ஒருவேளை வேறு எங்காவது சண்டை நடந்திருந்தாலும்கூட இங்கிலாந்தில் இருக்கின்ற (அல்லது இறந்துவிட்ட) பாஞ்ஜோர் சிவகங்கையில் எப்படிச் சண்டை போடுவான்?. இல்லாத பாஞ் ஜோரின் திட்டத்தை குயிலி எப்படி உளவறிந்திருக்க முடியும்? அத்திட்டத்தை முறியடிப்பதற்காக எப்படித் தற்கொலை செய்திருக்க முடியும்?.

ஆனால், ஒருவேளை, இந்தச் சம்பவத்தைக் கற்பனை செய்தவர்கள் இந்தச் சண்டையில் சாகாமல், வேறு ஏதாவது வெளியில் நடந்த சண்டையில் குயிலி செத்ததாகக் கூறியிருந்தால், சத்தியமாக நம்மால் அதை மறுத்திருக்கவே முடியாது. 1780ஆம் ஆண்டில் நவாப் ஒப்பந்தத்தின் அடிப்படையில் சிவகங்கைப் பாளையத்தை வேலுநாச்சியாரிடம் ஒப்படைத்திருக்கிறான் என்கிற வரலாற்று நிகழ்வை அறியாமலோ அல்லது மறைத்தோ இந்தச் சண்டையைக் கோர்த்ததால்தான் இவர்கள் இப்போது மாட்டிக்கொண்டு முழிக்கிறார்கள். ஆகவே, வேலுநாச்சியார், குயிலி மற்றும் பாஞ்ஜோர் ஆகியோரைக் கொண்டு 1780ஆம் ஆண்டு நடைபெற்ற சிவகங்கை மீட்டெடுப்பினை மையமாக வைத்துக் கட்டமைக்கப்பட்டுள்ள சண்டைச் காட்சிகள் அனைத்தும் முழுக் கற்பனைகளே !.

குயிலி எனும் பாத்திரம் சிவகங்கை வரலாற்றில் இடம் பெறுவதற்கான அடிப்படைக் காரணம் என்ன? அரண் மனையில் நடந்த சண்டையில் பாஞ்ஜோரின் போர்த் திட்டத்தை முறியடித்து ஆயுதக் கிடங்கினில் நெருப்பு வைத்துக் கொண்டு பாய்ந்து தற்கொலை செய்து கொண்ட சம்பவம்தான். இச்சம்பவ மில்லையென்றால் குயிலிக்கு சிவகங்கையின் வரலாற்றில் இடமில்லை. இச்சம்பவத்தைத் தவிர பிற சம்பவங்களான விருப்பாச்சியில் நடைபெறும் சம்பவங்கள் அனைத்திற்கும் எந்த ஆதாரமும் இல்லை. அப்படி இருப்பதற்கான அடிப்படைகள் எதையும் சிவகங்கை வரலாற்றில் யாரும் குறிப்பிட்டதுமில்லை.

குயிலியின் பெற்றோர், ஊர் ஆகிய அனைத்தும் இட்டுக் கட்டப்பட்டவைகளே, அல்லது வேறு யாரையும் பற்றியதே. மேலே நாமறிந்த வரலாற்றுச் சம்பவங்களோடு இணைத்துப் பேசப்படுகின்ற குயிலி எனும் பாத்திரம் சிவகங்கையின் வரலாற்றுப் பாத்திரமல்ல.

■

பகுதி-3

கற்பனைகள் உடைக்கப்பட்டபோது...

குயிலியைக் கற்பனைதான் என ஓங்கி உரைத்த "ஒப்பனைகளின் கூத்து" நூல் 18.05.2018இல் வெளிவந்து விட்டது. சரி, அதன்பிறகு என்ன நடந்தது? ஆர்வ மூட்டுகின்ற, வருத்தமடைய வைக்கின்ற, நொந்துபோக வைக்கின்ற நிகழ்ச்சிகள் பல அதிலுண்டு. மிகச் சிலர் வரவேற்று ஆதரித்தார்கள். இன்னும் சிலர் வருத்தப் பட்டார்கள். மிகப் பலர் ஆத்திரப்பட்டார்கள். மிகமிகப் பலர் மௌனமாக இருந்தார்கள். அவைகளையே நாம் இங்கு காணவிருக்கிறோம்.

ஆதரவாகவும் நூலை அவசியம் வாசிக்கக் கோரியும் வந்த கட்டுரைகள்; பத்திரிகை மற்றும் தொலைக் காட்சிகளில் வந்த நேர்காணல்கள்; ஆகியவற்றை ஆதரவுகள் எனும் முதல் பகுதியில் எழுதியுள்ளோம். வெளியில் சொல்ல முடியாத காரணங்களினால் வருத்தப்பட்டவர்களைப் பற்றி இரண்டாவது பகுதியில் எழுதியுள்ளோம். சொல்ல முடியாதவர்களாக இருந்த படியால் அவர்களையும் நாம் யார் எனச் சொல்லவில்லை.

பாஞ்ஜோர் படையெடுத்து வந்ததைப்போல நம்மீது ஆத்திரப்பட்டுப் பேசியவர்களையும் பின்னர் நவாப்பின் படைகளைப்போல வழிவிட்டு ஒதுங்கி நின்றவர்களையும் மூன்றாவது பகுதியில் எழுதியுள்ளோம். எதிலெல்லாமோ வருகிறது, என்ன வெல்லாமோ வருகிறது எனப் பேசிவிட்டு கடைசியில் கட்டுரை வகையினைக்கூடக் குறிப்பிடக் கூடாதெனும் வைராக்கியத்தோடு வெளிவந்த மானுடம் இதழ்க் கட்டுரை குறித்து நான்காவது பகுதியில் விளக்கி உள்ளோம்.

உள்ளடக்கம்
பகுதி-3

3.1 ஆதரவளித்தோர்   213
3.1.1 குங்குமம்   216
3.1.2. தினத்தந்தி   222
3.1.3. யெல்லோ லோட்டஸ் டிவி. (Yellow Lotous TV)   227
3.1.4 புதிய புத்தகம் பேசுது 228

3.2. வருத்தப்பட்டோர்   235

3.3.1. வெள்ளைக் குதிரை வீரர்கள் 239
3.3.2. மாற்றத்தை மறைத்த மானுடம்   245
3.3.3. புரட்சிகளின் புலம்பல்   253

3.1 ஆதரவளித்தோர்

ஒப்பனைகளின் கூத்து' நூலிற்கான ஆதரவைப் பகிரங்கமாக வெளியில்கூறி வரவேற்றவர்கள் மிகச் சிலரே. நூலிற்குப் பலரிடமும் விமர்சனம் கோரப்பட்டது. ஆனால் விமர்சனங்களைத் தர யாரும் முன்வரவில்லை. தாமாகவே முன்வந்து விமர்சனங்களைத் தருகிறேன் எனச் சொல்லியிருந்த சிலராலும்கூடத் தர முடியவில்லை.

நூல் வெளியீட்டு நிகழ்வினை தனது அலைபேசி மூலமாக நேரலைக் காட்சியாக ஒலிபரப்பி, நூல் குறித்த தனது கருத்துக்களை உடனடியாக ஃபேஸ்புக்கில் பதிவிட்டிருந்தவர் சிவகங்கை பழைய புத்தகக் கடை உரிமையாளர் முருகன். மறுநாளே நூல் குறித்து ஃபேஸ்புக்கில் கருத்தினைப் பதிவிட்டவர் காரைக்குடி தோழர் 'உறவு' பாலசுப்பிரமணியன். இருவருக்கும் இந்நேரத்தில் நன்றியைத் தெரிவித்துக் கொள்கிறோம்.

மருதுமோகன்

"குயிலியைப் பற்றிப் பேசுவதெல்லாம் வேஸ்ட், என்கிறார் அவர்" என்று நமது முன்காலத்து நண்பர் ஒருவர் சொன்னார். யாரவர் என நாம் கேட்டபோது அவர் சொன்ன பெயர் 'மருதுமோகன்'.

அதற்குமுன் அப்பெயரை நான் கேள்விப்பட்டதில்லை. "வேண்டு மானால் அவருக்கொரு அழைப்பிதழ் அனுப்பலாம்" என நாம் கூறியபோது நமது மேற்படி நண்பர் "ஐய்யய்யோ அதெல்லாம் வேண்டாம்" என்று கூறிவிட்டார். நாமும் அதைக் கருதவில்லை. பின்னாளில்தான் அவர் தியாகி இராமச்சந்திரன் சேர்வை அவர்களின் மகன் என்பதும் நாங்கள் கஷ்டப்பட்டுத் தேடிய தோழர் மருத்துவர் வல்லபாய் அவர்களின் சகோதரர் என்பதும் தெரிய வந்தது. மேலும் நண்பர் செழியனின் இயக்கத்தில் வெளிவந்த 'டூ லெட்' படத்தில் அவர் திரைப்படத் தயாரிப்பாளராக நடித்திருப்பதையும் காண நேர்ந்தது.

இருப்பினும் குயிலி மறுப்பை அவர் ஏற்காதவர் என்பதால் அவரை உடனே தொடர்பு கொள்ள நாம் கருதவில்லை. சந்தர்ப்பம் கிடைக்கும்போது பார்த்துக்கொள்ளலாம் என இருந்தோம். அப்போதுதான் எதிர்பாராதவிதமாக சிவகங்கையில் நடந்த பாராட்டு விழாவில் கலந்துகொண்டு பேசிய அவரது உரையைக் கேட்க நேர்ந்தது. மிகத் தெளிவாக இருந்த அவரது உரையானது குயிலி குறித்த விளக்கத்தை அவர் நிச்சயம் பரிசீலிப்பார் என நம்மைக் கருத வைத்தது. இருப்பினும் மீண்டும் ஏதாவது ஒரு சந்தர்ப்பம் கிடைக்கும்போது பார்த்துக்கொள்ளலாம் என இருந்து விட்டோம்.

இந்நிலையில் ஒருநாள் சிவகங்கை வரலாற்று ஆய்வாளரான சகோதரி கு.மங்கையர்க்கரசி அவர்களின் கணவர் அண்ணன் பேராசிரியர் கிருஷ்ணன் அவர்கள் போன் செய்து 'உங்களிடம் ஒருவர் பேச விரும்புகிறார்' எனக் கூறினார். பேசியவர் மருது மோகன். புத்தகத்தை அப்போதுதான் புரட்டிப் பார்த்த தாகவும் நிகழ்ச்சி குறித்த விவரங்களையும் அறிந்ததாகவும் கூறிவிட்டு நம்மைப் பாராட்டிய விதம் சொல்லி மாளாதது. நம்மைப் பாராட்டுவதால் அவருக்குக் கடுகளவுகூட எந்தப் பலனும் கிடைக்கப் போவதில்லை. ஆனாலும் அவர் மனந்திறந்து பாராட்டினார்.

பெருந்தன்மை உள்ள ஒரு பெரிய மனிதனரால் மட்டுமே அவ்வாறு பேச முடியும். அப்போது மட்டுமல்ல துபாயில் தமிழ்ச் சங்கத்தில் அவர் பேசும்போது 'ஒப்பனைகளின் கூத்து' நூலைப் பாராட்டி அனைவரும் வாங்கிப் படியுங்கள் எனக் கூறியிருக்கிறார். அதன்பின்னர் சிவகங்கை அரசு மன்னர் கல்லூரியில் பேசும்போதும் மறுநாள் அவரது நூலான 'மாவீரர் சசிவர்ணத் தேவர்' நூல் வெளியீட்டு விழாவில் ஏற்புரையாற்றும்போதும் நமது

நூலைப் பாராட்டிப் பேசினார். மேலும், சிவகங்கை வரலாறு குறித்து எங்கெல்லாம் பேசும் வாய்ப்புள்ளதோ அங்கெல்லாம் 'ஒப்பனைகளின் கூத்து' நூலைப் பாராட்டிப் பேசி வருகிறார். தொடர்ந்து நம்மோடு உடன்பிறந்த சகோதரர்போல் அவர் உரையாடிக் கொண்டிருப்பது இந்நூலால் நாம் பெற்ற பயன்களில் ஒன்றாகும். பிரதிபலன் பாராத அவரது பாராட்டிற்கு நாம் நன்றி செலுத்துகிறோம்.

■

3.1.1 குங்குமம்

குங்குமம் வார இதழானது நம்மை நேர்காணல் செய்தது. செய்தவர் பேராச்சி கண்ணன். ஷியாம் அவர்களின் சிறப்பான ஓவியங்களுடன் 14.09.2018ஆம் தேதியிட்ட குங்குமத்தில் அந்நேர்காணல் வெளியிடப் பட்டது. நம்மை நேர்காணல் செய்த பேராச்சி கண்ணன் நாம் ஆதாரமாகக் காட்டுகின்ற நூல்களில் ஒன்றான கேப்டன் லவ் (CaptanLove)எழுதிய 'வெஸ்டிஜஸ் ஆஃப் ஓல்டு மெட்ராஸ். பாகம் III. (vestiges of old madras, vol III)' நூல் குறித்து ஏற்கனவே அறிந்திருந்ததால் பல குறுக்குக் கேள்விகளைக் கேட்டுத் தனது நேர்காணலை சரிபார்த்துக் கொண்டார்.

இந்த நேர்காணல் வெளியானதும் குங்குமம் அலுவலகம் முன்பாக போராட்டம் நடத்தப்போவதாக ஒரு அமைப்பின் சார்பாக ஃபேஸ்புக்கில் ஒருவர் அறிவித்திருந்தார். ஆனால், அப்படி ஏதும் நடக்கவில்லை. இதழின் முதல் பக்கத்திலேயே நேர்காணலுக்கான அறிவிப்பு படத்துடன் முழுப்பக்கத்திற்கு வெளியிடப் பட்டிருந்தது.

வீரமங்கை குயிலி ஒரு கற்பனைப் பாத்திரம் எனும் தலைப்பிடப்பட்டு வரலாற்று ஆவணங்களுடன் விளக்குகிறார் சமூக ஆய்வாளர் குருசாமி மயில் வாகனன் எனும் துணைத் தலைப்புடன் பக்கம் 34 முதல் 39 வரையிலும் இரண்டு முழுப்பக்க ஓவியங்களுடன் பிரம்மாண்டமாக வெளியான நேர்காணலை முழுமையாக இங்கு தருகிறோம்.

பேராச்சி கண்ணனின் நேர்காணல்

சிவகங்கைப் பகுதியைச் சேர்ந்த அனைத்துப் பிரிவு மக்களின் உணர்வுடன் கலந்துவிட்ட பெயர் குயிலி. ராணி வேலு நாச்சியாரின் மெய்க்காப்பாளர். ஆங்கிலேயரின் ஆயுதக் கிடங்கை அழிக்கத் தன்னையே ஆயுதமாகப் பயன்படுத்திய தற்கொலை போராளி... என்று குயிலியைப் பற்றிய வீரக் கதைகள் ஏராளம்.

இதனால், குயிலுக்கு ஒரு நினைவுத் தூணையே சிவகங்கை அருகே அமைத்திருக்கிறது தமிழக அரசு.

ஆனால் "அப்படி ஒரு பெண் சிவகங்கை வரலாற்றில் இருக்க வாய்ப்பில்லை. அது கற்பனைக் கதாபாத்திரம்..." என்பதைப் பல்வேறு ஆவண ஆதாரங்களுடன் தனது "ஒப்பனைகளின் கூத்து" நூலில் அடுக்குகிறார் குருசாமி மயில்வாகனன்.

"கற்பனைகளை வரலாறுன்னு நிறுவும் போக்கை முறியடிக்கணும். கற்பனைப் பாத்திரத்தை வெச்சு சாதிகளுக்கு இடையே மோதல் வந்துடக் கூடாது. இதுக்காகத்தான் இந்த நூலை எழுதினேன்..." நிதானமாகப் பேச ஆரம்பித்தார் குருசாமி மயில்வாகனன்.

"1772இல் சிவகங்கையில் முத்துவடுகநாதர் ஆட்சி நடந்தது. அவர் கிழக்கிந்தியக் கம்பெனிக்கு வரி தரமாட்டேன்னு சொன்னார். அதனால கம்பெனியின் படைத் தளபதி ஜோசப் ஸ்மித் கிழக்கிலிருந்தும் ஆபிரகாம் பான்ஜோர் மேற்கிலிருந்தும் சிவகங்கையை நோக்கிப் படையெடுத்தாங்க.

இடையில் பேச்சு வார்த்தை நடத்த முத்துவடுகநாதருக்கு ஒரு கடிதம் அனுப்பினார் ஸ்மித். இதை முத்துவடுகநாதர் ஏத்துக்கிட்டார். இந்தத் தகவலை பான்ஜோருக்கும் அனுப்பி வைத்தார் ஸ்மித்.

ஆனா, பான்ஜோர் காளையார்கோவிலுக்குப் போய் மன்னரையும் இளையராணியையும் சுட்டுக் கொன்னுட்டு ஒன்றரை லட்சம் பக்கோடாக்களை அள்ளிட்டுப் போறார்.

இந்தச் சம்பவத்தை ரெண்டு வருஷங்களுக்குப் பிறகு லண்டனில் இருந்து வரும் 'தி லண்டன் பாக்கெட் மற்றும் தி பிரிட்டிஷ் கிரானிக்கல்' பத்திரிக்கைங்க 'சிவகங்கையில் கம்பெனி ஆட்கள் கொள்ளை அடிச்சிருக்காங்க. பெண்களைக் கொடுமைப்படுத்தி இருக்காங்க'ன்னு கண்டிச்சு எழுதினாங்க.

இதனால, கிழக்கிந்தியக் கம்பெனியின் இயக்குனர்கள்ல சிலர் கோபப்பட்டு பான்ஜோர், ஸ்மித்மீது விசாரணை நடத்தச் சொல்றாங்க. பூந்தமல்லில விசாரணை நடக்குது. இதுல பான்ஜோர் மேல சுமத்தப்பட்ட குற்றச்சாட்டை கம்பெனி ஏத்துக்கலை. ஆனா, ஸ்மித்தை குற்றவாளினு சொல்லிடறாங்க.

வருத்தமான ஸ்மித் 1775ல் இங்கிலாந்துக்குப் போனார். உடல் நலக் குறைவால் பான்ஜோரும் ஸ்மித்கூடவே தன் நாட்டுக்குப் போயிட்டார். அதாவது, 1775ஆம் வருடத்துலேயே இவங்க ரெண்டு பேரும் இங்கிலாந்துக்குப் போயிட்டாங்க. இதை *'vestigesofoldmadras, vol III'* நூல்ல கர்னல் லவ் குறிப்பிடறார்.

இதற்கிடையில் 1772ல நடந்த போரிலிருந்து தப்பிச்ச ராணி வேலுநாச்சியார், 1780இல் மருது சகோதரர்களுடன் சிவகங்கையைப் பிடிக்க படையெடுத்து வர்றாங்க. அப்ப சிவகங்கையை கர்நாடிக் நவாப்பின் மகன் ஆட்சி செய்துட்டு இருந்தார்.

ராணியின் பலத்தைப் பார்த்தவர், சிவகங்கையை அவங்க கிட்டேயே கொடுத்துட்டு வரியை மட்டும் கட்டச் சொல்றார்.

இதுதான் வரலாறு. 1780ல சிவகங்கையில் போரே நடக்கலை. இன்னொரு ஆதாரத்தையும் முன்வைக்கிறேன்.

திருநெல்வேலி சரித்திரத்தை எழுதின கால்டுவெல் தன் நூல்ல கர்னல் ஃபுல்லர்ட்டன் வரிவசூலிக்க சிவகங்கை போனப்ப எழுதிய குறிப்பைப் பதிவு செய்திருக்கார்.

பத்தாண்டுகளுக்கு முன்பு இதேபோல வந்தோம். அப்போது வரி கொடுத்திருந்தால் போரோ உயிர் இழப்புகளோ நடந்திருக்காது. இதுதான் அந்தக் குறிப்பு. மன்னர் கொல்லப்பட்ட சம்பவத்தை இது குறிப்பிடுது.

ஒருவேளை இப்ப இவங்கல்லாம் சொல்ற மாதிரி 1780ல போர் நடந்து சிவகங்கை மீட்கப்பட்டிருந்தா ஃபுல்லர்ட்டன் வரி கேட்டுப் போயிருப்பாரா? குயிலி 'வரலாறு' என்ன சொல்லுது? '1780ல் பெரிய போர் நடந்ததாகவும் அன்று பான்ஜோரின் ஆயுதக் கிடங்கை அழிக்க குயிலி தன் உடம்பில் தீயிட்டு பாய்ந்ததாக'வும்தானே சொல்லப்படுது...?

ஆனா, உடல் நலம் குன்றி 1775லயே பான்ஜோர் இங்கிலாந்து போய்ட்டதா கர்னல் லவ் சொல்றார். 1780ல போர் புரியாம ராணிகிட்ட ஆட்சியை ஒப்படைக்கிறார் நவாப்பின் மகன். இதுதான் நடந்த வரலாறு. ஆவணங்கள் முழுக்க இதைத்தான் சொல்லுது.

ஆக, குயிலி தீபாய்ஞ்சது கட்டுக் கதை. அந்தப் பாத்திரம் ஒரு கற்பனை. 1772க்குப் பிறகு போரே நடக்கலை..." என நீண்ட விளக்கம் தந்தவரிடம், 'எப்போது குயிலி பாத்திரம் உருவானது...?' எனக் கேட்டோம்.

"எனக்குத் தெரிஞ்சு முதன்முதல்ல குயிலி கதாபாத்திரத்தை எழுத்துல குறிப்பிட்டவர் முன்னாள் மத்திய அமைச்சர் ஈ.எம். சுதர்சன நாச்சியப்பன் சார்தான். அவர் 1985ல 'குயிலி எனும் கன்னிப் பெண்' எனக் குறிப்பிடறார். அப்புறம் காளையார் கோவிலைச் சேர்ந்த மு.சேகர் 'வீரம் விளைஞ்ச மண்' நூல்ல 1990ல குறிப்பிட்டார்.

இதைவச்சு வேலுநாச்சியாரின் தோழினு என்று சமஸ்தானக் கல்வெட்டுல 1992ல எழுதினாங்க. 1999ல எழுத்தாளர் ஜீவபாரதி ஒரு பத்திரிகைல வேலுநாச்சியார் கதையைத் தொடரா எழுதினார். அதுல குயிலியை ஒரு தாழ்த்தப்பட்ட பெண்ணாக உருவகப் படுத்தினார்.

இதுபத்தி இப்ப ஜீவபாரதியின் நண்பர் ஒருவர், 'குயிலி ஒரு கற்பனைப் பாத்திரம்னு தன்கிட்ட அவர் சொன்னதாகவும், தென் மாவட்டங்கள்ல மறவர் சாதிக்கும் தலித் சாதிகளுக்கும் ஒரு மோதல் இருக்கு. அதை இலகுவாக்கவே இந்தப் பாத்திரத்தை உருவாக்கியதா' – ஜீவபாரதி சொன்னதாச் சொன்னார்.

இப்ப, சிவகங்கைல இருக்கிற பட்டியல் சாதியைச் சேர்ந்த எல்லோரும் குயிலி தங்களுக்குத்தான் சொந்தம்னு தனித்தனியா உரிமை கொண்டாடறாங்க. ஒரு பட்டியல் சாதியைச் சேர்ந்தவர் எழுதிய நூலுக்கு மறுப்பு தெரிவிச்சு இன்னொரு பட்டியல் சாதியைச் சேர்ந்தவர் நூல் எழுதியிருக்கார். இப்ப சுவரொட்டி அச்சிட்டு குருபூஜை கொண்டாடும் அளவுக்கு வந்திருக்காங்க.

தவிர முக்குலத்தோரும் குயிலி தங்களைச் சேர்ந்தவர்னு பேச ஆரம்பிச்சுருக்காங்க. மொத்தத்துல ஒரு கற்பனை பாத்திரத்துக்காக சாதி மோதல் ஏற்படும் அளவுக்கு சூழல் அபாயகரமா மாறியிருக்கு.

சிவகங்கை வரலாற்றைச் சொன்ன கே.ராஜய்யன், எஸ்.எம். கமால், சஞ்சீவி மாதிரியான 15க்கும் மேற்பட்ட பேராசிரியர்கள், தங்கள் நூல்கள்ல குயிலி பத்தி குறிப்பிடலை. இதுக்குக் காரணம் அவங்களோட சாதிய மனப்பான்மைதான்னு சொல்றாங்க!

அன்னிக்கு சட்டசபைல சிவகங்கை சட்டமன்ற உறுப்பினர் குணசேகரனும் செ.குதமிழரசனும் கேட்டதால தமிழக அரசு ரூ 25 செலவுல குயிலிக்கு நினைவுத் தூண் எழுப்பியிருக்கு.

இதுபத்தி 'குயிலிக்கு என்ன ஆதாரம்'னு தகவல் அறியும் உரிமை சட்டத்துல கேட்டேன். அதுக்கு அரசு தரப்புல இருந்து 'ஆதாரம் எதுவும் இல்லை. அன்றைய முதல்வர் 110 விதியின்கீழ் பேசியதால் நிதி ஒதுக்கினோம்'னு பதில் வந்தது.

இன்னொரு விஷயம். 1990 வருட தமிழக பாட நூல்ல '1780ல் சிவகங்கையில் போர் நடக்கவில்லை'ன்னு இருந்தது. இப்ப 2018 ஆறாம் வகுப்பு சமச்சீர் தமிழ்ப்பாட நூல்ல போர் நடந்ததாகச் சொல்லி குயிலி வரலாற்றைக் குறிப்பிட்டிருக்காங்க. இதுக்கு ஆதாரம் கொடுங்கன்னு பாடநூல் கழகத்துக்கிட்ட கேட்டிருக்கிறேன்.

உடனடியா குயிலி பாத்திரம் கற்பனைனு அரசு அறிவிக்கனும். இல்லைனா ஒரு குழுவை அமைச்சு உண்மையைக் கண்டறிந்து மக்கள் கிட்ட சொல்லணும். இல்லைனா கண்டிப்பா எதிர்காலத்துல குயிலி என்கிற கற்பனைக் கதாபாத்திரம் மூலமா சாதி மோதல் தென்மாவட்டங்கள்ல வெடிக்க வாய்ப்பிருக்கு. அதைத் தடுக்கணும்..." அழுத்தம் திருத்தமாகச் சொல்கிறார் குருசாமி மயில்வாகனன்.

குங்குமம் இதழ் இந்நேர்காணலை வெளியிட்டதன் மூலமாக சிவகங்கை வரலாற்றின் பக்கம் பலரது கவனத்தையும் திருப்பி

குயிலி எனும் வேடிக்கையை உண்மை என நம்பியிருந்த பலரை அதிர்ச்சியடைய வைத்தது. நமது நூலிற்கான உழைப்பை உணர்ந்து பாராட்டி உடனடியாக இந்நேர்காணல் வரக் காரணமான குங்குமம் இதழின் முதன்மை ஆசிரியர் அன்புமிக்க சகோதரர் கே.என். சிவராமன் அவர்களுக்கு நமது மனப்பூர்வமான நன்றி.

நாம் சொல்ல வந்ததைப் பிற ஆவணங்கள் மூலமும் ஒத்துப்பார்த்து தவறில்லாமல் நேர்காணல் வெளிவருவதற்கு அக்கறை காட்டிய செய்தியாளர் பேராச்சி கண்ணன் அவர்களுக்கும் இந்நூலின் மேலட்டையில் பயன்படுத்தப்பட்டுள்ள,

"கலங்கிய விழிகளுடன் அப்பாவியாய் மலங்கமலங்கப் பார்த்தவாறு கையில் வாளேந்தி அதிர்ந்துபோய் நிற்கும் குயிலி"க்கான உருவத்தை மனம் நெகிழும் வகையில் வரைந்து தந்த ஓவியர் ஷியாம் அவர்களுக்கும் நம்முடைய மனமார்ந்த நன்றியைத் தெரிவித்துக் கொள்கிறோம்.

∎

3.1.2. தினத்தந்தி

நூல் வெளியான நான்கு மாதங்களுக்குப் பிறகு நம்முடன் தொலைபேசியில் தொடர்பு கொண்ட பிரபல கவிஞர், எழுத்தாளர் மற்றும் வரலாற்று ஆய்வாளரான அ. வெண்ணிலா பலவிதமான கேள்விகளை நூல் குறித்து நம்மிடம் எழுப்பினார். பின்னர் அவரது கட்டுரை தீபாவளியை ஒட்டி 05.11.2018ஆம் தேதியிட்ட தினத்தந்தி நாளிதழில் வெளியானது. குயிலி கற்பனை என நாம் கூறுவதை நேரடியாக ஆதரித்து அக்கட்டுரை எழுதப்படவில்லை. ஆனாலும் நமது நூலின் மையச் சரடை மிகத் தெளிவாகக் கோடிட்டுக்காட்டி, நூலின் முக்கியவத்துவத்தை மிக அழுத்தமாக அக் கட்டுரையில் சுட்டிக் காட்டியிருந்தார். குயிலி கற்பனையா வரலாறா என்ற கேள்வியை கோடிக்கணக்கான தமிழ் வாசகர்களிடம் எழுப்பியதன் மூலமாக குயிலி குறித்த நமது முடிவை உலகமறியச் செய்தார். இக்கட்டுரை வெளியானதும் தினத்தந்தியைக் கொளுத்துவோம் என ஒருவர் ஃபேஸ்புக்கில் தெரிவித்திருந்தார். ஆனால் அவ்வாறு எதுவும் நடக்கவில்லை.

அ.வெண்ணிலாவின் மதிப்புரை.

"சிவகங்கை அரசி வேலுநாச்சியாரின் தோழியாக அறியப்படுபவர் குயிலி. 18 வயது பெண். 1780ம் ஆண்டு ஆற்காடு நவாப், புதுக்கோட்டை தொண்டைமான், ஆங்கிலேயரது படைகள் ஒருபுறமாகவும், வேலு நாச்சியார், மருதுபாண்டியரது படைகள் ஒருபுறமாகவும் நின்று சிவகங்கையை மீட்டெடுக்க நடத்திய போரில் உடல் முழுக்க எரிநெய்யை பூசிக்கொண்டு ,தனக்குத் தீயிட்டபடி, அரண்மனைக்குள் இருந்த ஆங்கிலேய வெடிமருந்து கிடங்கின்மீது பாய்ந்து கிடங்கை எரித்தவர், முதல் தற்கொலைப் போராளி என குயிலி தமிழக வரலாற்றில் வேரூன்றியிருக்கிறார்.

சிவகங்கை அரசி வேலுநாச்சியாருக்காக, சூரக்குளத்தில் 2014ம் ஆண்டு 60 லட்சம் ரூபாயில் தமிழக அரசு மணிமண்டபம் அமைத்தது. மணிமண்டபத்திற்குள் ரூ 27 லட்சத்து 50 ஆயிரம் செலவில் குயிலிக்காக நினைவுச் சின்னம் ஒன்றும் அமைக்கப்பட்டது. "வேலு நாச்சியாரின் படைத் தளபதியாய் விளங்கி தன் உயிரை மாய்த்துக்கொண்ட, வீரத்தாய் குயிலி" என புகழ்ந்துரைத்து நினைவுச் சின்னம் அமைக்க ஒப்புதல் வழங்கி முன்னாள் முதல்வர் ஜெயலலிதா சட்டமன்றத்தில் அறிவித்தார். இந்த நிலையில் 'ஒப்பனைகளின் கூத்து, சிவகங்கை வரலாற்றை முன் வைத்து ஓர் ஆய்வு' என்ற நூலை குருசாமிமயில்வாகனன் எழுதி இருக்கிறார். அதில் குயிலி கதாபாத்திரம் பற்றி அவர் கூறும் தகவல் அதிர்ச்சி தரக் கூடியதாக உள்ளது.

தமிழக அரசு ரூ 27 லட்சத்து 50 ஆயிரம் செலவு செய்து நினைவுச் சின்னம் அமைத்துள்ள குயிலி என்ற வீரப் பெண்மணியின் பாத்திரமே கற்பனையென்கிறார். "சிவகங்கையின் வரலாற்று நூல்கள், கல்வெட்டுகள் எல்லாம் ஆராய்ந்து பார்த்து விட்டேன். குயிலி என்ற பாத்திரம் கடந்த 30 ஆண்டுகளாகத்தான் நம்மிடையே கருவாகி, உருவாகி, வளர்ந்து இன்று நினைவுச் சின்னம் வரை வந்திருக்கிறது என்கிறார்.

குயிலியைப் பற்றி உணர்ச்சிப் பொங்க முற்போக்கு மேடைகளில் கேட்டுப் பழகியுள்ளவர்களுக்கு குயிலி கற்பனை என்பதை ஏற்கவே முடியாது. சுகமான கனவை கலைத்துக் கொள்ள விரும்பாத குழந்தையைப் போல், அப்படியொரு பாத்திரம் நன்றாகத்தானே இருக்கிறது என்று மனம் விரும்பும். வரலாறும் புனைவும் கதைகளுக்குள் கலந்திருக்கலாம். புதினங்கள் எழுதுகிறவர்களின் கற்பனைக்கு தடையில்லை. புதினத்தில் வரலாறு இருக்கலாம். வரலாற்றுக்குள் புனைவு இருக்கக் கூடாது. சரியான வரலாற்றைச் சொல்லவில்லையென்றாலும் பரவாயில்லை.

வரலாற்றை ஒருபோதும் திரிக்கக் கூடாது. குயிலி திரிபில் வளர்ந்த பாத்திரமாகும் என்று ஆய்வாளர் கூறுகிறார்.

குயிலி எங்கிருந்து பிறந்திருக்கிறார் என காலவரிசையில் பின்னோக்கிச் சென்றிருக்கிறார் குருசாமி. சட்டமன்ற உறுப்பினர் குணசேகரன், சட்டமன்றத்தில் கோரிக்கை வைக்க ஜீவபாரதியின் 'வேலுநாச்சியார்' நூலே காரணமாக அமைந்ததாக ஒருவிழாவில் கூறியிருக்கிறாராம். ஜீவபாரதியைத் தொடர்ந்து குயிலி குறித்து ஆலம்பட்டு சோ.உலகநாதன் 'குயிலியின் தியாகத்தில் வேலுநாச்சியாரின் வெற்றி' என்றொரு நூல் எழுதி இருக்கிறார். இவர் குயிலியை ஆதிதிராவிட வகுப்பைச் சேர்ந்தவர் என்கிறார். சந்திமாவோ என்பவர், 'குயிலி ராணி வேலுநாச்சியாரின் பெண்கள் படைத் தளபதி (முதல் தற்கொலைப் போராளி) என்றொரு நூல் எழுதியிருக்கிறார். இவர் குயிலியை அருந்ததியர் சாதியைச் சேர்ந்தவர் என்கிறார். இருவரின் நூல்களும் ஆய்வு நூல்கள். ஜீவபாரதியின் நூல் புனைவிலக்கியம். புனைவிலக்கியத்தை ஆதாரமாகக் கொண்டு இவர்கள் ஆய்வு நூல்கள் எழுதியுள்ளார்கள். ஜீவபாரதியின் 'வேலுநாச்சியார்' நாவலை ஆய்வாளர்கள் தங்களின் இளமுனைவர் பட்டத்திற்காக ஆய்வும் செய்துள்ளார்கள்.

இவர்கள் எல்லோருக்கும் முன்னோடியாக காளையார்கோவில் மு.சேகர் என்பவர் எழுதிய, 'வீரம் விளைந்த சிவகங்கைச் சீமையின் செம்மண்' எனும் நூலே குயிலி பற்றி குறிப்பிடும் முதல் அச்சு நூலாகும். மு.சேகருக்கு முன்பாக முன்னாள் மத்திய இணையமைச்சர் இ.எம். சுதர்சனநாச்சியப்பன், 1985ம் ஆண்டு வெளியான காங்கிரஸ் நூற்றாண்டு மலரில் 'வரலாற்றில் மறைக்கப்பட்ட வீரமங்கை வேலு நாச்சியாரின் முதல் சுதந்திரப் போர்' எனும் கட்டுரையில் குயிலியைப் பற்றி எழுதியிருக்கிறார்.

மறவர் பெண்ணாக, அருந்ததி இனப்பெண்ணாக, ஆதிதிராவிடப் பெண்ணாக, சுதர்சனநாச்சியப்பன் தொடங்கி ஆலம்பட்டு சோ.உலக நாதன் வரை குயிலியைப் பல தெய்வத் தந்தைகள் உருக்கொடுத்து வளர்த்திருக்கிறார்கள். இதையெல்லாம்விட உச்சம், 1780ஆம் ஆண்டு நடந்த போரில் தான் நாச்சியாரைக் காக்க குயிலி தியாகம் செய்ததாக இவர்கள் எல்லோரும் எழுதியிருக்கிறார்கள். 1780ம் ஆண்டு சிவகங்கையில் போரே நடக்கவில்லை என்பதற்கான வரலாற்று ஆதாரங்களை அடுக்குகிறார் குருசாமி. 1780ம் ஆண்டு போர் ஆங்கிலேய லெப்டினன்ட் கர்னல் ஆப்ரகாம், பாஞ்சோர் தலைமையில் நடந்தது என்கிறார்கள். 1772ம் ஆண்டு சிவகங்கை அரசர் முத்துவடுகநாதரைம் அவர் இளையராணி கவுரி நாச்சியாரையும் படுகொலை செய்த சம்பவத்தினால் கிழக்கிந்தியக் கம்பெனியே அதிர்ந்துபோய் தன்னுடைய

கண்டனத்தைத் தெரிவித்ததோடு அவனைத் திரும்ப அழைத்துக் கொள்ள வலியுறுத்தியது. 1775ம் ஆண்டு பாஞ்சோர் உடல் நிலை சரியில்லாததால் லண்டனுக்குத் திரும்ப அழைத்துக் கொள்ளப்பட்டான். 1780ல் குயிலி உயிர் துறந்ததாகச் சொல்லப்படும் சிவகங்கைப் போரில் பாஞ்சோர் கலந்து கொள்ளவில்லை. வாய்மொழிப் பாடல்களில் குயிலி பற்றிய குறிப்புகள் உள்ளன என சிலர் கூறுகிறார்கள். அப்பாடல்கள் எல்லாம் சமீபகாலத்தில் இட்டுக்கட்டிப் பாடப்பட்டவை. வரலாற்று ஆதாரங்களோடு நாட்டுப்புறப்பாடல்களை ஒப்பிட்டு உண்மைகளைச் சரிபார்க்க வேண்டும். சிவகங்கையின் வரலாற்று ஆதாரங்களில் குயிலி பற்றிய குறிப்புகளே இல்லாதபோது நாட்டுப் புறப் பாடல்களை ஆதாரமாக ஏற்க முடியாது என்றும் சொல்கிறார்.

சிவகங்கைச் சீமையைப் பற்றி எழுதியுள்ள ஆங்கிலேய அதிகாரிகள் குறிப்புகளிலும் குயிலி பற்றி இல்லை. போர் நாட்களில், நாட்குறிப்புகளை எழுதுவதற்காகவே கம்பெனி நியமித்த கர்னல் ஜேம்ஸ் வெல்ஷ் குறிப்புகளில் குயிலி இல்லை.

ஓர் ஆயுதக் கிடங்கே தகர்க்கப்பட்டிருந்தால் நிச்சயம் தங்களின் மிகப் பெரிய இழப்பைக் குறிப்பிட்டிருப்பார்கள். சிவகங்கை சீமையைப் பற்றி எழுதியுள்ள ஆய்வாளர்கள் ஜெகவீரபாண்டியனார், டாக்டர்.கே. ராஜய்யன், பேரா ந. சஞ்சீவி, மீ. மனோகரன், முனைவர் கு. மங்கையர்க்கரசி, எஸ்.எம்.கமால் உள்ளிட்டோர் யாருடைய நூலிலும் குயிலி பற்றிய குறிப்புகள் இல்லை.

குயிலி கற்பனைதான் என்று சொல்ல தனக்கு யாதொரு முகாந்திரமும் இல்லையென்று சொல்லும் ஆய்வாளர், புனை விலக்கிய எழுத்தாளர்களின் கற்பனையில் உதித்த குயிலி நம் கதைகளில், வாழ்வில் உலாவருவதற்கு யாதொரு ஆட்சேபனையும் தெரிவிக்கவில்லை. வேலு நாச்சியாரின் தோழியாக அரசாங்கத்தால் நினைவுச் சின்னம் வைக்கப்பட்டிருக்கும்போது, வரலாற்று ஆதாரம் வேண்டுமென்கிறார். எழுதப்படாத வரலாறுகளைவிட திரிக்கப்படும் வரலாறுகள் சமூகத்திற்கு ஆபத்தானவை. திறந்த மனதுடன் குயிலியைப் பற்றி தமிழ்ச் சமூகத்தின் ஆய்வாளர்கள் உண்மைகளைப் பேச வேண்டிய நேரமிது என்பதையே நூல் கோருகிறது.

ஆ.வெண்ணிலா அவர்களுக்கும் தினத்தந்தி நாளிதழுக்கும் நாம் நன்றியைத் தெரிவித்துக் கொள்கிறோம்.

∎

3.1.3. யெல்லோ லோட்டஸ் டிவி.
(Yellow Lotous TV)

மருதிருவர் மற்றும் ரேகை ஆகிய ஆவணப் படங்களின் இயக்குனரும் நண்பருமான தினகரன் ஜெய், யெல்லோ லோட்டஸ் டிவி *(Yellow Lotous TV)* எனும் யூ டியூப் *(You Tube)* சேனல் மூலமாகத் தனது வேலை நெருக்கடிகளுக்கு இடையிலும் இரண்டு முறை நம்முடைய விரிவான நேர்காணலை எடுத்து வெளியிட்டார். 06.08.2018 அன்று சுமார் 21 நிமிடங்கள் கொண்ட முதல் நேர்காணலும் 04.02.2019 அன்று சுமார் 40 நிமிடங்கள் கொண்ட இரண்டாவது நேர்காணலும் ஒளிபரப்பாயின.

பலதரப்பட்ட கோணங்களில் எழுப்பப்பட்ட அவரது கேள்விகளானது பல கோணங்களில் குயிலியைக் கற்பனை என்பதை விளக்குவதற்கான கூடுதலான வாய்ப்புகளை நமக்கு வழங்கின. அதுமட்டுமல்லாமல் சிவகங்கை வரலாறு குறித்த பலரது சந்தேகங்களையும் நிவர்த்தி செய்தன.

■

3.1.4 புதிய புத்தகம் பேசுது

பாரதி புத்தகாலயம் நடத்துகின்ற புதிய புத்தகம் பேசுது இதழ் நூல் மீதான விமர்சனத்தை 2019 ஜூன் இதழில் வெளியிட்டுள்ளது. பிரபல எழுத்தாளர் முகில் இவ் விமர்சனத்தை எழுதியுள்ளார். நூலின் கண்ணோட்டத்தை முழுமையாக உள்வாங்கிய வகையில் அவ்விமர்சனம் அமைந்து இருந்தது. பலரது பாராட்டையும் பெற்றது.

முகிலின் மதிப்புரை.

"எது நடந்ததோ அது நன்றாகவே நடந்தது என்பது கீதையின் வாக்கு. எதெல்லாம் நடக்க வில்லையோ, அது நன்றாகவே நடந்ததாகப் புனையப் பட்டிருக்கிறது என்பது இந்தப் புத்தகத்தை எழுதிய தோழர் குருசாமி மயில்வாகனனின் வாதம்.

ஒப்பனைகளின் கூத்து – சிவகங்கை வரலாற்றை முன்வைத்து ஓர் ஆய்வு. இதுதான் நூலின் அட்டை முன் வைக்கும் செய்தி. சிவகங்கைச் சீமையின் வரலாற்றைச் சொல்லும் முக்கியமான புத்தகங்கள் குறிப்பிடத் தகுந்த அளவில் வெளிவந்திருக்கின்றன. அந்தப் புத்தகங்கள் எல்லாம் சிவகங்கையின் வரலாற்றைத்

தகுந்த ஆதாரங்களுடன் தாம் பேசுகின்றனவா என்று தனது ஆய்வை ஆழமாகவே மேற்கொண்டிருக்கிறார் ஆசிரியர்.

சிவகங்கையின் வரலாறு முக்கியத்துவம் பெறுவது 1750களில் தொடங்கி சின்ன மருது தூக்கிலிடப்பட்ட 1801 வரையிலான காலகட்டம். அந்தக் காலகட்டத்தில் முக்கியமாகப் பேசப்பட வேண்டிய வரலாற்று மாந்தர்கள் முத்துவடுகநாதர், வேலுநாச்சியார், வெள்ளச்சி, பெரிய மருது, சின்ன மருது மற்றும் குயிலி.

யார் இந்தக் குயிலி?

1780-ல் ஆற்காடு நவாப், புதுக்கோட்டை தொண்டைமான், ஆங்கிலேயரது படைகள் ஒருபுறமாகவும், வேலுநாச்சியார், மருது பாண்டியரது படைகள் ஒருபுறமாகவும் நின்று போர்புரிந்தன. இழந்த சிவகங்கையை மீட்டெடுக்கும் போரில் வேலு நாச்சியார் ஈடுபட்டிருந்தபோது, சிவகங்கை அரண்மனைக்குள் இருந்த ஆங்கிலேயரின் ஆயுதக்கிடங்கினில் தனது உடலெங்கும் நெய்பூசி, நெருப்பு வைத்துக் கொண்டு குதித்த ஒரு தற்கொலைப் போராளியாக, வீரத்தியாகியாக அறியப்பட்டிருப்பவள்தான் குயிலி. வேலுநாச்சியாரின் தளபதியாகவும், தாழ்த்தப்பட்ட சாதியைச் சேர்ந்தவளாகவும் கூறப்படுகிறாள்.

குயிலி மறத்தி என்றும், ஆதி திராவிடப் பெண் என்றும், அருந்ததியப் பெண் என்றும், தேவேந்திர குல வேளாளப் பெண் என்றும் குறிப்பிட்டு நூல்களும், இணைய தளங்களும் உரிமை கோருவதை ஆசிரியர் குறிப்பிட்டிருக்கிறார். ஆனால், இந்த நூலைப் பொருத்தவரையில் ஆசிரியரின் நோக்கம் குயிலி எந்த சாதியைச் சேர்ந்த பெண் என்று ஆராய்வதும், குறிப்பிட்ட ஒரு சாதியைச் சேர்ந்த பெண் என்று நிறுவுவதும் அல்ல. சிவகங்கையின் வரலாற்றில் குயிலியின் பங்களிப்பாக என்ன இருந்தது என்று ஆராய்வது. இன்னும் விளக்கமாகச் சொல்வதென்றால், குயிலி என்ற பாத்திரம் உண்மையாகவே வரலாற்றில் இருந்ததற்கான ஆதாரங்கள் உள்ளனவா? அப்படிச் சொல்லும் ஆதாரங்களின் நம்பகத்தன்மை என்ன? எவை நிஜம்? எவையெல்லாம் புனைவு? இருக்கின்ற ஆதாரங்களின்படி எது மெய்யான வரலாறாக இருக்கக்கூடும்? இந்தக் கேள்விகளின் அடிப்படையில் தன் ஆய்வை மேற்கொண்டு, புத்தகமாக்கியிருக்கிறார் ஆசிரியர்.

'சிவகங்கை வரலாற்றுச் சான்றுகளில் கிடைத்ததைவிடவும்

கிடைத்தவற்றில் சிதைக்கப்பட்டவையும் திருத்தப்பட்டவையுமே அதிகமாகும்' என்று கூறும் ஆசிரியர் அதற்கான வலுவான வாதங்களையும் நூல் முழுக்கவே முன்னெடுத்து வைக்கிறார். சிவகங்கை குறித்து இதுவரை வந்த வரலாற்று ஆய்வு நூல்களைப் பட்டியலிட்டு அந்த நூல்களின் சிறப்புகளைப் பேசுகிறார். அதேசமயம் சிவகங்கை குறித்து வெளியாகியிருக்கும் வரலாற்றுப் புனைவு நூல்களையும் பட்டியலிடுகிறார். என்னென்ன விதத்தில் அந்த நூல்களில் வரலாறானது திரிக்கப்பட்டிருக்கிறது, கற்பனையாகப் புனையப்பட்டிருக்கிறது என்று தனது கருத்துகளை மிகத் தெளிவாக, தகுந்த சான்றுகளுடன், விரிவாகவே முன் வைக்கிறார்.

குறிப்பாக, ஆலம்பட்டு சோ. உலகநாதன் என்பவர் எழுதிய 'குயிலியின் தியாகத்தில் வேலு நாச்சியாரின் வெற்றி', சந்திமாவோ என்பவர் எழுதியிருக்கும் 'குயிலி: இராணி வேலு நாச்சியாரின் பெண்கள் படைத்தளபதி' மற்றும் கே.ஜீவபாரதி எழுதிய 'வேலு நாச்சியார்' ஆகிய புத்தகங்கள், ஆசிரியரால் இந்த நூலில் விவாதத்துக்கு எடுத்துக் கொள்ளப்பட்டிருக்கின்றன. இந்த மூன்று நூல்களும் குயிலி குறித்து உண்டாக்கியிருக்கும் கற்பனை பிம்பங்களைத் தவிடுபொடியாக்கும் முயற்சிகளை நூலாசிரியர் மேற்கொண்டிருக்கிறார். அதைச் செவ்வனே செய்திருக்கிறார்.

'கே. ஜீவபாரதியின் வேலு நாச்சியார் நாவலில் பெண்ணியச் சிந்தனைகள்' என்ற தலைப்பில் ஓர் ஆய்வை மு. கீதா என்பவர் மேற்கொண்டிருக்கிறார். அதனுள் 'வேலு நாச்சியார் நாவலில் கதை மாந்தர்களின் பண்புகள்' என்றோர் இயல் இருக்கிறது. அதில் சிலம்பு வாத்தியார் வெற்றிவேல், கவிஞர் வைரவன், மருதாயி போன்ற பாத்திரங்களைக் கற்பனையாக ஜீவபாரதி படைத்திருப்பதாகக் குறிப்பிடப்பட்டிருக்கிறது.

சிலம்பு வாத்தியார் வெற்றிவேல், வேலு நாச்சியாருக்கு எதிராகத் துரோகம் செய்வதை அறிந்ததும், குயிலி வாத்தியாரது தலையை எடுப்பதாக ஜீவபாரதி புனைவு எழுதியிருக்கிறார். வெற்றிவேல், குயிலியால் கொல்லப்பட்டதைத் தொடர்ந்து சிவகங்கையில் சாதிக்கலவரம் மூண்டதாக சோ. உலக நாதனும் சந்திமாவோவும் தத்தமது நூல்களில் 'வரலாறு' எழுதியிருக்கின்றனர். கற்பனையான ஒரு பாத்திரத்தைக் கொன்றதற்காக, நிஜத்தில் சாதிக்கலவரம் உண்டாகுமா என்பது நூலாசிரியர் அழுத்தமாக எழுப்பும் கேள்வி.

சந்திமாவோ ஒரு வாய்மொழிப்பாடலைத் தரவாகக் கொண்டு குயிலியின் வயது 18 என்கிறார். அதாவது 1780–ல் தற்கொலைப் போராளியாக குயிலி தன் உயிரை மாய்த்துக் கொண்டபோது அவளது வயது 18. எனில், குயிலி 1762–ல் பிறந்திருக்க வேண்டும். சிவகங்கையில் முதல் போர் நடந்தது 1772–ல். அப்போதே வேலு நாச்சியாரின் மெய்க்காப்பாளினியாக விருப்பாச்சிக்கு குயிலி சென்றதாக வரலாறு உரைக்கப்படுகிறது. அப்போது குயிலிக்கு வயது 10. 'உடையாள்' என்ற பெண்கள் படைப்பிரிவின் தளபதியாக 12 அல்லது 13 வயதிலேயே குயிலி பொறுப்பேற்றிருக்க முடியுமா?

இவையெல்லாம் 'குயிலி'யின் இருப்பைச் சந்தேகம் கொள்ளச் செய்வதாக நூலாசிரியர் குறிப்பிடுகிறார். குயிலி குறித்த முதல் அச்சுத் தகவல் 1990–ல் வெளிவந்த மு. சேகர் என்பவர் எழுதிய, 'வீரம் விளைந்த சிவகங்கைச் சீமையின் செம்மண்' என்ற நூலில் இடம்பெற்றிருக்கிறது. '...அங்கிருந்து மேல்மாடத்தை குயிலி எனும் வீரப்பெண் அடைந்து தன்மீது நெய்யூற்றித் தீயிட்டுக்கொண்டு, கும்பெனியார் குவித்து வைத்துள்ள வெடிமருந்துமீது குதித்துவிடுவதென்றும்...' என்று அந்த நூலில் எழுதப்பட்டிருக்கிறது. குயிலி குறித்த செய்திக்காக மு.சேகர் சொல்லும் தரவு – முத்துக்காளை சுவாமிகளின் 'வேலுநாச்சியா வீரச்சக்கரம்'. அப்படி ஒரு நூலோ, ஆவணமோ, ஓலைச்சுவடியோ எங்கும் இல்லை என்கிறார் ஆசிரியர். 'முத்துக்காளைப் புலவர் யார்? வேலுநாச்சியார் வீரசக்கரம் என்பது ஒரு நூலா? ஏட்டுப்பிரதியா? உரைநடையா? பாடல்களா? எந்த ஆண்டு வெளிவந்தது? என்பது போன்ற விவரங்களை மு. சேகரது நூலிலிருந்து அறிய முடியவில்லை. மு. சேகரின் நூல் தவிர வேறு எந்த நூலிலும் இப்படிப்பட்ட தலைப்பு கொண்ட நூல் குறிப்பிடப்படவில்லை' என்று ஆசிரியர் கேள்வி எழுப்புகிறார். தவிர, வேறு தரவுகள் கொண்டு மு. சேகரின் பதிவுகள் புனைவு என்று நிரூபிக்கிறார். குயிலி என்ற பாத்திரம் வரலாற்றில் இருந்ததையும், அவள் தாழ்த்தப்பட்ட சாதியைச் சேர்ந்த பெண் என்பதையும் கே. ஜீவபாரதி இதுவரை எழுத்துபூர்வமாக வெளியிட்டதில்லை என்பதையும் ஆசிரியர் எடுத்துரைக்கிறார்.

1772 காளையார்கோயில் படுகொலைகளுக்குப் பிறகு நடந்தது என்ன? 1780 சிவகங்கை மீட்டெடுப்பின்போது நடந்தது என்ன? இந்த இரண்டு கேள்விகளின் மூலம், இவை குறித்து இருக்கும் ஆதாரபூர்வமான வரலாற்றுத் தரவுகள் மூலம் குயிலி

என்பதே கற்பனைக் கதாபாத்திரம்தான் என்று நூலாசிரியர் தெளிவாக நிறுவுகிறார்.

வரலாற்றுப் புனைவாளர்கள், ஆங்கிலேய கர்னல் பாஞ் ஜோரை 1780 சிவகங்கை மீட்டெடுப்புப் போரின் ஆகப்பெரிய வில்லனாகச் சித்தரித்துள்ளார்கள். பாஞ்ஜோரை வேலுநாச்சியார் கைது செய்வதென்று போர்த்திட்டம் வகுக்கப்பட்டதாகவும், பாஞ்ஜோர் கைத்துப்பாக்கியால் வேலு நாச்சியரைச் சுட்டதாகவும், அதைத் தனது இரண்டு கைகளிலும் வாளேந்தி, ஒரு குண்டுகூடத் தன்னைத் தீண்டாது தடுத்ததாகவும் மு. சேகர் எழுதியிருக்கிறார். பாஞ்ஜோர் துப்பாக்கியால் சுட்ட குண்டு வேலு நாச்சியாரை உரசிச் சென்றதாகவும், வேலு நாச்சியார் தூணில் மறைந்து கொண்டு தப்பித்து அவனது குண்டுகளை வீணடித்ததாகவும், இறுதியில் வாளேந்தி இருவரும் சண்டையிட்டதாகவும், மண்டியிட்ட அவனை பின் வேலு நாச்சியார் மன்னித்துவிட்டதாகவும் ஜீவபாரதி நாவல் எழுதியிருக்கிறார். ஆயுதக் கிடங்கினுள் உள்ள ஆயுதங்களை எடுத்துத் தாக்குங்கள் என்ற பாஞ்ஜோர் கடைசியில் உயிர்ப்பிச்சை கேட்டுத் தப்பித்தான் என ஆலம்பட்டு சோ. உலகநாதன் குறிப்பிடுகிறார்.

இதில் உண்மை என்னவென்றால், 1775–லேயே கர்னல் பாஞ்ஜோர், தன் உடல்நிலை காரணமாக இங்கிலாந்துக்குத் திரும்பியதற்கான தெளிவான ஆதாரங்கள் இருக்கின்றன. அவன் மீண்டும் இந்தியாவிற்குத் திரும்பவில்லை. 1780–ல் பாஞ் ஜோர் சிவகங்கையில் பொறுப்பிலேயே இல்லை. இல்லாத ஒரு கர்னலுடன் வேலு நாச்சியார் எப்படிச் சண்டை போட்டிருக்க முடியும்?

தவிர, 1780–ல் சிவகங்கை அரண்மனையை மீட்க அங்கே வைத்து எந்த ஒரு போரும் நடக்கவில்லை என்பதையும் பல வரலாற்றாளர்கள் தெளிவாகக் குறிப்பிட்டிருக்கிறார்கள். ‘ஆங்கிலேயர்கள் இராமநாதபுரத்தைப்போல சிவகங்கையையும் தமது நட்பு நாடாக வைத்துக்கொள்ள விரும்பினர், அதனால், ராணி வெள்ளச்சி நாச்சியார் திண்டுக்கல்லிலிருந்து வரவழைக்கப்பட்டு கி.பி. 1780–ல் ஆட்சியாளராக அமர்த்தப்பட்டார்’ என்று நாச்சியாரின் சம காலத்தில் வாழ்ந்ததாகக் கருதப்படும் பாதிரியார் பௌச் குறிப்பிடுகிறார். ஆற்காடு நவாபால் சிவகங்கை மக்களிடம் வரியாக தம்படிகூட வசூலிக்க இயலவில்லை. அவர்கள் தங்கள் அரசிக்கு மறைவாகத் திறைப்பணம் அனுப்பி வந்தார்கள். கடைசியில் வேறுவழியில்லாமல் நவாப் மறவர் நாடுகளைத்

திருப்பிக் கொடுத்துவிட நேர்ந்தது என்று பேராசிரியர் ந. சஞ் சீவி குறிப்பிடுகிறார்.

'மருது சகோதரர்கள் சிவகங்கையில் நுழைந்தவுடன் உள்ளூர் மக்கள் அவர்களுடன் சேர்ந்துகொள்ள கலவரம் பரவியது. கட்டுப்பாடற்ற நவாப்பின் படைகளால் சிறு எதிர்ப்பைக்கூட காட்ட முடியவில்லை' என டாக்டர். கே. ராஜய்யன் தனது *Rise and Fall of the Poligars of Tamilnadu* நூலில் குறிப்பிடுகிறார். 'ஆற்காடு நவாபு படைகளின் எதிர்ப்பில்லாமலேயே மருது சகோதரரும் வேலு நாச்சியாரும் சிவகங்கைக்குள் புகுந்தனர்' என முனைவர் மங்கையர்க்கரசி தனது மருது பாண்டியர் வரலாறும் வழிமுறையும் நூலில் தகுந்த ஆதாரங்களுடன் குறிப்பிட்டுள்ளார்.

ஆக, 1780–ல் சிவகங்கையில் வைத்து போரே நடைபெறவில்லை. அப்படி போர் நடந்திருந்து சிவகங்கைப் படைகள் வெற்றி பெற்றிருந்தால் சிவகங்கைப் பாளையமானது ஆற்காட்டு நவாபுக்குக் கப்பம் கட்ட அவசியமில்லாத, சுதந்தரமான, தன்னாட்சிப் பாளையமாகத்தான் இருந்திருக்கும். ஆனால், 1780—லேயே சிவகங்கைப் பாளையமானது ஆற்காட்டு நவாப்புக்குக் கட்டம் கட்டுவதாக ஒப்புக்கொண்டிருக்கிறது என்று ஆதாரங்களுடன் தெளிவாக நிறுவுகிறார் நூலாசிரியர்.

1780–ல் நடக்காத போரில், முதல் தற்கொலைப் போராளியாக நிறுவப்படும் குயிலியின் பங்கு என்ன என்பதே ஆசிரியர் எழுப்பும் அழுத்தமான கேள்வி. சிவகங்கை வரலாற்றைத் தக்க தரவுகளுடன் பதிவு செய்துள்ள பேராசிரியர் ந. சஞ்சீவி, டாக்டர் கே. ராஜய்யன், மீ. மனோகரன், முனைவர் கு. மங்கையர்க்கரசி, எஸ். எம். கமால் உள்ளிட்ட முக்கியமான வரலாற்றாசிரியர்கள் எவருமே 'குயிலி' குறித்து ஒரு வார்த்தைகூட பதிவு செய்யவில்லை என்பதையும் ஆசிரியர் சுட்டிக்காட்டுகிறார். 'குயிலி கற்பனை என்பதை இந்நூலின் மூலமாக நிறுவியிருக்கின்ற ஆதாரங்களை, நேர்மையாக மறுக்க முன்வருபவர்களையே தமிழக வரலாற்றாய்வுலகம் எதிர்பார்த்துக் காத்திருக்கிறது' என்று நேரடியாக அழைப்பும் விடுக்கிறார்.

சாதி, மதம் போன்ற பிரச்னைகளினால், பல நூல்கள் குறித்த விமரிசனங்கள் பதிவாகாமல் தயங்கி நிற்கின்றன அல்லது மறைக்கப்படுகின்றன. வரலாற்று உண்மைகளை நேரடியாக முன்வைப்பதின் மூலமாக அத்தயக்கத்தை உடைக்க இந்நூலானது முயற்சி செய்கிறது. ஒப்பனைகளின் கூத்து என்பது இந்த ஆய்வு நூலுக்கு மிகப்பொருத்தமான தலைப்பு.

இன்னும் பல்வேறு வரலாற்றுப் புனைவுகளைத் தோலுரிக்கும் பல 'ஒப்பனைகளின் கூத்து' நூல்கள் வர வேண்டும். அதுவே காலத்தின் தேவை. உண்மையான வரலாறுகளே நம் தேவை. அதற்கு ஆய்வாளர்கள், நூலாசிரியர்கள் வரலாற்றுக்கு உண்மையாக இருக்க வேண்டியதும் தேவை."

■ ■ ■

– தகவல்களை ஆய்வு செய்து பல்வேறு தலைப்புகளில் நூல்களை எழுதிவரும் எழுத்தாளர் முகிலின் விமர்சனம் முற்போக்கு முகாம்களிடையே குயிலி கற்பனை என்பதைக் கொண்டு சென்றது. எழுதிய முகிலுக்கும் வெளியிட்ட 'புதிய புத்தகம் பேசுது' இதழின் பொறுப்பாசிரியர் பிரதியா ஜெயச்சந்திரன் அவர்களுக்கு நன்றி.

இவை தவிர, ஃபேஸ் புக் மற்றும் தொலைபேசி மூலமாகவும் நமது கருத்திற்கு ஆதரவு தெரிவித்த முன்பின் அறியாத மற்றும் அறிந்த பலருக்கும் இந்நேரத்தில் எமது நன்றியினைத் தெரிவித்துக் கொள்கிறோம்.

■

3.2. வருத்தப்பட்டோர்

பட்டியல் சாதியினரின் பெருமைக்கான ஒரு வரலாற்றுப் பாத்திரமாகக் குயிலி இருப்பதால் அது கற்பனையாகவே இருந்தாலும்கூட, ஒடுக்கப்பட்ட மக்களுடைய வரலாற்றுப் பெருமைக்கு ஒரு அடையாளமாக அவள் அப்படியே இருந்து விட்டுப்போகட்டும்; அதைக் கற்பனை என்பதை ஆதாரங்களுடன் விரிவாகப் பேசிக் காலி செய்ய வேண்டாம்; கற்பனை என்ற உங்களின் கருத்து பட்டியல் சாதியினருடனான இணக்கத்தைக் குறைத்துவிடும்; அவர்களை நம்மிடமிருந்து தனிமைப்படுத்திவிடும், என பல நண்பர்கள் மற்றும் சில தோழர்கள் உண்மையாகவே நம்மிடம் வருத்தப்பட்டனர். இன்னும் சிலர், பட்டியல் சாதியினர்மீது மிகவும் அக்கறை கொண்டவர்களாகத் தங்களைக் காட்டிக் கொள்வதற்காகவே வருத்தப்பட்டனர். நாம் விளக்கிச் சொல்லியதும் என்மீது வருத்தப்பட்டுவிட்டு, 'உங்களுக்கு இது தேவையில்லாதது' எனக் கூறி நெளிந்தார்கள்.

இதில் வருத்தப்பட ஏதுமில்லை நண்பர்களே!. ஒரு கற்பனையை உண்மை எனத் தவறாகக் கருதிக் கொண்டிருக்கும் அறியாமைத்தனத்திலிருந்து அவர்களை மீட்டெடுத்ததற்காக நீங்கள் மகிழ்ச்சி கொள்ளவே வேண்டும். உண்மையில் பட்டியல் சாதியினரின் பெருமைகள் குறித்து நீங்கள் அக்கறை

கொள்பவர்களாக இருந்தால் அல்லது அவ்வாறு காட்டிக் கொள்ளவேண்டிய நிர்ப்பந்தத்தில் இருந்தால் புனைவுகளில் பெருமை தேடாதீர்கள் என அவர்களிடம் அறிவுறுத்துங்கள். அதைவிடுத்து வீண் கவலையுடன் கண்ணீர் விடுவதில் எந்தப் பலனும் ஆகப் போவதில்லை. உங்களது கண்ணீரை அவர்கள் நம்பப் போவதுமில்லை.

■

3.3. ஆத்திரப்பட்டோர்

குயிலி கற்பனையாகவே இருந்தால் உங்களுக்கென்ன? நாட்டில் எவ்வளவோ பிரச்சினைகள் இருக்கின்றன. "ஆகக் கடைசியிலிரு"க்கும் அவர்களின் பெருமிதத்திற் கானதாக அது இருந்துவிட்டுப் போகட்டும். நீங்கள் அதை விட்டுவிடுங்கள் எனச் சிலர் நம்மீது கோபத்துடன் ஆத்திரதைக் காட்டினர்.

குயிலியைத் திருவுருவாக வைத்து தமிழக மக்களையும் குறிப்பாகச் சில பட்டியல் சாதிப் பிரிவு மக்களையும் ஏமாற்றிக் கொண்டிருந்த பிழைப்புவாதக் கும்பல்களுக்கு குயிலி குறித்த உண்மையானது கடும் ஆத்திரத்தை ஏற்படுத்தி விட்டது. இதை நாம் எதிர்பார்த்தே இருந்தோம். ஆதி திராவிட (பறையர்) மற்றும் அருந்ததி (சக்கிலியர்) சாதியினரில் சிலர் முகநூலில் நம்மைக் கடுமையாகத் திட்டித் தீர்த்தனர். நம்மைப் பல்வேறு சாதிகளைக் குறிப்பிட்டும் திட்டித் தீர்த்தனர். பின்னர் சிலர் தொலைபேசியிலும் எச்சரிக்கப் பார்த்தனர்.

"பார்த்து இருந்துக்குங்க" என ஒருவர் மிரட்ட முயன்றார். வழக்குத் தொடுக்கப்போவதாகப் பயமுறுத்திக்கொண்டே இருந்தார். ஆனால், தொடர்ச்சியாக நாம் கூறிய விளக்கங்களுக்குப் பிறகு அவர்களில் சிலர் விவாதத்தைக் கைவிட்டனர். சிலர் வேறொரு பக்கம் கவனத்தைத் திசை திருப்ப முயற்சித்தார்கள். தொடக்கத்தில் வீர வசனம்

பேசியவாறு முகநூலில் படை திரண்டு வந்த குயிலிவாதிகள் பின்னர் சிறிதுசிறிதாகப் பின் வாங்கினார்கள். இறுதியில் காணாமல் கரைந்து போயினர். மிஞ்சிய சிலர் "தகுந்த ஆதாரங்களைத் தேடிக் கொண்டிருக்கிறோம், அவைகள் கிடைத்ததும் உன்னைக் கவனித்துக் கொள்கிறோம். அதுவரையிலும் பிழைத்துப் போ" என நம்மை மன்னித்து விட்டிருக்கிறார்கள்.

∎

3.3.1. வெள்ளைக் குதிரை வீரர்கள்

'ஒப்பனைகளின் கூத்து' நூல் ஜூன் 16இல் வெளிடப்பட்டதும் ஃபேஸ்புக்கில் அது குறித்த செய்திகளைத் தொடர்ச்சியாக வெளியிடத் தொடங்கினோம். வெள்ளைக் குதிரை இதழின் ஆசிரியரும் ஆனந்தவிகடன் இதழ் வழங்குகின்ற சமூகச் செயற்பாட்டாளர் விருது பெற்றவரும் ஈரோடு பெருந்துறையைச் சேர்ந்தவருமான கவிஞர் ம.மதிவண்ணன் ஜூன் 21ஆம் தேதி முகநூலில் எதிர்வினையாற்றினார். மேலே காட்டப் பட்டுள்ள எதிர்வினையானது அவர் நமது சாதியைச் சுட்டி இழிவுபடுத்தக் கருதுவதைக் காட்டும் முயற்சிப்பதாக இருந்தது. பலவிதங்களில் அவர்கள் நம்மை விமர்சித்திருந்தாலும் சாதியைக் குறிப்பிட்டுக் கூறப்பட்ட விமர்சனத்தை மட்டும் இங்கு பதிவு செய்யக் காரணம், இவர் விகடனின் சிறந்த சமூகச் செயல்பாட்டாளர் விருதை வாங்கியவர் என்பதால் தான். அதற்கான மறுப்புகளை நாம் தெரிவித்தோம்.

 Mani Mathivannan
21 June

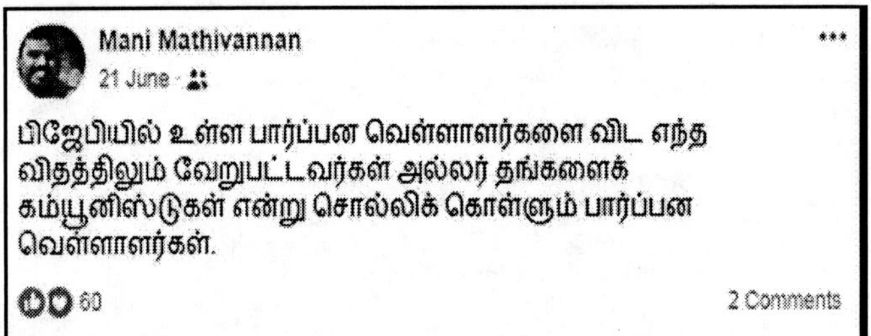

பிஜேபியில் உள்ள பார்ப்பன வெள்ளாளர்களை விட எந்த விதத்திலும் வேறுபட்டவர்கள் அல்லர் தங்களைக் கம்யூனிஸ்டுகள் என்று சொல்லிக் கொள்ளும் பார்ப்பன வெள்ளாளர்கள்.

👍 60   2 Comments

அதன்பின்னர் குறைந்தபட்ச அடிப்படை அறிவுகூட இல்லாமல் நாம் ஆதரிக்கும் தத்துவம் சார்ந்த நபராக நம்மைக் குறிப்பிட்டு இழிவுபடுத்தும் முயற்சியில் இறங்கினார்.

ஆனால், நூல் முன்வைத்துள்ள எந்த கேள்விகளுக்கும் அவரும் அவரது மாணாக்கர்களும் பதில் தர முன்வரவில்லை. மாறாக, 'பிற சாதியினரைப் பற்றி ஆராயாமல் பட்டியல் சாதியைச் சேர்ந்த குயிலியை மட்டும் ஆராய்வதற்குக் காரணம் நமது சாதி வெறிதான்', என்பதை மட்டும் தொடர்ச்சியாகக் கீறல் விழுந்த ரிக்கார்டுபோலக் கூறிக் கொண்டே இருந்தனர். அதுமட்டுமில்லாமல் இதை நா. வானமாமலை மற்றும் கோ. கேசவன் ஆகியோரது தொடர்ச்சி எனவும் குற்றம் சாட்டினார். நா.வா, கோ.கே பற்றியெல்லாம் விமர்சனம் செய்யும் அளவிற்கு இவர்கள் என்ன ஆய்வை வழங்கினார்களென்று தெரியவில்லை, தனது சாதியே உலகில் உயர்ந்த சாதி எனப் பேசும் கட்டுரைகளைத் தவிர.

நாம் கேலி, கிண்டல், நையாண்டி செய்ததெல்லாம் குயிலி எனும் ஒரு கற்பனைப் பாத்திரத்தைத்தான். ஆனால், அவர்கள் அதற்குப் பதிலடியாக நம்மைக் கேலியும் கிண்டலும், நையாண்டியும் செய்தனர்.

100 கிராமங்களைத் தேர்ந்தெடுத்து எட்டு ஆண்டுகள் ஆராய்ச்சி செய்த; குயிலியை ஒரு சக்கிலியர் சாதிப் பெண் என்று கண்டுபிடித்த; இடைக்காட்டூரைச் சேர்ந்த தனது சின்ன மாமனாரான முத்தையா என்பவர் குயிலியின் வம்சாவழி என்பதையும் கண்டுபிடித்த; குயிலி குறித்த ஆய்வு நூல் எழுதிய உள்ளூர்க்காரரான லெனின் ராசபாண்டி எனும் சந்திமாவோ என்பவர் இதில் முன்னணியில் நின்றார். அவர் ஒரு அரசு உதவி பெறும் பள்ளியின் ஆசிரியர். த.மு.எ.க.ச சிவகங்கைக் கிளையின் துணைத் தலைவர். குயிலி விசயத்தில் முதலில் அவர் தனது குருநாதர் ம. மதிவண்ணனுக்கு இணையானவராக

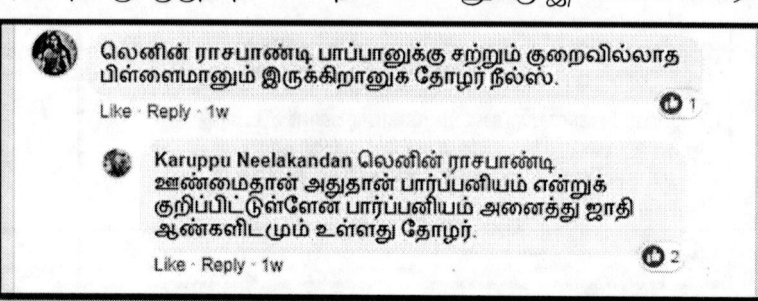

இருந்தார். பின்னர் குருவை மிஞ்சிய சிஷ்யனானார். தனக்கிட்ட பணிகளைத் தொடர்ச்சியாகச் செய்தார். குயிலிக்கான ஒரே உலக அத்தாரிட்டியாக அவர் தன்னைக் கருதிக் கொண்டார். நாம் முன்வைத்த விசயங்களை விளக்கப் போவதாகப் பாவனை செய்து கொண்டே எவ்வளவு தூரம் ஜவ்வாக இழுக்க முடியுமோ அவ்வளவு தூரம் இழுத்துச் சென்றார். ஒரு சுனாமி வரப்போவதற்கான முன்னெச்சரிக்கைபோல அவரது பதிவுகள் இருந்தன. அத்துடன் நம்மைக் கேலியும் கிண்டலும் நையாண்டியும் தொடர்ச்சியாகச் செய்து வந்தார். இவருக்குப் பதில் தரும் முகமாகத் தவிர்க்க இயலாத சிலநேரங்களில் நாமும் அவரளவிற்கு இறங்க நேர்ந்தது. ஆனால், அத்தகைய நமது பதிலை மட்டும் காண நேர்ந்த பல அப்பாவிகள் நமக்கு மட்டுமே அறிவுரை செய்ய முயன்றனர்.

'ஒப்பனைகளின் கூத்து' நூலினை வாசிக்கும் வரை நமது நண்பராக இருந்த லெனின் ராசபாண்டி பின்னர் இவ்வாறான அதிரடிப் பதிவுகள் போடும் அளவிற்கு கலகக்காரர் ஆனார். அவரது நூலின் கையெழுத்துப் பிரதியை நாம் பார்த்தோமென்றும் அப்போது இவ்வாறான மறுப்புகள் எதையும் சுட்டிக்காட்டாமல் நூல் வெளிவந்ததும் அவற்றை நாம் நூலாக எழுதிவிட்டதாகவும் பலரிடமும் புலம்பிக் கொண்டிருந்திருக்கிறார். உண்மை என்னவெனில், அவரது பிரதியை நாம் பார்க்கவேயில்லை. அவரே கொடுத்திருந்தாலும் நாம் வாங்கியிருக்க மாட்டோம். காரணம், முதன்முதலாக பேராசிரியர் இரா. காளீஸ்வரனின் பேச்சைக் கேட்டுவிட்டு குயிலி அருந்ததியர்தானா என நம்மிடம் வீடு தேடிவந்து கேட்டபோது நாமறிந்தவரையில் அவ்வாறான பாத்திரத்தை அறிந்ததில்லை என அவரைத் தடுத்தோம். ஆனால் ஆர்.கேயின் ஆதாரங்களை முழுமையாக நம்பி அவர் இதில் உறுதியடைந்தார். நூலும் எழுதினார். 'ஒப்பனைகளின் கூத்து' ஆட்டங்காட்டியதும் நம்மை நையாண்டி செய்வதின் மூலம் அதை மறைக்க முயற்சித்தார். ஃபேஸ்புக்கில் அதிரடிப் பதிவுகளைத் தொடர்ந்து வெளியிட்டார்.

குயிலிக்காக சர்வதேசக் காப்புரிமை வாங்கியவர்போல பிற குயிலிவாதிகள் யாரும் நம்மோடு விவாதம் செய்ய வேண்டாம் எனத் தடை போட்டார். நம்முடன் விவாதம் செய்ய முன்வந்த பலரையும் விரிவான மறுப்புரை 'வெள்ளைக் குதிரை' எனும் இதழில் வரவிருப்பதாகச்சொல்லியே விவாதங்களை நிறுத்தச் சொன்னார். அவர்களும் உடனடியாக விவாதத்தை முடித்துக்

> குயிலி வரலாறு சமூகநீதி
> சமூக நல்லிணக்கம் என்றே
> கொண்டாடுவோம்
> சமூகப் பெருமை
> பேசவேண்டாம்.

கொண்டனர். சிவகங்கை அரண்மனையின் மூலமாகவே மறுப்பு நூல் வெளியிடப் போவதாகச் சொன்னார். அடிக்கடி நம்மைப் பயமுறுத்துவதற்கான முயற்சிகளைப் படங்காட்டிக் கொண்டே வந்தார். இதோ ஆதாரங்கள், அதோ ஆதாரங்கள் என சர்வ திசைகளிலிருந்தும் அம்புகளை வீசினார்.

எனது நேர்காணல் வந்த குங்குமம் இதழைக் கொளுத்த வேண்டும் அவரது பட்டாளங்கள் பொங்கிக் குதித்தபோது 'அதே குங்குமத்தில் மறுப்பு வரும், வரவைப்போம்' என்றார். கவிஞர் அ.வெண்ணிலாவின் கட்டுரை வந்த தினத்தந்தியைக் கொளுத்த வேண்டும் என மீண்டும் படைகள் கொதித்தபோது 'தோழியர் அ. வெண்ணிலாவுடன் பேசுவோம்' எனப் பவ்யமாகப் பேசினார். எல்லோரும் ஷர்மாவைப் போலவே இருப்பார்கள் எனக் கருதியிருப்பார் போலிருக்கிறது. வாய்மொழி வரலாறு படைப்பவர்களுக்கு வாய்வீரம் இல்லாமல் போகுமா என்ன?.

ஆனால், அவர் துணைத் தலைவராக இருக்கும் த.மு.எ.க.சங்கத்தின் சகோதர நிறுவனமான பாரதி பதிப்பகம் வெளியிடும் 'புதிய புத்தகம் பேசுது' இதழிலேயே முகில் எழுதினார். பேச்சு மூச்சைக் காணோம்.

ஆதாரங்கள் என சப்பை மேட்டர்களாகப் பதிவு செய்து பார்த்தார். பின்னர் நாம் ஏதும் செய்து விடுவோமோ என அப்பதிவுகளையும் நீக்கினார். கருப்பு வெள்ளை ஃப்ளக்ஸ் போர்டைக் காண்பித்து அதைக் கல்வெட்டு என முழு மோசடித்தனத்தில் இறங்கினார். தற்கால நவீனத் தமிழெழுத்து வரி வடிவில் குயிலி என எழுதப்பட்டிருந்த ஒரு சுமைதாங்கிக் கல்லைக்காட்டி அதை 17ஆம் நூற்றாண்டுக் கல்வெட்டு என நட்டுப் பார்த்தார். டீத்தூளில் சாயம் ஏற்றிய சில பழைய ஓலைச்சுவடிகளைப் படம் பிடித்துப் படம் காட்டினார்.

கடைசியில் குருநாதர் உத்தரவுப்படி அனைத்தையும் நிறுத்திக் கொண்டார்.

அதுவரையிலும் குயிலி பறையர் சாதியல்ல, அருந்ததியர் சாதியே என தொண்டை விடைக்க உரத்த குரலில் மேடைகளில் முழங்கி வந்தவர் கடைசியில், "சமூகப் பெருமை பேச வேண்டாம்" என முடித்துக் கொண்டார். நேர்மையே இல்லாமல் தனது சுயசாதியைச் சமூகமென நாகரீகமாக மாற்றிக் கொண்டார்.

அப்படியானால், சுய சாதிப் பெருமை பேசி எழுதப்பட்ட அவரது நூலைத் தீ வைத்துக் கொளுத்துவாரா?. குயிலி குறித்த பறையர் சாதியினரின் சகலவிதமான ஆதிக்கத்தையும் தகர்த்துவிட்டதாக அவர் பேசிய சுயசாதிப் பெருமைப் பேச்சுக்களுக்காக அருந்ததியர் சாதி மக்களிடம் மன்னிப்புக் கேட்பாரா?

இவரது கேலிக்கூத்தான கருத்துக்களை எல்லாம் வைத்து, குறிப்பாக மதுரையில் புரட்சிப்புலிகள் மாநாட்டில் இவர் முழங்கிய பேச்சை வைத்து இன்னுமொரு நகைச்சுவை நூலே எழுதலாம். அவரது இந்தப் பேச்சைத் தமிழகமெங்கும் உள்ள தமுஎகசவினரெல்லாம் கேட்க வேண்டும். அப்போதுதான் சமூக நல்லிணக்கத்தைப் பேண முடியும்.

'ஒப்பனைகளின் கூத்து' நூல் வெளியீட்டு விழாவில் டாக்டர்கே. ராஜய்யன் மூலமாக ஜம்புத் தீவுப் பிரகடனத்தை வெளியிட வைத்து சிவகங்கை மக்களின் சார்பாக அவருக்கு நன்றி செலுத்தினோம்.

குயிலிக்குத் தாங்கள் கொடுத்த நிலங்கள், சொத்துக்களை யெல்லாம் அவர்கள் வசமே வைத்திருக்க ஆங்கிலேயர்கள் அனுமதிக்க வேண்டும் என சின்னமருது ஜம்புத்தீவுப் பிரகடனத்தில் கேட்டுக் கொண்டதாகவும் அந்தப் பகுதியை 'வெட்டி'விட்டு நாம் பிரகடனத்தை மோசடியாக வெளியிட்ட தாகவும் ஒரு இறையாண்மை கோரும் புரட்சிகரத் தோழரிடம் இவர் கூறியிருக்கிறார். அந்தத் தோழரும் என்ன, ஏதுவென விசாரிக்காமலேயே (புரட்சியாளர் அல்லவா) 'இது ஒரு மோசடி' என பலரிடமும் நம்மீது குற்றச்சாட்டாகக் கூறியிருக்கிறார். இதைத் தெரிந்து செய்தாரா அல்லது கேட்கின்றவர், 'கேப்பையில் நெய் வடிகிறதென்று நாம் சொன்னால் ஆமாம் நானும் அரைப்பிடி பிடித்தேன் எனச் சொல்கிற தோழர்கள்தானே இவர்கள்' என எண்ணிச் சொல்லித் திரிகிறாரா என்பது தெரியவில்லை.

ஆனால், இதிலிருந்து தெரிவது என்னவென்றால் இருவருமே பிரகடனத்தை முன்பின் பார்த்திருக்கவில்லை என்பதுதான். ராசபாண்டிக்காவது நம்மீது பழி சுமத்த வேண்டுமென்ற அவசியம் இருக்கிறது. அதைச் செவ்வனே செய்தும் வருகிறார். ஆனால், அந்தப் இறையாண்மைப் புரட்சித் தோழருக்கு என்ன அவசியம் வந்தது? ஐக்கியம் கெட்டுப் போகக் கூடாது என நினைத்திருப்பார் போலிருக்கிறது. இது ஐக்கியத்திற்கான வேலையல்ல, காக்காய்ப் பிடிப்பதற்கான வேலை. நீங்கள் எவ்வளவு பிடித்தாலும் சிக்காது. அதெல்லாம் அண்டங் காக்கைகள்.

■

3.3.2. மாற்றத்தை மறைத்த மானுடம்

அரண்மனையின் சார்பாக வெளியிடவிருந்த மறுப்பு நூலும் வெள்ளைக் குதிரையில் வரவிருந்த மறுப்புக் கட்டுரையும் வராத நிலையில் மதுரையிலிருந்து வெளிவருகின்ற மானுடம் எனும் காலாண்டிதழில் சந்திமாவோ ஒரு கட்டுரை எழுதியிருக்கிறார்.

அக்கட்டுரையைப் பார்ப்பதற்கு முன்னர் மானுடம் இதழ் குறித்துச் சில விசயங்களைச் சொல்ல விரும்புகிறோம். நமது நீண்ட நாள் நண்பரான தியாகி இமானுவேல் பேரவையைச் சேர்ந்த தங்க. செங்கதிரின் மூலமாக இவ்விதழானது நமக்கு அறிமுகமானது. 'ஒப்பனைகளின் கூத்து' வெளியீட்டு விழாவிற்கு அழைப்பிதழ் கொடுத்திருந்தும் அவரால் வர இயலவில்லை. மானுடம் இதழில் 'ஒப்பனைகளின் கூத்தி'ற்கான திறனாய்வுக் கட்டுரையை எதிர்பார்ப்பதாக நாம் வலியுறுத்திக் கூறி வந்தோம். அவரும் விரைவில் கொண்டுவர முயற்சிப்பதாகச் சொல்லியிருந்தார். இடையில் எழுதுவதற்கான ஆட்கள் இல்லையென்பதால் நம்மையே யாரிடமாவது கட்டுரை வாங்கித் தரச் சொல்லியும் கோரினார். நமக்கு அதற்கான வாய்ப்பில்லை எனத் தெரிவித்திருந்தோம். மானுடம் 3 இதழ்களும் வழக்கமாக நமக்குக் கிடைத்து வந்த நிலையில் 4ஆவது இதழ் நமக்குக் கிடைக்கவில்லை.

நாமும் கேட்டிருந்தோம். பின்னர்தான் இதழ்–4இல் நமது நூலிற்கான திறனாய்வுக் கட்டுரை மேற்சொன்ன நபர் எழுதி வெளி வந்துள்ளதாக நண்பர்கள் மூலம் அறிந்தோம். நாம் வலியுறுத்திய பின்னரே இதழ் கிடைத்தது. “குயிலி: உண்மை ஒளியும் உயிர்ப்பும்” என்ற தலைப்பில் வெளிவந்துள்ள அக்கட்டுரையினைப் படித்தோம். ‘ஒப்பனைகளின் கூத்து’ நூலினை வாசிக்காதவர்களுக்கு அத்திறனாய்வுக் கட்டுரையில் உண்மை இருப்பதுபோலத் தோன்றும் என்பதால் அது குறித்து நாமும் எழுத வேண்டியதாகிவிட்டது. இதை மானுடம் முழுமையாக வெளியிடுமானால் அனுப்புவோம் எனக் கேட்டிருந்தோம். அவர்கள் பதிலேதும் தரவில்லை.

முதலில் அக்கட்டுரை ‘ஒப்பனைகளின் கூத்து’ நூலிற்கான மதிப்புரையாக எழுதப்பட்டுள்ளது எனத் தெரிவிக்க விரும்புகிறோம். ஆனால் அவ்வாறான தலைப்பில் அது குறிப்பிடப்படவில்லை. இது எதைக் காட்டுகிறது என்பதை வாசகர்கள் புரிந்துகொள்ளலாம்.

நமது நூலையையும் அ. வெண்ணிலாவின் கட்டுரையையும் தொடக்கத்திலேயே குறிப்பிட்டுவிட்டு “எளிய மக்களின் வாய் மொழியைப் படிக்காதவர் எவராயினும் குயிலியைக் கண்டறிய முடியாது. அது நாட்டார் வழக்காகவே உள்ளது” என வாயை அடைக்க அக்கட்டுரை முயற்சிக்கிறது.

அடுத்து ஆங்கிலேயரின் ஆவணங்களின் லட்சணத்தைக் காட்ட பவுச் பாதிரியாரின் நூலிலுள்ள குறிப்பைக் காட்டுகிறது. அதைச் சுட்டிக்காட்டியதே ‘ஒப்பனைகளின் கூத்து’தான். ஏதோ இவர் கண்டுபிடித்ததுபோல சலித்துக் கொள்கிறார்.

அடுத்ததாக, “தெரியுமா?” பட்டியலை முன் வைக்கிறார். அதாவது முன் வைக்கப்பட்ட கேள்விகளுக்குத் தெளிவாக, நேர்மையாகப் பதில் சொல்ல முடியாதவர்கள், தெரியாதவர்கள், அது தெரியுமா, இது தெரியுமா, அதாவது தெரியுமா, இதாவது தெரியுமா எனக் கேள்விமேல் கேள்விகளாகக் கேட்டுப் பட்டியல் போடுவார்களல்லவா?. அதுபோல இவரும் “தெரியுமா?” பட்டியல் போடுகிறார்.

சரி, அந்தத் தெரியுமாவிற்கெல்லாம் இவருக்குப் பதில் தெரியுமா என்றால் ஏழு பக்கக் கட்டுரையை எழுபது முறை படித்தால்கூட அதில் ஒன்றிற்கும் பதிலிருக்காது. அப்படிப்பட்ட ஊருக்குத் தெரியாமல் அவருக்கு மட்டும் தெரிந்த ‘தெரியுமா’க்களைப் பார்ப்போம்.

'காலங்காலமாக நாட்டார் வழக்கு ஆய்வு என்ன கூறுகிறது என்பது தெரியுமா?' என்பதுதான் முதல் தெரியுமா?. இது நமக்குத் தெரியாது. சரி, அவருக்கு என்ன தெரிகிறது, 'குயிலி காலங்காலமாக நூற்றாண்டுகளைத் தாண்டிப் பேசப்பட்டிருக்கிறாள்' என்பதுதான் அவருக்குத் தெரிகிறது. சரி, அது என்ன நாட்டார் வழக்கு? அது என்ன ஆய்வு? அது என்ன காலம்? அது எந்த நூற்றாண்டு? அது எவ்வாறு பேசப்பட்டுள்ளது? ம்ஹூம். ஒன்றுக்கும்  பதிலில்லை. நாங்க பேசுறோம்ல. அவ்வளவுதான். நாம் உடனே ஒத்துக் கொள்ள வேண்டும். இல்லாவிட்டால் நாமெல்லாம் வாய்மொழியைப் படிக்கத் தெரியாதவர்களாகி விடுவோம்.

அடுத்த 'தெரியுமா' என்ன?. 1980களில் சிவகங்கை மாவட்ட ஆட்சித் தலைவர் குத்சியா காந்தி அவர்களின் உத்தரவின்பேரில் உருவாக்கப்பட்ட குயிலியின் நூல் பற்றி உங்களுக்குத் தெரியுமா?' என்பதாகும். இது முழுக்கமுழுக்கப் புதுப்படமாகும். இதுவும் நமக்குத் தெரியாது. சரி, அவருக்குத் தெரிந்திருக்கிறதை வெளியிட்டிருக்கலாமே? அவரது பழைய நூலில்கூட இதைப்பற்றி எதுவும் குறிப்பிடவில்லையே, ஏன்? அப்படி என்னதான் அந்த நூலில் இருக்கிறது. அதையாவது சொல்லலாமே?.

அடுத்த 'தெரியுமா', 'அது ஏன் வெளியிடாமல் புறக்கணிக்கப்பட்டது என்பதாவது தெரியுமா?' என்பதாகும். நமக்குத் தெரியாதுதான். ஒத்துக் கொள்ளுகிறோம். ஆனால் யாரால் புறக்கணிக்கப்பட்டது என்பது அவருக்குத் தெரியு மல்லவா? தெரிந்திருக்கும். அப்படியானால், சிவகங்கை வரலாற்றை எழுதியவர்களெல்லாம் சாதி வெறியர்கள் என மேடைகளில் ஆக்ரோஷமாகக் கதறத் தெரிந்தவருக்கு, புறக்கணித்தவர்கள் யாரென்று மட்டும் ஏன் சொல்லத் தெரியவில்லை?.

அடுத்தது 'தெரியுமா' இல்லை. உப்புமா. அதாவது அறிந்தது. அவர் அறிந்ததைச் சொல்கிறார்? அதாவது 'சட்ட மன்றத்தில் உறுப்பினர் கோரிக்கை வைப்பதற்குக் காரணமான ஜீவபாரதியின் வேலுநாச்சியார் நாவலின் உருவாக்கத்திற்குக் கள ஆய்வும், நாட்டார் வழக்கும் ஒரு முதன்மையான காரணம் என்பதை அறிக.' என்கிறார். நாமறிவது இருக்கட்டும். முதலில் அதை ஜீவபாரதி அறிவாரா? இதுவரை எந்த இடத்திலும்

ஜீவபாரதி கள ஆய்வோ நாட்டார் வழக்கோதான் குயிலியியைக் கண்டுபிடிக்கக் காரணமென்று எழுதியிருக்கிறாரா? இல்லை. முடிந்தால் அவரை எங்கு கள ஆய்வு செய்தார்? எந்த நாட்டாரிடம் வழக்கைப் பெற்றார் என்று இப்போது சொல்லச் சொல்லுங்கள் பார்ப்போம். சரி, ஜீவபாரதிதான் கள ஆய்வு செய்து கண்டுபிடித்தார் என்பதை இவர் முதலில் ஒத்துக் கொள்கிறாரா?. அப்படியானால் 8 ஆண்டுகள், 100 கிராமங்கள் எல்லாம் கப்சாவா?

மு. சேகரது நூலும் சுதர்சன நாச்சியப்பன் கட்டுரையும்தான் குயிலியின் கதையை முதன்முதலாக அச்சில் புளுகியவைகள் என நாம் குறிப்பிடுவதைப் பெருந் தவறு என்கிறார். சரி, குயிலி குறித்து அச்சில் வெளிவந்த முதல் குறிப்பு எதுவென்று வேறு எதையாவது சொல்லப் போகிறாரென்று பார்த்தால் அதோடு அது அவ்வளவுதான். ஆமாம், பெருந்தவறுதான். 100 கிராமங்களைத் தேர்வு செய்து 8 ஆண்டுகள் ஆய்வு செய்தவரல்லவா? அவர் சொன்னால் தவறுதான். உடனே ஒத்துக் கொள்ள வேண்டும். எத்தனை நாள் ஓடும் இந்தக் கூத்து என்று பார்ப்போம்.

1980களில் இரா. காளீஸ்வரனின் கட்டுரை; பழையபடி 1980களில் அலீஸ்மில்லர் நாடகம்; அதே ஆண்டில் சென்னைத் தொலைக்காட்சிப் பதிவு; அதே ஆண்டில் திருச்சி வானொலி நாடகம். இதிலெல்லாம் கூறப்படும் குயிலி காலத்திற்கு முந்தையதாம். அதற்கான கள ஆய்வுச் சான்றுகளும் மறுக்க முடியாத முதன்மையானதாக இருக்கிறதாம், (எங்கே தீப்பாய்ஞ்ச அம்மன் கோயிலுக்குள்ளா?) இவைகளை விமர்சகர்கள் அறிந்திராததாம்(இவர் மட்டும் அறிவாராம்), அவர்களே வருந்துவதற்குரியதாம்.' சொல்கிறார்.

வாசகர்களே, உங்களுக்கு ஏதாவது விளங்குகிறதா? பழய குருடி, கதவத் திறடிதான். எங்கே அந்த மறுக்க முடியாத, முதன்மையான கள ஆய்வுச் சான்றுகள்? அவரது நூலில் தான் காட்டவில்லை. தயாரிக்க முடியவில்லை. இந்தக் கட்டுரையிலாவது உயரமான கல்வெட்டு மற்றும் ஃப்ளக்ஸ் கல்வெட்டு போன்று தயாரித்துக் காட்டியிருக்கலாமே?

குயிலியின் சாதி பற்றிப் பேசுவதைக் கதைக்கிறார்கள் என்கிறார்கள். சரி யாரோ அவரிடம் கதைத்திருப்பார்கள் போலிருக்கிறது. நமக்கு அதில் பிரச்சினை இல்லை. நமக்குத்தான் ஆளே இல்லையே. பிறகெப்படி சாதி இருக்கும்? ஆளில்லாத சாதி என ஏதாவது இருக்கிறதா என்ன?

இவரைப் போன்றவர்களின் தற்போதைய பாதுகாப்புக் கவசமான சமூக நீதியைத் தொட்டுவிட்டு அடுத்து பிரம்மாண்டமான குற்றச்சாட்டுகளுக்குள் இறங்குகிறார் இந்த வரலாற்று ஆய்வாளர். அதாவது, நமக்கான மறுப்பை நமது நூலிலிருந்தே எடுத்து முன்வைக்கிறாராம். ஆனால், பாவம் அவ்வளவும் முழுப் பொய்கள்.

8ஆவது, 9ஆவது, 11ஆவது 13ஆவது குறிப்புகளை எடுத்து விளக்கியிருக்கிறார். மகிழ்ச்சி. அவைகளெல்லாம் சிவகங்கை அரண்மனைக்குள் சண்டை நடந்ததையா காட்டுகின்றன? இல்லையே? சிவகங்கை அரண்மனைக்குள் சண்டை நடைபெறவில்லை என்பதைத்தானே காட்டுகிறது. மானாமதுரையில் போர் முடிகின்றது. பயந்துபோன நவாப், சிவகங்கையைத் திருப்பித் தர ஒப்புக் கொண்டு விடுகிறான். வேலுலகு மாதாவுடன் ஒப்பந்தம் போட்டுக் கொள்கிறான். பிறகென்ன, காளையார்கோவிலிருந்து சிவகங்கை வந்த ராணியையும் மருதிருவரையும் மக்கள் ஊர்வலமாகக் கொண்டு வந்து அரண்மனைக்குள் அழைத்துச் செல்கின்றனர். அங்கே ராணி வேலுலகு மாதா ராணியாகவும் பெரியமருது தளபதியாகவும் சின்ன மருது முதலமைச்சராகவும் பதவியேற்றுக் கொள்கின்றனர். இதுதானே நடந்தது. ஏதோ டாக்டர் கே. ராஜய்யன், எஸ்.எம். கமால் இருவரும் சிவகங்கை அரண்மனைக்குள் சண்டை நடந்து குயிலி தீக்குள் ஜம்ப் பண்ணியதைக் குறிப்பிட்டிருப்பதைப் போலவும் அதை நாம் மறைத்ததுபோலவும் எழுதியிருக்கிறார். நமது புத்தகமும் அவர்களது புத்தகமும் எங்கும் எப்போதும் கிடைக்கூடியதுதான் வாசகர்களே அவற்றை ஒப்பிட்டுப் பார்க்கலாம், லெனின் ராசபாண்டியால் செய்யப்பட்டுள்ள மோசடித்தனத்தை.

அடுத்து மு. பாலகிருஷ்ணன் சாரின் மூன்று நூல்கள் (ஒரு ஆங்கில நூல் உள்பட. அந்த ஆங்கில வாசகங்களையும் ஆங்கிலத்திலேயே கொடுத்திருக்கிறார். தமிழில் கொடுத்தால் ஒருவேளை பொருள் மாறக் கூடுமல்லவா? அதனால்தான் ஆங்கிலத்திலே கொடுத்திருக்கிறார். ஆனால், துரதிருஷ்டவசமாக நமக்கு இங்கிலீஷ் தெரியாது.) மற்றும் ஒரு கட்டுரையிலிருந்து ஆதாரங்களைக் எடுத்துக் காட்டியிருக்கிறார்.

முதலில், அம்மூன்று நூல்களையும் நாம் எந்த இடத்திலும் ஆதாரங்களுக்குக் காட்டவேயில்லை. அடுத்து, அந்நூல்களும் சிவகங்கை அரண்மனைக்குள் சண்டை நடந்ததாகவும் குயிலி

குண்டு வெடித்துச் செத்ததாகவும் குறிப்பிடவில்லை. சரி, அவரது கருத்துப்படியே போர் நடந்ததற்கு இந்த நூல்களெல்லாம் ஆதாரங்களென்றால் ஏன் அரண்மனைக்குள் நடந்த சண்டையையும் குயிலியையும் மு. பாலகிருஷ்ணன் சாருடைய நூல்கள் குறிப்பிடவில்லை.

ஓஹோ, அப்படியானால், இவரும் இவரது குழுவினரும் குற்றம் சாட்டுகிறார்களே, குயிலியை மறைத்த சாதி வெறி பிடித்த வரலாற்று ஆய்வாளர்களென்று. அது, டாக்டர் கே. இராஜய்யன், எஸ்.எம் கமால், மு. பாலகிருஷ்ணன் ஆகிய மூவரையும்தானா? அடக் கடவுளே!

அடுத்தது புளுகு அண்டப் புளுகைத் தாண்டிய ஆகாசப் புளுகாகும். சிவகங்கை சரித்திரக் கும்மி மற்றும் அம்மானையிலிருந்து பக்கம் 156இல் உள்ளதாக 33 வரிகளை எடுத்துப் போட்டிருக்கிறார். முதலில் அது அம்மானையா அல்லது கும்மியா என்பதையே குறிப்பிடவில்லை. அது அம்மானையிலுள்ள வரிகளாகும். அடுத்து அதன் பக்கம் 156 அல்ல, 157 ஆகும். அவ்வரிகளில் ஒரு இடத்தில்கூட சிவகங்கை அரண்மனைக்குள் சண்டை நடந்ததாகவும் குறிப்பிடவில்லை. குயிலியையும் குறிப்பிடவில்லை. மாறாக, மக்கள் ஊர்வலமாக வேலுக மாதாவை அழைத்து வருவதைத்தான் குறிப்பிட்டிருக்கிறது. நாவாப்பின் படையைப் பார்த்து அப்போது மக்கள் பயந்தார்களென்று அதில் குறிப்பிடவில்லை. மாறாக முன்னர் பயந்து கிடந்த நிலையில் தற்போது ராணி வந்தாளென்றே குறிப்பிடப்பட்டுள்ளது. மேலும். 27, 28 வரிகள் நாவாபின் படையோடு அரண்மனைக்குள் நுழைந்ததைத்தான் குறிப்பிடுகிறது. அதுதான் உண்மை. சண்டை நடந்திருந்தால் இப்படியா குறிப்பிடுவார்கள்?. இரு தரப்பினருக்கும் ஒப்பந்தம் ஆகிவிட்டதால் நவாப் படைகள் ஒதுங்கி வழிவிட வேலுலக மாதா சிவகங்கை அரண்மனையின் உள்ளே வருவதைத்தான் இவ்வரிகள் குறிப்பிடுகின்றன. அவ்வரிகளுக்குப் பின்னர் வரும் கதைகளையும் அவர் சேர்த்திருந்தால் நவாபு அங்கீகாரம் செய்ததும் அவருக்குத் தெரிந்திருக்கும்.

எவனும் படித்துப் பார்த்துப் பரிசோதிக்க மாட்டானென்ற நம்பிக்கையில் துணிச்சலாக நாமளும் நாலு வரிய எடுத்துப்போட்டு கும்மி, அம்மானைன்னு அடிச்சு விடுவோம் எனும் ஏமாற்று வேலைதானிது. இப்படியெல்லாம் ஏற்கனவே காட்டிய படமெல்லாம் பப்படமாகியும் இன்னும் பழக்க தோஷம் போகவில்லை.

இதைவிடப் பெரும் புளுகு என்னவென்றால் அதிலும் இவ்வரிகளில் காளையார்கோவிலில் ஸ்மித்தையும் சிவகங்கையில் பாஞ்ஜோரையும் வாளேந்திப் போர்தொடுத்து தானே களத்தில் நின்று நேருக்கு நேர் சண்டையிட்டுத் தோற்கடித்ததாகச் சொல்வதாக கொஞ்சம் கூடக் கூசாமல் புளுகியிருக்கிறார். இது வேலு நாச்சியாரை இழிவுபடுத்தும் செயலே தவிர வேறல்ல. பொய்யான புகழ்ச்சியுரைகள் பெருமையாகாது. அதிலும் கற்பனையான குயிலியை உண்மையாக்க வேலு நாச்சியாரை உயர்த்துவதுபோலப் பேசும் பாசாங்கும் மோசடியே. ஒருபக்கம் குயிலி இல்லையென்றால் வேலு நாச்சியாரே இல்லையென்பது; இன்னொரு பக்கம் தேவைப்படும்போது, வேலு நாச்சியாரை அதி வீர சாகச மங்கையாக்குவது.

அடுத்து, 2011இல் வெளியான தொல்லியல் கடியெ(கையே)ட்டில் உள்ள குறிப்பு தரப்படுகிறது. அதிலும் சிவகங்கை மீட்கப்பட்டதாகத்தான் இருக்கிறதே தவிர சிவகங்கை அரண்மனைக்குள் சண்டை நடந்ததாகவோ அல்லது குயிலி செத்ததாகவோ இல்லை.

அடுத்து, சிவகங்கை அரண்மனையின் சிலைக்குக் கீழுள்ள பீடம். அதிலும் 'தோழி; துணை கொண்டு' என்றுதான் குறிப்பிடப் பட்டு உள்ளதே தவிர அரண்மனைக்குள் சண்டை நடந்ததாகக் குறிப்பிடப்படவேயில்லை.

இராமநாதபுரம் அரண்மனையான ஸ்ரீ ராமலிங்க விலாசத்தின் முன்பாக கட்டபொம்மனும் ஜாக்ஸனும் நடத்திய பேச்சுவார்த்தை மற்றும் மோதல் சம்பவத்தை விரிவாகக் கல்வெட்டில் அடித்து வைத்திருப்பார்கள். ஆனால் சிவகங்கை அரண்மனையான ஸ்ரீ கௌரி விலாசத்தின் முன்னுள்ள இப்பீடத்தில் அப்படிக் குறிப்பிடப்பட வில்லை. ஆய்வாளர் அதற்கான ஆதாரங்களை அரண்மனையிடமே கோரிப் பெற்று தனது நூலிலோ அல்லது இக்கட்டுரையிலோ வெளியிட்டிருக்கலாம். அதைச் செய்யாமல் மீண்டும்மீண்டும் அதே புளுகைக் கூறி வருகிறார்.

அடுத்து வாய்மொழி வரலாறு நாட்டார் வழக்கு, எளிய மக்களின் வரலாறு எனக் கீறல் விழுந்த ரிக்கார்டுபோல ஊசியை எத்தனைமுறை எடுத்துவிட்டாலும் மீண்டும்மீண்டும் அதே கீறலில் விழுந்து கொண்டு திரும்பத்திரும்ப அதையே சொல்கிறது. ஒரு பொய்யை மீண்டும்மீண்டும் சொன்னால் உண்மையாகிவிடும் என்கிற கோயபல்ஸின் செயலைப் போன்றதுதான் இதுவும்.

குயிலியை நிலை நிறுத்த அருந்ததியப் பெண் குயிலி என ஆத்திரத்துடன் நம்மீது பாய்ந்த அவர் இறுதியில் சமூகப் பெருமை பேச வேண்டாம். அதாவது குயிலியை அருந்ததியர் சாதிப் பெண் எனச் சொல்ல வேண்டாம் என அறிவுரை சொல்லி முடித்துக் கொண்டார். அதைக்கூட அனைவருக்கும் எளிதில் விளங்கும் வகையில் சொல்லாமல் வழக்கம்போல் சமூகப் பெருமை என வாய்மொழி வார்த்தை எனும் கனமான போர்வையாக போர்த்தி மூடிவிட்டார்.

தனது முகநூலில் பலவகையிலும் நம்மை அவதூறு செய்து வந்த இவர். குயிலியின் வம்சாவழியினராகத் தனது சின்ன மாமனாரைப் பெருமையோடு அரங்கங்களில் அறிமுகப்படுத்தி நிலை நிறுத்த முயலும் இவர், இதுவரையிலும் எந்த ஒரு செல்லத்தக்க வாய்மொழி வரலாற்று அல்லது நாட்டார் வழக்காறு ஆவணங்களையும் முன்வைத்ததில்லை. எளிய மக்கள் எனும் இரக்கத்தைக் கோரும் அணுகுமுறையையும் அரைகுறையாகப் பொருள் தெரிந்து கொண்டிருக்கும் நவீன ரகச் (உதாரணம் : குயிலி – உண்மை ஒளியும் உயிர்ப்பும்) சொற்களாலான பகட்டையும் அடிப்படையாகக் கொண்டு தொடர்ச்சியாக இவர் செயல்பட்டு வருகிறார். காலம் இவருக்கும் பதில் சொல்லும்.

∎

3.3.3. புரட்சிகளின் புலம்பல்

நமது முடிவினை ஏற்க மறுத்த பலர் நமது குணாதிசியங்களை எல்லாம் ஆராயத் தொடங்கி விட்டனர். திமிரானவன்; தலைக்கனம் பிடித்தவன்; புகழ் விரும்பி; பிரபலமாவதற்கு ஆசை கொண்டவன்; அதனாலேயே இந்த வேலையைச் செய்கிறான்; சாதி வெறியைத் தூண்டி விடுகிறான்; என்றெல்லாம் சிலர் நம்மீது ஆத்திரப்பட்டுக் குறை சொல்லியிருக்கிறார்கள். பணம் வாங்கிக் கொண்டு எழுதியிருக்கிறான் என அரைகுறை எடுபிடி வேக்காடு ஒன்று சொல்லித் திரிந்திருக்கிறது சிவகங்கையின் தெருக்களில் சட்டையைக் கிழித்துக் கொண்டு திரியப் போகிறாய் என 'அகிலன் புரட்சிப்புலிகள்' என்பவர் அடிக்கடி ஃபேஸ்ஃபுக்கில் புலம்பிக் கொண்டே இருந்தார். குயிலியால் கொலை செய்யப்பட்ட சிலம்பு ஆசிரியர் வெற்றிவேல் தேவரின் வம்சாவழியாக நாம் இருப்பதால்தான் கொலைக்குப் பழிவாங்கும் முயற்சியாகக் குயிலியைக் குறி வைத்துத் தாக்குகிறேன் என ஆய்வாளர் டாக்டர் சி. அம்பேத்கர்பிரியன் கூறியிருந்தார்.

த.மு.எ.க.ச; டைஃபி (DYFI); ஸ்ரீராம் ஷர்மா; கோபால் இரவீந்திரன் ஆகியோரிடம் ஒரே மேடையில் தனி ஆளாக நம்மோடு விவாதிக்கத் தயாரா என நாம் சவால் விட்டிருந்தோம். அப்போதெல்லாம் பேசாமலிருந்த நண்பர் காரைக்குடி திருச்செல்வம்

என்பவர் அதே சவாலை (மே 2019) நமக்கு வைத்தார். பாகிஸ்தான் ரகசிய ராணுவத்துறைக் குயிலியைப் பற்றிக் குறிப்பிட்டிருப்பதாகக் கூறி அதற்கான படம் ஒன்றை ஃபேஸ்புக்கில் பதிவிட்டவரும் இவரே. சவாலை ஏற்றுக் கொண்டோம். அவர் குறிப்பிட மாட்டார் என்பதை அறிந்தே அவர் குறிப்பிடும் நாளிற்காகக் காத்திருக்கிறோம்.

தங்கராஜ் காந்தி என்பவர் தொடர்ச்சியாக நம்முடன் உருப்படியான விவாதம் செய்ய விரும்பினாலும் சாதிய வட்டத்திற்குள் நின்று கொண்டே இப்பிரச்சினையை அணுகியதன் காரணமாக அதைவிட்டு வெளியில் வருவதற்கு அவரால் முடியவில்லை. செருப்பிற்கேற்றவாறு காலை நறுக்கிக் கொள்ள முடியுமா?. கடைசியில், அவரும் நம்மைச் 'சாதியவாதி' எனும் முத்திரை குத்துகின்ற ஆட்களில் ஒருவராக மாறிவிட்டார்.

சென்னையிலிருந்து பேசிய ஒருவர் 'லண்டனிலிருந்து குயிலி குறித்த ஆதாரங்கள் கப்பலில் வந்து கொண்டிருக்கிறது என்றும் பத்திரமாக இருந்து கொள்ளுங்கள் என்றும் நம்மிடம் பேசினார். கர்னல் பாஞ்ஜோரின் டைரி ஏதாவது வருகிறதா எனக் கேட்டேன். வீர சோழப் பறையர் நலச் சங்கத் தலைவர் எனப் பேசிய அவர் பேரைச் சொல்ல மறுத்துவிட்டார். வழக்குப் பதியப் போவதாகவும் சொன்னார். அவர்களது ஃபேஸ்புக் பதிவுகளில் ஆரவாரத்துடன் அவர்களின் நையாண்டி இருப்பதை இன்றும் பார்க்கலாம். அனைத்தையுமே நாம் சேகரித்து வைத்திருக்கிறோம். ஆனால் அற்பத்தனமான அந்த அவதூறுகளை இங்கே பதிவுசெய்து வாசகர்களின் நேரத்தை வீணடிக்க நாம் விரும்பவில்லை.

ஆயினும்கூட, 'வெள்ளைக் குதிரை' இதழில் விரிவான மறுப்பு விமர்சனத்தையும் அருந்ததிய சாதி ஆராய்ச்சியாளரின் மறுப்பு நூலையும் நாம் ஆவலோடு எதிர்பார்த்திருந்தோம். நாம் மட்டுமல்ல, நமது நூலை வாசித்தவர்கள் பலரும்கூட ஆவலுடனேயே இருந்தனர். நமது கருத்தை ஏற்றுக் கொண்ட சிலர்கூட அந்த ஆய்வு வந்ததற்குப் பிறகுதான் இறுதி முடிவு செய்ய முடியும் என்றுகூடக் கூறத் தொடங்கிவிட்டனர். அந்த நூலே வராவிட்டால் அவர்கள் எங்கு போய் முட்டிக் கொள்வார்கள் என்று தெரியவில்லை. குயிலியின் நினைவுத் தூணில்தான் முட்டிக் கொள்ள வேண்டும். இப்போது வெள்ளைக் குதிரையும் வந்துவிட்டது. அதில் எந்த மறுப்பும் இல்லை. நாம் கேட்கின்ற ஆவணங்களைத் தற்சமயம் தர முடியவில்லை

என்றும் குயிலியை ஒட்டு மொத்தப் பட்டியல் சாதிக்கானது எனப் பெருமை கொள்வோம் எனவும் பதிவிட்டுவிட்டு மங்களம் பாடி முடித்துக் கொண்டிருக்கிறார்கள்.

நம்மைப் பொறுத்தவரை நம்மை மறுப்பதென்பது அதாவது, குயிலி ஓர் கற்பனை என்பதை மறுப்பதென்பது, இரண்டே இரண்டு ஆவணங்களை மறுப்பதுதான். 1. லெப்டினண்ட் கர்னல் ஹென்றி டேவிசன் லவ் எழுதியுள்ள *'VestigesOf Old Madras, volume - III (1867)'* 2. கர்னல் வில்லியம் ஃபுல்லர்ட்டன் எழுதியுள்ள *'A View Of The English Interest In India (1913)'*. இவ்விரண்டு நூல்களிலுள்ள இரண்டு ஆவணங்களின் ஓரிரு வரிகளை தகுதியான பிற ஆவணங்களின் மூலம் மறுத்தாலே நாம் காலியாகிவிடுவோம். காரணம் இவ்விரண்டு நூல்களும் தருகின்ற தகவல்களிலிருந்துதான் நாம் குயிலியை மறுக்கிறோம். எனவே நம்மை மறுக்க வேண்டுமெனில் குயிலியை அருந்ததியர் சாதிப்பெண் என நிரூபிப்பதற்காகச் செய்த ஆய்வாளர்போல மண்டையைக் கசக்கிப் பிழிந்து, 100 கிராமங்களைத் தேர்ந்தெடுத்து, 8 ஆண்டுகள் ஆய்வு செய்ய வேண்டியதில்லை. அதற்கு மிகவும் எளிதான, அவர்களுக்குப் பழக்கப்பட்ட வழியொன்று இருக்கிறது.

கர்னல் லவ் மற்றும் கர்னல் ஃபுல்லர்ட்டன் ஆகிய இரண்டு பேரும் சாதி வெறி பிடித்த பயல்கள் என்றோ, அல்லது அவர்கள் பார்ப்பன — கிறிஸ்தவர்கள் என்றோ வழக்கம்போல தங்களது சமூக நீதி அம்பினை வீசினாலே போதும். அவர்களுக்கு ஜால்ரா அடிக்கும் பல வர்ணவாதிகள் அதையே விரிவான ஆய்வு நூலாக்கி விருதும் வாங்கிக் கொடுத்து விடுவார்கள்.

■

பகுதி – 4

காற்றின் வீச்சில்...
அசையும் மரங்கள்

'குயிலி எனும் பெண் சிவகங்கை வரலாற்றில் இருந்திருக்கக் கூடிய வாய்ப்பில்லை. குயிலி ஒரு கற்பனைப் பாத்திரம்" எனும் நமது முடிவின்மீது பலர் கேள்விகளை எழுப்பி இருக்கின்றனர்.

நாடு இருக்கும் நிலைமையில் இது தேவையா?

- ஆதிக்க சாதிகளிடம் பணம் வாங்கிக்கொண்டு எழுதி இருக்கிறீர்களா?
- பரபரப்பாகப் பேசிப் புகழடைவதற்காக எழுதியிருக்கிறீர்களா?
- பல புத்தகங்களைப் படித்துவிட்டு அதை அப்படியே காப்பியடித்து எழுதியிருக்கிறீர்களா?
- குயிலி கற்பனையென்பதால் நாட்டிலுள்ள பிரச்சினைகள் தீர்ந்துவிடுமா?
- இவருக்கு எதையும் உருவாக்கத் தெரியாது அழிக்கத்தான் தெரியும்.
- பிற சாதியைச் சேர்ந்த வரலாற்றுப் பாத்திரங்களின் நம்பகத் தன்மையை ஏன் ஆராயவில்லை?
- குயிலி பட்டியல் சாதிப் பெண் என்பதால்தான் அதைக் காலி செய்ய எண்ணுகிறீர்களா?
- பட்டியல் சாதி மக்களுடனான ஒற்றுமையைக் குலைத்துவிடாதா?

இந்தக் கேள்விகளைப் படிக்கும்போதே அக்கேள்விகளுக்கான காரணங்கள் உங்களுக்குப் புரிந்திருக்கும். நம் மீதான பொறாமை, எரிச்சல், கடுப்பு, ஆகியவைகள்தான் அவற்றில் பிரதானமானவையாக உள்ளன என்பதையும் நீங்கள் அறிந்திருப்பீர்கள். இருப்பினும் அதைக் கேட்கும் சிலர் அப்பாவிகளாகவும் அவர்களது கேள்விகளும் அப்பாவித்தனமானதாகவும் இருப்பதால் பலவேறுவிதமான கேள்விகளையும் திரட்டி அவற்றிற்கு முதல் தலைப்பினில் பதில் சொல்கிறோம். உங்களுக்கு வேறு கேள்விகள் இருப்பின் அவற்றையும் நமக்கு அனுப்பலாம்.

குயிலியைக் கற்பனைப் பாத்திரமாகவே இருந்தாலுங்கூட சிவகங்கை வரலாற்றில் ஒரு பிரச்சினையும் வராது என்றும் குயிலியின் பாத்திரம் வேலு நாச்சியாருக்குச் சிறப்புதான் சேர்க்கிறது என்றும் சில அப்பாவிகள் கருதுகிறார்கள். அது தவறான கருத்தாகும். கலைகளிலும் இலக்கியங்களிலும் கற்பனைப் பாத்திரங்கள் ஊடாடுவதற்கும் வரலாற்றில் கற்பனைப் பாத்திரங்களை இறக்குமதி செய்வதற்கும் வேறுபாடு உள்ளது. முன்னதை அனுமதிக்கும் நாம் பின்னதை மறுக்கிறோம். அதனாலேயே குயிலியின் பாத்திரம் எவ்வாறு வேலு நாச்சியாரைச் சிறுமைப்படுத்த முயல்கிறது என்பதை “வேலு நாச்சியாரை வீழ்த்த முயலும் குயிலி” எனும் இரண்டாவது தலைப்பினில் சுருக்கமாக எடுத்துக் கூறியுள்ளோம்.

“மருது சகோதரர்களை மறைக்க முயலும் குயிலி” எனும் மூன்றாவது தலைப்பினில் வேலு நாச்சியாருக்குப்போலவே மருதிருவரின் பங்களிப்பினையும் குயிலியின் பத்திரம் எவ்வாறு திட்டமிட்டு மறைக்க முயலுகிறது என்பதைச் சுருக்கமாக எடுத்துக் கூறியுள்ளோம்.

நமது தற்போதைய இலக்கு என்ன என்பதை “தூணைத் தூக்குக” எனும் நான்வது தலைப்பினில் விளக்கியுள்ளோம்.

விடாமல் நடத்துகின்ற இப்போராட்டத்திற்கான காரணத்தைத் “தொடரும் போராட்டம். ஏன்?” எனும் ஐந்தாவது தலைப்பினில் விளக்கியுள்ளோம்.

இறுதியாக “மருது சகோதரர்கள் யார்?” எனும் ஆறாவது தலைப்பினில் குயிலியால் சிறுமைப்படுத்தப்படும் மருதிருவரின் கதையை மறுத்து அம்மாவீரர்களின் உண்மையான வீரஞ்செறிந்த வரலாற்றின் சிறப்புகளை மட்டும் சுருக்கமாகத் தொகுத்து வழங்கியுள்ளோம்.

உள்ளடக்கம்
பகுதி-4

4.1 சில கேள்விகளுக்கான பதில்கள் 260
4.2 வேலு நாச்சியாரின் புகழை வீழ்த்த முயலும் குயிலி 279
4.3. மருதிருவரின் பெயரை மறைக்க முயலும் குயிலி 284
4.4 தூணைத் தூக்குக! 292
4.5 தொடரும் போராட்டம். ஏன்? 299
4.6 யாரிந்த மருது சகோதரர்கள்?. 305

4.1 சில கேள்விகளுக்கான பதில்கள்

1. தமிழக அரசாங்கமே நினைவுச் சின்னம் எழுப்பியுள்ள போது எப்படிக் கற்பனை எனக் கூறலாம்?

இந்தக் கேள்வியை நம்மிடம் கேட்பது பொருத்தமானதல்ல. ஒரு கற்பனைக்கு எப்படி நினைவுச் சின்னம் எழுப்பினீர்கள் என தமிழக அரசைப் பார்த்துக்கேட்க வேண்டிய கேள்வி இது. ஏனெனில் நாம் கற்பனை என்பதற்குச் சில ஆதாரங்களை முன்வைத்துள்ளோம். ஆனால் அரசுதான் ஒரு ஆதாரமுமில்லை என்கிறது.

2. குயிலி கற்பனை எனக் கூறுவதற்கான காரணம் உண்டா?

இக்கேள்வி விசித்திரமானதாக இருந்தாலும் அவசியமானதே. குயிலி ஒரு கற்பனைப் பாத்திரம் எனக் கூறுவதற்குப் பல காரணங்கள் உண்டு. அவற்றில் ஒரு காரணத்தைச் சொன்னால் போதும் என நினைக்கிறோம். அந்தக் காரணம், குயிலி கற்பனை என்பது ஒரு "உண்மை" என்பதாகும். உண்மையைச் சொல்வதற்குக் காரணங்கள் வேண்டுமா என்ன?

3. நீங்கள் கற்பனை என்பதைப் பலரும் ஏற்க மறுக்கிறார்களே?

ஆம். நாம் கற்பனை என்பதற்குப் பல காரணங்கள் இருப்பதுபோலவே அவர்கள் கற்பனை இல்லையென்பதற்கும் பல காரணங்களைச் சொல்லிக் கொள்கிறார்கள். சிலர், 'இவன் சொல்லி என்ன மாற்றிக்

கொள்வது' எனும் பொறாமையினால் ஏற்க மறுக்கிறார்கள். சிலர், தங்களது கருத்துக்களை மாற்றிக்கொள்வதை அவமான மானதாகக் கருதுவதால் ஏற்க மறுக்கிறார்கள். சிலர், குழம்பிப் போய் வாயடைத்துப்போன மனநிலையில் ஏற்க மறுக்கிறார்கள். சிலர், தங்களை ஆய்வாளர்களாகக் காட்டிக் கொண்டிருந்த செட்டப்களெல்லாம் அம்பலப்படுவதால் ஏற்க மறுக்கிறார்கள்.

4 : யாருமே குயிலி இல்லை என்று சொல்வதால் குயிலி இல்லாமல் போய்விடுமா'?

விசயத்தைக் குழப்புவதற்காக ஒரு சிலர் கேள்வி எழுப்பு வார்கள். ஒரு சிலர் விசயமே புரியாமல் தாங்களாகவே குழம்பிப்போய்க் கேள்விகளை எழுப்புவார்கள். அதாவது, நாம் எந்தக் காரணத்தை முன்வைத்துக் குயிலியைக் கற்பனை என்கிறோமோ, அந்தக் காரணத்தை விட்டுவிட்டு அவர்களாகவே சில காரணங்களைக் கருதிக் கொண்டு அவர்களாகவே அதை மறுக்கவும் செய்கிறார்கள். அவ்வாறு புரிந்தோ புரியாமலோ குழம்பிப்போய் உளறுகின்ற குழம்பியவாதிகளின் சில கேள்விகளில் ஒன்றுதான் இது.

"சிவகங்கை வரலாற்று நூல்களில் குயிலியைப் பற்றிக் குறிப்பிடப்படவில்லை. எனவே குயிலிக்கான ஆதாரங்கள் இல்லை. ஆகையால்தான் குயிலி ஒரு கற்பனையே" என நாம் கூறுவதாகச் சில குழம்பியவாதிகள் கூறுகிறார்கள். இது தவறு. சிவகங்கை வரலாற்று நூல்களில் குயிலியைப் பற்றிக் குறிப்பிடப்படவில்லை என்பதால் நாம் குயிலியை மறுக்கவில்லை. மாறாக, சிவகங்கை வரலாற்று நூல்களில் குயிலி சம்பந்தப்பட்ட சம்பவங்கள் குறிப்பிடப்பட்டுள்ளதை வைத்துத்தான் நாம் குயிலியைக் கற்பனை என்கிறோம். அதாவது, இல்லையென்பதால் அல்ல, இருக்கிறதென்பதால்தான் இல்லை!

5. ஏன் சாதி சம்பந்தப்பட்டப் பிரச்சினையை ஆய்வு செய்கிறீர்கள்?

இக்கேள்வியை அடிக்கடி கேட்கிறார்கள். இதற்கான பதிலை நாம் பலமுறை விளக்கியும் அதை அவர்கள் யாரும் கவனத்தில் கொள்ள மறுக்கிறார்கள். அவர்கள் சொல்வதை மட்டுமே நாம் கேட்க வேண்டும் எனக் கருதிக்கொண்டு மீண்டும் மீண்டும் கேட்கிறார்கள். மீண்டும் சொல்கிறோம். நாம் எப்போதும் குயிலியின் சாதி குறித்து ஆய்வு நடத்தவில்லை. நடத்தவும் மாட்டோம். அந்த கருமாந்திரம் பிடித்த வேலை நமக்குத் தேவையேயில்லை. இல்லாத கற்பனைப் பாத்திரத்தின்

சாதி குறித்து நாம் எப்படி ஆய்வு செய்ய முடியும்? எனவேதான் சொல்கிறோம். நம் குயிலி குறித்துத்தான் பேசுகிறோமே தவிர, குயிலியின் சாதி குறித்தல்ல.

6. குயிலியின் சாதி எதுவெனச் சண்டையிட்டுக் கொள்கின்றனரே?

ஆமாம், ஆனால் அவ்வாறு சண்டையிடுபவர்கள் முதலில் குயிலியை ஒரு வரலாற்றுப் பாத்திரம் என நிரூபித்துக் காட்டட்டும். அதன் பின்னர் யாருடைய சாதி என்பதைப் பற்றி அவர்கள் சண்டையிடலாம்.

குயிலி எனது சாதி எனச் சொல்பவர்கள் யாருமே குயிலியை வரலாற்றுப் பாத்திரம் என நிறுவுவதற்கு, நிரூபிப்பதற்கு எந்த முயற்சியும் எடுக்கவில்லை. அவர்களுக்கு அதைப் பற்றிய அக்கறையே இல்லை என்பதை அவர்களது பேச்சுகளைப் பார்த்தாலே அறியலாம். அவர்களுக்குத் தேவைப்படுவதெல்லாம் குயிலி என்கிற புகழ் தரக்கூடிய பிம்பத்தைத் தமது சாதிக்கானதாகத் தட்டிச் செல்ல வேண்டும் என்பது மட்டுமே. இதற்காகவே பல விதமான பொய்களைச் சொல்லித் தனது சொந்த சாதி மக்களை ஏமாற்றி வருகின்றனர்.

தங்களுக்கானது இல்லையென்பதால் வரலாற்றை அறியாத; வரலாறு தேவைப்படாத; வரலாற்றைப் புறக்கணித்திருக்கிற; வரலாற்றைத் தெரிந்து கொள்ளும் ஆர்வமில்லாத; பட்டியல் சாதி மக்களிடையே குயிலியை ஒரு வரலாற்றுச் சாகசவாதியாக்கி அவளை நமது சாதி என்று சொல்வதன் மூலமாக அம்மக்களின் சாதிய மனநிலையைத் தூண்டிவிட்டுக் கெட்டிப்படுத்தவும் துடிக்கிறார்கள். நீங்கள் முதலில் குயிலியை நிரூபியுங்கள். அதன்பிறகுதான் குயிலி எந்தச் சாதி என்பது குறித்து நீங்கள் முடிவு செய்ய முடியும். நமது எல்லை குயிலியின் இருப்பு மட்டுமே. அதற்குமேல் பேச அதில் என்ன இருக்கிறது?. குயிலியையே நிரூபிக்க முடியாதபொழுது குயிலியின் சாதி பற்றி சண்டையிட்டுக் கொள்ளும் நீங்கள் நம்மீது பாய்வதில் எந்தவிதமான நியாயமும் இல்லை. எனவே பட்டியல் சாதிக் குயிலி ஆய்வாளர்களுக்கும் ஆதரவாளர்களுக்கும் மற்றும் பட்டியல் சாதியில் இல்லாத குயிலி ஆய்வாளர்களுக்கும் ஆதரவாளர்களுக்கும் உள்ள உடனடியான வேலை குயிலியை வரலாற்று மாந்தர் என நிரூபிப்பதுதான். அதை முதலில் செய்க. முடியவில்லை என்றால் இதுகாறும் சொந்த சாதி மக்களை ஏமாற்றியதற்காக அவர்களிடம் மன்னிப்புக் கேட்டுக் கொள்ளட்டும்

7. பட்டியல் சாதியினரில் சிலர் கடுங் கோபம் கொள்கின்றனரே?

நமது முடிவு நம்மைப் பட்டியல் சாதியினரைக் கோபப்படுத்திவிடும் எனப் பல நண்பர்கள் நம்மீது அக்கறையோடு கவலைப்பட்டிருக்கிறார்கள். உண்மையில், பட்டியல் சாதியைச் சேர்ந்தவர்கள் நமக்கு நன்றிதான் சொல்ல வேண்டும். சிலர் சொல்லியும் இருக்கிறார்கள்.

ஒரு பாத்திரத்தைப் பட்டியல் சாதிக்கான வரலாற்றுப் பாத்திரமாக முன் வைத்து, அச்சாதியைப் பெருமைப்படுத்தும்போது அந்தப் பாத்திரம் கற்பனையானது எனும் கருத்து வந்தால் உடனடியாக அதை ஆய்வு செய்து முறியடிக்க வேண்டும். அவ்வாறு பரிசீலனை செய்து முடிவுக்கு வரவில்லையென்றால்

8. பட்டியல் சாதி ஆய்வாளர்களின் கோபம் தவறானதா?

தவறானதல்ல, எல்லோரும் கோபப்படவில்லையென்றாலும் அச்சிலரது அந்தக் கோபமும்கூட அர்த்தமற்றது. பட்டியல் சாதி மக்கள் காலங்காலமாகப் பல்வேறு நிர்ப்பந்தங்களுக்கு ஆளாக்கப்பட்டு ஒடுக்கப்பட்டு வாழ்ந்து வந்துள்ளனர். நாம் ஒடுக்குமுறைக்கு எதிரானவர்கள் என்பதனால் அவர்களின் கோபத்தினை நாம் புரிந்து கொள்கிறோம். கடுமையான போராட்டங்களுக்குப் பிறகு கிடைத்துள்ள தற்போதைய வாய்ப்புகளைப் பயன்படுத்தி தங்களின் இருப்பிற்கான கேள்விகளை எழுப்புவதும் நியாயமானதே. ஆனால், அவையெல்லாம் சாதிய ஆதிக்கத்திற்கு எதிரானதற்குத்தானே தவிர வரலாற்றை அறிவதற்கானதல்ல. தங்களை ஒடுக்கி வந்த சாதிகளைப் பழி தீர்ப்பதாக எண்ணிக் கொண்டு இப்போதைய ஒடுக்கும் சாதியைச் சேர்ந்தவர்கள் அனைவரையும் கண்மூடித்தனமாகச் சாடுவதும் கீழ்த்தரமாகத் திட்டுவதும் ஏற்க முடியுமா?. சில நேரங்களில் ஏற்கலாம். அதாவது அவன் சாதி மறுப்பாளனாக இருந்து கூறினால்கூட ஏற்கலாம். அதையே பக்கா சாதி ஆதரவாளன் கூறினால் ஏற்க முடியுமா?.

சாதியத்தை ஏற்றுக்கொண்ட ஒருவனால் சாதிய ஒடுக்குமுறையை எதிர்த்து விமர்சிக்க முடியுமா? அவனுக்கு அதற்கான தகுதி உண்டா? இல்லை. ஒடுக்கும் சாதியில் பிறந்தவன் என்பதாலேயே அவனது முன்னோர்கள் செய்த (அவர்களும் ஒடுக்கும் கூட்டத்தில் இருந்தார்களோ இல்லையோ என்பது தெரியாத போதிலும்) தவறான செயல்களுக்காகப் பழி ஏற்க

வேண்டிய அவசியம் என்ன இருக்கிறது? சாதியாய் நிற்பவன் சாதியை ஏற்பவனாகிறான். அதனாலேயே சாதிய ஒடுக்குமுறையை ஆதரிப்பவனாகிறான். ஆனால், இதை மறைத்துக் கொண்டு சாதி எதிர்ப்புப் போராளிகளாகத் திரிகின்றவர்கள் கோபம் கொள்வது சாதியத்தின் இன்னொரு வகையான வன்மம்தானே தவிர வேறல்ல.

எதிர்காலத்தில், பட்டியல் சாதியினரின் வரலாற்றுப் பெருமைகளாகக் கூறப்பட்டு வருகின்ற அனைத்துமே நம்பிக்கையற்றதாக மற்றும் நம்பகத் தன்மை இல்லாததாகக் கருதிக் கேலி செய்யப்படும் நிலை உருவாகலாம். ஆக, பட்டியல் சாதி மக்கள் தங்களுடைய உண்மையான வரலாற்றுப் பெருமைக்கு மாறாக, கற்பனையான பெருமையைச் சுமப்பதிலிருந்து நாம் அவர்களைக் காப்பாற்றி இருக்கிறோம்.

9. பட்டியல் சாதி என்பதால்தான் குயிலி மறைக்கப்பட்டாளா?

பட்டியல் சாதி அல்லாத வரலாற்றாய்வாளர்களால்தான் குயிலி மறைக்கப்பட்டுவிட்டாள் எனும் கருத்தைப் பட்டியல் சாதி ஆய்வாளர்களின் ஆய்வு நூல்கள் அனைத்துமே முன்வைக்கின்றன. அவைகளைச் சார்ந்தவர்களும் அதை ஆமோதிக்கின்றனர். இது முழுமையாகக் கண்டிக்கத்தக்கதாகும். அடிப்படையிலேயே தவறானதாகும்.

அவர்களின் குற்றச்சாட்டு உண்மையா? அப்படியானால், குயிலியை இவர்களுக்கு முன்பாகவே பரப்பிய, பரப்பிக் கொண்டிருக்கின்ற, இவர்களுக்குமே அறிய வைத்த, அவர்கள் எல்லாம் யார்? முதன்முதலில் கட்டுரையில் குறிப்பிட்ட வழக்கறிஞர் இ.எம்.சுதர்சன நாச்சியப்பன்: முதன் முதலில் நூலில் எழுதிய காளையார்கோவில் மு. சேகர்; ஜீவபாரதி; சட்டமன்றத்தில் கோரிக்கை வைத்த எஸ். குணசேகரன் (சிறிமி); நினைவுச் சின்னத்திற்கு உத்தரவிட்ட முன்னாள் முதலமைச்சர் ஜெயலலிதா; நாட்டியமாடிக் கொண்டிருக்கிற ஸ்ரீராம் ஷர்மா; குயிலி அருந்ததியர் சாதி எனக் கூறும் நூல் வெளியீட்டு நிகழ்ச்சி அழைப்பிதழில் 'வேலு நாச்சியின் வம்சாவழி'யென்றும் 'இளைய மன்ன'ரென்றும் குறிப்பிடப்பட்டுள்ள அந்நூலை வெளியிட்ட மகேஷ்துரை; மற்றும் அந்நிகழ்ச்சியில் நூலை வாழ்த்திப் பேசிய சிவகங்கை அரசியல் கட்சிப் பிரமுகர்கள்; அம்பேத்கர் பிரியனின் நூலை வெளியிட்ட உலகத் தமிழாராய்ச்சி நிறுவனம்; அஞ்சல்தலை வெளியிடச் சொன்ன தமிழ்நாடு வரலாற்றுப் பேராயம்; தமிழக

பள்ளிக் கல்வித் துறை, மற்றும் இந்நாளைய இயக்கவாதிகள், அரசியல்வாதிகள், இவர்களின் நூல்களைப் படித்துவிட்டு உண்மையென நம்பிப் பேசிக் கொண்டிருக்கின்ற வாசகர்கள், இவர்களெல்லாம் என்ன பட்டியல் சாதிக்காரர்களா? இல்லையே. அவர்கள் குயிலியைப் பாராட்டும்போதும் அவர்களைத் தங்களது சுயலாபத்திற்காக இவர்கள் புகழும்போதும் அவர்கள் பட்டியல் சாதியல்லாதவர்கள் எனும் குற்றச்சாட்டு எழுவதில்லையே, ஏன்?.

மேற்கண்ட ஆய்வாளர்களோ அல்லது நிறுவனங்களோ யாரும் அவ்வாறான சாதிச் சார்புடனோ அல்லது தங்களது சாதியைப் பெருமைப்படுத்துவதற்காகவோ இந்த சிவகங்கை வரலாறு குறித்த ஆய்வுகளைச் செய்யவில்லை என்பதை அந்நூல்களைப் படித்திருக்கின்ற யாரும் அறியலாம். அந்நூல் களையே பார்த்திராத முட்டாள்கள்தான் இவ்வாறு கூற முடியும். அப்படி ஒருவேளை, யாருடைய பார்வையிலாவது மேற் கூறப்பட்ட வரலாற்றாய்வுகள் சாதியச் சார்புடையவையாகத் திரிக்கப்பட்டுள்ளது எனத் தெரிந்தால், அவர்களது வேலை, அந்தச் சாதியச் சார்பு நிலையினை அப்பட்டமாக அம்பலப்படுத்தி, நிரூபிக்க வேண்டியதுதானே தவிர, சில புகார் மனுக்களைப்போல வெறும் வசவாக எழுதிக் குவிப்பதல்ல.

சிவகங்கையின் பெருமைமிக்க காலனியாதிக்க எதிர்ப்புப் போர் குறித்து ஒரு சின்னஞ்சிறு குறிப்பினைக்கூட பட்டியல் சாதி ஆய்வாளர்களது நூல்களில் காண முடியாது. அதெல்லாம் அவர்களுக்குத் தெரியவும் செய்யாது. 1780ஐத் தாண்ட மாட்டார்கள். ஆனால் சிவகங்கையின் வரலாற்றுச் சிறப்பு 1800-1801ஆம் ஆண்டிலல்லவா இருக்கிறது!.

10. இம்முடிவு பட்டியல் சாதி மக்களுடனான ஒற்றுமையைக் குலைத்துவிடாதா?

குயிலியைப் பட்டியல் சாதியினர் தங்களது திருவுருவாகக் கருதுகின்ற நிலையில் நாம் அதைக் கற்பனை என்று சொல்லும் போது பட்டியல் சாதியினருக்கும் நமக்குமான ஒற்றுமையை அது குலைத்துவிடும் எனச் சிலர் கருதுகிறார்கள். ஆனால், இவ்வாறு கருதுவதை ஒரு கற்பனையென்றே நாம் கருதுகிறோம். காரணம் 1, பட்டியல் சாதி மக்கள் அனைவருமே குயிலிவாதிகள் அல்ல. காரணம் 2, கற்பனையைக் கற்பனைதான் என ஆதாரப்பூர்வமாக வெளிப்படுத்திய பிறகும் சொந்த சாதி என்பதற்காக மட்டுமே அதை உண்மை என நம்பும் அளவிற்கு பட்டியல் சாதி மக்களனைவரும் பலவீனர்களல்ல.

காரணம் 3, ஒரு சிலரின் கருத்துக்களைக் கொண்டு ஒட்டு மொத்த மக்களையும் எடைபோடுவது சரியான மதிப்பீடல்ல.. இதேபோன்ற மதிப்பீட்டினை ஆதிக்க சாதியினருக்கு வைத்துப் பார்க்க முடியுமா? முடியாது. எனவே, இக்கேள்வியே ஒருவகையான பயத்தினில் உருவான கற்பனைதான். குயிலியைக் கற்பனை என்றோ அல்லது கற்பனையில்லை என்றோ ஏற்பதற்குத் தேவையானது ஆதாரங்களும் ஆவணங்களும்தானே தவிர, சாதியல்ல. நமது பல பட்டியல் சாதி நண்பர்கள் குயிலி கற்பனை என்பதை ஏற்றுக்கொண்டுதானிருக்கிறார்கள். அதையும் மீறி அவர்களுடனான ஒற்றுமை குலைந்துவிடும் என யாரையேனும் நீங்கள் கருதினால் அவர்கள், சொந்த சாதியினரைத் தவிர வேறு யாருடனும் எப்போதும் ஒற்றுமையாக இருக்க விரும்ப மாட்டார்கள். அவர்களே விரும்பாதபோது உங்களுக்கெதற்குப் பரிதாபம் வருகிறது? தேவையேயில்லை. சாதியை ஏற்பவர்களுடனல்ல, உண்மையை ஏற்பவர்களுடன்தான் நாம் ஒற்றுமையை உண்டாக்க முடியும். கவலையை விடுக!

11. குயிலியால் யாருக்கும் சாதிப் பெருமை இல்லையா?

பட்டியல் சாதி மக்களுக்கு இம்மாதிரியான கற்பனைகளால் எந்தவிதமான வரலாற்றுப் பெருமையையும் கிடைக்கப் போவதில்லை. மாறாகக், கேலியும் கிண்டலுமே மிஞ்சும். சிவகங்கை முன்னாள் எம்.எல்.ஏவான எஸ். குணசேகரனின் சட்டமன்ற உரைக்கு முன்பு வரையிலும் பட்டியல் சாதியைச் சேர்ந்த எவரும் குயிலியைப் பற்றி வாயைத் திறந்து பேசியதில்லை, எழுதியதில்லை என்பதை அறிக. குயிலி பற்றிய சம்பவங்கள் புனையப்பட்டது எனக் கருதுவதற்கு இதுவுமே போதுமான ஆதாரம்தான்.

12. குயிலியைப் பற்றியே பேசிக்கொண்டிருக்கிறீர்களே, எப்போது நிறுத்துவீர்கள்?

குயிலியைப் பற்றிப் பேசுவதை குயிலிவாதிகள் நிறுத்துவார்களா? மாட்டார்கள். ஆனால், நாம் மட்டும் நிறுத்த வேண்டும். ஏன்?. ஒரு கற்பனையான பாத்திரத்தை வரலாற்றுப் பாத்திரமாக நிலை நிறுத்துவது சரியானதுதான் என நீங்கள் கருதினால் அதற்கு ஒரே ஒரு நியாயமான காரணத்தை மட்டும் சொல்லுங்கள்? போதும். நாம் நிறுத்திக் கொள்வோம்.

நீங்கள் ஒன்றை மறந்து விடுகிறீர்கள். நாம் வாழும் காலத்தில் நாம் அறிந்து நடக்கின்ற தவறுகள் எவ்வளவோ

உள்ளன. இருப்பினும் நம்மைச் சார்ந்த அல்லது நமக்கு மிகவும் முக்கியமானதாகப்படுகின்ற தவறுகளையே நாம் அறிந்து கொண்டிருக்கிறோம். அதிலும் சில தவறுகளுக்கு எதிராக மட்டுமே நாம் மறுப்புத் தெரிவிக்கிறோம். எல்லோருடைய நிலையும் இதுதான். அந்த அடிப்படையில்தான் நாம் குயிலியைப் பற்றிப் பேசிக்கொண்டிருக்கிறோம். நிறுத்த வேண்டிய தேவை ஏற்படுமாயினும் அது தானாகவே நின்றுவிடும்.

13. முற்போக்கு இயக்கங்கள்கூட ஆதரிக்கவில்லையா?

நன்றாகக் கேட்டீர்கள். மறுத்தவர்களில்கூடச் சிலர் நேர்மையாக எதிர்த்தார்கள். ஆனால் இந்த முற்போக்காளர்கள் இருக்கிறார்களே, அவர்கள் இப்படி ஒரு விசயம் நடப்பதாகவே காட்டிக்கொள்ளவில்லை. ஒரு உதாரணத்தைப் பார்க்கலாம்.

1. டைஃபி (DYFI)

கடந்த *31.12.2018*ஆம் ஆண்டு இந்திய ஜனநாயக வாலிபர் சங்கம் (டைஃபி) எனும் அமைப்பு தனது 16ஆம் தமிழ்மாநில மாநாட்டினை சிவகங்கையில் நடத்தியது. அதன் பேரணியில் குயிலியின் படம் கொண்டு செல்லப்பட்டது. குறிப்பாக திண்டுக்கல் பகுதி மிகப்பெரிய படத்தினைத் தூக்கிவந்தது. இரவு நடந்த பொதுகூட்ட மேடையின் பின்னணியில் வைக்கப்பட்டிருந்த டிஜிட்டல் பேனரில் குயிலி வந்துவந்து போய்க்கொண்டிருந்தாள். இது குறித்து நான் ஃபேஸ்புக்கில் எழுதிய பதிவினை இங்கு தருகிறேன். அதை வாசித்தாலே முழுவதும் புரிந்துவிடும்.

31.12.2018

DYFI மாநிலத் தலைமைக்கு ஒரு கேள்வி.

இந்திய ஜனநாயக வாலிபர் சங்கம் எனும் பெயரினைக் கொண்டிருக்கும் நீங்கள் சிவகங்கையில் 16ஆம் தமிழ் மாநில மாநாட்டினை நடத்தியுள்ளீர்கள். உயர்ந்த விழுமியங்களைக் கொண்ட இலட்சிய சமூகத்தை உருவாக்கிட இலட்சம் இளைஞர்களை அறைகூவி அழைத்துப் பேரணியும் பொதுக் கூட்டமும் நடத்தியுள்ளீர்கள். ஏகாதிபத்திய எதிர்ப்புப் போராளிகளான பகத்சிங் மற்றும் சேகுவாரா ஆகியோரது உருவப் படங்களை, எங்கெல்லாம் பொறிக்க முடியுமோ அங்கெல்லாம் பொறித்து ஏகாதிபத்தியத்திற்கு எதிரான முழக்கங்களை எழுப்பியதோடு, ஏகாதிபத்தியத்தை எதிர்த்ததால் படுகொலை செய்யப்பட்ட அவர்கள் இருவரது படங்களையும் முன்னிறுத்தி இம்மாநாட்டினை நீங்கள் சிவகங்கையில் நடத்தியுள்ளீர்கள். அதற்கும் மிக்க மகிழ்ச்சி. பிரிட்டிஷ் ஏகாதி பத்தியக் கம்பெனியை எதிர்த்ததால் 543 பேர் படுகொலை செய்யப்பட்ட சிவகங்கை மண்ணில் இந்த நிகழ்வை நீங்கள் நடத்தியது மிகப் பொருத்தமானதுதான்.

ஆனால், ஏகாதிபத்தியத்தால் படுகொலைக்கு ஆளான அப்போராளிகளை நீங்கள் ஒரு இடத்திலும் நினைவு கூரவில்லை. அதுமட்டுமல்ல, தென் தமிழகப் பாளையக்காரர்களை ஒன்றிணைத்து, ஒரு கூட்டிணைவை உருவாக்கி, அதன் பொறுப்பாளராகச் செயல்பட்ட, ‘ஜம்புத்தீவுப் பிரகடனம்’ வெளியிட்ட ஏகாதிபத்தியத்தால் படுகொலை செய்யப்பட்ட மருது சகோதரர்களையும் நீங்கள் நிகழ்ச்சியின் எந்த இடத்திலும் நினைவு கூரவில்லை. அவர்களின் உருவப்படத்தையும் பொறிக்கவில்லை.

அதற்கு மாறாக, சிவகங்கை வரலாற்றிலேயே இடம் பெறாத, ஒரு அப்பட்டமான கற்பனைப் பாத்திரமான குயிலியின் பெயரால் நினைவு ஜோதியை ஏற்றினீர்கள்; ஃப்ளெக்ஸ் பதாகையைப் பேரணியில் பிடித்து வந்தீர்கள்; ஃப்ளெக்ஸ் பேனராக மாநாட்டினுள் நிறுத்தியிருந்தீர்கள்; பொதுக்கூட்ட மேடையின் டிஜிடல் திரையில் அடிக்கடிக் காட்டிக் கொண்டிருந்தீர்கள். ஏன்?

ஒரு கற்பனைப் பாத்திரத்திற்கு இணையாக ‘சேகுவாரா’வையும் இணைத்திருந்தீர்கள். அந்த வீரனை இதை விட யாராலும் இழிவுபடுத்திவிட முடியாது. *DYFI*-யின் தேசிய, மாநில, மாவட்டத் தலைமையினரே! உங்களிடம் நேரடியாக

இந்தக் கோரிக்கையை முன்வைக்கிறேன். இதை ஒரு சவாலாக எடுத்துக் கொண்டாலும் சரிதான். "சிவகங்கையின் வரலாற்றில் குயிலி : கற்பனையா? வரலாறா?" எனும் தலைப்பில் என்னோடு பொதுமேடையில் விவாதிக்கத் தயாரா?

சிவகங்கையின் ஏகாதிபத்திய எதிர்ப்பு வரலாற்றைப் புரிந்து கொண்டு முன்னெடுக்க முடியாத நீங்கள், எப்படி சர்வதேசிய ஏகாதிபத்திய எதிர்ப்பை முன்னெடுக்கப் போகிறீர்கள்?

ஏற்கனவே முகநூலில் உங்களின் தோழமைச் சங்கமான தமுஎகசவின் சிவகங்கை மாவட்டக் கிளைச் செயலாளருக்கு இதே கோரிக்கையை முன்வைத்திருந்தேன். அத்தோடு அவர் எனது முகநூல் தொடர்பையே துண்டித்துவிட்டார். ஆனால், "மயில்வாகனனின் கருத்தே இறுதியானதல்ல" என்று இப்போது பதிவிட்டிருக்கிறார்.

எனது கருத்து இறுதியானதல்ல, என முற்போக்காகப் பதிலளிக்கும் திருவாளர் மணியன் அவர்களே, "குயிலி பறையர் சாதிப் பெண் எனப்படுவதை மறுத்து குயிலி அருந்ததியர் சாதிப் பெண்தான்" எனத் தனது சாதிக்காக ஆராய்ச்சி செய்து நிரூபிக்கப்பட்ட கருத்தை மட்டும் இறுதியானது என நீங்கள் ஆதரிப்பது ஏன்? அப்போது எங்கே போயிற்று உங்கள் முற்போக்கு?.

தோழமைமிக்க *DYFI* உறுப்பினர்களே! எனது கோரிக்கை நியாயமானதா இல்லையா என்பதை நீங்களும் பரிசீலிக்க வேண்டுமெனக் கோருகிறேன்! நியாயமில்லை என நீங்கள் கருதினால் என்னுடன் நேரடியாக விவாதம் நடத்துவற்கு உங்கள் தலைமையிடம் வற்புறுத்துங்கள். அல்லது நியாயம்தான் எனக் கருதினால் உங்கள் தலைமையிடம் இதேகேள்வியை நீங்கள் எழுப்புங்கள். *DYFI*யின் மாநிலத் தலைமையிடமிருந்து பதிலை எதிர்பார்க்கிறேன். தமிழக வரலாற்றார்வலர் உலகம் கவனிக்கட்டும். நன்றி!

■ ■ ■

இதற்கு எந்தவிதமான பதிலும் வரவில்லை. என்மேல் பரிதாபப்பட்டு பின்னூட்டமிட்ட ஒரு சிலர் விரைவில் பதில் வரும் என எழுதியிருந்தார்கள். எல்லாம் குயிலி துணை.

14. வேறு ஏதாவது உள்நோக்கங்கள் உண்டா?

அருமையான கேள்வி. எமக்கும் உள்நோக்கங்கள் இருக்கின்றன.

உள்நோக்கம் – 1

வரலாற்றாய்வாளர்களின்மீது சுமத்தப்படுகின்ற பழி.

பேராசிரியர் ந.சஞ்சீவி, டாக்டர். கே.இராஜய்யன், முனைவர் கு.மங்கையர்க்கரசி, எஸ்.எம்.கமால், மீ.மனோகரன் போன்ற வரலாற்றாய்வாளர்கள் சிவகங்கையின் வரலாற்றைப் பதிவு செய்த மிகச்சிலரில் மிகவும் முக்கியமானவர்கள். சிவகங்கை வரலாற்றார்வலர்கள் நன்றி செலுத்த வேண்டியவர்கள்.

இவ்வாய்வாளர்கள் உள்ளிட்ட பலர் சிவகங்கை வரலாற்றைப் பதிவு செய்யும் முயற்சிகளில் தங்களது வாழ்நாளில் கணிசமான பங்கைச் செலவழித்துள்ளனர். அலைந்து திரிந்து ஏராளமான நூல்களைச் சேகரித்துள்ளனர். வாசித்துள்ளனர். நிதிகளைச் செலவு செய்துள்ளனர். தரவுகளுக்காகப் பல பயணங்களை மேற்கொண்டுள்ளனர். இவர்கள் யாருமே குயிலி எனும் பாத்திரம் சிவகங்கை வரலாற்றில் இருந்ததாகக் குறிப்பிடவில்லை. காரணம், இவர்களுக்குக் கிடைத்துள்ள ஆதாரப்பூர்வமான தரவுகள் எதிலுமே குயிலி குறித்த சிறு குறிப்பும் இல்லை.

குயிலியை அவர்கள் அறிந்திருக்கவே மாட்டார்கள். குயிலி இருந்திருந்தால் அதை இவர்கள் மறைக்க வேண்டிய அவசியமும் அவர்களுக்கு இல்லை. ஆனால், இவர்கள் குயிலியைக் குறித்துக் குறிப்பிடவில்லை என்பதற்காக இவர்களைச் சாதி வெறியர்கள், எனவேதான் திட்டமிட்டுக் குயிலியை மறைத்துவிட்டார்கள் என்று இவர்களின்மீது பலபேர் பெயர்களைக் குறிப்பிடாமல் பழி சுமத்துகிறார்கள். இதை நாம் அனுமதிக்க முடியவில்லை. அவர்கள் எவ்வாறெல்லாம் பழி சுமத்தினார்கள் என்பதை அறிந்தால் உங்களாலும்கூட அனுமதிக்க முடியாதுதான்.

எப்படிப்பட்ட பழிச்சொற்கள்?

“முழுமையான வரலாற்றைத் தெரிந்தவர்கள் மேல் சாதியினராயிருப்பதால் தாழ்ந்த இனத்து அருந்ததியப் பெண்ணான குயிலியைப் பற்றிய தகவல் தர முன்வரவில்லை” எனவும் “வரலாற்றைப் பதிவு செய்தவர்கள் சாதிய நோக்கோடுதான் அணுகியிருக்கிறார்கள் என்று கருத இடமுண்டு.” எனவும் சு.சீனிவாசனும் வே. பொன்ராஜூம் கூறியுள்ளனர். “கண்டும் காணாதவர்களாய் தெரிந்தும் தெரியாதவர்களாய் மறைப்பதின் மர்மம் என்ன?” என்கிறார் நண்பர் எக்ஸ்ரே மாணிக்கம். “பேனாவிற்குத் தீட்டுப்பட்டு விடும் என்ற அச்சம் காரணமோ”

என்று கேலி செய்கிறார் ஆலம்பட்டு சோ. உலகநாதன். "திரிபு வரலாறு" என்கிறார் கவிஞர். வதிலை பிரபா. "சாதி பார்த்துப் போற்றும் தியாகம்" என்கிறார் ம.மதிவண்ணன். "இருட்டடிப்பு செய்யப்பட்ட வரலாறு" என்கிறார் சந்திமாவோ. 'என்ன இருந்தாலும் மறைத்து விட்டீர்களே' என நாசூக்காகக் குத்துகிறார் சி. அம்பேத்கர் பிரியன்.

இவைகளெல்லாம் அச்சிலுள்ளதால் நமக்குக் காணக் கிடைக்கின்றது. இவை தவிர, தங்களது சொந்த சாதி மேடைகளில் இவர்கள் பேசுகின்ற கேலி, கிண்டல், வசவுப்பேச்சுக்களை எழுத்தால் எழுத முடியாது.

இம்மாதிரியான கேலியும் குற்றச்சாட்டுகளும் யாரை நோக்கிக் கூறப்படுகின்றன? மேற்கண்ட வரலாற்றாய்வாளர்களை நோக்கித்தானே? இதை நாம் அனுமதிக்க முடியாது. மறுக்கிறோம். உண்மையான வரலாற்று ஆர்வலர்களின் சார்பாகவே நாம் இக்குற்றச்சாட்டுகளை மறுக்கிறோம். மேற்சொன்னவர்கள் மட்டுமல்லாது மறைக்கப்பட்டது, மறைக்கப்பட்டது என முன்னோடி ஆய்வாளர்கள்மீது அவதூறுகளைத் தொடர்ந்து அள்ளிவீசி வருகின்ற பல அரைவேக்காடுகளையும் நாம் மறுக்கிறோம், கண்டிக்கிறோம்.

மேலே நாம் குறிப்பிட்டுள்ள வரலாற்றாய்வாளர்களால் அறிந்து கொள்ள முடியாத பேருண்மையை, இந்த குயிலிசாதி ஆய்வாளர்கள் அறிந்து கொண்டது போலவும் அவர்களால் கண்டுபிடிக்க முடியாத விசயத்தை, இவர்கள் ஆராய்ந்து, கள ஆய்வு செய்து, தேடிக் கண்டுபிடித்து வெளிக் கொணர்ந்துவிட்டது போலவும் கூசாமல் குயிலியின் கதையை அவிழ்த்து விடுகிறார்கள். அதுமட்டுமல்லாமல் அவர்கள் சொல்லாமல் மறைத்த விசயத்தை இவர்கள் உரத்துச் சொல்வதாக வேறு கூவுகிறார்கள். அதற்கு சாதி எனும் இத்துப் போன துணியை ஒரு கேடயமாக பயன்படுத்திக் கொள்கிறார்கள். ஓலைச்சுவடி, கல்வெட்டு, நாட்டுப்புறப் பாட்டு, வாய்மொழி வரலாறு, மறைக்கப்பட்ட வரலாறு, எளிய மக்கள் வரலாறு எனக் கதை விடுகிறார்கள். இப்படியான ஒரு கூட்டம் தமிழ்நாடு முழுதுமே சாதி வெறிபிடித்து அலைந்து கொண்டிருக்கிறது.

இந்தச் சாதி ஆய்வாளர்களின் விஷக் கருத்துக்கள் மேற்சொன்ன வரலாற்று ஆய்வாளர்களின் கடுமையான உழைப்பையும் அறிவையும் அர்ப்பணிப்பையும் வாழ்க்கையையும் அலட்சியப்படுத்த முயற்சிக்கின்றன; ஏளனப்படுத்த

முயற்சிக்கின்றன; சிறுமைப்படுத்த முயற்சிக்கின்றன. அதனாலேயே அவர்களின் இந்தத் தூற்றல் கருத்துகள் நமக்குக் கோபத்தை உண்டாக்குகின்றன.

பேராசிரியர் ந.சஞ்சீவி, டாக்டர். கே.இராஜய்யன், முனைவர் கு.மங்கையர்க்கரசி, எஸ்.எம்.கமால், மீ.மனோகரன் போன்ற வரலாற்றாய்வாளர்களின் நூல்களை முழுமையாக வாசித்தறியாதவர்கள், அவர்களது நூல்களையே பார்த்திராதவர்கள், அவர்களது உழைப்பிற்கு முன்னால் கால்தூசி பெறாதவர்கள், இப்படியான வரலாற்றுப் புளுகுகளைத் துணிச்சலாக அவிழ்த்து விடுகிறார்கள்.

ஆனால், மேற்கண்ட வரலாற்று ஆய்வாளர்களின்மீது சாதி முத்திரையைக் குத்தி அவர்கள்மீது பழி சுமத்துகின்ற இந்தப் பட்டியல் சாதி ஆய்வாளர்கள், எதற்காக குயிலியைக் குறித்து ஆய்வு செய்கிறார்கள்?. சிவகங்கையின் காலனியாதிக்க எதிர்ப்பு வரலாற்றை எடுத்துரைக்கவா? இல்லை. குயிலியைப் பட்டியல் சாதி எனச் சொல்லி, அதன்மூலம் தங்களது சாதிக்கு வரலாற்றுப் பெருமையை உண்டாக்குகிறோம் எனும் போர்வையில், தங்களது சாதியினரிடையே தங்களை மாபெரும் ஆய்வாளராகக் காட்டிக் கொள்வதற்காகத்தான் இவ்வாறு செய்கின்றனர். இவ்வாறு தனது சொந்த சாதி மக்களையே ஏமாற்றுவதற்குத்தான் குயிலியை அவர்கள் பயன்படுத்திக் கொள்கிறார்கள்.

குயிலியை ஆதி திராவிடர் சாதிப் பெண் என நிரூபிப்பதற்காக ஆலம்பட்டு உலகநாதனும்; அருந்ததியர் சாதிப் பெண் என நிரூபிப்பதற்காக முனைவர்கள் சு. சீனிவாசனும் வே. பொன்ராஜூம் சந்திமாவோவும்; எந்த சாதியாக இருந்தாலும் சரி, ஆனால் பட்டியல் சாதிப் பெண்தான் என நிரூபிப்பதற்காக சி. அம்பேத்கர்பிரியனும் செய்கின்ற முயற்சிகள்தான் அவர்கள் எழுதியுள்ள நூல்கள். அதைத்தவிர வேறு எதுவும் அவர்களது நூல்களில் இல்லை.

தமிழக அரசு குயிலியை குறிப்பிட்ட எந்த ஒரு சாதியையும் சேர்ந்தவள் என அறிவிக்கவில்லை. ஆனால், அரசின் தவறான சான்றுகளைப் பயன்படுத்திக் கொண்டுதான் இந்நூல்கள் குயிலியின் சாதியைக் குறிப்பிட்டு எழுதப்பட்டுள்ளன. சாதிய வழிபாட்டிற்காக மட்டுமே இவர்கள் குயிலியை வழிபடுகிறார்கள். சாதிச் சண்டைகளை உருவாக்கும் நோக்கத்திலும் சாதிய, சுயநல ஆதாயத்திற்காகவும்தான் குயிலியின் சாதி பற்றி எழுதி, புனைவுகளை வரலாறாக்க முயற்சிக்கிறார்கள்.

எனவேதான் அவதூறு பரப்பும் அந்தச் சாதி ஆய்வாளர்களைக் கண்டிக்கும் நோக்கத்துடன் நாம் குயிலி கற்பனை என்பதை நிரூபிக்க முன்வந்தோம். இம்மாதிரி முன்னோடி ஆய்வாளர்கள்மீது அவதூறு பரப்புகின்ற அறிவற்ற காரியத்தை, வரலாற்று உணர்வுள்ள யாரும் ஏற்க முடியாது. ஆதரிக்க முடியாது. நாம் குயிலியை அம்பலப்படுத்துவதற்கான உள்நோக்கங்களில் இதுவே முதலாவது ஆகும்.

உள்நோக்கம்–2.

தவறுகள் அங்கீகரிக்கப்படுவதை ஆதரிக்க முடியாது.

வரலாறு என்பது ஒவ்வொருவரும் தான் நினைக்கின்றபடி கதையடிக்கின்ற சமாச்சாரமல்ல. அவ்வாறு கதையடிப்பதன் மூலமாக வரலாற்று மாந்தர்களின் வீரம் நிறைந்த வாழ்க்கையினை இழிவு செய்வதற்கு எவனுக்கும் உரிமையில்லை, அவ்வாறு செய்வதற்கு நாம் அனுமதிக்கவும் மாட்டோம். அது இந்திய அரசாகவோ அல்லது தமிழக அரசாகவோ இருந்தாலும்கூட. எனினும், பலர் அவ்வாறு எண்ணுகின்றனர். ஆதாரங்கள் இல்லையென்பதைக் காரணம் காட்டி சிவகங்கை வரலாற்றைத் தாங்கள் நினைத்தபடித் திருப்பிவிடலாம் என முயல்கின்றனர். சாதிய நோக்கங்களை நிறைவேற்றிக் கொள்வதற்காக வரலாற்றைத் திருத்த முயற்சிக்கிறார்கள். இதற்கு ஆய்வாளர்கள் எனும் போர்வையைப் பயன்படுத்திக் கொள்கின்றனர். முற்போக்கு, சமூகநீதி எனப்பேசித் திரிகின்ற சில ஊதாரி அல்லக்கைகள் இதற்கு ஒத்து ஊதுகின்றனர். வரலாற்றை யாரும் ஆய்வு செய்யலாம். ஆனால் அதற்குச் சில முறையான தகுதிகள் வேண்டும். முதலில் ஆய்வு குறித்த நேர்மை வேண்டும்.

வரலாறு குறித்த புனைவுகளை எழுதுபவர்களுக்கு இதில் மிகப்பெரும் பங்கு இருக்கிறது. வெற்றிவேல் தேவர், குயிலி மற்றும் உடையாள் ஆகியவற்றைப் பொறுத்தவரையிலும் காளையார்கோவில் மு.சேகரும் ஜீவபாரதியும் முக்கியப் பங்கு வகிக்கின்றனர். அவர்கள் ஒரு வரலாற்றுப் புனைவாக எதை எழுதினாலும் யாரும் தடுக்க முடியாது. நாமும் அவ்வாறு கூறவில்லை. ஆனால், ஒரு கற்பனையான விசயத்தை வரலாற்றுச் சம்பவமாக வேண்டுமென்றே மாற்ற முயலும்போதுதான் அவர்கள் குற்றவாளியாகின்றார். குயிலி மற்றும் உடையாளுக்கான ஆதாரங்கள் எதுவும் மு.சேகரிடமும் ஜீவபாரதியிடமும் கிடையாது. களஆய்வு குறித்த ஆவணங்கள், அறிக்கைகள்

எதுவும் அவரிடம் கிடையாது. கேட்டேன் சொன்னார்கள், எனப் பேசுவது வரலாற்றாய்வல்ல.

காளையார்கோவில் மு. சேகர்தான் கற்பனைகளை வரலாறாக்குகின்ற செயல்பாடுகளுக்கு முன்னோடியாக இருந்துள்ளார். 'வேலுநாச்சியார் வீரச்சக்கரம்' எனும் பொய்யான தலைப்பை ஆதார நூலாகக் காட்டி அவர் செய்துள்ள பித்தலாட்டங்கள் ஏராளம். உடையாளை காளியம்மனாக ஆள்மாறாட்டம் செய்தது முழுக்கமுழுக்க மு. சேகர்தான் என அரியாக்குறிச்சி கொல்லங்குடி வெட்டுடையார் காளியம்மன் கோயில் பூசக்கார வேளார்கள் உறுதியாகச் சொல்கிறார்கள். இந்த மு. சேகரின் வழித்தோன்றலாகவே ஜீவபாரதி இருக்கிறார்.

குயிலி தற்கொலை செய்து கொண்ட இடம் என ஒரு குட்டிச் சுவருக்கு முன்பாக நிற்கும் புகைப்படத்தைத் தனது நூலில் ஜீவபாரதி வெளியிட்டிருப்பது தவறு. சட்டமன்றத்தில் அவரது நண்பரும் அவரது கட்சியைச் சேர்ந்த உறுப்பினருமான எஸ். குணசேகரனிடம் உண்மையை எடுத்துச் சொல்லாதது பெருந்தவறு. மு. சேகரும் நாமும் அடிச்சுவிட்ட கதை வரலாறாகிறது என்கிற எண்ணத்துடன் அவர் இருந்தது மாபெரும் தவறு, கண்டிக்கத்தக்க தவறு. இதன்மூலமாக சட்டமன்ற உறுப்பினரையும் அவர் மூலமாகத் தமிழக அரசையும் தமிழக மக்களையும் திட்டமிட்டே ஏமாற்றியுள்ளார் ஜீவபாரதி.

எனவே ஜீவபாரதி மற்றும் மு.சேகரைப்போல, வரலாற்றைப் புனைவுடன் கலந்து அதை வரலாறு என நிலைநிறுத்தச் செய்யும் முயற்சியில் ஈடுபடுகின்ற பலரையும் கண்டிக்க வேண்டியிருக்கிறது. அதன்காரணமாகவே நாம் குயிலி கற்பனை என்பதை அம்பலப்படுத்த வேண்டிருக்கிறது. இதுவே நாம் இந்த உண்மையை வெளியிடுவதற்கான இரண்டாவது உள்நோக்கமாகும்.

உள்நோக்கம்–3.
சாதி மோதலைத் தடுக்க.

சிவகங்கையில் கடந்த சில ஆண்டுகளாகவே, ஆதி திராவிட மற்றும் அருந்ததியர் சாதிகளைச் சேர்ந்த சிலர் குயிலியைத் தங்களுடையது என உரிமை கொண்டாடுகின்ற போட்டியில் இறங்கியுள்ளனர். அரசு நினைவுத்தூண் அமைத்ததிலிருந்துதான் இப்போட்டி மிகவும் தீவிரமடைந்துவிட்டது. இவ்விரு சாதியையும் சார்ந்த பல நண்பர்கள் இது குறித்துக் குறிப்பிடும்போது குயிலி கற்பனை எனும் நமது கருத்தை உடனடியாக வெளியிட்டு

இப்பிரச்சினைக்கு முடிவுகட்ட வேண்டும் எனக் கோரினார்கள். மோதல் உருவாகும் அளவிற்கு நிலைமை தீவிரமடையவில்லை என்பதுதான் நமது அப்போதைய கருத்தாக இருந்தது. ஆனால், சிவகங்கையை விடவும் மதுரை, திண்டுக்கல் போன்ற பகுதிகளில் ஆண்டுதோறும் குயிலிக்கான விழா எடுக்கப்பட்டு வருவதாகவும், அரசே குருபூசை நடத்த வேண்டுமென அவர்கள் தொடர்ச்சியாகக் கோரிக்கை வைத்து வருவதாகவும் இது தமிழகத்தின் வடபகுதி மாவட்டங்களிலும் பரவுவதாகவும் அந்நண்பர்கள் கூறினர். அதற்கான சில சான்றுகளையும் காட்டினர். எனவே குயிலியை உரிமை கொண்டாடுவதற்கான போட்டியானது விரைவில் பெரும் சாதி மோதலில் முடிவதற்கான வாய்ப்புகள் வெகு தொலைவில் இல்லை என்பதை உணர்ந்தோம்.

எனவே இம்மோதலைத் தடுக்க நாம் இவர்களுக்குள் பஞ்சாயத்துச் செய்ய முடியாது. எனவே நாம் உண்மையை உடனடியாக வெளிப்படுத்துவது என முடிவு செய்தோம். "ஒப்பனைகளின் கூத்து" வந்தது.

மேலும் குயிலியின் சாதி குறித்துப் 'பட்டியல் சாதிகளைச் சேர்ந்த சிலரும் பட்டியல் சாதிகளைச் சேராத சிலரும் மோதிக் கொண்டிருக்கும்பொழுது குயிலி கற்பனைப் பாத்திரம் எனச் சொல்வதின் மூலமாக குயிலி குறித்த உண்மையினை அறிய வைக்க முடியும் எனக் கருதினோம். இதுவே மூன்றாவது உள்நோக்கமாகும்.

உள்நோக்கம் - 4.
கற்பனைக்குப் புகழ் தருவதைத் தடுக்க.

குயிலி ஏதோ ஒரு தனிப்பட்ட, இடைச் செருகல் கதையாக, சற்றுநேரம் வந்துவிட்டுப் போகின்ற பாத்திரமாகப் படைக்கப்பட்ட பாத்திரமல்ல. வரலாற்று மாந்தர்களான

வேலுநாச்சியார் மற்றும் மருது சகோதரர்களின் வாழ்க்கையோடு தொடர்புபடுத்தப்படுபவள். அவர்களுக்கு இணையாக வரலாற்றுச் சம்பவங்களில் இடம் பெறுபவள். கற்பனைப் பாத்திரம் உயிருடன் வாழ்ந்தவர்களுக்கு உதவி செய்வதாகக் கூறுவதுகூட நம்மைப் பொறுத்தவரையிலும் எல்லைக்குட்பட்டதே. முழுக்கக் கற்பனையாகப் புனையப்பட்ட சம்பவங்களில் கற்பனையான பாத்திரங்களை உருவாக்கி அதை வரலாற்றுப் பாத்திரமாகவும் வரலாற்றுச் சம்பவங்களாகவும் வளர்த்தெடுத்து அதற்காக ஒரு நினைவுச் சின்னத்தையே தமிழக அரசை நிறுவும் அளவிற்குப் புகழடைய வைத்திருப்பதை எவ்வாறு ஏற்றுக் கொள்ள முடியும்?

14; இன்னொருவர் எழுதி வைத்திருந்ததை நீங்கள் காப்பியடித்து எழுதினீர்களாமே?

சிவகங்கையிலிருந்து புலம் பெயர்ந்த ஒருவர் இவ்வாறு சொல்லிக்கொண்டு திரிவதாக அறிகிறோம். அவர் ஏற்கனவே இதேபோல் சொன்னதற்காக அவரை எச்சரித்து ஃபேஸ்புக்கில் தனிப் பதிவிட்டிருந்தோம். மீண்டும் இந்த வேலையைத் தொடங்கியிருக்கிறார். அவர் செய்திருக்கும் வேலைகளுக்கு அவருக்குப் பொருத்தமான பெயர் ‘கருத்தான்’ என்பதுதான். அவர் எழுதி வைத்திருந்த ஆவணங்களையே ஜெராக்ஸ் எடுத்து நாம் நூலாக்கியிருக்கிறோம் எனப் புளுகி வருவதோடு சிவகங்கை வரலாற்றாய்வரங்கம் நடத்திய பாராட்டு விழாவில் அவரை முன்னோடி ஆய்வாளர் வரிசையில் வைத்துப் பாராட்டவில்லை என ஆதங்கப்பட்டுப் பலரிடமும் புலம்பி வருகிறார். மனநலம் பாதிக்கப்பட்டு உளறித் திரியும் இவரது பேச்சை நம்மீது பொறாமை கொண்ட சில அரையேயரைக்கால் வேக்காடுகள் மேலும் தூண்டிவிட்டிருக்கின்றன. அதன்மூலம் அற்பத்தனமான மகிழ்ச்சியுமடைந்திருக்கின்றன.

முதலில் அவர் குறிப்பிடும் ஆவணங்கள் எனும் ஒரு இழவையும் நாம் பார்த்ததேயில்லை. அவரிடமிருந்து நாம் பெற்றது ஒன்றே ஒன்றுதான். அது காளையார்கோவில் மு. சேகரது நூலின் ஜெராக்ஸ் காப்பி. ’இப்போது இப்பிரதியே கிடையாது; வேறெங்கும் கிடைக்காது; நூலாசிரியர் மு. சேகர் இறந்துவிட்டார். எனவே வேறு யாரிடமும் இந்நூலில்லை; என்னிடம் மட்டும்தான் இருக்கிறது’ என்று சொல்லித்தான் கொடுத்தார். ஆனால், அவரிடமிருந்த ஜெராக்ஸைக் காப்பியெடுத்து நாம் வாசித்தபோது, அதில் குறிப்பிடப்பட்டிருந்த “வேலுநாச்சியார் வீரச்சக்கரம்” நூலைக் காண வேண்டும் என்பதற்காக காளையார்கோவில் மு. சேகரது

மருமகள் திருமதி மாலினி மணிமாறனைச் சந்தித்தபோது சில நாட்களுக்கு முன்புதான் அந்நூலின் இரண்டாவது பதிப்பு வந்தது எனச் சொன்னார். அதையும் வாங்கி வந்தோம். இதுதான் நடந்தது.

'ஒப்பனைகளின் கூத்து' எழுதத் தொடங்கியபோது, 'வரலாற்றாய்வாளர்கள் யாருமே குறிப்பிடாத குயிலி எப்படி வரலாற்றுப் பாத்திரமாவாள்?' எனும் கேள்வி மட்டுமே நம்மிடமிருந்தது. இது குறித்து நூல்களிலிருந்த செய்திகளைத் தொகுத்துக் கொண்டிருந்தபோதுதான், பாஞ்ஜோர் ஊரிலில்லை என்பதை எதிர்பாராமல் நாமும் கண்டறிந்தோம். அதைத் தொடர்ந்து ஏற்கனவே அனைவருமறிந்த செய்திக்கான ஒப்பந்தம் மூலமே சிவகங்கை மீட்கப்பட்டது என்பதற்கான ஆவணங்களையும் தேடியெடுத்தோம். அதைத் தொடர்ந்து வெற்றிவேல் தேவர் ஒரு கற்பனைப் பாத்திரம் என்கிற மு.கீதாவின் ஆய்வு நூலும் நம்மை உறுதிப்படுத்தியது.

இந்தக் கருத்தான் எழுதியுள்ள 'எடைக் கணக்கு விற்பனை' நூலில் அவர் குயிலி குறித்துக் குறிப்பிடவில்லை. அதாவது அதில் குயிலியை மறுத்து எழுதவில்லை. அது அவசியமுமில்லைதான். ஆனால், வேறு எந்த இடத்திலும்கூட அவர் குயிலி ஒரு கற்பனைப் பாத்திரம் என மறுத்து எழுதியதுமில்லை. மாறாக, குயிலி இருப்பதால் மருதிருவருக்கு எந்த இழப்புமில்லை என அப்பாவித்தனமாக ஃபேஸ்புக்கில் அவர் பின்னூட்டமிட்டுள்ளதை இப்போதும் காணலாம். மேலும் அவரது உழைப்பைப் பல பேர் கையாண்டு பெருமளவில் பணம் சம்பாதித்துவிட்டதாகவும் அவர் அடிக்கடி புலம்பிக் கொண்டிருப்பதையும் அதில் காணலாம். ஆனால், அது யாரென்றோ, அது என்ன கருத்தென்றோ அவர் எங்குமே குறிப்பிடமாட்டார். அவர் கிட்டத்தட்ட ஒரு மன நோயாளி.

15: குயிலி வரலாறாகி விட்டதா?

ஆகவில்லை. ஆக்கப்பட்டிருக்கிறாள். குயிலி கற்பனையாக இருந்தாலும் குயிலிவாதிகள் அதைத் தற்காலிகமாகவேனும் வரலாறாக ஆக்கிவிட்டார்கள் என்பதை நாம் ஏற்றுக் கொள்கிறோம். அதை மட்டுமல்ல, அவ்வாறு ஆக்கும் முயற்சியில் குயிலிவாதிகள் தொடர்ச்சியாக வெற்றியடைந்து கொண்டே வந்துள்ளனர் என்பதையும் நாடு முழுதுமுள்ள பல்வேறு தரப்பினரும் குயிலிவாதிகளுக்கு ஒத்துழைத்துள்ளனர் என்பதையும் அறிந்தோ, அறியாமலோ பலவிதமான நபர்களின் கட்சிகளின் ஆதரவும் குயிலிவாதிகளுக்குக் கிடைத்துள்ளது என்பதையும் சிலர் குயிலி

கற்பனை என்பதை மறுத்ததால் பலனடைந்துள்ளனர் என்பதையும் குயிலிவாதிகளும் அவர்களது ஆதரவாளர்களும் குயிலி கற்பனை என்பதை மறுபரிசீலனை செய்ய மாட்டார்கள் என்பதையும் நாம் ஏற்றுக் கொள்கிறோம்.

ஆனால், இதனாலெல்லாம் குயிலியை உண்மை என நாம் ஏற்றுக்கொள்ள மாட்டோம். இன்னும் சொல்லப்போனால் பலரது எதிர்கால வளமைக்கும் குயிலி ஒரு அவசியமான தேவையாக இருந்திருக்கிறாள். இருக்கிறாள். தாங்கள் குயிலின் வம்சாவழியென்றும் குடிவழியென்றும் எனச் சிலர் அறிவித்து உள்ளனர். குயிலியின் பெயரால் படைகளும் பேரவைகளும் உருவாக்கப்பட்டுள்ளன. சில கட்சிகளும் சில இயக்கங்களும் குயிலியை வழிபாட்டிற்குரியதாக ஆக்க முனைகின்ற போக்கு இருப்பதையும் நாம் பார்க்கிறோம். ஒவ்வொரு வருடமும் சிவகங்கையில் ஒட்டப்படுகின்ற சுவரொட்டிகளே இதற்குச் சான்று.

சிவகங்கை வரலாறென்றால் அதில் குயிலியின் கதையில்லாமல் முழுமையாகாது எனும் நிலைமை நிலவுகிறது. பகுத்தறிவுவாதிகளும் தமிழ்த் தேசியவாதிகளும் கம்யூனிஸ்டுகளும்கூடக் குயிலியை ஏற்றுப் பேசுகிறார்கள். நமது மறுப்பை அவர்கள் காதில் வாங்கத் தயாராக இல்லை. அரசின் நினைவுத்தூணும் அவர்களுக்கொரு ஆதாரமாக இருக்கிறது.

இந்நிலையில்தான் அதாவது, குயிலியின் கதையிலிருந்துதான் சிவகங்கையின் வரலாற்றையே தொடங்கும் சூழ்நிலை நீக்கமற எங்கும் நிலவியபோதுதான் குயிலியைக் “கற்பனை” என ஓங்கி உரைத்த “ஒப்பனைகளின் கூத்து” நூல் வெளிவந்தது. இன்று வரலாறாகத் தெரியும் குயிலி விரைவில் சிவகங்கையின் வரலாற்றிலிருந்து நீக்கப்படுவாள். இது உறுதி.

■

4.2 வேலு நாச்சியாரின் புகழை வீழ்த்த முயலும் குயிலி

மலையை மறைக்க முயலும் மண்ணாங்கட்டி

இது உண்மையா? ஆம் உண்மைதான். குயிலி எனும் கதாபாத்திரம் வேலு நாச்சியாரின் சிறப்பினை வெளிக்காட்டும் பாத்திரமாகப் பயன்படும் என்று எண்ணித்தான் இரண்டு வரித் தகவலாக இருந்த புளுகை விரிவான வரலாறாக்குகிறார் ஜீவபாரதி. தானறிந்ததற்கான எந்தவிதமான ஆதாரங்களையும் வெளிப்படுத்தாமல் மறைந்த திரு. பாப்பாத்துரை என்றழைக்கப்பட்ட திருவரங்கராசன் அவர்கள்மீது பழியைப் போட்டுத் தப்பிக்கப் பார்க்கிறார்.

திருவரங்க ராசன் தனது கட்டுரைகள் மற்றும் பேச்சுகளில் குயிலியைப் பதிவு செய்ததே இல்லை. அவரது முயற்சியில் உருவான டாக்டர் எஸ். எம். கமால் எழுதிய 'சீர்மிகு சிவகங்கைச் சீமை' உட்பட எந்த நூலிலும் அவர் குயிலியைக் குறிப்பிட்டதில்லை. எனவே ஜீவபாரதியினுடைய குயிலியின் கதைக்கு திருவரங்கராசன்மீது பழிபோடுவது கண்டிக்கத்தக்க தவறான செயலாகும்.

அடுத்தபடியாக, தானே கள ஆய்வுசெய்து கண்டு பிடித்ததாகக் கூறித் தனது கற்பனையை உண்மையாக்க முயற்சித்தார். துர்அதிர்ஷ்டவசமாக அவரது முயற்சி வெற்றி பெற்றுவிட்டது. ஆனால், அதுவே விபரீதமான விளைவுகளையும் ஏற்படுத்திவிட்டது.

ஜீவபாரதிக்குப் பின்னால் குயிலியை மையப்படுத்தி நூல் எழுதியவர்களில் வேலு நாச்சியாரின் புகழுக்கு அடிப்படையாக இருப்பவள் குயிலியே என்றும் குயிலி இல்லையென்றால் சிவகங்கை மீட்டெடுப்புப் போரில் வெற்றி கிடைத்திருக்காது என்றும் வேலுநாச்சியார் தோல்வியடைந்திருப்பார் என்றும் எனவே சிவகங்கை மீட்டெடுக்கப்பட்டதற்கு முழுக் காரணமும் குயிலியே என்றும் எழுதியுள்ளனர், பேசியுளனர். எழுதியும் பேசியும் வந்துகொண்டுள்ளனர்.

யார் யாரெல்லாம் எவ்வாறெல்லாம் எழுதியுள்ளார்கள்? பார்ப்போம்.

ஜீவபாரதி அவ்வாறு ஏதும் எழுதியிருக்கமாட்டார் என நீங்கள் கருதுவது சரிதான். வேலுநாச்சியாரை உயர்த்திப் பிடிப்பதற்காகத்தானே அவர் குயிலியையே உதவிக்கு வைத்தார். அவர் அவ்வாறு ஏதும் எழுதவில்லை.

அடுத்து ஆலம்பட்டு சோ. உலகநாதன். இதிலுள்ள முன்னுரைகளில் ஒன்றான *KRV* இராஜேந்திரன் *B.Sc.,* அரசனேரி, சிவகங்கை எழுதியுள்ளதில் “தன் நாட்டின் வெற்றிக்கு, சிவகங்கைச் சீமையை மீட்க தன்னுயிரை பணயம் வைத்து சாம்பலாக்கிக் கொண்டதன் மூலம் ராணி வேலுநாச்சியாரின் வெற்றி எளிதானது என்பது உள்ளங்கை நெல்லிக்கனி போல தெளிவாகிறது.” எனக் குறிப்பிட்டுள்ளார். ஆக, வேலு நாச்சியாருக்கு வெற்றி எளிதாகக் கிடைத்தது என்றும் அதற்குக் காரணம் குயிலி என்றும் இவர் கருதுகிறார்.

அடுத்தாக, ஆசிரியர் முன்னோட்டம் எனும் பகுதியில் கலைமாமணி கே.பி அறிவானந்தம் என்பவர் எழுதியுள்ள “வேலு நாச்சியார்” எனும் நாடகத்திலிருந்து சில செய்திகளை முன்வைக்கிறார் ஆலம்பட்டார். “அரண்மனைக்குள் நடந்த போரில், வீரத் தளபதிகளான மருது சகோதரர்களின் பங்களிப்பின்றி, வேலு நாச்சியார் வெற்றி பெற்றதை வாழ்த்தி நடந்த உரையாடலில், வேலு நாச்சியார் பெரிய மருது சின்ன மருது மூவரும், குயிலியின் தோழி குடும்பி, மருதாணி போன்றோரின் உரையாடல் மூலம் உணர்த்தியுள்ளார்.” *(பக், 11—12)*

கே.பி. அறிவானந்தம் எழுதிய நாடகமானது இதுவரையிலும் நமக்குக் கிடைக்கவில்லை. மனிதர் தாறுமாறாக எழுதியிருப்பார் போலிருக்கிறது. “மருதிருவர் இல்லாமல் வேலு நாச்சியார் பெற்ற வெற்றி” எனக் குறிப்பிடுவதிலிருந்தே அறிவானந்தம்

எங்கு 'கோல்' *(goal)*போட நினைக்கிறார் என்பது தெரிகிறது. இருப்பினும் அவருடையது நாடகம்தான். அதனால், அதை நாம் பொருட்படுத்தத் தேவையில்லை.

ஆனால் இந்த ஒரு வரிதான் ஆலம்பட்டாரை ஆட்டி வைக்கிறது. கிளைமாக்ஸ் சண்டைக் காட்சியில் ஆயுதக் கிடங்கைக் குயிலி தகர்த்தபின் வேலு நாச்சியாரைப் பார்த்து பெரியமருது சொல்கிறார். என்ன சொல்கிறார்? "பெண்கள் மட்டுமேயிருந்த சிறுபடையோடு, கோட்டைக்குள் புகுந்து பகைவர்களைச் சிதறடித்துவிட்டீர்களே. இந்தச் சாகசத்தை வாழ்த்த வார்த்தையே இல்லை". எப்படி எழுதுகிறார் பாருங்கள்?. இதில் ஆலம்பட்டாரின் சாகசம்தான் தெரிகிறது. பெரிய மருதுவின் இந்தப் பாராட்டுரைக்கு, 'எல்லாம் குயிலியால்தான்' எனப் பதில் சொல்கிறாராம் வேலுநாச்சியார். அதற்குப் பெரியமருது, "ஆகா! அப்படியானால் இந்த வெற்றிக்கு அச்சாரமிட்டவளே குயிலி என்று சொல்லுங்கள்" (ப. 88) என்கிறாராம். அடக் கஷ்ட காலமே! அப்போது சிவகங்கையிருந்த நிலமை என்ன? இவர்கள் பேசிக்கொள்வதாக எழுதப்படுகின்ற வசனங்களின் பொருள்தான் என்ன?

சரி, பெரிய மருதோடு விடுகிறாரா, சின்னமருதுவையும் இழுத்துவிடுகிறார். "சிவகங்கையின் கட்டுக் காவலைக் கண்டறிந்து, இங்குள்ள நிலைமைகளையும்கூறி கோட்டைக்குள் நுழைய வழிவகுத்தவளும் குயிலிதான். கோட்டைக்குள் பெற்ற வெற்றிக்குக் காரணமானவளும் குயிலிதான்" என்கிறாராம் சின்னமருது. (ப.88) நாம் ஏதாவது வெளிப்படையாக எழுதினால், 'ரொம்பக் கடுமையாக எழுதுகிறாய்' என்று நம்மைச் சொல்கிறார்களே, இப்படியெல்லாம் எழுதினால் இவர்களைப் பற்றி மென்மையாகவா எழுத முடியும்?.

இவ்வாறு தொடர்ச்சியாக எழுதிவரும் இவர் கடைசியில் இப்படி முடிக்கிறார். "சிவகங்கை மண்ணை மீட்டெடுத்ததே சேரிப்பெண் குயிலியின் சாம்பல்தான்." சரி, நூலின் தலைப்பு என்ன? 'குயிலியின் தியாகத்தில் வேலுநாச்சியாரின் வெற்றி' போதுமா?. இதுதான் குயிலியால் வேலுநாச்சியாருக்குச் சூட்டப் பட்ட மணிமகுடம். இதைத்தான் எதிர்பார்த்தாரா ஜீவபாரதி?.

அடுத்து நாம் பார்க்கவிருப்பது டாக்டர் சி. அம்பேத்கர்பிரியன் எழுதி உலகத் தமிழாராய்ச்சி நிறுவனம் வெளியிட்டுள்ள 'வரலாறு போற்றும் சிவகங்கைச் சீமை வீரத்தாய் குயிலி' நூலாகும். சில நேரங்களில் நமக்கு நாமே ஆப்பு வைத்துக் கொள்ளும் வேலைகள்

நடப்பதில்லையா, அதிலொன்றுதான் இந்த நூலைப் படிப்பது. இருந்த இடத்தைவிட்டு அகலாமல் உலகம் சுற்றும் வாலிபனுக்குத் திரைக்கதை, வசனம் எழுதியது போன்ற இம்மாதிரியான நூல்களை விவரிப்பது வாசகர்களாகிய உங்களுக்கும் வைக்கும் ஆப்பு என்பதால் தொட்டுக் காட்டிவிட்டுச் செல்கிறேன். அவசியமுள்ளவர்கள் என்மீது சந்தேகமுள்ளவர்கள் அவர்களே நூலை வாங்கிப் படித்து ஆப்பை நன்றாக இறுக்கிக் கொள்ளவும்.

நாம் நேரடியாக முடிவுரைக்குப் போய்விடலாம். “வேலு நாச்சியாரின் வெற்றி என்பது குயிலியால் கிடைத்த வெற்றி. . குயிலியின் தியாகத்தால் கிடைத்த வெற்றி. . குயிலி இல்லாமல் வேலு நாச்சியார் வரலாற்றை எவராலும் உருவாக்க முடியாது. வேலு நாச்சியார் கோயிலின் கோபுரமாக காணப்படலாம். ஆனால், குயிலி கோபுரத்தின் கலசம். கலசம் இல்லாமல் கோபுரத்திற்குப் பெருமை இல்லை. அதைப்போல் குயிலி இல்லாமல் வேலு நாச்சியார் வரலாறு படைக்க முடியாது.”

ஜில்ஜில் ரமாமணி வாசிக்கும்போது சிக்கல் சண்முக சுந்தரம் சொல்வாரல்லவா, “அய்யோ, போதும் நிறுத்து. ஒன்னால எனக்கு நாதசுரமே மறந்துடும் போலிருக்கு”ம்னு. அதுதான், அதேதான். இவைகளெல்லாம் மாதிரிகள்தான். இன்னும் ஏராளமானவை இருக்கின்றன.

ஆக, சிறப்பிப்பதற்காக உருவாக்கப்பட்ட குயிலி இன்று வேலுநாச்சியாரைச் சிறுமைப்படுத்தவே அதிகமாகப் பயன் படுத்தப்படுகிறாள்.

குயிலிக்கு வேலுநாச்சியார் ஏன் நினைவுச் சின்னத்தினை அமைக்கவில்லை. கல்வெட்டு அடிக்கவில்லை. சிவகங்கையின் அரண்மனைக்குள் மட்டுமல்ல சுற்று வட்டாரத்திலேயே குயிலிக்கு நினைவுச் சின்னம் ஏதுமில்லை. அரண்மனை நிகழ்ச்சிகள் எதிலும் குயிலியின் பெயர் இடம் பெறுவதில்லை. அரண்மனை ஆவணங்களிலும் ஏதுமில்லை, என்றெல்லாம் குயிலிவாதிகள் குற்றம் சுமத்துகிறார்கள். அப்படியானால் அவர்கள் சுமத்தும் குற்றச்சாட்டின் பொருள் என்ன?. வேலுநாச்சியார் நன்றி மறந்தவர். தனக்காக உயிரைத் தியாகம் செய்து நாட்டை மீட்டிக்கொடுத்த குய்லியை நினைவு கூறாமல் துரோகம் செய்தவர். இதெல்லாம் நானாகச் சொல்வதில்லை. அவர்கள் மேடைகளில் பேசுவதை நீங்கள் கேட்டால் உங்களுக்குப் புரியும். போதுமா, குயிலியால் வேலுநாச்சியாருக்குக் கிடைத்த

பெருமை. திருப்தியா திருவாளர் ஜீவபாரதி அவர்களே? ஆனால் மேற்சொன்ன குற்றச்சாட்டுக்களுக்கான பதில் என்ன தெரியுமா மரமண்டைகளே? குயிலியே இல்லையென்பதுதான். இல்லாதவரை எப்படியடா நினைவுகூற முடியும்?

இனி குயிலியால் வேலு நாச்சியாருக்கு ஒன்றும் மதிப்புக் குறைவில்லை எனக் கூறுகின்ற வியாக்கிய அறிவாளிகள் இதற்கான சப்பைக் கட்டுகளைத் தயார் செய்யட்டும். நாம் இனி இதைவிடவும் பெரிய கொடுமையினைப் பார்க்கச் செல்வோம்.

∎

4.3. மருதிருவரின் பெயரை மறைக்க முயலும் குயிலி

கடலை மறைக்க முயலும் கால்வாய்

குயிலி எனும் பாத்திரத்தால் மருதிருவருக்கு எந்த ஒரு பிரச்சினையும் இல்லை எனச் சிலர் கூறி வருகின்றனர். இது சரியா? அதாவது, குயிலி எனும் கதாபாத்திரம் சிவகங்கையின் வரலாற்றுப் பாத்திரமாக்கப்படுவதால் மருதிருவருக்கு எந்த ஒரு மதிப்புக் குறைவும் இல்லை என்பது சரியா? பார்க்கலாம். வேலுநாச்சியாரின் புகழைச் சிறுமைப் படுத்த குயிலி எவ்வாறு பயன்படுகிறாள் என்பதைப் பார்த்துவிட்டோம். இனி மருதிருவர்.

1990ஆம் ஆண்டு அரண்மனையிலுள்ள சிலையின் பீடத்தில் தோழி குயிலியின் துணை கொண்டு போரில் வெற்றி பெற்றதாகக் குறிப்பிடப்பட்டுள்ளது. அதற்கு அடுத்து இ.எம்.எஸ் தனது கட்டுரையில் குறிப்பிடுகிறார். அதுபோல காளையார்கோவில் மு. சேகர் இரு குறிப்புகளாகக் கூறுகிறார். முதல் குறிப்பில் வீரப்பெண் என்றும் இரண்டாவது குறிப்பில் தியாக மறத்தி என்றும் குறிப்பிடுகிறார். எனவே மு. சேகருக்கு குயிலி குறித்து வேறு எந்தத் திட்டமுமில்லை என அறிகிறோம். வீரசக்கரம் நூலிலுள்ளதை மட்டுமே அவர் எடுத்து எழுதியுள்ளார். அல்லது இவராக வீரசக்கரத்தைக் காட்டி எழுதியுள்ளார் என நாம் கருதலாம். குயிலி குறித்த மு.சேகரின் பதிவு மொத்தம் 6 வரிகள் மட்டுமே.

ஆனால், இவற்றில் எந்தப் பிரச்சினைகளும் இல்லை. காரணம் இவர்கள் வெறும் தகவல்களாக மட்டுமே குறிப்பிடுகின்றனர். ஆனால் ஜீவபாரதியிடம்தான் பிரச்சினை தொடங்குகிறது. அவர் குயிலிக்கு வைத்த கண், காது, மூக்கு எல்லாம்தான் இப்போது பிரச்சினைக்குரியதாகிவிட்டது. அதைவிடவும் இன்றுவரை அவர் உண்மையை வெளிப்படுத்தாதபோக்கும் பிரச்சினையை மேலும் சிக்கலாக்கியிருக்கிறது.

ஆக, ஜீவபாரதியின் நாவலைத்தான் நாம் விரிவாகக் காண வேண்டியிருக்கிறது. 1. வெற்றிவேல் வாத்தியார் குயிலியைச் சந்திக்கும் இடம், 2. வெற்றிவேல் வாத்தியாரைக் குயிலி கொலை செய்யும் இடம், 3. வேலு நாச்சியாரைக் கொலை முயற்சியிலிருந்து குயிலி காப்பாற்றுகின்ற இடம், 4. குயிலி தற்கொலை செய்துகொள்ளும் இடம். இந்த நான்கு இடங்களில் மட்டுமே குயிலி நேரடியாக வருகிறாள். மற்ற சில இடங்களில் குயிலி குறித்த பேச்சு மட்டுமே இடம் பெறுகிறது. முதன்முதலாக விரிவாக இடம்பெறுகின்ற நூலில் 4 இடங்களில் மட்டுமே வருகின்ற ஒரு கற்பனைப் பாத்திரமானது இன்று ஒரு வரலாற்றுப் பாத்திரமாகவே ஆகி விட்டதை எண்ணும்போது ஒரு வகையில் வியப்பாக இருக்கிறது. இது எப்படி சாத்தியமானது? வேறொன்றுமல்ல. குயிலி ஒரு தாழ்த்தப்பட்ட சாதி எனக் குறிப்பிடப்பட்டதால்தான் இது சாத்தியமானது.

வீரமும் விசுவாசமும் கொண்ட இளம் பெண் பாத்திரமாக குயிலியை ஜீவபாரதி கட்டமைத்துள்ளார். பெண்கள் படைப் பிரிவிற்குத் தலைமை தாங்கும் தளபதியாகச் செயல்படுவதன் மூலமாகக் குயிலியின் வீரத்தைப் பறை சாற்றுகிறார். அதுபோலவே, துரோகி வெற்றிவேல் தேவரைக் கொலை செய்வது; கொலை முயற்சியிலிருந்து ராணியின் உயிரைக் காப்பாற்றுவதற்காக தனது உயிரைப் பணயம் வைப்பது; இறுதியில் ராணியின் வெற்றிக்காகத் தற்கொலை செய்து கொண்டு தனது உயிரையே தருவது ஆகியவற்றின் மூலமாக குயிலியின் விசுவாசத்தைப் பறை சாற்றுகிறார். இச்சம்பவங்களின் மூலமாக வேறு யாரை விடவும் இராணி வேலுநாச்சியார் மீதான விசுவாசத்திற்குரியவளாக குயிலியைக் கட்டமைக்கிறார் ஜீவபாரதி என்பதை அறியலாம். இதன் மூலம் நாவலின் மிகச்சிறந்த பாத்திரமாக அவர் குயிலியை உயர்த்தி விடுகிறார். இளம்பெண் ஒருத்தியை இவ்வாறு கட்டமைத்திருப்பது வாசகர் மனதைக் கவர்வதாக உள்ளது. மேடைப் பேச்சுத் தொழில் செய்யும் பெண்களுக்கு நல்ல சரக்காக அமைகிறது.

சண்டையின் போதுதான் குயிலி சிவகங்கைக்கு வருகிறாள். பாஞ்ஜோரிடம் சென்று உளவறிந்து வருகிறாள். பின்னர் தற்கொலை செய்து கொள்கிறாள். சொல்லப்போனால் சிவகங்கையில் அவள் சில நாட்கள்தான் இருக்கிறாள். ஆனால், அவளது விசுவாசத்தை விருப்பாட்சியில் வெற்றிவேல் தேவரைக் கொலை செய்யும்போதே காட்டிவிடுகிறாள். ராணியின் மீதான விசுவாசத்தைக் காட்டுவதற்கான குயிலின் பங்களிப்பினை விருப்பாட்சியில்தான் ஜீவபாரதி அதிகமாகக் கட்டமைக்கிறார். விருப்பாட்சிச் சம்பவங்கள் இல்லையேல் குயிலியின்மீதான அதீத ஆர்வத்தினை வாசகருக்கு உருவாக்க முடியாது. ஜீவபாரதி விருப்பாட்சியிலேயே குயிலியை உறுதிப்படுத்திவிடுகிறார். அதனாதால்தான் சிவகங்கைக்குள் அவளைத் தியாகியாக்கிப் போற்றுகிறார்

ஆனால், வரலாறு அன்றைய விருப்பாட்சியை எப்படிக் காட்டுகிறது? அங்கிருந்த ராணி வேலுலகுவின் நிலையை எப்படிக் காட்டுகிறது?

ஒரு பக்கம் நாடு பறி போயிருக்கிறது. இன்னொரு பக்கம் கைக் குழந்தையுடன் அல்லது நிறைமாதக் கர்ப்பத்துடன் நாட்டை விட்டு ஓடிவந்து இன்னொரு பாளையத்தாரிடம் அடைக்கலமாகியிருக்கும் நிலை. சிவகங்கையை எப்போது, எப்படி மீட்கப் போகிறோம் என்பது தெரியாது. எவ்வளவு ஆண்டுகள் ஆகும் என்றும் தெரியாது. இந்நிலையில் சிவகங்கையை மீட்க வேண்டும் அதோடு, சிவகங்கை மக்களைத் தங்களது ஆதரவு சக்தியாகத் தொடர்ச்சியாக வைத்திருக்க வேண்டும் இப்படியான இக்கட்டான சூழ்நிலையில் வேலுநாச்சியார் இருக்கிறார். மந்திரி தாண்டவராயன் பிள்ளையால்தான் விருப்பாச்சிக்கே அவரால் வர முடிந்தது. சாதிரீதியான உறவு இருந்தும் ஆட்சியாளர்கள் துரோகிகளானதால் அருகிலிருந்த புதுக்கோட்டைக்கோ, படமாத்தூர் பாளையத்திற்கோ செல்வதற்கு ராணியால் முடியவில்லை. இந்நிலையில் விருப்பாட்சிக்கு வந்த ஒரு வருடத்திற்குள்ளாகவே மந்திரி தாண்டவராயபிள்ளையும் இறந்துவிடுகிறார். நெருக்கடி இன்னும் அதிகரிக்கிறது. ராணியால் என்ன செய்திருக்க முடியும்?

இங்குதான் மருதிருவர்களின் சிறப்பு தொடங்குவதை நாம் முதன்முதலாகப் பார்க்கிறோம். இராமநாதபுரத்திலிருந்து தாண்டவராயபிள்ளையால் பணியாட்களாக சிவகங்கை அரண் மனைக்கு அழைத்து வரப்பட்டவர்கள் அவர்கள். இப்போது மன்னர் படுகொலை செய்யப்பட்டுவிட்டார். மந்திரியின் யோசனைப்படி

ராணியைக் கூட்டிக் கொண்டு வேறொரு பாளையத்திற்கும் வந்தாகிவிட்டது. வந்த இடத்தில் தகப்பனைப்போலிருந்து பெற்ற பிள்ளைகளைப்போலத் தங்களை நடத்தி வந்த மந்திரி தாண்டவராயபிள்ளையும் இறந்துவிட்டார். என்ன செய்வது?. சிவகங்கையை மீட்க வேண்டும். எப்படி மீட்பது?. ராணியைப் பாதுகாக்க வேண்டும். எப்படிப் பாதுகாப்பது? என அவர்களின் முன்னே கேள்விகள் கடல் அலைகளைப்போல் விரிந்து கிடந்தன. இவ்வகையில் வேலு நாச்சியாரைவிடவும் கூடுதலான பொறுப்புச் சுமை, அதாவது வேலுநாச்சியாரையும் சேர்த்துப் பாதுகாக்க வேண்டிய பொறுப்புச்சுமை மருதிருவர்களுக்கு அந்நேரம் இருந்தது என்பதை நாம் மறந்துவிடக் கூடாது. அப்பொறுப்பினை அவர்கள் இறுதிவரை இருந்து நிறைவேற்றினார்களா? ஆம். நிறைவேற்றினார்கள். அதைப் பின்னர் நடந்த சம்பவங்களின் மூலமாக நாம் அறிந்து கொள்கிறோம்.

மருதிருவர்கள் அப்போது என்னவெல்லாம் செய்தார்கள்? நமக்கு எதுவும் தெரியாது, விருப்பாட்சியில் எட்டாண்டுகள் இவர்கள் அனைவரும் எவ்வாறு இருந்தார்கள்?, என்ன செய்தார்கள்? என்பதற்கான எந்த ஆவணமும் இதுவரை நமக்குக் கிடைக்கவில்லை. இதுவரையில் விருப்பாட்சியிலிருந்தும் யாரும் எதுவும் பெற முடியவில்லை. ஆனால், எட்டாண்டிற்குப் பின்னர் நடந்த நிகழ்ச்சிகளை வைத்து விருப்பாட்சியில் நடந்தவற்றை நாம் ஊகிக்க முடியும். எட்டாண்டுகளுக்குப் பிறகு என்னவெல்லாம் நடந்திருக்கின்றன?

படையெடுப்பு, உதவி, தொடர் ஆதரவு

விருப்பாட்சியில் இருந்த எட்டாண்டுகளில் கணிசமான படை திரட்டப்பட்டிருக்கிறது. ஹைதர் அலியின் உதவி பெறப்பட்டிருக்கிறது. சிவகங்கை மக்களின் ஆதரவு தொடர்ந்து தக்க வைக்கப்பட்டிருக்கிறது. ஆக, கணிசமான படை திரட்டல், ஹைதர் அலியின் உதவி, சிவகங்கை மக்களின் தொடர்ந்த ஆதரவு ஆகிய மூன்றும் நிகழ்ந்திருக்கின்றது. இது யாரால் நிகழ்ந்தது? நன்றாகக் கவனியுங்கள் வாசகர்களே, இவைகளெல்லாம் மருதிருவரால் நிகழ்ந்தது. இதற்காக அவர்கள் உழைத்த உழைப்பிற்கு ஈடு இணையுண்டா? கிடையவே கிடையாது.

ஆனால், இந்த உழைப்பின் பெருமையை மருதிருவருக்குக் கிடைக்கவிடக் கூடாது என்பதற்காகவே மு.சேகரும் ஜீவபாரதியும் தங்களது எழுத்துக்களைப் பயன்படுத்தியுள்ளனர் எனக் கருதுவதற்குப் போதுமான இடமுள்ளது.

அதற்குமுன்பு மு.சேகரால் சிவகங்கையில் வைக்கப்பட்டிருந்த குயிலியை இதற்காகவே விருப்பாட்சிக்குக் கூட்டிக் கொண்டுவந்து சேர்க்கிறார் ஜீவபாரதி. சிவகங்கையில் மருதிருவர் ரகசியமாகப் படை திரட்டிச் சேர்த்த செயலுக்கான பெருமையை அவர் குயிலியை விருப்பாட்சியில் சில சாகசச் செயல்களைச் செய்ய வைத்து உடையாள் பெண்கள் படைத் தளபதியாக்குவதன் மூலம் குயிலிக்குக் கொடுக்க முயற்சிக்கிறார்.

கண்ணின் இமையாக இருந்து மருதிருவரால் வேலுநாச்சிக்குக் கொடுக்கப்பட்ட பாதுகாப்பை, வீசிய குத்துவாளை வெறுங்கையால் பிடித்து காயம்பட்டதாகக் குயிலியைச் சித்திரிப்பதின்மூலம் மருதிருவரை விடவும் வேலுலகு மாதாவைக் காப்பாற்றிப் பாதுகாக்கும் பெருமையை குயிலிக்குக் கொடுக்கிறார். இதன்மூலமாக மருதிருவர்களின் பங்களிப்பைத் திட்டமிட்டு மறைக்க முயலுகிறார் ஜீவபாரதி. கடைசியாக, சிவகங்கை மக்களின் ஆதரவைத் தக்க வைத்ததற்கு மருதிருவர் செலுத்திய உழைப்பிற்காக சிவகங்கை மக்கள் வேலு நாச்சியாரையும் மருதிருவரையும் ஆரவாரத்தோடு அழைத்து வந்த கொண்டாட்டத்தை மறைத்து அரண்மனைக்குள் கற்பனையான சண்டையை உண்டாக்கிக் குயிலியைத் தற்கொலை செய்ய வைத்துத் தியாகியாக்குகிறார்.

வரலாற்றுக்கு முரணாக சாமர்த்தியமாக நாவலைக் கட்டமைத்திருக்கிறார் ஜீவபாரதி. ஆக, ஜீவபாரதியின் நோக்கம் மருதிருவரின் புகழைக் குறைப்பதே. இது நமது குற்றச்சாட்டாகும். இந்தக் குற்றச்சாட்டு உங்களுக்குத் தவறானதாகத் தெரிந்தால் நான் முன்வைக்கும் இந்தக் குற்றச்சாட்டுகளுக்கு ஜீவபாரதி பதில் சொல்லட்டும்.

விருப்பாட்சியில் நடந்ததாக அவர் எழுதியுள்ள பலவிதமான கதைகளுக்கான ஆதாரத்தை அவர் முன்வைக்க வேண்டும். அதுமட்டுமல்ல சிவகங்கை அரண்மனைக்கு முன் உள்ள வேலுநாச்சியார் சிலையின் பீடத்தில் குயிலி தோழி என மட்டுமே குறிப்பிட்டிருக்கையில் தளபதி என்றும் மெய்க் காப்பாளினி என்றும் கூறுவதற்கான ஆதாரங்களைக் காட்டவேண்டும். இதற்கெல்லாம் ஜீவபாரதி பதில் சொல்ல வேண்டும். சொல்லியாக வேண்டும்.

எட்டாண்டுகளிலும் ரகசியப் பயணங்களாகவே சிவகங்கைக்கு அடிக்கடி வந்து போய்க் கொண்டிருக்கின்றனர் மருதிருவர். மக்களைச் சந்திக்கின்றனர். ஆற்காட் நவாபின் மகனாக உம்தத் — உல் உம்ராவின் கோமாளித்தனமான ஆட்சிக்கு எதிராகக்

கலகம் செய்யுமாறு மக்களுக்குத் தைரிய மூட்டியிருக்கின்றனர். மக்களின் மனங்கவர்ந்தவர்களாக விளங்கியிருக்கின்றனர். அதனால்தான் நவாப் ஆட்சிப் பொறுப்பினை திருப்பிக் கொடுத்தபோது சிவகங்கை மக்கள் எல்லோரும் பெருந்திரளாகத் திரண்டுவந்து வேலுலக மாதாவை வரவேற்று, யானைமீதேற்றி ஊர்வலமாக அரண்மனைக்குள் அழைத்துச் சென்றிருக்கின்றனர்.

ஆக, சிவகங்கையின் ஆட்சி பொறுப்பினை ஏற்க வேண்டிய முத்து வடுகநாதரின் மனைவியான ராணி வேலுலகை 1772ல் கொல்லங்குடியிலிருந்து பாதுகாப்பாக விருப்பாட்சிக்குக் கூட்டிக் கொண்டு போய் எட்டாண்டுகளாகப் பூப்போலப் பாதுகாத்து, அலுங்காமல் குலுங்காமல் மீண்டும் சிவகங்கைக்குக் கொண்டு வந்த மருதிருவர்கள், ஒரு தாய்க்கு மகன்கள் செய்ய வேண்டிய கடமையாக எண்ணிக் காரியமாற்றி உள்ளனர். ஆனால், அப்பேர்ப்பட்ட மருதிருவரை சாதாரணப் போர் வீரர்களை விடவும் கீழாக உப்புக்குச் சப்பாணியாகச் சித்திரித்துள்ளது ஜீவபாரதியின் வேலு நாச்சியார் நாவல்.

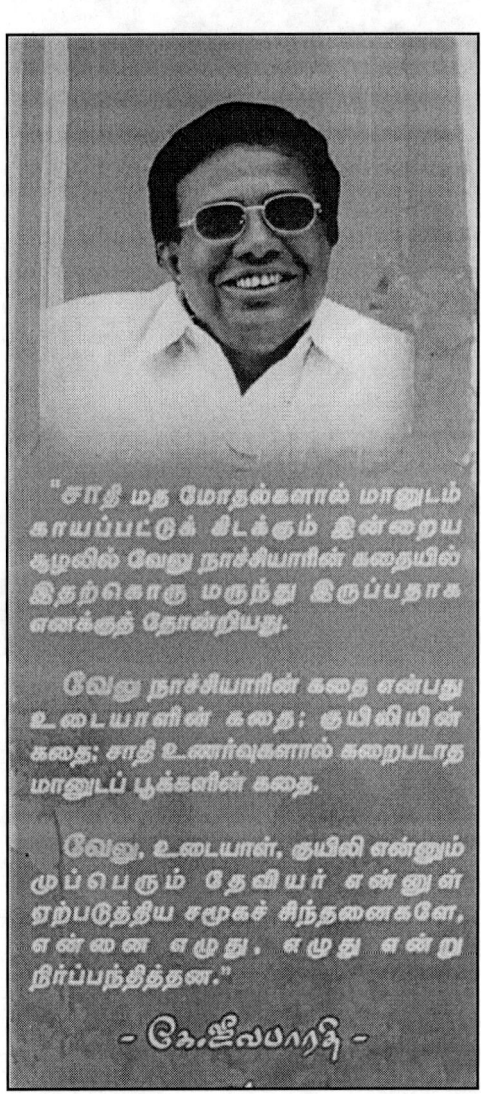

"சாதி மத மோதல்களால் மானுடம் காயப்பட்டுக் கிடக்கும் இன்றைய சூழலில் வேலு நாச்சியாரின் கதையில் இதற்கொரு மருந்து இருப்பதாக எனக்குத் தோன்றியது.
வேலு நாச்சியாரின் கதை என்பது உடையாளின் கதை; குயிலியின் கதை; சாதி உணர்வுகளால் கறைபடாத மானுடப் பூக்களின் கதை.
வேலு, உடையாள், குயிலி என்னும் முப்பெரும் தேவியர் என்னுள் ஏற்படுத்திய சமூகச் சிந்தனைகளே, என்னை எழுது, எழுது என்று நிர்ப்பந்தித்தன."
- கே.ஜீவபாரதி -

இப்படியொரு காரணம் மு. சேகரிடம் இல்லை. அவரைப் பொறுத்தவரைக்கும் சுவாரஸ்யத்திற்காக இணைத்திருக்க

வேண்டும் அல்லது வீர சக்கரத்தில் உள்ளதை எழுதியிருக்க வேண்டும் அவ்வளவுதான். ஆனால் மு. சேகர் எழுதியதைத் தனது சுயநல நோக்கத்திற்காகப் பயன்படுத்திக் கொண்டிருக்கிறார் ஜீவபாரதி. சிவகங்கையின் வரலாற்றை ஓரளவு அறிந்தவர்கள்கூட ஜீவபாரதியின் நாவலைப் படித்தால் அது சிவகங்கையின் வரலாற்றுச் சம்பவங்களுக்கு மாறாக மருதிருவரை அலட்சியப்படுத்தியிருக்கிறது என்பதை நன்றாக உணரலாம்.

மருதிருவர் புகழைக் குறைப்பதற்காக ஜீவபாரதி செய்த முயற்சி தான் குயிலி குறித்த விரிவான கற்பனைக் கதை. அதற்காகவே குயிலியை ஜீவபாரதி உயர்த்திப் பிடிக்கிறார். இதை அவரது உடையாளுக்குக் கட்டிய கதையிலும் காண முடியும். (பார்க்க: கற்பனைகளின் கூத்து) கூடுதலாகக் குயிலியைத் தாழ்த்தப்பட்ட சாதிப் பெண் எனக் காட்டியதன் மூலமாக அதன்பலனை அவர் இன்னும் இலகுவாகச் சாதித்துக் கொண்டார்.

தான் அப்படித் திட்டமிட்டுச் செய்யவில்லையென்று ஜீவபாரதி சொல்லக்கூடும். ஆனால் அது தன்னிலை விளக்கம். முதலில் அவர் நாம் எழுப்பியுள்ள கேள்விகளுக்குப் பதிலளிக்கட்டும். அப்படியே அவர் சொன்னாலும் அவர் எழுதியதால் விளைந்தது இதுதான். இதில் எந்த மாற்றமும் வரப் போவதில்லை. மருதிருவருக்கு நினைவுச் சின்னமில்லாத சிவகங்கையில் குயிலிக்கு நினைவுத் தூணை எழுப்ப ஜீவபாரதியின் நாவலே அடித்தளம். இதில் மூடி மறைக்க ஏதுமில்லை. குயிலி வளர்க்கப்பட்டது மருதிருவரின் புகழை மறைக்கவே என்பதும் பொய்யில்லை.

குயிலியை ஒரு தாழ்த்தப்பட்ட சாதிப் பெண் எனச் சித்திரித்ததின் மூலமாக மருதிருவரின் புகழை மறைக்கும் தடுப்புச் சுவரை மேலும் உயர்த்திக் கட்டுகிறார் ஜீவபாரதி. குயிலியை தாழ்த்தப்பட்ட சாதியாகக் காட்டிவிட்டால் யாரும் அதை எளிதில் மறுக்க முன்வரமாட்டார்கள், தயங்குவார்கள் எனும் கண்மூடித்தனமான எண்ணத்தில் ஜீவபாரதி இவ்வாறு

செயல்பட்டுள்ளார். ஆனால் ஒருவகையில் அவரது எண்ணம் நிறைவேறத்தான் செய்தது. இல்லாவிடில் மருதிருவருக்குச் சின்னமில்லாத சிவகங்கையில் குயிலிக்கான சின்னத்தை அரசே வைக்குமா?

மருதிருவரை புகழைக் குறைக்க வேண்டும் எனும் அவசியம் ஜீவபாரதிக்கு ஏன் வந்தது என்று கேட்டால் அதற்கு நம்மிடம் பதிலில்லை. பலரும் பலவிதமான ஊகங்களைச் சொல்கிறார்கள். நாம் ஒரு முடிவிற்கும் வரமுடியவில்லை. இதற்கும் ஜீவபாரதிதான் பதில் சொல்ல வேண்டும். சொல்வாரா? ∎

4.4 தூணைத் தூக்குக!

'ஒப்பனைகளின் கூத்து' நூல் வெளியான பிறகு அடுத்த நூலிற்கான வேலைகளை நாம் தொடங்கியபோதும் குயிலி ஆதரவாளர்கள் பலர் நம்மை மீண்டும்மீண்டும் இந்த விசயத்திற்குள்ளேயே பிடித்து இழுத்தனர். அவர்களின் அறியாமை மிகவும் இரக்கம் கொள்ளத்தக்கதாயிருந்தது. ஆனால் அவர்களோ, நம்மைக் கேலியும் கிண்டலும் செய்ய முயன்றனர். ஆனானப்பட்ட வரலாற்று ஆய்வாளர்களையே 'என்னடா' எனக் கேட்கும்போது நாமெல்லாம் அவர்களுக்கு எம்மாத்திரம். அவர்களே பெருமைப்பட்டுக்கொள்வதுபோல நம்முடைய ஆசான்களையே அவர்கள் மோதிப் பணிய வைத்திருப்பதா முழங்கினார்கள். அதனால் நாமெல்லாம் 'ஜுஜுபி' எனும் மமதை கொண்ட கருத்தில் அவர்களிருந்தனர். இந்நிலையில் நாம் அவைகளுக்குப் பதில் சொல்வதில் பயனில்லை என்றே கருதினோம். ஆனால், துரதிருஷ்டவசமாக, இதை தங்களுக்கான வெற்றியாக அவர்கள் நினைத்துக் கொண்டனர். அவர்களின் எதிர்வினைகளும் எல்லைகளை மீறிச் செல்ல ஆரம்பித்தன.

குயிலியை நாம் கற்பனை எனக் கூறியதற்கான நமது நோக்கத்தை நாம் பலமுறை கூறியிருந்தும் அதைச் சட்டை செய்யாமல், மீண்டும்மீண்டும் சாதிச் சண்டையிடவே அவர்கள் விரும்பினர்.

'ஒப்பனைகளின் கூத்து' குயிலியின் சாதி குறித்து ஆய்வு செய்யும் நூல் அல்ல எனப் பல முறை கூறி இருப்பினும் அவர்கள் சாதி வட்டத்திற்குள் நின்றுகொண்டே அதை நையாண்டி செய்து வந்தனர். மரங்கள் சும்மா இருந்தாலும் காற்று அதனை விடுவதில்லையாததால் வீசிய காற்றிற்கேற்ப நாமும் அசைய முடிவெடுத்தோம்.

அந்த அசைவுகளைத்தான் இந்நூலில் ஆங்காங்கே பதிவு செய்துள்ளோம். நாம் தற்போதைக்கு ஒரு இலக்கைத் தீர்மானித்திருக்கிறோம். அதை அடையும் முயற்சியில் ஒருவேளை இப்போது நாம் தோல்வியடையலாம். ஆயினும் பிற்காலத்தில் யாரேனும் உண்மையான வரலாற்றை நேசிப்பவர்களால் அது தொடரப்படும் எனும் நம்பிக்கை நமக்குள்ளது. நடந்ததனைத்தையும் ஒன்றுவிடாமல் நாம் இங்கே முன்வைத்திருக்கிறோம். நமது தற்போதைய இலக்கு என்ன என்பதைத் தெளிவுபடுத்த விரும்புகிறோம்.

இலக்கு:

எப்போதுமே ஒரு கருத்தின் வெற்றி அல்லது தோல்வியைத் தீர்மானிப்பது மக்களின் ஆதரவுதான். மக்களின் ஆதரவைப் பெறாத எந்த விசயத்தையும் எவ்வளவுதான் அழுத்தம் கொடுத்து மக்களிடம் திணித்தாலும் சரியான சந்தர்ப்பம் வரும்போது மக்கள் அதைத் தூக்கியெறிவார்கள். குயிலி ஒரு வரலாற்றுப் பாத்திரம் என மக்களிடையே திணிக்கப்பட்டுள்ள கருத்திற்கு மாறாக குயிலி கற்பனை எனும் கருத்திற்கு மக்களின் ஆதரவைப் பெறாமல், நமது கருத்தை நிலை நிறுத்த முடியாது. எனவே நமது கருத்தை மக்களிடம் தொடர்ச்சியாகக் கொண்டுபோக முடிவு செய்தோம்.

குயிலி ஒரு கற்பனையான கதாபாத்திரம் என்பதை வரலாற்று ஆவணங்கள் வாயிலாக, சான்றாதாரங்களோடு நிரூபித்தாலும்கூட மக்கள் கண்ணால் காணுகின்ற அந்த நினைவுச் சின்னமும் பாடநூல் தகவல்களும் குயிலியை ஓர் வரலாற்று மாந்தராகவே எப்போதும் மக்களது நினைவில் நிறுத்தும். அதேபோல, இதையே காரணமாக வைத்து சில அரசு அதிகாரிகள், சில அமைச்சர்கள் உட்பட பலரும் அறியாமையாலும் சுயலாபத்திற்காகவும் குயிலியைப் பற்றித் தொடர்ச்சியாகப் பேசிக் கொண்டு வருவதும் குயிலியை வரலாற்றுப் பாத்திரமாக நிலை நிறுத்தவே வழிவகுக்கும்.

இன்னொரு வகையில் பார்த்தால் கற்பனைக்கு எழுப்பப்பட்டுள்ள நினைவுச் சின்னமானது வரலாற்றைக் கொச்சைப்படுத்துகிறது. கேலி செய்கிறது. இழிவுபடுத்துகிறது. இது அந்த வரலாற்று ஆய்வாளர்களுக்கும் ஆர்வலர்களுக்கும்கூடப் பொருந்தும். பின்னாளில் யாரேனும் ஒரு வரலாற்று ஆய்வாளன் வந்து இவையெல்லாம் கண்ணுற்று ஒரு கற்பனைக்கு சின்னம் எழுப்பப்பட்டிருக்கிறது ஒருவர்கூட எந்தவிதமான மறுப்பும் சொல்லாமல் வேடிக்கை பார்த்திருக்கிறார்களே எனக் கேள்வி எழுப்பினால் இந்தத் தலைமுறைக்கே தலைகுனிவல்லவா! இக்களங்கத்தைப் போக்க வேண்டாமா? வேண்டும் என முடிவு செய்தோம். அதன் விளைவுதான் 'ஒப்பனைகளின் கூத்து'. இந்தக் கூத்தும் குயிலி இருக்கும்வரைக்கும் ஆடிக்கொண்டேதானிருக்கும்.

அதன்தொடர்ச்சியாகத்தான், குயிலிக்கு அரசால் வைக்கப்பட்டுள்ள நினைவுத் தூணை அகற்ற வைப்பது என்பதை முதல் இலக்காகக் கொண்டோம். இதற்கு குயிலி கற்பனை என்பதை முதலில் அரசுக்குத் தெளிவுபடுத்த வேண்டும் என்பதிலிருந்து தொடங்கலாம் எனும் முடிவிற்கு வந்தோம். அரசின் சார்பாக எங்கெல்லாம் குயிலி அங்கீகரிக்கப்பட்டிருக்கிறாளோ அங்கெல்லாம் நாம் தலையிடுவது எனும் முடிவிற்கு வந்தோம். இது ஒரு கருத்துப் போராட்டம்தான். இருப்பினும் அப்போராட்டத்தைத் தொடங்க முடிவு செய்தோம். தொடங்கினோம். தொடர்ந்தோம். சில தோல்விகளைச் சந்தித்திருக்கிறோம். சில பொய்யர்களின் வாயை அடைத்திருக்கிறோம். இருப்பினும் இன்னும் தொடர்ந்து கொண்டிருக்கிறோம். தொடர்வோம். அரசுத் துறைகள் குயிலியை எங்கெங்கெல்லாம் குறிப்பிடப்பட்டிருக்கின்றனவோ அங்கெல்லாம் நாம் தலையீடு செய்திருக்கிறோம். நாம் தலையிட்ட விதங்களை இந்நூலில் ஆங்காங்கு விளக்கியுள்ளோம்.

முறைப்படியான நடவடிக்கையாக அரசுமீது வழக்குத் தொடர முடிவு செய்தோம். அதன் முதற்படியாக சிவகங்கை மாவட்ட ஆட்சியருக்கு 11.02.2019 அன்று கீழ்க்கண்ட மனுவினை அனுப்பியிருந்தோம்.

கலெக்டருக்கு கடிதம்

பெறுனர் : மாவட்ட ஆட்சியர்,
சிவகங்கை மாவட்டம்,
மாவட்ட ஆட்சியர் அலுவலகம்,

ஆட்சியர் வளாகம்,

சிவகங்கை. 630 562.

ஐயா,

பொருள்: சிவகங்கையில் தமிழக அரசினால் ஏற்படுத்தப்பட்டுள்ள வேலு நாச்சியார் நினைவு மண்டப வளாகத்தில் நிறுவப்பட்டுள்ள, வீரத்தாய் குயிலி நினைவுத் தூணை அகற்றக் கோருவது குறித்து.

பார்வை 1: கவிஞர் அ. வெண்ணிலா கட்டுரை – தினத்தந்தி நாளிதழ்

பார்வை 2: எனது நேர்காணல் – குங்குமம் வார இதழ்.

இங்கிலாந்தைச் சேர்ந்த கிழக்கிந்தியக் கம்பெனியின் ஆளுகையின்கீழ் இந்தியத் துணைக் கண்டம் வருவதற்கு முன்னர், ஆற்காடு நவாபின் ஆளுகையின்கீழ் தற்போதைய தமிழகப் பகுதிகள் இருந்தபோது, அப்போதைய சிவகங்கைப் பாளையத்தை, ஆண்டுவந்த மன்னரும் அரசி வேலுநாச்சியாரின் கணவருமான முத்துவடுகநாதத் தேவர் என்பவரை 1772ஆம் ஆண்டு காளையார்கோவிலில் நயவஞ்சகமான முறையில் படுகொலை செய்தவன், ஆற்காடு நவாபிற்காக வாடகைக்கு எடுக்கப்பட்ட கிழக்கிந்தியக் கம்பெனியின் படையிலிருந்த லெப்டினெண்ட் கர்னல் பாஞ்ஜோர் என்பவனாவான். அச்சமயம் பாளையத்தின் அமைச்சராக இருந்த தாண்டவராய பிள்ளை மற்றும் மருது சகோதரர்கள் ஆகியோர் அரசி வேலு நாச்சியாரை திண்டுக்கல்லின் அருகிலிருந்த மைசூர் மன்னர் ஹைதர் அலியின் ஆதரவின்கீழ் இருந்த பாளையமான விருப்பாச்சிக்குப் பாதுகாப்புடன் கொண்டு சென்றனர். அங்கு அமைச்சர் தாண்டவராய பிள்ளை இறந்துவிடுவதால் மருது சகோதரர்கள் அனைத்துப் பொறுப்புகளையும் ஏற்று, சிவகங்கை மக்களை ரகசியமாகத் தொடர்புகொண்டு ஆற்காடு நவாபிற்கு எதிராகப் போரிட்டு சிவகங்கையை மீட்க மக்களை அணி திரட்டிவந்த வேளையில் ஹைதர் அலியின் உதவி அவர்களுக்குக் கிடைத்தது.

இந்நிலையில் சிவகங்கையின் பெயரை 'ஹுசைன்பூர்' என மாற்றிவைத்து நிர்வகித்து வந்த ஆற்காட்டு நாவாபின் மகன் உம்தத் உல் – உம்ரா இதையறிந்து கலங்கினான். ஏற்கனவே, அவனது நிர்வாகத்திற்கு அடிபணிய மறுத்து சிவகங்கை மக்கள் கலகங்களில் ஈடுபட்டு வந்ததால் வரி வசூல் செய்ய முடியாத

நிலை இருந்ததாலும், ஆங்கிலேயப் படை, புதுக்கோட்டைப் படை, மற்றும் தனது சொந்தப் படையினருக்கு அதிகமான சம்பளப் பாக்கி இருந்ததால் ஏற்பட்ட பொருளாதார நெருக்கடியாலும், மேலும் அப்போது ஏற்பட்ட பஞ்சத்தாலும் 1780ஆம் ஆண்டு சிவகங்கைப் பாளையத்தை மீண்டும் முத்துவடுகநாதரின் மனைவி வேலு நாச்சியாரிடம் ஒப்படைத்தான் உம்தத் உல் – உம்ரா.

ஆனால், சிவகங்கைப் பாளையத்தின் அரசியான வேலு நாச்சியார் 1780ஆம் ஆண்டு ஆங்கிலேயர்க்கு எதிராகப் போர் நடத்தியதாகவும் அப்போர்ப் படையில் குயிலி எனும் பெண் தளபதியாக இருந்ததாகவும் கர்னல் பாஞ்ஜோரின் ரகசியத் திட்டத்தைத் தளபதியாக இருந்த குயிலி உளவறிந்து தெரிந்து கொண்டதாகவும், சிவகங்கை அரண்மனைக்குள் போர் நடந்தபோது அங்கிருந்த ஆயுதக் கிடங்கைத் தகர்ப்பதற்காக, குயிலி தனது உடலில் தீவைத்துக் கொண்டு அக்கிடங்கினில் குதித்துத் தற்கொலை செய்துகொண்டு உயிரை இழந்து தியாகியானதாகவும், சமீபகாலமாக சிவகங்கை வரலாறு குறித்துப் பேசுகின்ற, எழுதுகின்ற தமிழக அரசின் முதலமைச்சர் மற்றும் அமைச்சர்கள் உள்பட பல்வேறு சமூக மற்றும் வரலாற்று முகாம்களைச் சேர்ந்த வரலாற்று ஆய்வாளர்களும் வரலாற்று ஆர்வலர்களும் தொடர்ச்சியாகப் பேசியும் எழுதியும் வருகின்றனர்.

சிவகங்கையில் தமிழக அரசு அமைத்துள்ள வேலு நாச்சியார் நினைவு மண்டபத்தில் வீரத்தாய் குயிலி என எழுதப்பட்டுள்ள நினைவுத் தூண் ஒன்றை இருபத்தியேழரை லட்சம் ரூபாய் செலவில் அரசு நிறுவியுள்ளது. தமிழக அரசு பள்ளிக் கல்வித் துறையின் பாடநூல் ஆராய்ச்சிக் கழகம் வெளியிட்டுள்ள ஆறாம் வகுப்புத் தமிழ்ப் பாட நூலில் வேலு நாச்சியார் எனும் தலைப்பிலமைந்த பாடத்தில் குயிலி குறித்த இக்கதை குறிப்பிடப்பட்டுள்ளது. மேலும் உலகத் தமிழாராய்ச்சி நிறுவனம் குயிலி குறித்த இதே கதையைக் கொண்டு சமீபத்தில் ஒரு நூலை வெளியிட்டுள்ளது. மேலும் ஜீவபாரதி என்பவர் எழுதியுள்ள வேலுநாச்சியார் எனும் நாவலில் குயிலியைப் பட்டியல் சாதிப் பெண் எனக் குறிப்பிடப்பட்டிருப்பதைப் பயன்படுத்திக் குயிலியைத் தங்கள் சாதிப்பெண்ணாக ஆக்குவதற்கான முயற்சிகளால் சில பட்டியல் சாதிப் பிரிவினருக்கிடையே பகையும் மோதலும் உருவாகக்கூடிய சூழலும் உள்ளது.

1780ஆம் ஆண்டு சிவகங்கைப் பாளையமானது மீட்டெடுக்கப்படும்போது சிவகங்கையில் போர் நடைபெற்றதற்கான

ஆதாரங்கள் எதுவும் சிவகங்கை வரலாற்று குறித்த ஆவணங்களில் இல்லை. அதேசமயத்தில், சிவகங்கையில் போர் நடைபெறவில்லை என்பதற்கான ஆதாரங்கள், ஆவணங்கள் பல உள்ளன. மேலும் குயிலி எனும் பெண் தளபதியாக இருந்தாள் என்பதும், அவள் ஆயுதக் கிடங்கில் குதித்துத் தற்கொலை செய்து கொண்டாள் என்பதும் கற்பனையாக உருவாக்கப்பட்டவை என்பதற்கான ஆதாரங்களும் பல உள்ளன.

குயிலி ஒரு கற்பனைப் பாத்திரம் என நான் எழுதியுள்ள "ஒப்பனைகளின் கூத்து (சிவகங்கை வரலாற்றை முன்வைத்து ஓர் ஆய்வு)" எனும் நூலில் தக்க ஆதாரங்களுடன் நிறுவியுள்ளேன். இந்நூல் குறித்து கவிஞர் அ.வெண்ணிலா 'குயிலி: கற்பனையா? வரலாறா?' எனும் தலைப்பில் எழுதி, தினத்தந்தி நாளிதழில் வெளிவந்த கட்டுரை(பார்வை–1)யின் நகலினையும் குங்குமம் வார இதழில் வெளிவந்த எனது நேர்காணலின் (பார்வை–2) நகலையும் மற்றும் எனது நூல் வெளியீட்டு விழா அழைப்பிதழையும் (இணைப்பு–3) இத்துடன் இணைத்துள்ளேன்.

சிவகங்கை வரலாற்றில் இடம்பெறாத ஒரு கற்பனைப் பாத்திரத்திற்கு தமிழக அரசால் எழுப்பப்பட்டிருக்கும் நினைவுத் தூணானது தமிழக அரசு மற்றும் தமிழக மக்களின் தவறான வரலாற்றுப் புரிதலுக்கான சான்றாதாரமாக உள்ளது. குயிலி ஒரு கற்பனைப் பாத்திரம் என்பது வலுவான ஆதாரங்களுடன் நிரூபிக்கப்பட்டுள்ள தற்போதைய நிலையில் தொடர்ந்து அரசின் நினைவுச் சின்னம் இருப்பது சிவகங்கை வரலாற்றைக் கேலிக்குரியதாகக் கருத இடமளிக்கிறது. மேலும் இதன்மூலம் அரசி வேலுநாச்சியாரின் புகழிற்கும் இழுக்குச் சேர்ப்பதாக உள்ளது.

எனவே, கற்பனையான விசயங்களை வரலாற்று உண்மைகளாகத் தொடர்ச்சியாகப் பரப்பி வருகின்ற தவறான போக்கிற்கு முற்றுப்புள்ளி வைத்து சிவகங்கையின் வரலாற்றிற்கு உண்டாக்கப்பட்டுள்ள களங்கத்தை நீக்கும் வகையில் உடனடியாகக் கீழ்க்கண்ட மூன்று (3) கோரிக்கைகள் உங்கள் முன் வைக்கப்படுகின்றன.

1. வீரத்தாய் குயிலி நினைவுத் தூண் அகற்றப்பட வேண்டும்.
2. ஆறாம் வகுப்பு அரசுப் பாட நூலில் உள்ள குயிலி குறித்த பகுதிகள் நீக்கப்பட வேண்டும்.
3. உலகத் தமிழாராய்ச்சி நிறுவனம் வெளியிட்டுள்ள நூலினைத் திரும்பப் பெற வேண்டும்.

மேற்சொன்ன மூன்று (3) கோரிக்கைகளையும் உடனடியாக நிறைவேற்ற ஆவண செய்யுமாறு பணிவுடன் கேட்டுக் கொள்கிறேன். .

இடம் : சிவகங்கை   (ஒப்பம்)

நாள் : 11.02.2019

...

-இக்கடிதத்தினை மாவட்ட ஆட்சியர் பெற்றுக் கொண்டதற்கான ஒப்புதல் அட்டை வந்துவிட்டது. மறு ஆண்டும் பிறந்துவிட்டது. இருப்பினும் இன்றுவரையிலும் அவரிடமிருந்து எந்தத் தகவலும் வரவில்லை. இனி, சென்னை உயர் நீதிமன்றம் மதுரைக் கிளையில் வழக்குத் தாக்கல் செய்ய வேண்டியதுதான் பாக்கி. பிற தேவைகளை ஏற்பாடு செய்தவுடன் இச்செயல்பாடு தொடரும்.

சரி, குயிலிக்கு இவ்வளவு போராட்டம் தேவைதானா எனும் கேள்வி உங்களுக்குள் எழுகிறதா? உண்மைதான். அதற்கான விளக்கத்தைக் கூறுவதுடன் இந்நூலினை முடித்துக் கொள்கிறோம்.

4.5 தொடரும் போராட்டம். ஏன்?

சிவகங்கை வரலாறு குறித்துப் பேசவும் எழுதவும் தயக்கம் இருப்பதாகப் பலர் சொல்லக் கேட்டதுண்டு. பக்கச்சார்பில்லாமல் நடுநிலையோடு, சிவகங்கை வரலாற்றைச் சொல்வதற்காக யார் முன் வந்தாலும் ஏதேனும் ஒரு இடத்தில் பிரச்சினை களைச் சந்திக்க வேண்டி வரும் என்பதால் சிவகங்கையின் வரலாற்றுச் சம்பவங்களை உள்ளது உள்ளவாறு வெளிப்படுத்துவதற்குப் பலர் தயங்குவதாகவும் கேள்விப்பட்டதுண்டு. எதைப் பேசினாலும் அவை முழுக்கமுழுக்க சாதியப் பிரச்சினைகளாகவே அடையாளப்படுத்தப்படும் என்றும் கூறப்படுவதுண்டு.

மன்னர் சசிவர்ணர்; மன்னர் முத்துவடுகநாதர்; வெற்றித்தாய் வேலுநாச்சியார்; மன்னர் வெங்கண் பெரிய உடையணன்; அமைச்சர் தாண்டவராயர்; மற்றும் மக்களின் மாமன்னர்களான பெரிய மருதுபாண்டியர் மற்றும் சின்ன மருதுபாண்டியர், இவர்கள்தான் அக்காலகட்டத்துச் சிவகங்கையின் வரலாற்று நாயகர்கள்.

நாயகர்கள் இருந்தால் வில்லன்கள் இருப்பார்களல்லவா? கிழக்கிந்தியக் கம்பெனியின்

ராணுவ அதிகாரிகள்; ஆற்காட் நவாப்; புதுக்கோட்டைத் தொண்டைமான், மற்றும் உள்ளூர் குட்டி ஜமீன்தார்கள், ஆகியோர்தான் அந்த வில்லன்கள்.

வேலுநாச்சியாரைப் பற்றிப் பேசுவது மறவர் சாதியினருக்குரியது; தாண்டவராய பிள்ளையைப் பற்றிப் பேசுவது வெள்ளாளர் சாதியினருக்குரியது; மருது சகோதரர்களைப் பற்றிப் பேசுவது அகமுடையார் சாதியினருக்குரியது எனும் குறுகிய சிந்தனையை இங்கு மேலோங்க வைத்துள்ளனர். அதுமட்டுமில்லாமல், வேலு நாச்சியாரைப் பற்றிப் பேசுவது அகமுடையாருக்கு எதிரானது என்றும் மருதிருவரைப் பற்றிப் பேசுவது மறவர்களுக்கு எதிரானது என்றும் சிவகங்கையின் வரலாற்றை இரு சாதி முரண்பாட்டின் அடிப்படையாகப் பிரித்துப் பார்க்கின்ற, திட்டமிட்ட, சதித்தனமான சிந்தனைப் போக்கினையும் இங்கே சிலர் உருவாக்கி வைத்துள்ளனர். அதோடு இப்போக்கினை மாறவிடாமலும் அவர்கள் பார்த்துக் கொண்டு வருகின்றனர். இது தவறானது. கடுமையாகக் கண்டிக்கத்தக்கது. நாம் இப்போக்கினை நிராகரிக்கிறோம். எதிர்க்கிறோம். காரணம், வரலாற்றுரீதியாகச் சிவகங்கைச் சீமையின் ஆட்சியாளர்கள் எமது ஆட்சியாளர்களே!. சிவகங்கைச் சீமையின் எதிரிகள் எமது எதிரிகளே! சிவகங்கை வரலாற்றின் ஆர்வலர் என்பதை விடவும் சிவகங்கைச் சீமையின் முன்னாளைய குடிமகனின் வாரிசு எனும் முறையிலேயும் இதைச் சொல்லும் உரிமை எமக்குண்டு. யாராலும் இவ்வுரிமையைப் பறிக்க முடியாது.

வரலாற்று மாந்தர்களுக்குள் முரண்பாடு இருந்ததாக, குறிப்பாக வேலுநாச்சியாருக்கும் சின்னமருதுபாண்டியருக்கும் முரண்பாடு இருந்ததாகக் காட்டக்கூடிய உறுதிப்படுத்த முடியாத சில உதிரிச் சம்பங்களை வைத்துக் கொண்டு அதனாலேயே அவர்களுக்கும் அதைத் தொடர்ந்து அவ்விரு சாதியினருக்கும் பகை இருந்ததாகச் சிலர் குழப்பத்துடனேயே பதிவு செய்துள்ளனர். இவர்களால்தான் சிவகங்கையின் வரலாற்றுப் பக்கங்கள் முழுமையாகத் திறக்கப்படாமலேயே மூடப்பட்டுவிட்டன. இதையும்மீறி ஒரு பக்கச் சார்பில்லாமல் நடுநிலையோடு ஆய்வு செய்கிறேன் என ஆய்வு செய்ய வந்த கூழைக் கும்பிடு ஆசாமிகளின் நூல்களோ மிக்சர் பொட்டலம் கட்டக்கூட லாயக்கில்லாத காகிதங்களைக் கொண்ட நூல்களாகவே அமைந்திருந்தன.

ஒரு கொள்கையைக் குறித்து இரண்டு பக்கக் கருத்துக்களையும் ஆய்வு செய்து முடிவு செய்யும்போது ஒரு பக்கச் சார்பில்லாமல் நடுநிலையாக இருக்க முடியுமா? முடியும்

எனப் பலர் நம்புகிறார்கள். ஆனால், முடியாது என்பதுதான் உண்மை. இதைப் பெரும்பாலானவர்கள் ஏற்றுக் கொள்வதில்லை. ஆம், கொள்கை விசயத்தில் நடுநிலை என ஒன்று இருக்கவே முடியாது. இந்தக் கண்ணோட்டத்தில் நாம் அழுத்தமான நம்பிக்கை கொண்டிருக்கிறோம். அதனாலேயே, நாம் சிவகங்கை வரலாற்றை அணுகத் துணிந்தோம். அப்படியானால், நாம் எந்தக் கொள்கையின் சார்பாக நிற்கிறோம்? யார் பக்கம் நிற்கிறோம்? இதற்கான விடையும் எதன் காரணமாக நாம் ஒரு பக்கச் சார்பாக நிற்கிறோம் என்பதற்கான விடையும் ஒன்றுதான்.

சிவகங்கை வரலாறு மறைக்கப்பட்ட வரலாறல்ல. அது வெளிப்படையாகக் கிடைக்கக் கூடியதே. ஆங்கிலேயர்களின் ஆவணங்களில் உள்ள தகவல்களை நேர்மறையாகவும் எதிர்மறையாகவும் மதிப்பிட்டும் ஒப்பிட்டும் பார்த்தாலேகூட அதன்தொடர்ச்சியையும் முழுமையையும் அதன்மூலமாகச் சிவகங்கையின் வரலாற்றின் சிறப்புகளையும் அறிய முடியும். அதற்கு, சிவகங்கை வரலாற்றை எதற்காக ஆய்வு செய்கிறோம் எனும் நோக்கம் முக்கியமானது, முதன்மையானது. நோக்கமில்லாமல் செயலுக்கான விளைவை எதிர்பார்ப்பது அறிவியல்பூர்வமானதல்ல. சிவகங்கை வரலாற்றை நாம் அணுகுவதன் நோக்கம் என்ன?. அதன் காலனியாதிக்க எதிர்ப்புத் தன்மைதான். சிவகங்கையானது புதுக்கோட்டையாகவோ எட்டயபுரமாகவோ இருந்திருந்தால் இந்தப் பேச்சுக்கே இடமில்லாமல் போயிருக்கும். ஆக, நாம் சிவகங்கையைக் குறித்துப் பேசுகிறோம் என்றால், அதற்கான ஒரே காரணம் அப்போது சிவகங்கை காலனி ஆதரவுக் கொள்கையினை ஏற்காமல், காலனி ஆதிக்க எதிர்ப்புக் கொள்கையை ஏற்றதுதான். நாம் அந்தக் கொள்கையை ஆதரிக்கிறோம்.

சிவகங்கைப் பாளையத்தின் இப்படியான நிலைப்பாடுதான் சிவகங்கை வரலாறு குறித்து நம்மைச் சிந்திக்கவும் தொடர்ச்சியாகப் பேசவும் வைக்கிறதே தவிர, சிலர் கருதுவதுபோல் வரலாற்றுச் சாகசங்களின் மீதான கவர்ச்சியோ அல்லது அகமுடையார் மற்றும் மறவர் சாதியினர் மீதான அபிமானமோ அல்லது உள்ளூர்ப் பாசமோ அல்ல. தமிழகத்தின் எந்த மூலையில் பிறந்திருந்தாலும் நாம் சிவகங்கையின் ஆதரவாளராகவே இருந்திருப்போம். அதனால், சிவகங்கையின் வரலாற்றுப் பெருமைகளை மறைக்கக்கூடிய வகையில் அதன்மீது தொடர்ச்சியாகப் பூசப்பட்டு வருகின்ற சாதியப் பூச்சினை நாம் அகற்ற முயற்சிக்கிறோம். வேலுநாச்சியார், மற்றும் மருதிருவர்கள்மீதான கற்பனையான

பிம்பங்களை உடைத்தெறிந்து அவர்களின் வரலாற்றுப் பங்களிப்புகளை, உரிய புகழை உரக்கக்கூற முயல்கிறோம்.

அப்படியானால், சிவகங்கை வரலாற்றில் நாம் யார் பக்கம் நிற்போம்? யார் பக்கம் நம்மால் நிற்க முடியும்? சந்தேகமேயில்லை. சின்னமருதுவின் பக்கம்தான் நிற்க முடியும். அப்படியானால், நாம் வேலுநாச்சியாருக்கு எதிரானவரா? இப்படிச் சிலர் கருதுகிறார்கள். ஏற்கனவே கூறியதுபோல, இந்தக் கேள்வியே படுமுட்டாள்தனமான கேள்வியாகும்.

வேலுநாச்சியார் சிவகங்கைச் சீமையின் ராணி. மன்னர் முத்துவடுகநாதரின் மனைவி. கணவரைத் திடீரெனப் பறிகொடுத்த நிலையில் நாட்டையும் மக்களையும் காப்பாற்ற அவரும் அவருக்கு உறுதுணையாக இருந்த அமைச்சர் தாண்டவராய பிள்ளையும் மருதுசகோதரர்களும் பட்டபாடு கொஞ்சமா நஞ்சமா? மருது சகோதரர்கள் வேலுநாச்சியாரைத் "தாயே" என அழைப்பார்களென சிவகங்கைக் கும்மி கூறுகிறது. வேலுநாச்சியாரின் பெயரையே 'வேலுலக மாதா' என்றுதான் குறிப்பிடுகிறது அம்மானை. குயிலியைக் கற்பனை எனச் சொல்லும்போது வேலுநாச்சியாரும் கற்பனைதான் எனத் திசைதிருப்பப் பலர் முயற்சித்தனர். அது முட்டாள்தனமான முயற்சியாகும். வேலுநாச்சியார் எனும் பெயரினை ஆங்கிலேயர்கள் நேரடியாகக் குறிப்பிடாவிட்டாலும்கூட, வில்லியம் ஃபுல்லர்ட்டனும் எட்வர்ட் கிளைவ்வும் அவரைப் பற்றிக் குறிப்பிடுள்ளனர். சிவகங்கைக் கும்மியும் அம்மானையும் 'வேலுலக மாதா' என அழுத்தம் திருத்தமாகக் கூறுகின்றன.

வேலுநாச்சியாரைப் பற்றிய அதீதமான கற்பனைப் புனைவுகள் ஏராளமாக நிலவுவது உண்மைதான். அதெல்லாம் அவர்மீதான் அதீத அன்பினாலோ அல்லது வேறு வகையான உள் நோக்கத்தாலோ உருவாக்கப்பட்டதாகும். அது குறித்து நாம் கவனம் கொள்ளத் தேவையில்லை. காரணம், அவற்றால் யாருக்கும் எந்தவொரு பாதிப்பும் இல்லை. வேலுநாச்சியாருக்கு எதிரான மனப்போக்கு கொண்டவர்கள் சிவகங்கை வரலாற்றைப் பற்றிப் பேசுவதற்கான தகுதியே இல்லாதவர்கள். சாதிப் பித்துப் பீடித்த மனநோயாளிகள். சின்னமருதுவின் காலனியாதிக்க எதிர்ப்புப் போர் நிலைப்பாட்டை நாம் ஆதரிப்பதற்கும் ராணி வேலுநாச்சியார் குறித்த அதீத புனைவுகளை மறுப்பதற்கும் துளியும் தொடர்பில்லை. சிவகங்கையின் காலனியாதிக்க எதிர்ப்பு வரலாற்றைப் பொறுத்தவரையில் மருதுபாண்டியரும் வேலுநாச்சியாரும் வேறுவேறானவர்களல்லர். ஒரே கொள்கையுடயவர்களே!.

அவர்களுக்குள் வேறுபாட்டை உருவாக்கி அதற்கு சப்பைக்கட்டு கட்டுவது மொட்டத் தலைக்கும் முழங்காலுக்கும் முடிச்சுப் போடும் முயற்சியாகும். அந்த அற்பத்தனமான வேலை நமக்கு அவசியமில்லாதது.

சிவகங்கை வரலாற்றுச் சிறப்புகளில் மிக முக்கியமானது 1800 — 1801களில் நடந்த காலனியாதிக்க எதிர்ப்புப் போராகும்; தென்னிந்தியப் பாளையக்காரர்களால், சிவகங்கையை மையமாகக் கொண்டு, சின்னமருதுவைப் பொறுப்பாளராக நியமித்து உருவாக்கப்பட்ட தென்னிந்தியக் கூட்டமைப்பு; உலக வரலாற்றின் இணையற்ற ஆவணமாகத் திகழும் ஜம்புத்தீவுப் பிரகடனம் இவைகளே ஆகும். ஆனால், தற்காலத்தில் சிவகங்கை வரலாறு குறித்துப் பேசுகின்ற யாரும் இவைகளை முன்நிறுத்திப் பேசுவதேயில்லை. அவர்கள் மீண்டும்மீண்டும் வேலு நாச்சியார் மற்றும் குயிலி சம்பந்தப்பட்ட கற்பனையான போர்ச் சாகசங்களைத்தான் பெருமை மிக்கதாகப் பேசுகிறார்கள். அதை மட்டுமே சிவகங்கை வரலாறு என மையப்படுத்துகிறார்கள்.

சிவகங்கை வரலாற்றின் சிறப்பம்சமாக நாம் கருதுவது, மருது சகோதரர்களின் காலனியாதிக்க எதிர்ப்பு நிலைப் பாட்டைத் தான். அதனாலேயே, அவர்களை இழிவுபடுத்த முயற்சிப்பதையும் அவர்களின் புகழை மாசுபடுத்த முயற்சிப்பதையும் அவர்களின் வரலாற்றுப் பங்களிப்பினை மறைக்க முற்படுவதையும் மற்றும் மறுக்கவும் குறைக்கவும் செய்யப்படுகின்ற சின்னஞ்சிறிய முயற்சிகளையும் நாம் கடுமையாக எதிர்க்கிறோம். கண்டிக்கிறோம். அம்முயற்சிகளை ஈவிரக்கமில்லாமல் அம்பலப்படுத்துகிறோம். குயிலியை அவ்வாறான முயற்சிகளில் ஒன்றாகவே நாம் கருதுகிறோம்.

சரி, குயிலியைப் பேசுவதினால் அல்லது குயிலியின் கதை சிவகங்கை வரலாற்றினில் இடம் பெறுவதினால் மருதிருவர்களுக்கு எந்தச் சிறுமையும் இல்லை எனச் சில அரைவேக்காடுகள் கூறுகிறார்கள். இது தவறானது என்பதை இனியேனும் அவர்கள் விளங்கிக் கொள்ள வேண்டும் என நாம் பார்க்கிறோம்.

குயிலியையும் மருதிருவரையும் சமமான பாத்திரங்களாகச் சித்திரிப்பதை நாம் ஏற்க முடியாது. அவ்வாறு ஏற்கச் சொல்வதை நாம் அனுமதிக்கவும் முடியாது. இதற்குக் காரணமுண்டு. குயிலியை வரலாற்றுப் பாத்திரமாக்கும் முயற்சிக்கான நோக்கம்தான் அந்தக் காரணம். ஆம். குயிலியை மட்டுமல்ல

குயிலி-உண்மையாக்கப்படுகின்ற பொய் ~ 303

உடையாளையும் வரலாற்றுப் பாத்திரமாக்கும் நோக்கம் மருதிருவரின் புகழைக் குறைக்க வேண்டும் என்பதுதான்.

சிவகங்கையின் வரலாற்றிற்குள் குயிலி மட்டுமல்ல எந்த ஒரு கற்பனைப் பாத்திரத்தை நுழைத்து, அவற்றை மருதிருவரோடும் வேலுநாச்சியாரோடும் இணை வைத்துப் பேசப்படுமாயின் அவர்களது பெருமைகளைக் குறைக்கும் வகையில் புகழப்படுமாயின் நாம் அதைக் கடுமையாக எதிர்ப்போம். அவ்வாறு எதிர்க்க வேண்டியது வரலாற்று ஆர்வலராகிய எமது கடமை. அக்கடமையைச் சிரமேற்கொண்டு மருதிருவரின் வரலாற்றுப் புகழையும் அதற்குக் குயிலியின் கதை எவ்வாறு மாசு கற்பிக்கிறது என்பதையும் "கற்பனைகளின் கூத்து" நூலில் விரிவாக விளக்கியுள்ளோம். எனவே குயிலை ஏற்பது மருதிருவருக்கு இழுக்கை உருவாக்கும் முயற்சிக்குத் துணை போவதாகும். இத்தகைய கருத்தான்களின் பேச்சு விசமத்தனமானது, மிகவும் ஆபத்தானது.

4.6 யாரிந்த மருது சகோதரர்கள்?.

எடுபிடிப் பணிகளைச் செய்வதற்காக அரண்மனைக்கு வேலைக்கு வந்த அடப்பக்காரர்கள்; அரண்மனை நாய்களைப் பராமரிக்கும் வேலைக்காரர்கள்; எச்சிப் பணிக்கம் தூக்கி நின்றவர்கள், இப்படிக் கேவலப்படுத்த முயற்சிக்கும் மதிப்பீட்டினைத்தான் முன்னொரு காலத்தில் மருது சகோதரர்கள்மீது சிலர் உருவாக்க முயன்ற மதிப்பீடு என்பதை யாரும் மறுக்க முடியாது. மு.சேகரின் நூலும் டாக்டர் எஸ்.எம். கமாலின் சீர்மிகு சிவகங்கைச் சீமை நூலும் ஜீவபாரதியின் வேலுநாச்சியார் தொடர் கதையுமே இதற்கு ஆதாரம். மு.சேகரின் நூலும் எஸ்.எம். கமாலின் நூலும் ஜீவபாரதியின் தொடர்கதையும் வரலாற்றுச் சம்பவங்களுக்கு மாறான வகையில்

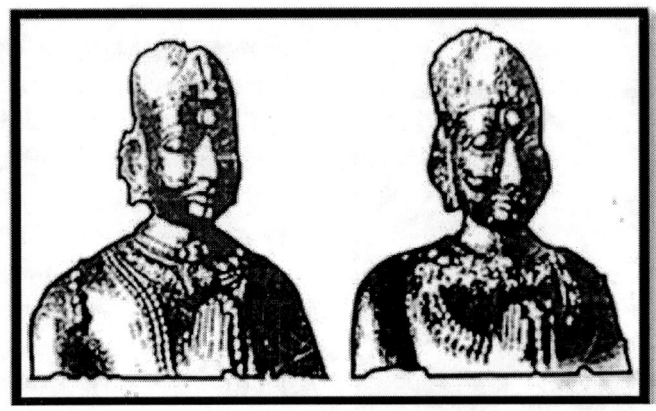

மருது சகோதரர்களின் பங்களிப்பை மறுப்பதன் மூலமாகச் சிறுமைப்படுத்த முயல்கின்றன.

இருப்பினும், அன்று இந்த வேலையைச் செய்தவர்கள் யாரும், இன்று உயிருடன் இல்லை. அதுமட்டுமில்லாமல், இப்போதைய அரண்மனை வம்ச வாரிசுகளுக்கு அப்படி ஒரு நிலைப்பாடும் இல்லை. அவர்கள் மருதிருவரைப் போற்றியே வருகின்றனர். இருந்தாலும் முன்னம் உருவாக்கிய மதிப்பீடுகள் இன்றும் ஆங்காங்கே உச்சரிக்கப்பட்டுத்தான் வருகிறது. அந்த உச்சரிப்பை பெரும் பேச்சாக்கிக் காப்பாற்றி வருவதில் ஜீவபாரதியின் நாவலும் ஒன்று. சிவகங்கை வரலாறறிந்தவர்கள் தகுந்த நேரத்தில் அதற்கான எதிர்வினைகளைச் செய்யாமலிருந்ததுதான் இதற்குக் காரணம் என்றே நாம் கருதுகிறோம். குயிலியை வரலாற்றுப் பாத்திரமாக்க முயற்சிகள் தொடங்கியபோதே அதற்கான எதிர்வினைகள் முறையாகச் செய்யப்பட்டிருந்தால் கற்பனை வரலாறாகியிருக்காது.

1971ஆம் ஆண்டு டாக்டர் கே.ராஜய்யன் ஆங்கில மொழியிலமைந்த தனது முனைவர் பட்ட ஆய்வினை, *The South Indian Rebellion - The First War of Independence 1800 - 1801* எனும் தலைப்பினில் நூலாக வெளியிடுகிறார். அதன்பிறகுதான் மருதிருவரின் ஆற்றலைத் தமிழகம் அறியத் தொடங்குகிறது. அந்நூலில்தான் சின்னமருதுவின் ஜம்புத்தீவுப் பிரகடனம் வெளியிடப்பட்டிருந்தது. அந்நூலில்தான் தீபகற்பக் கூட்டிணைவு குறித்த தகவல்களும் அதன் பொறுப்பாளராகச் சின்னமருது நியமிக்கப்பட்ட தகவல்களும் இருந்தன.

இந்நூல் 2013ஆம் ஆண்டில் தமிழில் மொழி பெயர்க்கப்பட்டு முதல் விடுதலைப்போர் 1800 – 1801 எனும் தலைப்பில் வெளிவருவதற்கு முயற்சி செய்த நண்பர் தினகரன் ஜெய்க்குத் தூண்டுதலாகவும் உதவியாகவும் முனைவர் இரா. தங்கமுனியாண்டியும் நாமும் இருந்தோம். 1803இல் கோர்லே எழுதிய மருது எனும் நூலையும் 1830இல் ஜேம்ஸ் வெல்ஷ் எழுதியிருந்த நூலிலுள்ள சிவகங்கை குறித்த பகுதிகளை மட்டும் முதன்முறையாகப் பேராசிரியர்

நா. தர்மராஜன் மூலமாகத் தமிழில் மொழிபெயர்த்து இந்நூலுடன் இணைத்தோம். பேரா நா. தர்மராஜன் அப்போது சற்று உடல்நலக் குறைவாயிருந்ததால் அவர் தமிழ்ப்படுத்திச் சொல்லச்சொல்ல அதை எழுதியதே நாம்தான்.

ஜேம்ஸ் வெல்ஷ், வில்லியம் ஃபுல்லர்டன் போன்ற பலரது நூல்கள் இன்னமும் முழுமையாகத் தமிழில் மொழி மாற்றம் செய்யப்படாமலுள்ளது வருத்தம் தரக்கூடிய விசயமே. மருதிருவரைப் பற்றிய தகவல்களைத் தருகின்ற முதன்மைச் சான்றுகளாக 21 வகையான ஆவணங்களைப் பட்டியலிடுகிறார். ஆய்வாளர் கு.மங்கையர்க்கரசி. அவற்றுள் முக்கியமான 13 ஆவணங்களின் பெயர்களையும் அவர் குறிப்பிடுகிறார். இவைகளில் சில ஆவணங்கள் மட்டுமே ஆய்வாளர்களால் எடுத்தாளப்பட்டுள்ளன. மேலும் இந்த ஆவணங்கள் எதுவும் இன்றுவரை தமிழில் மொழி பெயர்க்கப்படவில்லை. கு.மங்கையர்க்கரசி குறிப்பிடுகின்ற துணைமை சான்றாதாரங்களில்தான் சில தமிழ் நூல்களும் தமிழில் மொழிபெயர்க்கப்பட்டுள்ள சில நூல்களும் உள்ளன. (பக்கம் 31 – 41)

இன்னும் தமிழில் வெளிவராத பல ஆவணக் குறிப்புககளில் மருதிருவரின் அரசியல் நோக்கம், போர்த் திட்டம், நாட்டுப்பற்று, மக்கள் மீதான நேசம், வீரம், சாதுர்யம், தொலைநோக்கு ஆகியவற்றை மிக விரிவாக வெளிப்படுத்துகின்ற ஏராளமான தகவல்கள் புதைந்து கிடக்கின்றன. ஆங்கிலேயர்களுடனான உறவினை நட்பாக இருந்தாலும் எதிர்ப்பாக இருந்தாலும் அதை மருதிருவர் கையாண்டுள்ள விதம் பிரமிக்கத்தக்கது. ஆங்கிலேயர்கள் மருதிருவர்மீது கொண்டிருந்த அச்சத்தினைப் பல ஆவணங்கள் வெளிப்படுத்துகின்றன.

பாராட்டுவதுபோல வலை வீசியிருக்கிறார்கள். ஆனால், அவர்கள் சிக்கவில்லை. அறிவுரை கூறுவது போல மிரட்டி இருக்கிறார்கள். ஆனால் அவர்கள் பணியவில்லை. கெஞ்சுவதுபோல எச்சரித்திருக்கிறார்கள். ஆனால் அவர்கள் அஞ்சவில்லை. எல்லாவற்றிற்கும் மேலாக, போர் நடந்து கொண்டிருக்கும்போதே நாட்டிற்கு மன்னனாக இன்னொருவனுக்கு மகுடம் சூட்டியிருக்கிறார்கள். அப்போதும் அவர்கள் கலங்கவில்லை. அசரவில்லை. அடிபணியவில்லை.

மருதிருவர்போலவே அவரது ஆதரவாளர்களும் இருந்தார்கள். அவர்கள் பல சாதிகளைச் சேர்ந்தவராக இருந்தனர். எதிர்காலம் எப்படியிருப்பினும் மருதிருவர்

வழியே தமது வழியென அவர்கள் தொடர்ந்தனர். தங்களது இன்னுயிரையும் ஈந்தனர்.

கம்பெனியை எதிர்ப்பதால் தமக்கு ஏற்படக்கூடிய அழிவு கொஞ்சநஞ்சமல்ல என்பதை மருதிருவர் நன்கறிவர். கட்டபொம்மனுக்கு ஏற்பட்ட முடிவைக் கண்முன் கண்டவர்கள் அவர்கள். கட்டபொம்மனின் எதிர்ப்பிற்கே இப்படியென்றால் அவரது எதிர்ப்பிற்குத் துணை நின்ற தாங்கள் கம்பெனியாரிடம் சிக்கினால் தங்களை என்ன செய்வார்கள் என்பதையும் அவர்கள் அறிவார்கள். தெரிந்துதான் அவர்கள் எதிர்க்கத் துணிந்தார்கள்.

'நிலபிரபுத்துவச் சமுதாய உற்பத்தி முறையைப் பாதுகாத்து நின்றவர்கள் மருதிருவர்கள். அதோடு தங்களது சொந்த அதிகாரத்தை நிலை நிறுத்துவதற்காக ஆங்கிலேயரோடு போராடி யவர்கள். அவர்களை எப்படி முற்போக்காளர்கள் என அழைக்க முடியும்?' எனச் சிலர் கேள்வி எழுப்புகிறார்கள். சின்னமருதுவிற்கு உற்பத்திமுறையிலமைந்த சமுதாயம் குறித்தெல்லாம் ஏதும் தெரியாது. ஏன் இந்த விசயம் அப்போது மனித குலத்திற்கே தெரியாது! 1848ஆம் ஆண்டுகளில் ஜெர்மனியைச் சேர்ந்த பேராசான் காரல் மார்க்ஸ் தனது கருத்துக்களை வெளியிடும் வரையில் யாருக்கும் தெரியாது. ஆகவே மார்க்சினுடைய கண்ணோட்டத்தின்படி மருதிருவர் தங்களது அரசியல் அணுகுமுறையைக் கொண்டிருப்பார்கள் என எதிர்பார்ப்பது அறிவுடமை ஆகாது.

இப்படி அணுகலாம், புதுக்கோட்டைத் தொண்டைமான், எட்டயபுரம் ஜமீந்தார் போன்ற பல பாளையக்காரர்களும்கூட தங்களது சொந்த அதிகாரத்தை நிலைநிறுத்துவதற்காகவே நவாபிடமும் ஆங்கிலேயரிடமும் அடிபணிந்தார்கள். அடி பணிந்துதான் அதிகாரத்தைத் தக்க வைத்துக்கொள்ள முடியும், அடிபணிந்தாவது தக்க வைத்துக்கொள்ள வேண்டும் என்றே அவர்கள் கருதினர். அன்றைய நிலையும்கூட அப்படித் தானிருந்தது. அதிகாரத்தைத் தக்க வைத்துக்கொள்ள அடிபணிவது ஒன்றே சிறந்ததும் எளிமையானதுமான வழியாக இருக்கும்போது மருதிருவர்கள் ஏன் அடிபணிய மறுக்கிறார்கள்?

அதிகாரத்தைத் தக்க வைத்துக்கொள்வதொன்று மட்டுமே மருதிருவரது நோக்கமாக இருந்திருந்தால் அவர்கள் அடிபணிந்திருக்கத்தானே வேண்டும். ஏன் போரிட வேண்டும்? இங்குதான் போராடிய பாளையக்காரர்களுக்கும் மற்ற

பாளையக்காரர்களுக்கும் வேறுபாடிருக்கிறது. அவர்களும் மருதிருவர்களும் சமமானவர்களா? இல்லை. ஏன்? எங்கே இவர்கள் வேறுபடுகிறார்கள்? சுயமரியாதை, தன்மானம், நட்பாக இருந்தவர்களே எதிரியாக வந்துவிட்டாலும் அடிபணியாத வீரம் இப்பண்புகளினால் உருவான அன்னிய எதிர்ப்புணர்வு என்பதுதான் மற்றவர்களுக்கும் மருது சகோதரர்களுக்கும் உள்ள வேறுபாடு. மருதிருவர்கள் எளிமையான விவசாயக் குடும்பத்திலிருந்து வந்தவர்கள். அவர்கள் மரபுவகைப்பட்ட மன்னர் குடும்பத்தினரல்லர். ஆகவேதான் அவர்கள் வழக்கமான மன்னர்களாக இல்லாமல் மக்களின் மாமன்னர்களாக விளங்கினர். அன்னியனான ஜேம்ஸ் வேல்ஷ் எழுதியிருப்பதைப் படித்தபிறகும்கூட மருதிருவரைத் தரம் தாழ்த்த நினைப்பது வக்கிரமான மனநிலைதானே தவிர வேறல்ல.

முடிவாக...

சிவகங்கையின் வரலாறு இந்தியத் துணைக் கண்ட விடுதலைப் போராட்ட வரலாற்றில் நெஞ்சு நிமிர்த்தி நிற்கிற தென்றால், அது இந்த ஒரு காரணத்தினால்தான். சிவகங்கையில் நடந்ததுதான் கிழக்கிந்தியக் கம்பெனி தமிழகத்தில் நடத்திய இறுதிப்போர். ஏற்கனவே நவாப்பை முன்வைத்தே அனைத்துப் பாளையக்காரர்களையும் ஆங்கிலேயர்கள் வீழ்த்தி விட்டனர். எனவே, இனித் தங்களுக்கு வெற்றி இல்லை என்பது மருதிருவர்களுக்குத் தெரியும். நாம் அழியப் போகிறோம் என்பதும் தெரியும். அவர்கள் நினைத்திருந்தால் சரண் அடைந்திருக்கலாம். அல்லது மன்னிப்புக் கோரியிருக்கலாம். புதுக்கோட்டைத் தொண்டைமான் அறிவுரை சொல்வதுபோல இவற்றைச் செய்து உயிர் பிழைத்து வாழ்ந்திருக்கலாம். ஆனால், அவ்வாறு செய்து பதவியும் புகழும் ஆடம்பர வாழ்க்கையையும் பெற்று வாழ்வதை அவர்கள் இழிவானதாகக் கருதினார்கள். சின்னமருதுவின் ஜம்புத்தீவுப் பிரகடனத்தைப் படித்துப் பாருங்கள். அம்மாதிரியான வாழ்க்கையைத் தனது அடிவயிற்று மயிறுக்குச் சமம் என்றதன் பொருள் உங்களுக்குப் புரியும். சாவோம் எனத் தெரிந்தும் எதிர்த்தார்கள். சாகடிக்கப்படும் வரையிலும் எதிர்த்தார்கள். அவர்தம் பெருமைக்கு ஈடேது?

தொடையில் சுடப்பட்ட சின்ன மருது மரத்தால் செய்யப் பட்ட கூண்டிற்குள் அடைக்கப்பட்டுள்ளார். அக்கூண்டில் இருந்தவாறே தூக்கிலிடப்பட்டுள்ளார். என்ன ஒரு மரணம்?

மக்களுக்கான சாவு மலையைவிடக் கடினமானது என்பாரே சேர்மன் மாசேதுங், அப்படியொரு சாவல்லவா அது!

மருதிருவர்களும் அவர்களுக்கு ஆதரவாளராயிருந்த ஆண்களுமாக 543பேர் திருப்பத்தூரில் தூக்கிலிடப்பட்டனர். பலநாட்கள் நடந்திருக்கும் இந்தக் கொடுமை. எப்பேர்ப்பட்டது இவர்களின் வீரம்? எப்பேர்ப்பட்டது இவர்களின் தியாகம்? அந்த 543 போராளிகளின் பெயர்கள் நமக்குத் தெரியுமா? அவர்களின் குடும்பம் தெரியுமா? சாதி தெரியுமா? திருப்பத்தூரில் அவர்களை நினைவு கூறும் குறிப்புகளுண்டா? சிவகங்கையில் அவர்களுக்கு நினைவுச் சின்னமுண்டா? இல்லை.

ஆனால், அற்பத்தனமான கிளுகிளு பாணி ஓவியங்களுடன் தொடர்கதையில் கற்பனையாக உருவாக்கப்பட்ட குயிலிக்கு சிவகங்கையில் நினைவுத்தூண் நிற்கிறது. இது உயிரிழந்த போராளிகளுக்குச் செய்யும் அவமானமில்லையா?. தியாக வரலாற்றிற்குச் செய்யும் துரோகமில்லையா?.

கற்பனையாக எழுதப்பட்ட நாவலில்தான் இந்நிலை யென்றால் எதிர்காலத் தலைமுறையாக வளரப்போகும் இன்றைய இளம் மாணாக்கர்களுக்கான பாடப் புத்தகத்தில் தமிழக அரசின் நிறுவனமே கற்பனையை வரலாறாக்கியிருப்பது எந்தவிதத்தில் நியாயம்? அப்பாடத்தில் மருது சகோதரர்களைப் பின்னுக்குத் தள்ளும் வகையில் கற்பனையான குயிலிக்கும் உடையாளுக்கும் முக்கியத்துவம் கொடுத்திருப்பது எந்தவிதத்தில் சரி? இந்தப் பொய்க் கதையைப் பயிலும் மாணாக்கர்களிடம் உண்மையை எடுத்துச் சொல்வது யார்? இப்படி ஒரு புகார் எழுந்ததும் அதை உடனே பரிசீலனை செய்ய வேண்டும் எனும் சிந்தனை பள்ளிக் கல்வித் துறைக்கும் சென்னைப் பல்கலைக் கழகத்திற்கும் வராதது ஏன்? லட்சக்கணக்கணக்கில் சம்பளம் வாங்குகின்ற அதிகாரிகளுக்கு நேர்மை வேண்டாமா? உங்களுக்கு மனசாட்சியே இல்லையா?.

குயிலியைப் பற்றிப் பேசினால் கொதித்துத் துடிக்கின்ற சாதி வெறியர்களே, உங்களுக்கே இப்படியென்றால் அப்போராளிகளின் நினைவுகளை நெஞ்சில் ஏந்துகின்ற வரலாற்று நேசர்களுக்கு எப்படியிருக்கும்?. கையில் வேல்கம்பேந்தி போர்க்களத்தில் எதிரியோடு நேருக்கு நேராக நின்று போரிட்டபோது பிடிக்கப்பட்ட, மாவீரர்கள் மிகக் கொடூரமான முறையில் கொல்லப்பட்டிருக்கிறார்கள். கமுதிக் கோட்டையில் பீரங்கி

முனையில் கட்டிவைக்கப்பட்ட போராளிகள் சல்லிசல்லியாகச் சிதைக்கப்பட்டிருக்கிறார்கள். வீரமிக்க இந்தத் தியாகத்தை விடவா கற்பனைக் கதையளப்பான குயிலியின் தற்கொலை உயர்ந்தது? என்ன கொடுமையிது?

இந்தப் போராளிகளுக்காகக் குரல் கொடுத்தால் நாம் சாதி வெறியர்களாம். கற்பனைப் பாத்திரமான குயிலியைப் பட்டியல் சாதிப் பெண் எனச் சொல்லி, பட்டியல் சாதி மக்களை ஏமாற்றிக் கொண்டிருக்கிறது ஒரு கும்பல். சொந்த சாதி மக்களையே எமாற்றும் அவர்களைப் பட்டியல் சாதி மக்களே தண்டிக்கும் காலம் விரைவில் வரும். ஆளே கிடையாது, அப்புறமென்னடா சாதி?.

புளுத்துப்போன தலித் விரோதி, சாதி வெறியன் போன்ற பட்டங்களைக் கொண்டெல்லாம் எமது உச்சந்தலை மயிரைக்கூட அவர்களால் புடுங்க முடியாது. சாதிப் பூச்சாண்டியைக் காட்டி மிரட்டிய காலமெல்லாம் மலையேறிவிட்டது.

பட்டியல் சாதியினரோடு நெருக்கமாக இருப்பதாகக் காட்டிக் கொள்வதற்காக, அவர்கள் சொல்வதையெல்லாம் பொன் மொழிகளாகப் புகழ்வதினால் தங்களை முற்போக்காளர்கள் எனக் காட்டிக்கொள்ள வேண்டிய தேவை சுயமரியாதை உள்ள பகுத்தறிவுள்ள மனிதனுக்கு எப்போதும் இருக்க முடியாது. சாதியவாதிகளை அண்டிப் பிழைத்து வண்டியோட்டுகிற அந்த முற்போக்கு, புரட்சிகர, ஜனநாயக, பகுத்தறிவுவாத, சமூக நீதி காக்கும் வீரர்களாலும் உண்மையை ஒருபோதும் மிரட்டிப் பணிய வைக்க முடியாது.

எம்மைப் பொறுத்தவரை யாராக இருப்பினும் சரி, அவர் பட்டியலில் இருக்கிறாரோ இல்லையோ, உடன் வாழ்ந்து கொண்டிருக்கின்ற சக மனிதர்களுக்கான அடையாளமாக நாம் ஒருபோதும் சாதியைக் கருதுவதில்லை. அவர்களும் சக மனிதர்களே, நண்பர்களே, உறவினர்களே! அவ்வளவுதான்.

குயிலியாம். வேலு நாச்சியாரைப் பாதுகாப்பாளாம், பெண்கள் படைத் தளபதியாம். மருதிருவர்களோடு அமர்ந்து போர்த் திட்டங்கள் பற்றி ஆலோசனை கூறுவாளாம். அவர்களுக்கு இணையாகப் படை நடத்தி வருவாளாம். பாஞ்ஜோரின் திட்டத்தை உளவறிவாளாம். ஆயுதக் கிடங்கினில் குதிப்பாளாம். அவள் உலகின் முதல் தற்கொலைப் பெண் போராளியாம். அவளுக்கு நினைவுச் சின்னம் அமைப்பார்களாம். பாடநூலில்

சேர்ப்பார்களாம். அஞ்சல் தலை வேண்டுமாம். மணிமண்டபம் வேண்டுமாம். குருபூசை வேண்டுமாம். ச்சே, என்ன கொடுமை?.

ரத்தமும் சதையுமாக வாழ்ந்த சின்னமருதுவிற்குச் சிலை இல்லாத சிவகங்கையிலே, அந்நிய எதிர்ப்பிற்காக இறுதிவரை போர்க்களத்தில் நின்று உயிர்விட்ட 543 போராளிகளுக்கு நினைவுச் சின்னமில்லாத சிவகங்கையிலே, காகிதத்திலும் எழுத்திலும் உருவான குயிலிக்கு நினைவுத் தூண். சகிக்க முடிகிறதா உங்களால்? இந்தத் துரோகத்தை மன்னிக்க முடியுமா? அதனால்தான் குயிலியை வரலாற்றுப் பாத்திரமாக மக்கள் மனதில் எப்போதும் நினைவூட்டிக் கொண்டிருக்கின்ற, அரசு வைத்துள்ள நினைவுத் தூணைத் தூக்க வேண்டும் என்று தமிழக அரசிடம் நாம் கோரிக்கை வைக்கிறோம்.

- தமிழக அரசே தூணைத் தூக்குக!
- எதிர்காலம் எள்ளி நகையாடாமலிருக்க தூணைத் தூக்குக!
- சிவகங்கை மட்டுமல்ல தமிழக மக்களையே வரலாற்று அறிவற்றவர்களாக அடையாளப்படுத்தி அவமானப் படுத்திக் கொண்டிருக்கின்ற தூணைத் தூக்குக!
- மக்களின் மாமன்னர்களாகிய மருது சகோதரர்களைச் சிறுமைப்படுத்துகின்ற,
- வெற்றித்தாய் வேலு நாச்சியாரை தரங் குறைத்துக் கூறுகின்ற,
- ஒட்டு மொத்த சிவகங்கையின் வீர வரலாற்றையே இழிவுபடுத்துகின்ற,
- காகிதக் கற்பனைப் பாத்திரமான குயிலியின் கதை பாட நூல்களில் இடம் பெற்றிருப்பதை நீக்குக!
- மக்களின் வரிப்பணத்தில் அமைக்கப்பட்டுள்ள தவறான நினைவுத் தூணை உடனடியாக அகற்றுக.
- அதற்கான முயற்சியில் வரலாற்றார்வலர்கள் அனைவரும் முயல வேண்டும். அதுவரையிலும் எமது முயற்சிகளும் தொடரும். நன்றி!

■

பிற்சேர்க்கை:

முதல் மறுப்பு

2013ஆம் ஆண்டு ஜூலை மாதம் 24ஆந் தேதியன்று வெளிவந்த தினமணி நாளிதழில் தமிழர் தேசிய இயக்கத்தின் தலைவர் திரு. பழ. நெடுமாறன், `ஆதலினால் காதல் செய்வீர்` எனும் தலைப்பினில் ஒரு கட்டுரை எழுதியிருக்கிறார். அதில் குயிலி குறித்துக் குறிப்பிட்டிருக்கிறார். இதனை மறுத்து குயிலிக்கான ஆதாரத்தைத் தாருங்கள் எனக்கோரிக்கை வைத்து மறுப்புக் கடிதம் ஒன்றை எழுதியிருக்கிறார் திரு. தி. அரப்பா அவர்கள். இம்மறுப்புக் கடிதமானது 2015ஆம் ஆண்டு ஆகஸ்ட் மாத `தமிழ்நாடு அகமுடையார் குரல்` எனும் பத்திரிகையில் வெளிவந்துள்ளது.

குயிலிக்கான முதல் எழுத்துப்பூர்வமான மறுப்பாக இதுவே உள்ளது. எனவே இந்தக் கடிதத்தையும் நாம் பதிவு செய்தாக வேண்டிய அவசியமுள்ளது. கடிதத்தை எழுதிய திரு. தி.அரப்பா அவர்களுக்கு நன்றி.

மறுப்புக் கடிதம்:
குயிலி பாத்திரம் உண்மைதானா?

24.07.2013 தேதியிட்ட "தினமணி" நாளிதழின் நடுப்பக்க கட்டுரை..., "ஆதலினால் காதல் செய்வீர்"

என்ற பாரதியின் கவிதை வரியைத் தலைப்பிட்டுக் கட்டுரை! காதலுக்கு ஆதரவாக எழுதப்பட்டுள்ள அக்கட்டுரையின் கருத்தில் முரண்பாடிருந்தாலும் அதற்கு மறுப்புத் தெரிவித்து இக்கடிதம் எழுதவில்லை.

பூலித்தேவன் காலத்தில் தளபதிகளாக விளங்கிய ஒண்டிவீரன் பகடை, வெண்ணிக்காலாடி, கட்டபொம்மன் காலத்தில் தளபதி சுந்தரலிங்கம்... இந்த வரலாற்றுச் சம்பவங்களுக்கு கல்வெட்டுக்களும், ஆய்வுக்கான ஆதாரங்களும் உள்ளன. ஆனால் தாங்கள் குறிப்பிட்டுள்ளதுபோல் "சிவகங்கை வேலுநாச்சியார் அமைத்த பெண் போராளிகளின் படைத்தளபதியாக விளங்கிய குயிலி, முதல் மனித வெடிகுண்டாக மாறி ஆங்கிலேயரின் ஆயுதக்கிடங்கை அழித்தவள்" ஒடுக்கப்பட்ட சமூகத்தைச் சேர்ந்தவள் என்று பொருள்பட எழுதியிருப்பதற்கு ஏதேனும் வரலாற்று ஆவணங்கள் உள்ளனவா? வீரப்பேரரசி வேலுநாச்சியார், மாமன்னர் மருதுபாண்டியர் பற்றிய வரலாற்று ஆய்வு செய்தவர்களில் நானும் ஒருவன் என்பதாலும் அப்படிப்பட்ட வரலாற்றுத் தடயம் எந்த வடிவிலும் இல்லை என்பதாலும் இப்படிப்பட்ட வரலாற்றுத்திரிபு தங்கள் மூலம் தவறாக சித்தரித்திருப்பது தங்களுக்கும் "தினமணி" க்கும் களங்கத்தை ஏற்படுத்தும் என்ற நல்லெண்ணத்தினாலும் இம்மறுப்பை எழுத வேண்டியதாயிற்று.

கடந்த சட்டமன்றத்தொடரில் தமிழக முதல்வர் அவர்கள், வீரமங்கை வேலுநாச்சியாருக்கு மணிமண்டபம் கட்ட ஆணையிட்டதும் அடுத்தநாள் சட்டமன்ற உறுப்பினர்கள் திரு. செ.கு.தமிழரசன், சிவகங்கை குணசேகரன் ஆகியோர் வரலாற்றுத்திரிபு செய்து தமிழக முதல்வரை தவறாக வழிகாட்டி, தாங்கள் இக்கட்டுரையில் கூறியுள்ளதுபோல், வேலுநாச்சியாரின் பெண் படைத்தளபதியான குயிலிக்கும் அமைக்க வேண்டும் என்று விடுத்த வேண்டுகோளை தமிழக முதல்வரும் ஏற்று.., அந்த நினைவு மண்டபத்தில் குயிலிக்கும் சிலை அமைக்கப்படும் என்று கூறிவிட்டார்கள். அந்த அறிவிப்பைத் தொடர்ந்து என்னைப்போன்ற வரலாற்று ஆய்வில் அக்கறையுள்ளவர்கள் குயிலியின் செயல் என தாங்கள் குறிப்பிட்டுள்ளதுபோல் ஏதேனும் வரலாற்று எச்சம் மிஞ்சி இருக்கலாம் என மீண்டும் தேடல் பணியில்

ஈடுபட்டு, சிவகங்கை வரலாறு, வேலுநாச்சியார் வரலாறு, மருதிருவர் வரலாறு, அக்கால ஆங்கிலேயர்களின் நாட்குறிப்பு போன்றவற்றை ஆய்வு செய்த பல அறிஞர் பெருமக்களிடமும் முனைவர்களிடமும் ஆலோசனை நடத்தியதிலும் இதுபோன்ற எந்த தடயமும் இல்லை என்பதை உறுதிபடக்கூறினர்.

நிலைமை இப்படியிருக்க, தாங்கள் பெருமுயற்சி எடுத்து தஞ்சையில் உருவாக்கிவரும் முள்ளிவாய்க்கால் நினைவிடத்திலும் குயிலி எனும் கற்பனைப் பாத்திரத்துக்கு உருவகம் கொடுத்துள்ளதையும் நினைவுபடுத்த விரும்புகிறேன்.

நானறிந்தவரை, வேலுநாச்சியார் குறித்து நூல் எழுதிய ஒரு பொதுவுடமைவாதி என்று சொல்லிக்கொள்ளும் ஒருவர் செவிவழிச் செய்தியாக கேட்டதை வரலாறாக, எந்தவித ஆதாரமுமின்றி பதிவு செய்ததன் விளைவு இன்று எந்த அளவுக்கு வரலாற்றுத்திரிபாக அரசையும் அசைத்துள்ளது என்பதைத் தாங்கள் அறியவேண்டும். இதுமாதிரியான வரலாற்றுத் திரிபுடன் எழுதப்பட ஒரு நூலை சமீபத்தில் தமிழக அரசு தடை செய்திருப்பதையும் அது தொடர்பான வழக்கு நீதிமன்றத்தில் நிலுவையில் உள்ளதையும் சுட்டிக்காட்ட விரும்புகின்றேன்.

குயிலி எனும் பாத்திரம் வேலுநாச்சியார் வரலாற்றில் இருந்ததற்கான ஆதாரம் இருப்பின் அதைத் தந்து உதவிட வேண்டுகிறேன்.

-தி.அரப்பா தமிழ்நாடு அகமுடையார் குரல், ஆகஸ்ட் 2015.

பாராட்டு விழாவும்
நூல் வெளியீட்டு நிகழ்ச்சியும்

217 ஆண்டுகளுக்கு முன்னால் சின்ன மருதுபாண்டியரின் ஜம்புத்தீவுப் பிரகடனம் வெளியிடப்பட்ட, 1801 ஜூன் 16ஆம் நாளை நினைவுகூரும் விதமாக, 2018 ஜூன் 16ஆம் நாள், சிவகங்கை மதுரை ரோட்டிலுள்ள வியான்னி அரங்கினில், மாலை 6 மணிக்கு, சிவகங்கை வரலாற்றைக் கண்டெடுத்துத் தந்த முன்னோடி ஆய்வாளர்களுக்கான பாராட்டு விழாவை சிவகங்கை வரலாற்று ஆய்வரங்கம் நடத்தியது.

முதலில் ஆய்வாளர்கள் குறித்த காணொளிக் காட்சி திரையிடப் பட்டது. சிவகங்கை வரலாற்று ஆய்வரங்கத்தின் தலைவர் முனைவர் இரா. தங்கமுனியாண்டி வரவேற்புரையாற்றினார். எழுத்தாளர் மு.இராஜேந்திரன் இ.ஆ.ப தலைமையுரையாற்றி முன்னோடி ஆய்வாளர்களான டாக்டர் கே.ராஜய்யன், டாக்டர் ந. சஞ்சீவி, முனைவர் கு. மங்கையர்க்கரசி, மீ.மனோகரன், எஸ்.எம். கமால் ஆகியோர்களுக்கான நினைவுச் சின்னங்களை வழங்கினார்.

1972ஆம் ஆண்டு தனது முனைவர் பட்ட ஆய்வின் வழியாக ஜம்புத்தீவுப் பிரகடனத்தை முதன்முதலாக மக்களுக்கு வெளிக்காட்டிய டாக்டர் கே. ராஜய்யன் மூலம் ஜம்புத்தீவுப் பிரகடனத்தை இந்நிகழ்ச்சியில் வெளியிட வைத்து சிவகங்கை வரலாற்றிற்கு அவர் செய்த பேருதவிக்கு நன்றி செலுத்தியது சிவகங்கை வரலாற்று ஆய்வரங்கம்.

அதைத் தொடர்ந்து சிவகங்கையின் வரலாற்றில் நடந்ததாகக் கூறப்பட்டு வருகின்ற பொய்களையும் கற்பனைகளையும் ஆதாரங்களுடன் அம்பலப்படுத்தி உண்மைகளைத் துணிந்து கூறிய குருசாமி மயில்வாகனன் எழுதிய ‘ஒப்பனைகளின் கூத்து’ நூல் வெளியீட்டு விழாவை நீந்தும் மீன்கள் வெளியீட்டகம் நடத்தியது.

தமிழ்நாடு முற்போக்கு எழுத்தாளர் கலைஞர் சங்கத்தின் சிவகங்கை மாவட்டக் குழு உறுப்பினர் தோழர் இரா. தங்கமுனியாண்டி நூலை அறிமுகம் செய்தார். டாக்டர் கே. இராஜய்யன் நூலை வெளியிட, தமிழ்நாடு கலை இலக்கியப் பெருமன்றத்தின் சிவகங்கை மாவட்டத் தலைவர் தோழர் சந்திரகாந்தன் நூலைப் பெற்றுக் கொண்டு உரையாற்றினார். அதைத் தொடர்ந்து சிவகங்கை வரலாற்று ஆய்வரங்கத்தின் செயலாளரும் நூலாசிரியருமான குருசாமி மயில்வாகனன் ஏற்புரையாற்றினார்.

விழா அழைப்பிதழ்

நிந்தும் மீன்கள் வெளியீட்டகம் நடத்தும்
குருசாமி மயில்வாகனனின்
'ஒப்பனைகளின் கதறு'
சிவகங்கை வரலாற்று முன்னோடிகள் ஒர் ஆய்வு
நூல் வெளியீட்டு விழா!

16.06.2018 - மாலை 6.30 மணி
வியான்னி அரங்கம்,
மதுரை ரோடு, சிவகங்கை.

நூல் அறிமுகம்
முனைவர் **தங்க முனியாண்டி**
மாமேதகைய உதவியாளர்
தமிழ்நாடு வரலாற்று வளர்ச்சி பேராய்வு மையம், சென்னை.

நூல் வெளியிடுவர்
டாக்டர் **கே. இராஜய்யன்**
வரலாற்றாய்வாளர், மதுரை.

நூல் பெறுபவர்
பேரா **சந்திரகாந்தன்**
மாண.ப.த தலைவர்,
தமிழ்நாடு கலை இலக்கியப் பெருமன்றம்,
சிவகங்கை மாவட்டம்.

ஏற்புரை
தலைமையேற்கும் **குருசாமி மயில்வாகனன்**
செயலாளர்,
சிவகங்கை வரலாற்று ஆய்வரங்கம்.

அன்புடன் வரவேற்கிறது
நிந்தும் மீன்கள் வெளியீட்டகம்
9488525882

நூல் அறிமுக விலை ரூ.200/-
அழைப்பிடன் இலவசம்.

1801ஆம் ஆண்டு ஜூன்-16.
சின்னமருதுவின் ஒப்பந்தச்சீட்டு பிரகடனம்
வெளியிப்பட்ட தினத்தில்
சிவகங்கை வரலாற்றைக் கண்டெடுத்துத் தந்த
ஆய்வாளர்களுக்கு
சிவகங்கை வரலாற்று ஆய்வரங்கம் நடத்தும்
பாராட்டு விழா!

16.06.2018 - மாலை 5.30 மணி
வியான்னி அரங்கம்,
மதுரை ரோடு, சிவகங்கை.

காணொளிக் காட்சி திரையிடல்.

வரவேற்புரை
முனைவர் **தங்க முனியாண்டி**
தலைவர், சிவகங்கை வரலாற்று ஆய்வரங்கம்.

தலைமையுரை
மு.ராஜேந்திரன், இ.ஆ.ப.
எழுத்தாளர்.

பாராட்டு பெறுபவர்கள்
முனைவர் **கே. ராஜய்யன்**
முனைவர் **த. சஞ்சீவி**
முனைவர் **கு. மங்கையர்க்கரசி**
பீ. **மனோகரன்**
டாக்டர் **எஸ்.ஆர். கமால்**

அன்புடன் வரவேற்கிறது
சிவகங்கை வரலாற்று ஆய்வரங்கம்.
86104 45021

திருத்தாமல் வகைத்தாமல் Oeiவெளியிடவும்!
இரவிலா மாடலை கவடெயிடவும்!!

முனைவர் கே. ராஜய்யன்

1929இல் சேலமத்தில் பிறந்தவர். சேலம், சென்னை, மற்றும் அமெரிக்காவில் கல்வி பயின்றவர். சென்னை மாநிலக் கல்லூரியில், திருநெல்வேலி பிஷப் ஹீபர் கல்லூரியில், திருநெல்வேலி தென்காசிப் பல்கலைக்கழகத்தில் பணியாற்றியவர். 10 ஆண்டுகள் ஆமை மாநகராட்சி பல்கலைக்கழகத்தில் தலைமைப் பேராசிரியராகப் பணியாற்றியவர். 21 ஆண்டுகள் ஆமை மாநகராட்சி பல்கலைக்கழகத்தில் சேவையாற்றிய பின், 1996இல் ஓய்வு பெற்றார். ஆமை உரோமாநகராட்சி ஆட்சியிலிருந்து எழுதியவர். 1971ஆம் ஆண்டு வெளியந்த தேராய் The South Indian Rebellion 1900-1801" எனும் தனிமை நூலானது 1801ஆம் ஆண்டு சிவகங்கை வெளியீட்டு இந்திய வரலாற்று ஆசிரியர்களை கற்றும் சிவகங்கை பரம்பரையில் ஒரு புதிய உறவையே ஆய்விக்கையுடன் எழுதின சிவகங்கை பதிவிலிருந்து பிரித்த முழு வருடம் மேற்கொள்ள போராட்டத்தையும் இந்தியாவின் முதல் விடுதலைப் போராட்டு அம்சங்களை மேற்கொள்ளவும் 2004ஆம் அன்னை உயர்ந்த கற்றலான் வழங்கும் கோடு 10கரம், சிவகங்கை வரலாற்று விருதினை வழங்கியது. இதற்கு முன் சிவகங்கை மக்கள் நாடு சின்ற காலம், தமை சிறப்பு ஆய்வாளர் முனைவர் ராஜய்யன்.

முனைவர் த. சஞ்சீவி (1927 – 1988)

1927இல் திருசாபியில் பிறந்தவர். திருசாபியின் டிஸ்ரி சென்னை பகலைக்கலையத்தில் பயின்று பிரதுகப் பரிட்சையில் சிறப்பாற்றியவர். மனைவி பின்பற்றிய அறிந்துகையான 4 ஆமேந்துக் கல் நீக்கி சென்ற்க்கட்டிய பின்னர் தமிழ் இலக்கியத்தினைப் பேரணியாகக் எடுத்துக்கொண்ட, வேலூரி டீ.ஏ.டீ. மேலதிகாரி கல்லூரி பணியாற்றி, அரசின் தமிழ் வளர்ச்சிக்கும் நாடுமேலும் கல்லூரியானுக்கும் பிராதம் எழுதப்பட்டார். 1933ஆம் ஆண்டு தீர்ப்பு புத்தியில் மாமாவின் முழு உயர்ந்தமை வருகிறது சிவகங்கை வரலாற்றை அவர்களிடமிருந்த சிவகங்கைக்கு பின்பற்றிய படிப்புகள் காலையிலிருந்து தமிழ் மாதியிலேயும் வரலாற்று தீர்ப்புக்கள் பெரும் பதிப்பு நிகழ்த்திய பெருமையிடை ஏற்கப்படுகின்ற தமிழ் அமைப்பின் பெற்றுக்கிள்ளார். தமை வளரும் ஏற்படுத்துதல் சிவகங்கை வரலாற்று ஆய்வைப் பெரும்படி ஆய்வகம் அந்த பங்கியிலை 22.08.1988ஆம் நாளில் பகர்த்தார்.

முனைவர் கு. மங்கையர்க்கரசி

06.02.1976 சிவகங்கைக்கு சிறப்பு அம்பாரை, பல்கலிலை போட்டியைப் பிடித்திருந்தது. பல்கலைக்கழகத்தைத் தற்போது பயின்றார். சிவகங்கை மாவட்ட படம் வழங்கப்பட்ட ஒரு ஆட்சி மாவட்ட கற்றலை ஏற்றனர். முனைவர் கு. சஞ்சீவ் அவர்களின் பதிப்புகள், சென்ற்க்கு ஒரு வேண்டிய பணி எடுத்துக் கொண்ட தமிழ்க் குழந்தை தலைமைப்பெற்றவராய் பணியாற்றி பாம் நிறைவு பெற்று

பி. மனோகரன் (1932 – 2006)

1932ஆம் ஆண்டு சிவகங்கையில் பிறந்தவர். இராமநாதபுரத்தில் பல்கிய, பயின்று தஞ்சாவூரில் ஓய்ந்த பேராசியர், கிறுவக் தெற்கு ஆய்வு மையம் தமிழ் நாகரீகம் எழுதியனார். பல்லேடு தேடுதலில் எவனின் வளரும் வழங்கி. இவரது நீண்டபுகழ் திருச்சியை அடிமையிலே எழுத்தியனார். தேய நூலான் வழங்கும் கட்டுக்கனாளர் சிலந்து தமிழ் உணர்ந்த செய்வனார். இவரது தனி தமிழ் கலம்மலைக்குழவி மெய்த் பல மாதிர 1991ஆமே ஆய்வில் மேன்மையெய்யதுகையாளர். இந்தியத் தமிழ் ஊழியம் மீகரையே வேதியமாக மாற்று உயர் "Military Reminiscences" நூலையும் 1995ஆம் சென்னை. இந்தியே சொல்லி ஆய்வுகளில் தேதி விழாக் கொள்ளப்பட்ட பேராசிரியர் ஆய்வுதையேய பெற்றுக்கொண்ட கோனம் இதனை வருந்தலான் காலகடிப்பிறும். பல்கலை நிறுவனப் பெருமையிலும் தமிழ் கையாளாத்தை வாலகரையும் ஏற்றம். இவர் உயர் சிவகங்கை கோளை வருத்தாலை நோக்கில் இருளில் மாற்றும் 2006ஆம் வேலை 10.ஆம். ஆம் தேதியை நம்மினின்று பிரிந்தார்.

டாக்டர் எஸ்.ஆர். கமால் (1928 – 2007)

1928ஆம் ஆண்டு இராமநாதபுரத்தில் பிறந்தவர். இராமநாதபுரம் தமிழ்நாட்டக்கை பிறந்து, பயின்று மாநிலம் அரசிதழில் உதவியாகப் பணியில் சேர்ந்தவர். தமிழ்நாட்டிலே 58 ஆண்டு ஊழலைக் கொண்ட 2 எந்தி தகாங்களையும் பல கற்றுயிலையில் ஆய்வுத்து பணியும் விகுபரியை பல்வகையும் பல்கலையாய் தமது கல்விக்கம் உறைந்து நிறுவனம் 1970அம் ஆய்வு பதிப்புகளை ஆய்வு பல்கலையிலே பதிப்பகம் தமிழ்தர் தமிழ்த் தன்மையாக சிவகங்கை உறவுகளை அறிந்திறந்து அதனை உள்ளத் தொடங்கு செய்கிறவர் தமது "பதிப்பம் வள்ளியம்" எனும் நால் பெற்றார். பவ்வேற கம்ப கற்றத் தாழ்வான விழாவுதலும் திரை ஆய்வுதமும் சிவகங்கை பறையில் ஆய்வு முன்னாலும் புகழ்வேற்றும் பதியனார். 2007ஆம் ஆண்டு மார்ச் 31ஆம் நாள் நெஞ்சம் அடைப்பு எற்றதற்கான ஊழியம் பிரிவு சிவகங்கை வரலாற்று நோக்கில் பெரும் இழப்பை ஏற்படுத்தினார்.

சிவகங்கை வரலாற்று ஆய்வரங்கம் – நிந்தும் மீன்கள் வெளியீட்டகம்

விழா மேடையும் நூலட்டையும்

கே. ராஜய்யனின் வருகையும் உரையும்

நூல் வெளியீடும் ஏற்புரையும்

அறியப்பட்டதும் பயன்பட்டதுமான நூல்கள், பத்திரிகைகள் மற்றும் ஆவணங்கள்.

1. 1774 - The London Packet, The British Chronicle (journels from london).
2. 1813 - ஜெ.கோர்லே மருது நா.தர்மராஜன் (மொ.ஆ) வெளியீடு 2013.
3. 1830 - கர்னல் ஜேம்ஸ் வெல்ஷ் - ராணுவ நினைவுக்குறிப்புகள், தொகுதி (1) நா.தர்மராஜன் (மொ.ஆ) வெளியீடு 2013.
4. 1840 - மாறைநாடு முருகேசன் - சிவகங்கைச் சரித்திர அம்மானை (பாடல்கள்) வெளியீடு 1954.
5. 1867 - Col William Fullarton - A View of the English Interests in India.
6. 1881 - Bishop Coldwell - History of Tinnevelly.
7. 1882 - பாஞ்சை முத்துச்சாமி - சிவகங்கைச் சரித்திரக் கும்மி (பாடல்கள்) - வெளியீடு 1954.
8. 1913 - Hentry DavisIon Love - The Westiges of Old Madras 1640 1800 (Vol III).
9. 1939 - கவிராஜ ஜெகவீரபாண்டியனார் - பாஞ்சாலங்குறிச்சி வீர சரித்திரம். - பாகம் 2.
10. 1954 - டாக்டர், ந.சஞ்சீவி - மானங்காத்த மருது பாண்டியர்.
11. 1955 - சுப்பிரமண்ய ஐயர் - மருதுசகோதரர்கள்.
12. 1955 - ராமசாமி சேர்வை - தென்னாட்டு வீர மருதுபாண்டியன் வரலாற்றுக் கும்மி (பாடல்கள்)
13. 1956 - டாக்டர் ந.சஞ்சீவி - மருதிருவர்.
14. 1957 - க.அப்பாத்துரையார் - தென்னாட்டுப் போர்க்களங்கள்.
15. 1957 - தொ.மு.சி.இரகுநாதன் - மருதுபாண்டியன் (நாடகம்).
16. 1957 - கு.ராஜவேலு - சுதந்திரச் சுடர்.
17. 1958 - டாக்டர் மு.ஆரோக்கியசாமி - தமிழ்நாட்டு வரலாறு.
18. 1959 - வித்வான் அ.நாராயணசாமி - மருதுபாண்டியர் வரலாறு.

19. 1960 - சுத்தானந்த பாரதியார் - சந்தனத்தேவன் (நாவல்).
20. 1960 - வித்வான் நா.துரைசாமி - தமிழக வீரர்கள்.
21. 1961 - புலவர் அரசுமணி - வீரமங்கை வேலு நாச்சி.
22. 1962 - கோ.செல்வம் - புகழ்கோபுரம் (நாடகம்).
23. 1965 - துர்க்காதாஸ் எஸ்.கே.சுவாமி - சிவகங்கைச் சீமை.
24. 1965 - வித்துவான் நா. கோவிந்தன் - மருதுபாண்டியர்.
25. 1965 - எஸ். நடராஜன் (நஜன்) - விடுதலை வீரர்கள்.
26. 1966 - வித்வான் அ.நாராயணசாமி - தியாக வீரர்கள் ஐவர்.
27. 1966 - புலவர் சா.மருதவாணன் மற்றும் புலவர் சி.இளங்கோவன் - மாவீரர் மருதுபாண்டியர்.
28. 1971 - டாக்டர் கே.ராஜய்யன் - முதல் விடுதலைப் போர் 1800 - 1801 - தமிழில் பொன். சின்னத்தம்பி - முருகேசன் -2013.
29. 1972 - நா.வானமாமலை (ப.ஆ) - கான்சாகிப் சண்டை.
30. 1973 - தாமரைக்கண்ணன் - மருதுபாண்டியர்.
31. 1974 - DR. K. Rajayyan - History of Madurai.
32. 1974 - DR. K. Rajayyan - Raise and fall of the poligars of Tamil Nadu.
33. 1976. பால சஞ்சீவி - தண்ணீர்விட்டோ வளர்த்தோம். (நாடகம்)
34. 1977 - திருநெல்வேலி சரித்திரம் - ந.சஞ்சீவி மற்றும் கிருட்டிணா சஞ்சீவி (மொ).
35. 1980 - நயினார் சுப்பிரமணியன் - தமிழக வரலாறு (1565-1967).
36. 1980 - சுத்தானந்த பாரதியார் - வீர வேலு நாச்சியார் (நாடகம்).
37. 1982 - மா.பொ. சிவஞானம் - விடுதலைப்போரில் தமிழகம்.
38. 1982 - சுத்தானந்த பாரதியார் - மருது பாண்டியர் (நாடகம்).
39. 1982 - சுத்தானந்த பாரதியார் - மருது பாண்டியர் மாண்பு (கட்டுரை).
40. 1982 கண்ணதாசன் - சிவகங்கைச் சீமை (நாடகம்)
41. 1983 - சிரஞ்சீவி - வீராங்கனை வேலு நாச்சியார்.
42. 1983 - கலைஞர் மு.கருணாநிதி - தென்பாண்டி சிங்கம்.
43. 1985 - இ.எம்.எஸ் (தொ) - இந்திய தேசிய காங்கிரஸ் நூற்றாண்டு விழா மலர்.
44. 1986 - எழில் பி.குமார் (தொ) - எழில் சிவகங்கை (மலர்).
45. 1987 - மீ.மனோகரன் - மருதுபாண்டியரின் புதிய செப்பேடு.

46. 1987 - எஸ்.எம். கமால் - விடுதலைப்போரில் சேதுபதி மன்னர்.

47. 1988 - கு.மங்கையர்க்கரசி மருதுபாண்டியர் வரலாறும் வழிமுறையும் வெளியீடு 2003.

48. 1989 - எஸ்.எம். கமால் - மாவீரர் மருதுபாண்டியர்.

49. 1990 - வி.கணபதி (தமிழ்நாடு அரசு பாடக்குழு) - நாடுகாத்த நல்லோர்.

50. 1990 - மு.சேகர் - வீரம் விளைந்த சிவகங்கைச் சீமையின் செம்மண்.

51. 1994 - மீ.மனோகரன் மருதுபாண்டிய மன்னர்கள்.

52. 1994 - மாவட்ட உலா (பகுதி ஒன்று) - பி.இராஜமாணிக்கம், ஆர். காளீஸ்வரன்.

53. 1997 - எஸ்.எம்.கமால் - சீர்மிகு சிவகங்கைச் சீமை.

54. 1997 - வே.திருவரங்கராசன் பி.ஏ., - வீரமங்கை வேலு நாச்சியார் ஆய்வுக் கட்டுரை.

55. 2001 - கே.ஜீவபாரதி - வேலு நாச்சியார் (நாவல்).

56. 2001 - மதுரை இளங்கவின் விடுதலை வீர்ர் மருதுபாண்டியர்கள்.

57. 2003 - வி.என்.சாமி - இந்திய விடுதலைக்கு இன்னுயிர் ஈந்த வீராங்கனைகள்.

58. 2005 - மு.பாலகிருஷ்ணன் - விடுதலைப்போரைத்தொடங்கிவைத்த வீர மருதுபாண்டியர்.

59. 2005 - அருள்நம்பி - மாமன்னர் மருதுபாண்டியர்.

60. 2006 - குருசாமிமயில்வாகனன் (தொ) - மருதுபாண்டியர்கள் யார்?

61. 2007 - மு.கீதா-கே.ஜீவபாரதியின் வேலுநாச்சியார் நாவலில் பெண்ணியச் சிந்தனைகள்.

62. 2007 - கே.ஜவஹர் (தொ) - தியாகச் சுவடுகள்.

63. 2007 - அய்க்கண் (தொ) - சிவகங்கைச் சீமை (சிறுகதைத் தொகுப்பு).

64. 2008 - தேவரம்பூர் மாணிக்கம் - விடுதலை வேள்வியில் வீரத் திலகங்கள்.

65. 2009 - ப. சந்திரகாந்தம் - ஆளப்பிறந்த மருது மைந்தன் (நாவல்).

66. 2009 - கோ.வி.மணிசேகரன் - சுதந்திரபூமியில் வெள்ள நாரைகள் (நாவல்).

67. 2010 - பி.ஆர்.சந்திரன் - தேரும் போரும் (பாண்டியநாட்டு போர்க்குடியினர் - வரலாறும் பண்பாடும்)

68. 2010 - கே.ஜீவபாரதி வீரன் எட்டப்பன் முதல் வேலுநாச்சியார் வரை.

69. 2010 - முனைவர்கள் சு.சீனிவாசன், வே.பொன்ராஜ் - தலித் கதைப் பாடல்கள்.

70. 2011 - கவிஞர் பூவை செங்குட்டுவன் - வீரமங்கை வேலுநாச்சியார் (நாடகம்).

71. 2011 - அ.செல்வமணி - தென்னிந்தியப் புரட்சியாளர்கள்.

72. 2012 - தமிழ்நாட்டுப் பாளையக்காரர்களின் தோற்றமும் வீழ்ச்சியும் டாக்டர் K.ராஜய்யன் தமிழில் நெய்வேலி பாலு - வெளியீடு 2012.

73. 2012. வெ.இன்சுவை - நம் மண் போற்றும் மாதரசிகள்.

74. 2013 - ஆலம்பட்டு சோ.உலகநாதன் - குயிலியின் தியாகத்தில் வேலு - நாச்சியாரின் வெற்றி.

75. 2014 - எஸ்.ஜி.ரமேஷ் பாபு - விடுதலைப்போரில் பெண்கள்.

76. 2014 - ஆர்.வி.பதி - மாவீரர் மருதுபாண்டியர்.

77. 2014 - சோ.மோகனா - முதல் பெண்.

78. 2014 - பட்டத்தி மைந்தன் - வீரத்தாய் வேலுநாச்சியார்.

79. 2014 - பேரா.எஸ்.ஆர். விவேகானந்தம் (மொ.ஆ) சிவகங்கைச்சீமை - படமாத்தூர் பாளையப்பட்டு வரலாறு.

80. 2015 - பேரா. எஸ்.ஆர். விவேகானந்தம் (மொ.ஆ) மருதுபாண்டியர் - மரணத்திற்குப் பின் நடந்த போராட்டங்களும் உண்மைகளும்

81. 2015 - ஜீவபாரதி - வாழும் வரலாறு.

82. 2016 - டாக்டர் மு. ராஜேந்திரன், இஆப - 1801 (நாவல்)

83. 2014 - பா. இறையரசன் - தமிழ்நாட்டு வரலாறு.

84. 2017 - சந்திமாவோ குயிலி இராணி வேலு நாச்சியாரின் பெண்கள் படைத் தளபதி (முதல் தற்கொலைப் போராளி)

85. 2017 - பாதிரியார் பௌச் - மறவர் சீமை: ஒரு பாதிரியாரின் பார்வையில் - மு.பாலகிருஷ்ணன் மற்றும் எஸ்.ஆர்.விவேகானந்தம் (மொ).

86. 2017 - முனைவர் ஆ.மணி ப.ஆ - சிவகங்கை சரித்திரக் கும்மி.

87. 2018 - பேராசிரியர் அம்பேத்கர்பிரியன் - வீரத்தாய் குயிலி.

88. 2018 - ஸ்ரீராம் ஷர்மா - வீரத்தளபதி குயிலி.

89. 2018-குருசாமி மயில்வாகனன்- 'ஒப்பனைகளின் கூத்து'

90. 2019 - மாநிலக் கல்வியியல் ஆராய்ச்சி மற்றும் பயிற்சி நிறுவனம் தமிழ், வகுப்பு 6.

91. 2019 - முனைவர் கா.வெ.சே. மருதுமோகன் - மாவீரர் சசிவர்ணத்தேவர்.

91. 2019 - பேராசிரியர் எஸ். மோகனா - சமூகப்போராளிகள்.
92. 2019 - மாநிலக் கல்வியியல் ஆராய்ச்சி மற்றும் பயிற்சி நிறுவனம் வரலாறு (தொகுதி 2) மேல்நிலை முதலாம் ஆண்டு
93. 2020 - டாக்டர் மு. ராஜேந்திரன், இஆப - காலா பாணி (நாவல்).
94. 2020 - குருசாமி மயில்வாகனன் வேலுநாச்சியாரின் தீர்ப்பு (நாவல்).
95. ஆண்டு இல்லை - தேவரம்பூர் மாணிக்கம் - மருது சகோதரர்களும் சிவகங்கைச் சீமையும்.
96. ஆண்டு இல்லை - பெரி.மு.சி. தங்கக் காளீஸ்வரன் - முதல் இந்திய சுதந்திர முழக்கமும் மாமன்னர் முத்துவடுகநாதத் தேவரும் - களம் பல - கண்ட காளையார்கோவில்.
97. ஆண்டு இல்லை - மு.பாலகிருஷ்ணன் - சிவகங்கை நகர் தோன்றிய வரலாறு.

இன்னும் நாமறிந்திராத நூல்களை எழுதியுள்ளோர்க்கும் அவற்றை வெளியிட்ட பதிப்பாளர்களுக்கும் நம் நன்றி.